திரைக்குப் பின்

திரைக்குப் பின்

அசோகமித்திரன் (1931–2017)

இயற்பெயர் ஜ. தியாகராஜன். செகந்தராபாத்தில் பிறந்தார். மெஹ்பூப் கல்லூரியிலும் நிஜாம் கல்லூரியிலும் ஆங்கிலம், இயற்பியல், வேதியியல் படித்தார். தந்தையின் மறைவுக்குப் பின் இருபத்தொன்றாம் வயதில் குடும்பத்துடன் சென்னைக்குக் குடியேறினார். *கணையாழி* மாத இதழின் ஆசிரியராகப் பல ஆண்டுகள் பணியாற்றினார்.

1951முதல் தமிழிலும் ஆங்கிலத்திலும் எழுதினார். சிறுகதை, குறுநாவல், நாவல், கட்டுரை, விமர்சனம், சுய அனுபவப் பதிவு போன்ற பிரிவுகளில் அறுபது நூல்களுக்கும் மேல் எழுதியிருக்கிறார். பல இந்திய மொழிகளிலும் சில ஐரோப்பிய மொழிகளிலும் இவரது நூல்கள் மொழிபெயர்க்கப்பட்டுள்ளன. 1973இல் அமெரிக்காவின் அயோவா பல்கலைக்கழகத்தின் எழுத்தாளர்களுக்கான சிறப்புப் பயிலரங்கில் கலந்துகொண்டவர்.

1996ஆம் ஆண்டு சாகித்திய அக்காதெமி விருதுபெற்றார்.

அசோகமித்திரன் தனது 85வது வயதில், 23.03.2017 அன்று சென்னை வேளச்சேரியில் காலமானார்.

மனைவி: ராஜேஸ்வரி. மகன்கள்: தி. ரவிசங்கர், தி. முத்துக்குமார், தி. ராமகிருஷ்ணன்.

அசோகமித்திரனின் பிற காலச்சுவடு வெளியீடுகள்

நாவல்
- 18வது அட்சக்கோடு (கிளாசிக் வரிசை)
- ஒற்றன்!
- யுத்தங்களுக்கிடையில்...
- மானசரோவர் (கிளாசிக் வரிசை)
- தண்ணீர் (கிளாசிக் வரிசை)
- கரைந்த நிழல்கள் (கிளாசிக் வரிசை)
- இந்தியா 1944-48
- இன்று
- ஆகாயத் தாமரை

சிறுகதை
- ஐந்நூறு கோப்பைத் தட்டுகள் (கிளாசிக் வரிசை)
- வாழ்விலே ஒரு முறை (முதல் சிறுகதைத் தொகுப்பு வரிசை)
- அழிவற்றது
- 1945இல் இப்படியெல்லாம் இருந்தது...
- இரண்டு விரல் தட்டச்சு
- அசோகமித்திரன் சிறுகதைகள் (முழுத் தொகுப்பு)
- அமானுஷ்ய நினைவுகள்

குறுநாவல்
- இன்ஸ்பெக்டர் செண்பகராமன்
- அசோகமித்திரன் குறுநாவல்கள் (முழுத் தொகுப்பு)
- மணல் (கிளாசிக் வரிசை)

கட்டுரை
- எரியாத நினைவுகள் (கிளாசிக் வரிசை)
- சில ஆசிரியர்கள் சில நூல்கள்
- படைப்புக்கலை
- ஒரு பார்வையில் சென்னை நகரம்
- ஆடிய ஆட்டமென்ன

அசோகமித்திரன்

திரைக்குப் பின்
திரைப்படங்கள், திரை ஆளுமைகள்

காலச்சுவடு பதிப்பகம்

அன்பார்ந்த வாசகருக்கு,

வணக்கம்.

காலச்சுவடு நூலை வாங்கியமைக்கு நன்றி.

நூலின் உள்ளடக்கம், உருவாக்கம், அட்டைப்படம் இன்ன பிற அம்சங்கள் பற்றிய உங்கள் கருத்துகளையும் ஆலோசனைகளையும் காலச்சுவடு வரவேற்கிறது. தகவல், எழுத்து, வாக்கியப் பிழைகள் தென்பட்டால் கட்டாயம் தெரிவித்து உதவுங்கள். நூல் தயாரிப்பில் கடும் குறைபாடு இருப்பின் மாற்றுப் பிரதி உங்களுக்குக் கிடைக்கக் காலச்சுவடு ஏற்பாடு செய்யும்.

மின்னஞ்சல்: publisher@kalachuvadu.com

காலச்சுவடு நாகர்கோவில் அலுவலகத்திற்குக் கடிதம் அனுப்பலாம்.

தங்கள்
எஸ்.ஆர். சுந்தரம் (கண்ணன்)
பதிப்பாளர் — நிர்வாக இயக்குநர்

திரைக்குப் பின் ◆ கட்டுரைகள் ◆ ஆசிரியர்: அசோகமித்திரன் ◆ © ராஜேஸ்வரி, தி. ரவிசங்கர், தி. முத்துக்குமார், தி. ராமகிருஷ்ணன் ◆ முதல் பதிப்பு: டிசம்பர் 2023 ◆ வெளியீடு: காலச்சுவடு பப்ளிகேஷன்ஸ் (பி) லிட்., 669, கே.பி. சாலை, நாகர்கோவில் 629001

காலச்சுவடு பதிப்பக வெளியீடு: 1255

tiraikkup pin ◆ Essays ◆ Author: Ashokamitran ◆ © Rajeswari, T. Ravishankar, T. Muthukumar and T. Ramakrishnan ◆ Language: Tamil ◆ First Edition: December 2023 ◆ Size: Demy 1 x 8 ◆ Paper: 18.6 kg maplitho ◆ Pages: 344

Published by Kalachuvadu Publications Pvt. Ltd., 669, K.P. Road, Nagercoil 629001, India ◆ Phone: 91-4652-278525 ◆ e-mail: publications @kalachuvadu.com ◆ Printed at V.S. Graphics, 36/2 Mirbakshi Ali Street, Royapettah, Chennai 600014

ISBN: 978-81-19034-51-2

12/2023/S.No. 1255, kcp 4817, 18.6 (1) 9ss

பொருளடக்கம்

பதிப்புரை	11

ஜெமினி அனுபவங்கள்

அசோக்குமாரைப் பெற்ற கிஷோர் சாஹு	15
இப்படியும் ஒரு கோஹினூர்	20
சம்சார மயக்கம்	25
மூன்று பிள்ளைகள்	29
மிஸ்டர் சம்பத்	33
திட்டமிட்ட தோல்வி!	38
பராசக்தியின் சக்தி	43
இது ஒரு கூடுதல் பரிமாணம்	47
காணாத கண் என்ன கண்ணோ?	52
பிரிந்தவர் கூடினால் பேசத்தான் வேண்டும்	56
புரடக்ஷன் நெம்பர் 19	60
அடிக்குக் காரணம் ஆண்ட்டி செண்டிமெண்ட்!	64
திரைப்படத்தில் இருமொழிக் கொள்கை	68
ரொம்ப நாளாச்சு!	73
மதுபாலா நடித்த ஒரே தென்னிந்தியப் படம்	78

திரைப்படங்கள்

எக்ஸார்சிஸ்ட்	87
ஒரு நடிகை நாடகம் பார்க்கிறாள்	89
உதிரிப்பூக்கள்	91

பசி	93
அழியாத கோலங்கள்	95
எண்டர் தி டிராகன்	97
60 ஆண்டுகளுக்குப் பிறகு பகத்சிங்	99
ஆதி நாடோடி மன்னன்	101
'உத்தமபுத்திரன்'	104
எழுத்தாளருக்குப் பிடித்த ஐந்து படங்கள்	107
ஆவணப்படங்கள்!	110
வனராஜ கார்ஜான்!	114

ஆளுமைகள்

எஸ்.எஸ். வாசன்	119
"அதோ, என் காதலர் அழைக்கிறார்!"	127
டி.எஸ். பாலையா	130
எர்ரால் ஃபிளின்	134
ரஞ்சன்	137
பி.எஸ். ராமையா	140
ஜெ.எஸ். ஜோஹர்	143
சென்னைத் தொலைக்காட்சியில் ஒரு ஜெர்மன் யுத்தக் கைதி	146
வசுந்தரா தேவி	149
ரீடா ஹேவொர்த்	152
கே.டி. ருக்மணி	156
இன்கிரிட் பெர்க்மன்	159
குருதத் – சில நினைவுகள்	163
தேவிகா ராணியுடன் இரு சந்திப்புகள்	169
வில்லாதி வில்லன் பி.எஸ். வீரப்பா (1911–1998)	173
மார்லன் பிராண்டோ: மகத்தான தருணங்கள்	176
இங்க்மார் பெர்க்மன்	179
ஸ்ரீதர்	183
நாகேஷ்	187
வைஜயந்திமாலா	192

தேவ் ஆனந்த்	196
என் கதை	202
டி.எம்.எஸ்.ஸின் சங்கீதம் (1922–2013)	218
ருத்ரையா	221

திரைப்பட நிகழ்வுகள்

சர்வதேசத் திரைப்பட விழா	227
ஒரு படமும் லத்தீன் அமெரிக்க இலக்கியமும்	231
சென்னையில் உலகத் திரைப்பட விழா	235
பிலிமோத்சவ் 80	238
34வது தேசியத் திரைப்பட விழா	242
சிறந்த படங்கள் பார்க்கப்படவும் வேண்டுமல்லவா?	245
பெங்களூர் திரைப்பட விழாவின் மறுபக்கம்	248

விமர்சனம்

விமர்சனமும் விளம்பரமும்	253
ஏன்?	257
இலக்கியமும் சினிமாவும்: ஒரு சிறு குறிப்பு	260
தமிழ் சினிமாவும் தமிழ்ப் பத்திரிகையும்	263
வருத்தம்	269
தயக்கம்	271
முப்பது வருடங்களுக்குப் பிறகு திரும்பிப் பார்க்கும்போது	273
தமிழ் சினிமா பற்றி விவாதிக்கத் தயக்கம்	280
தளைகளுக்கப்பால்...	289
ஆகாயத் தாமரை	294
நானறிந்தபடி சினிமாவும் விமரிசகர்களும்	298
இது ஒரு தொடர்கதை	302
வந்தனை – நிந்தனை – சிந்தனை	307
சினிமா பற்றிச் சாதகமாகவும் எழுத முடியுமா?	314
கமல், ரஜினி வசனங்களைவிட ஊமைப் படங்களே மேல்!	316
இருபதாம் நூற்றாண்டு முடிவில் தமிழ் சினிமா	319

நான்கு கண்களும் இரண்டு கண்களும்	324
எழுத்தின் நிழல்	327
நடிகர்களின் தத்துவப் பிரச்சாரம்!	331
பத்திரிகைகளில் சினிமா – சினிமாப் பத்திரிகைகள்	335
சென்னையில் சில விந்தைகள்: உருது மொழியில் திரைப்படப் பாடல்கள்	339
யாருக்காக சினிமா?	341

பதிப்புரை

திரைப்படங்கள் குறித்துத் தொடர்ந்து தீவிரமாக எழுதிவந்தவர் அசோகமித்திரன். திரைப்படங்கள் குறித்த அவருடைய கட்டுரைகள் அனைத்தையும் கொண்ட முழுத் தொகுப்பாக இந்த நூல் வெளியாகிறது. 1967முதல் 2016வரை அரை நூற்றாண்டுக் காலத்தில் அவர் எழுதிய கட்டுரைகள் இந்நூலில் இடம்பெற்றிருக்கின்றன.

திரைப்படங்கள், திரை ஆளுமைகள், திரைப்பட விழாபோன்ற நிகழ்வுகள் எனப் பொருண்மை சார்ந்து தனித்தனிப் பிரிவுகளாகக் கட்டுரைகளைத் தொகுத்திருக்கிறோம். ஒவ்வொரு பிரிவிலும் கால வரிசைப்படி கட்டுரைகளை அமைத்திருக்கிறோம். ஒரு சில கட்டுரைகள் வெளியான ஆண்டு கிடைக்கவில்லை. இயன்றவரை பிரசுர விவரங்களைத் தொகுத்துக் கொடுத்திருக்கிறோம்.

ஜெமினி அனுபவங்கள்

அசோக்குமாரைப் பெற்ற கிஷோர் சாஹு

சனி, ஞாயிறு தவிர்த்து இதர நாட்களில் பிற்பகல் தொலைக்காட்சி நிகழ்ச்சிகளைப் பார்க்க அதிகம் பேருக்கு வாய்ப்புக் கிடைக்காது. பிற்பகலிலும் தொடர் நிகழ்ச்சிகள் உண்டு. சில மிகத் தீவிரமானதும் நன்கு அமைக்கப்பட்டதாகவும் இருக்கும். அதே நேரத்தில் குப்பைக் காகிதத்தில் கிரீடம் செய்வதும் சோளத் தட்டையால் மேஜை விளக்கு செய்வதும், வெகு அக்கறையோடு காட்டப் படும். குழந்தைகளுக்குக் கதை சொல்கிறேன் என்று சில வயதானவர்கள் அசடு வழிவார்கள்.

செவ்வாய்க்கிழமைகளில் இறுதி இருபது நிமிடங்களுக்கு ஏதாவது ஒரு தலைப்பு அல்லது கருத்து அடிப்படையில் திரைப்படப் பாடல்கள் இருக்கும். ஒன்று தவறாது எல்லாமே கறுப்புவெளுப்பு. அதாவது, எல்லாப் பாடல்களும் இருபது இருபத்தைந்து ஆண்டுகளுக்கு முந்தைய படங்களுடையது.

சமீபத்திய செவ்வாய்க்கிழமையில் ஒரு பாடல் காட்சி என்னைக் கண்கொட்டாமல் பார்க்க வைத்தது. ஒரு குடும்பத்தின் மூன்று பெண்களுக்கு சினிமாக் கதைகளுக்கே உரிய முறையில் ஏறத்தாழ ஒரே சமயத்தில் திருமணம் நிச்சயமாகிறது. மூன்றிலும் காதல் உண்டு. மூன்று பெண்களாக நடித்தவர்களில் ஒருத்தி ராஜ்யஸ்ரீ. டைரக்டர் சாந்தாராமுக்கும் அவருடைய இரண்டாவது

மனைவியான ஜெயஸ்ரீக்கும் பிறந்தவள். இரண்டாமவள் இந்திராணி முகர்ஜி. மூன்றாவது சுபா கோடே. படத்தின் பெயர் 'கிரஹஸ்தி'. இதுவே சில ஆண்டுகளுக்குப் பிறகு, 1966இல் 'மோட்டார் சுந்தரம் பிள்ளை'யாகத் தமிழிலும் உருவெடுத்தது.

இப்படம் உருவாக்கப்பட்ட ஜெமினி நிறுவனத்தின் ஓர் அங்கமாக நான் இருந்ததுதான் இச்சிறு தகவல்களைச் சொல்வதின் காரணம். இந்தத் தகவல்கள் தேவைதானா, இவற்றை நினைவில் வைத்துக்கொள்வதால் பயனேதும் உண்டா என்ற கேள்விகள் எனக்குள்ளேயே எழுவதுஉண்டு. ஆனால், மனித நினைவு மனிதத் தேர்வுக்கும் கட்டுப்பாட்டுக்கும் உட்பட்டதா என்பது சந்தேகத்துக்குரியது.

'மோட்டார் சுந்தரம் பிள்ளை' படத்தைப் பாராதவர்களுக்கு 'கிரஹஸ்தி' கதையைச் சொல்ல வேண்டும். ரங்கூனில் ஓர் இந்தியக் குடும்பம். இரு பெண்கள். அந்தக் குடும்பத்துக்கு நெருக்கமான இந்திய இளைஞன் மூத்த பெண்ணை மணக்கிறான். இரு குழந்தைகளும் பிறக்கின்றன. இதெல்லாம் ஐம்பதாண்டுகளுக்கு முந்தைய கதை. இரண்டாம் உலக யுத்தம் நடந்துகொண்டிருந்த நேரம்.

ஜப்பானால் ரங்கூன் தாக்கப்படுகிறது. எல்லாருமே பிரிந்து விடுகிறார்கள். ஒரு நாடகக் கொட்டகைமீது குண்டு வீழ்ந்ததில் மூத்த பெண் உடல்கூடக் கிடைக்காமல் மறைந்துவிடுகிறாள். தாங்கொணா இன்னல்களை அனுபவித்து இந்தியா வந்து சேர்ந்த இளைஞன், தன்னுடைய மனைவியின் தங்கையும், தந்தையும்கூட எப்படியோ இந்தியா வந்தடைந்துவிட்டதை அறிகிறான். "என் மூத்த பெண்ணைப் போலவே இவளையும் பொறுப்பேற்றுக்கொள்" என்று பெரியவர் சொல்கிறார். இப்படி அந்த இளைஞனுக்கு இரண்டாவது மணம் நடக்கிறது. குழந்தைகள் பிறக்கின்றன. அப்போது நிலையே குலுங்க வைக்கும் ஒரு செய்தி இளைஞனுக்கு எட்டுகிறது. அவனுடைய மூத்த மனைவியும் உயிருடன் இருக்கிறாள்! அவனுடைய மறுமணத்தை அவள் பெரும் துரோகம் என்று எண்ணி மனமுடையக்கூடும் என்று அந்த இளைஞன் மூத்தவளுக்குத் தெரியாதபடி இரண்டாவது மனைவியை வேறோர் இடத்தில் குடிவைக்கிறான். மூத்த மனைவியுடன் இன்னோர் ஊரில் வாழ்கிறான். வாரத்தில் இரு நாட்கள் அங்கு, மீதி நாட்கள் இங்கு என்று பல வருட காலம் இரகசியத்தைக் காப்பாற்றிவிடுகிறான். இளையவள் நோய்வாய்ப்பட்டு இறந்தபோதுகூட விஷயம் வெளிப்படாத படி காப்பாற்றிவிடுகிறான். ஆனால், அவனையும் மீறி ஒருநாள் விஷயம் மூத்தவளுக்குத் தெரிந்துவிடுகிறது. என்னவென்று? தன் கணவன் வேறொருத்தியுடன் குடும்பம் நடத்திக் குழந்தைகளும்

பெற்றிருக்கிறான் என்று. அது அவளுடைய சொந்தத் தங்கை, எல்லாமே எதேச்சையாக நடந்தது என்று விளக்கம் தர அவனுக்கு அவள் அவகாசம் தருவதில்லை. சிரிப்பும், கும்மாளமுமாக இருந்த வீடு இப்போது அச்சமூட்டும் நிசப்தமும் வெறுப்புணர்ச்சியும் கொண்டதாகிவிடுகிறது.

'கிரஹஸ்தி' படத்துக்கு வசனம் எழுத அந்த நாளில் பம்பாயில் கொடிகட்டிப் பறந்த பண்டித முக்ராம் சர்மா வந்தார். டைரக்ட் செய்ய கிஷோர் சாஹு என்பவர் வந்தார்.

இன்றெழுதப்படும் இந்திய சினிமா வரலாறுகளில் கிஷோர் சாஹுவின் பெயர் அவ்வளவு ஒன்றும் விசேஷமாகக் குறிப்பிடப்படுவதில்லை. ஆனால், தமிழ் சினிமாவில் எம்.கே. தியாகராஜ பாகவதருக்கும் எழுத்தாளர் இளங்கோவனுக்கும் பெரும் பெயரும் புகழும் பெற்றுத்தந்த 'அசோக்குமார்' படத்தின் மூல வடிவான 'வீர குணாள்' படத்தை இந்தியில் எழுதி, டைரக்ட் செய்து நடிக்கவும் செய்தவர் இந்த கிஷோர் சாஹுதான். துடிப்பான ஆர்வமிக்க கலைஞர் என்று அன்று அறியப்பட்டார். எல்லாருக்கும் முன்னால் ஒரு பிரெஞ்ச் கம்பெனியோடு இணைந்து ஒரு பிரெஞ்ச் நடிகையை அமர்த்தி இந்தி, பிரெஞ்ச் ஆகிய இரு மொழிகளில் 'மயூர் பங்க்' (மயில் விசிறி) என்றொரு படம் எடுத்தார். அவருடைய துரதிருஷ்டம் அந்த பிரெஞ்ச் நடிகைக்கு நடிப்பு வரவில்லை. பிரெஞ்ச் பெண்ணுக்குரிய அம்சங்களாவது பெற்றிருக்கலாம். அதுவும் இல்லை. 'மயில் விசிறி' இந்தியில் மட்டும் வெளியாகி ஒருசில இடங்களில் ஒருசில நாட்கள் ஓடியது. நான் பார்த்தேன். பரிதாபமாக இருந்தது.

'கிரஹஸ்தி' படத்தை டைரக்ட் செய்ய கிஷோர் சாஹு பம்பாயிலிருந்து சென்னை வந்தபோது அவருடைய மங்கு தசை ஆரம்பமாகியிருந்தது. 'கிரஹஸ்தி' படத்தில் அவருடைய பங்கை என்னால் விசேஷமாகக் கருத முடியவில்லை. வழக்கம்போல எல்லா ஜெமினி படங்களிலும் உள்ள சிறப்பான எடிட்டிங் அதிலும் இருந்தது. (நான் செவ்வாய் பிற்பகல் தொலைக்காட்சியில் பார்த்த 'கிரஹஸ்தி' பாடல் காட்சியும் மிகவும் சிறப்பான எடிட்டிங் கொண்டிருந்தது. ஜெமினியில் நல்ல எடிட்டர்கள் இருந்தார்கள். எல்லாவற்றுக்கும் மேலாக எஸ்.எஸ். வாசனின் எடிட்டிங் உணர்வு அபாரமானது.) படம் பம்பாயில் வெள்ளிவிழா கொண்டாடியது. அதற்கு டைரக்டர் தயாரிப்பாளருக்குப் பாராட்டுக் கடிதம் எழுதினார்.

கிஷோர் சாஹு சென்னையிலேயே, ஜெமினி காம்பவுண்டிலேயே, கோஹினூர் கட்டடம் என்ற பெயர் கொண்ட இடத்தில் தங்கியிருந்தார். அவருக்கென்று வேலைக்காரர்கள்,

சமையற்காரர்கள் எல்லாம் ஏற்பாடாகியிருந்தது. கிஷோர் சாஹுவுக்கும் அவர் குடும்பத்துக்குமென மளிகைச் சாமானும் காய்கறியும் கோழியும் என்னைத் தாண்டித்தான் சமையற்கார மரியசாமி எடுத்துச் செல்வான்.

கிஷோர் சாஹு சென்னையில் இருந்த நாட்களில் என்னுடைய ஒரு சிறுகதை 'இல்லஸ்டிரேட் வீக்லி'யில் பிரசுர மாயிற்று. அந்த நாளில் இந்தியாவில் 'வீக்லி'யில் பிரசுரமாவது நோபல் பரிசு பெறுவதற்கு ஒப்பானது. கிஷோர் சாஹுவுக்கு ஒரே பரபரப்பு. அவரும் பல ஆண்டுகளாக 'வீக்லி'யில் முயற்சி செய்துபார்த்திருக்கிறார். அவருடைய இந்திச் சிறுகதைகளை ஆங்கிலத்தில் என்னால் மொழிபெயர்க்க இயன்றால் மீண்டும் 'வீக்லி'யை அணுகலாம்.

அப்படித்தான் நான் ஓர் இந்திய ஆங்கில மொழி பெயர்ப்பாளன் ஆனேன். எனக்கு உதவ இந்தியைச் சரளமாகப் பேசிப் படிக்கப் பயின்ற மெலட்டூர் விசுவநாதன் என்பவர் கைக்கெட்டும் தூரத்தில் இருந்தார். கிஷோர் சாஹு நன்றாகவே பல கதைகள் எழுதியிருந்தார். கதை என்ற வகையில் ஓரிரண்டு வேறெங்கிருந்தோ எடுக்கப்பட்டவை. ஆனால், நன்றாக எழுதியிருந்தார். ஆறு கதைகளை மொழிபெயர்த்தேன். எனக்குத் திருப்தியாக இருந்தது. அவருக்கும் பிடித்திருந்தது. ஆனால், ஒரு கதைகூட எங்குமே பிரசுரமாகவில்லை. மங்கு தசையில் நன்றாகச் செய்து முடித்த பணிகள்கூடப் பரிமளிப்பதில்லை.

கிஷோர் சாஹு பம்பாய் திரும்பிய பிறகு எங்களிடையே ஓரிரு கடிதங்கள் இருந்தன. சொந்தப் படங்கள் எடுத்துக் கையொடிந்தவர் மீண்டும் நடிக்கத் தொடங்கினார். தேவ் ஆனந்த் அன்று எடுத்த சினிமாக்களில் சாஹு ஏதாவது ஒரு வேடம் தரித்தார். 'கைடு' என்ற படத்தில் வில்லன் என்று யாரையாவது கூற வேண்டுமானால், அப்பாத்திரத்தைக் கிஷோர் சாஹுதான் நடித்தார். ஆனால், எனக்குப் பரிதாப உணர்ச்சிதான் மேலோங்கும்.

ஜெமினி ஸ்டூடியோவுக்கு வரலாறு எழுதினால்கூட அதில் கிஷோர் சாஹு எவ்வளவு இடம் பெறுவார்? ஐந்தாறு வரிகள். படித்துப் பட்டம் பெற்று நல்ல கதைகள் எழுத வேண்டும், புதுமையான நல்ல திரைப்படங்கள் எடுக்க வேண்டும் என்ற அவருடைய ஆர்வத்திலும் நம்பிக்கையிலும் ஒரு துளியாவது இன்று இருப்போர்க்கு உண்டா என்று எப்போதாவது நினைக்கத் தோன்றும். இந்த நம்பிக்கை, ஆர்வம் இவற்றைவிடப் பல்வேறு மனிதர்களை ஏதாவது ஒருவகையில் ஒன்று சேர்த்து நிர்வகிக்கக்கூடிய திறமைதான் இன்று பலனளிக்கக்கூடியது. இன்றைய வெற்றிப் படங்கள் கலையார்வம் உடையவர்களைவிட

நல்ல மேனேஜருக்குரிய ஆற்றல் உடையவர்களால்தான் உருவாகின்றன. இந்த 'மானேஜர்' திறமை இல்லாதுபோனால் கதை, நடிப்பு, இசை, ஒலிப்பதிவு, எடிட்டிங் எல்லாமே விருதாவாகி விடுகின்றன.

அந்த நாளில் கோஹினூர் கட்டடத்துக்கு ஜெமினிக்காரர்கள் மத்தியில் விசேஷ மதிப்பு உண்டு. ஜெமினியின் மூளையின் ஒரு பகுதி கதை இலாகாவிலும் இன்னொரு பகுதி கோஹினூரிலும் இருப்பதாகச் சொல்லுவார்கள். என் ஜெமினி வாழ்க்கை கோஹினூர் கட்டடத்தின் மாடியில்தான் துவங்கியது.

ஜெமினியின் நூலகம் அங்கே இருந்தது. வேலைக்குச் சேர்ந்த இரு மாதங்களுக்குள் அங்கு குவிந்து கிடந்த புத்தகங்கள் மட்டுமல்லாமல் ஏராளமான திரைக்கதைகளையும் படித்து முடித்தேன். திரைக்கதை என்றால் பூரணமாக ஆரம்பத்திலிருந்து இறுதி 'சுபம்'வரை அத்தனை தகவல்களும் வசனங்களும் கொண்டவை. ஓரிரு ஸ்கிரிப்டுகள் இன்றும் நினைவிலிருக்கின்றன. ஒன்றை எழுதியது ஆர்.கே. நாராயண். இன்னொன்று புதுமைப்பித்தன்.

(1991)

இப்படியும் ஒரு கோஹினூர்

ஜெமினியின் பாதி மூளை கோஹினூரில் என்று கூறப்பட்டதன் காரணம் ஜெமினி ஸ்டூடியோவின் விளம்பர இலாகா அந்தக் கட்டடத்தில்தான் இருந்தது.

ஆதி ஜெமினி ஸ்டூடியோவில் கோஹினூர் கிடையாது. ஜெமினி காம்பவுண்டுக்குப் பக்கத்தில் கோடம்பாக்கம் நெடுஞ்சாலையில் வாசல் அமைந்ததான அந்தக் கட்டடம் ஒரு முஸ்லிமிடம் இருந்தது. அதற்குப் பக்கத்தில் தெலுங்கு சினிமா உலகின் முன்னோடிகளில் ஒருவரான எம்.எம். ரெட்டியின் வீடும் அலுவலகமும் இருந்தன. இந்தப் பக்கமும் சினிமா, அந்தப் பக்கமும் சினிமா என்பதாலேயேகூடச் சொந்தக்காரர் அதை விற்றிருக்கக்கூடும். திடீர்திடீர் என்று பாட்டும் கூத்தும் இரவெல்லாம் படப்பிடிப்பும் ஒத்திகையும் அக்கம்பக்கத்துக்காரர்களுக்கு ஆறுதல் தருபவையல்ல. எனவே கோஹினூரும் ஜெமினியின் ஒரு பகுதியாயிற்று. ஷாஜகான் கட்டிய கட்டடங்களின் உறுதி இதற்கும் இருந்தது. (ஒருவேளை இதையும் ஷாஜகான்தான் கட்டினானோ?) ஓர் அலுவலகம் நடத்துவதற் குரிய வசதிகள் `அதிலில்லை என்றாலும் கட்டடத்தில் எந்தத் திருத்தமும் இல்லாமல், ஒரு சுவரையும் இடிக்காமல், ஒரு செங்கல்லையும் பெயர்த்தெடுக்காமல்தான் சமாளிக்க வேண்டி யிருந்தது.

சினிமாவுக்குச் சமூக அந்தஸ்தோ அறிவுடைத்த அங்கீகாரமோ இல்லாத நாளில் சினிமா விளம்பரம் ஒரு விஞ்ஞானத் துறை என்பதைத் தன் செயல்பாட்டால் செய்து காட்டியது ஜெமினி விளம்பர இலாகா. திரைப்படம் ஒரு பண்டம் என்றால் அதை மக்களிடையே அறிமுகப்படுத்தும் பல்வேறு கூறுகளுக்கு இன்று வெவ்வேறு நிபுணர்களும் நிறுவனங்களும் உள்ளன. அன்று எல்லாப் பொறுப்பையும் தயாரிப்பாளர் ஏற்க வேண்டும் அல்லது அதிகப் பரிமாணங்கள் இல்லாத எளிதான விளம்பர உத்திகளை மட்டும் பயன்படுத்த வேண்டும். ஜெமினி விளம்பர இலாகா, சினிமா என்றாலே இளப்ப உணர்வுகொள்ளும் பிரிவினரிலிருந்து பட்டிதொட்டிகளில் நவநாகரிகத்தின் எந்தப் பாதிப்பும் இல்லாத மக்கள்வரை ஜெமினி படங்கள் பற்றிய நினைவு ஏற்படுத்தும் பரவலான, அதே நேரத்தில் மிக நுட்பமான செயல்முறைகளைப் பயன்படுத்தியது. அதிலும் தென்னாட்டவர், தமிழர் என்போர் பற்றி யாதொரு அபிப்பிராயமும் இல்லாத வட இந்தியச் சிற்றூர்களிலும், கிராமங்களிலும் ஜெமினியின் விளம்பர வீச்சை எட்ட வைத்தது. விளம்பர இலாகாவில் ஒரு 'புறாக்கூண்டு' அலமாரி உண்டு. அதில் சுமார் நூறு பொந்துகள். இந்தியாவின் முக்கியப் பத்திரிகைகள் அனைத்துக்கும் ஒரு மாதிரிப் பிரதியும் அதன் விற்பனை விவரமும் விளம்பரக் கட்டண விகிதமும் ஒவ்வொரு பொந்திலும் இருக்கும். எந்தப் பத்திரிகைக்கு எப்போது எந்தப் புகைப்படம், எந்தச் செய்தி அனுப்ப வேண்டும், எந்த அளவு விளம்பரம் செய்ய வேண்டும் என எல்லாம் திட்டமிட்டுச் செய்யப்படும். விளம்பர இலாகாவாக வெளியிட்ட தகவல்கள்தான் செய்திகள். அவற்றையும் விசேஷமாக எடுத்து அனுப்பப்பட்ட புகைப்படங்களையும் வெளியிடுவதில் பத்திரிகைகள் அன்று பெருமைகொண்டன.

விளம்பர டிசைன்களையும் சுவரொட்டிகளையும் பெரிய படுதாக்களையும் தீட்ட நிறைய ஓவியர்கள் இருந்தார்கள். வெவ்வேறு மொழிகளில் வாசகங்களை எழுதுவதற்கு நபர்கள் இருந்தார்கள். இன்று மட்டும் என்றில்லாமல் நாளை, நாளை மறுநாள் என்று ஜெமினி அதிபருக்குத் திட்டங்களும் தீர்வுகளும் இருந்தன என்பதற்கு அவருடைய விளம்பர இலாகா அத்தாட்சி. அது கோஹினூரில் இருந்தது.

என் பணி சற்று வித்தியாசமானது. பொதுஜனத் தொடர்பு. விளம்பரம் ஒருவிதத்தில் கடைக்குப் போய்ப் பணம் கொடுத்துப் பொருள் பெறுவது மாதிரி. பொதுஜனத் தொடர்பு ஒட்டு மொத்தமாக ஜெமினி நிறுவனம், ஜெமினி படங்கள் பற்றி மக்களிடையே ஒரு உயர்வான தோற்றம் இருப்பதாக வெகு துல்லியமாகச் செயல்படுவது. ஜெமினி ஸ்டூடியோவில்

பார்வையாளர்களை அனுமதிப்பது கிடையாது. அனுமதித்தே யாக வேண்டும் என்ற நிர்ப்பந்தம் ஏற்படும்போது வந்தவர்களுக்கு ஒன்றுமே காட்டாது எல்லாவற்றையும் பார்த்ததுபோலத் தோற்றம்கொள்ள வைக்கும் பணி என்னுடையது. சினிமா என்று மட்டுமல்லாமல் உலகத்து நடப்பு அனைத்துக்கும் தகவல்களையும் புள்ளிவிவரங்களையும் வரிசைப்படுத்திக் கருவூலம் ஒன்றைப் பார்த்துக்கொள்வது என்னுடைய இன்னொரு பொறுப்பு. அன்று ஜெராக்ஸ் கிடையாது. ஆதலால் பல பத்திரிகைகளிலிருந்து பக்கம் பக்கமாக நான் என் கையெழுத்தில் அநேகக் கட்டுரைகளையும் புள்ளிவிவரப் பட்டியல்களையும் எழுதியிருக்கிறேன். இன்று எனக்குப் பேனா, காகிதம் இவற்றைக் கண்டால் பொங்கி எழும் வெறுப்புக்கு இதுவும் காரணமாயிருக்கலாம்.

கோஹினூர் மாடியில் ஒரு விசாலமான அறை என்னுடையது. கோஹினூர் ஸ்டூடியோவின் ஒரு மூலையில் இருந்ததால் யாருக்காவது அவகாசம் இருந்தால் அல்லது யாரிடமாவது பேசித் தீர்த்துக்கொள்ள வேண்டும் என்ற மனச்சுமை இருந்தால் கோஹினூர் மாடிக்கு வருவார்கள். மணிக்கணக்கில் அவர்கள் பேசப் பேச நான் காது கொடுத்துக் கொண்டே என் வேலையைச் செய்வேன். எவ்வளவு பேருடைய ரகசியங்களும் துக்கங்களும் ஆசை அபிலாஷைகளும் விரோதங் களும் ஏக்கங்களும் குறைகளும் என்னிடம் கூறப்பட்டிருக்கின்றன.

நான் வேலைக்குச் சேருவதற்கு முன்னால் ஓர் அசாதாரணச் சம்பவம் நடந்திருக்கிறது. எப்போதும் எல்லாரிடமும் சிரித்துப் பேசி உற்சாகமாக இருப்பவர் ஒருவர் அன்றும் அப்படித்தான் இருந்திருக்கிறார். 'ஔவையார்' படத்தில் கருமியாக வரும் ஒரு செல்வந்தருக்கு உகந்த வேலைக்காரனாக நடித்திருப்பார். (அவர் வழக்கமான நடிகர் அல்ல. ஜெமினி வரையில் யார் யாரோ திடீர் என்று வேஷம் போட்டுக்கொள்வார்கள். ஸ்டோர்ஸ் மானேஜர் ஒருநாள் சோழனாகத் தோற்றமளிப்பார். இன்னொரு நாளைக்குப் படைத் தலைவனாகக் கத்தியை வீசுவார். அதே போலத்தான் இந்த சீதாராமன் ஜெமினி அலுவலகத்தில் இருந்தார்.) ஒரே சிரிப்பும் கும்மாளமுமாக இருந்தவர். ஒரு பிற்பகல் ஒரு தகவல் வருகிறது. தாம்பரத்துக்கப்பால் ஒரு தோப்பில் தூக்குப் போட்டுக்கொண்டு தொங்குகிறார்.

சினிமாத் தற்கொலைகளுக்குத்தான் திட்டவட்டமான காரணங்கள் உண்டே தவிர சினிமாக்காரர்கள் தற்கொலை களுக்கு எளிதாகக் காரணம் கண்டுவிட முடியாது. சீதாராமன் விஷயமும் அப்படித்தான். ஏன், எப்படி என்று யாராலுமே

சொல்ல முடியவில்லை. அவருடைய சவப் பரிசோதனைக்கு ஜெமினி ஸ்டோர்ஸ் மானேஜர் அனுப்பப்பட்டார். அவர், பாவம் தவித்துக் கொண்டிருக்க வேண்டும். நான் ஜெமினியில் வேலைக்குச் சேர்ந்தவுடன் என்னிடம் விநாடி, விநாடியாக, தையல் தையலாக அந்தச் சவப் பரிசோதனையைத் தெரிவித்தார். உண்மையில் நான் வேலைக்குச் சேர்ந்து ஆறுமாதம் வரை அந்தத் தற்கொலை பற்றிப் பேச்சு அடிக்கடி நிகழும்.

விளம்பர இலாகாவில் இருந்த சையத் அகமத் என்ற ஓவியருக்குப் பிரத்யேக உதவியாளனாக துரைசாமி என்றொருவர் இருந்தார். ரின், சர்ஃப் எல்லாம் கண்டுபிடிக்கப்படுவதற்கு முன்பே அவர் வெள்ளை வெளேரென்று சட்டையும் வேட்டியும் தான் அணிவார். சம்பளம் இரண்டு இலக்கத்தில்தான் என்றாலும் எப்படி இவரால் தினமும் இவ்வளவு உயரிய சலவைத் துணி அணியமுடிகிறது? இதேபோன்று இன்னொரு மர்மம், அவர் என்னைப் பார்த்துப் புரியும் புன்னகை. உலகத்திலேயே மனித சரித்திரத்திலேயே மிகவும் மர்மமான புன்னகை 'மோனாலிசா' ஓவியப் பெண்ணுடையது என்பார்கள். துரைசாமியுடையது அதற்குக் குறைந்ததல்ல.

நான் அமர்ந்த அறையில் என் தலைக்கு மேல் ஒரு மிகப் பெரிய மின்விசிறி. அதை வைத்து ஒரு புயலையே சிருஷ்டித்து விடலாம். அதை மெதுவாகச் சுற்ற வைத்தாலே ஏதேதோ ஒலிகள் எழுப்பி அறையில் இருப்போரைத் தெய்வ சிந்தனையில் ஆழ்த்தும்.

அன்றும் துரைசாமி என்னைப் பார்த்துப் புன்னகை புரிந்தார். அதற்கு ஒலி வடிவம் தருவதுபோல என் விசிறி சுழன்று கொண்டிருந்தது.

"உங்களைப் பாத்தா எனக்கு அவர் நினைவுதான் வருது. சார்" என்றார் துரைசாமி.

"யாரு?"

"அதான், சீதாராமன்."

"ஓ, தூக்குப் போட்டுண்டவரா?"

"உங்களுக்கும் தெரியுமா?"

"இங்கே வந்தவுடனே என் வேலையைப்பத்தித் தெரியறதுக்கு முன்னாலே அதைத்தான் தெரிஞ்சுண்டேன்."

"இப்போ நாம்ப பேசிண்டிருக்கிற மாதிரிதான் அன்னிக்குக் கூடப் பேசிண்டிருந்தாரு. ஒரு வார்த்தை சொல்லலை. அடுத்தநாக் காலை விடியறதுக்கு முன்னாலே தூக்குப் போட்டுண்டிருக்காரு. அதுவும் எங்கே, யாரும் ஆள் நடமாட்டமே இல்லாத காட்டிலே."

"ஆள் நடமாட்டம் இருந்தாத் தூக்குப் போட்டுக்க முடியாதே."

துரைசாமி ஒரு விநாடி திடுக்கிட்டார். தன்னை நிலைப் படுத்திக்கொண்டு "இப்படித்தான் பேசுவாரு. உங்களைப் பாத்தா அவர் நினைவுதான் வருது."

"அவர் குள்ளமா வழுக்கைத் தலையோட இருக்க மாட்டார்?" அப்போது எனக்கு வழுக்கை விழவில்லை.

"இருந்தா என்னங்க? இந்தக் கோஹினூர் பில்டிங்குக்கு வந்து மாடி ஏறினா யாருக்கும் அவர் நினைவுதான் வரும்."

"ஏன் அப்படி?"

துரைசாமி ஒரு கணம் என்னையே பார்த்தபடி நின்றார். பிறகு சொன்னார். "இதோ நீங்க உக்காந்திருக்கீங்களே, இந்த மேஜை, இந்த நாற்காலி, இந்த இடம் இதெல்லாம் அவர் உக்காந்ததுதான்."

மின்விசிறியில் எழுந்த ஒலிகள் எனக்கு அர்த்தமாவது போலிருந்தன.

(1991)

சம்சார மயக்கம்

நுகர்வோர் தத்துவவியல், விளம்பரவியல் முதலிய துறைகள் முறையாகச் சமூகவியல் ஆராய்ச்சிகளில் இடம்பெறுவதற்கு முன்பே தன் சொந்தக் கற்பனையையும் உள்ளுணர்வையும் கொண்டு ஜெமினிப் படங்களுக்கு ஒரு வலுவான விளம்பர இயக்கத்தை அமைத்துக் கொடுத்தவர் வி.கே.என். சாரி. ஒரு காலகட்டத்தில் எஸ்.எஸ். வாசனுக்கு மணிமணியாகப் பணியாளர்கள் அமைந்ததை அப்படி ஒரு யோகம் என்பார்கள். வாசனுடைய விளம்பர இலாகாவுக்குச் சாரி வந்ததையும் ஒரு யோகம் என்றுதான் கூற வேண்டும். சுமார் நாற்பது ஆண்டுகளுக்கு முன்பு சென்னைப் பிரமுகர்களிடையே சாரி என்ற பெயர் எழுந்தால் உடனே அவர்களுக்கு ஜெமினி விளம்பர அதிகாரி சாரிதான் நினைவுக்கு வரும்.

இவ்வளவிற்கும் சாரியை ஒரு சினிமாக்கார ராகவே கருத முடியாது. ஜெமினி விளம்பர இலாகாவை ஒரு சர்வதேசத் தளத்தில் அவர் அமைத்திருந்தாலும் அவருக்கு உள்ளூர் சினிமாத் துறை மீதும் சினிமாக்காரர்கள் மீதும் பெரும் மதிப்பு இருந்திருக்காது என்றே தோன்றுகிறது. ஜெமினியையே அவர் ஒரு சினிமாக் கம்பெனி என்பதோடு இதர பரிமாணங்களும் உடையதாகத் தான் மக்கள் மனதில் பதியவைக்க வேண்டும் என்று முயன்று பார்த்திருக்கிறார். ஜெமினியின் படங்கள் பிரதானமாகப் பொழுதுபோக்குப் படங்கள்தான் என்றாலும் அவர் விளம்பரங்களில் பொழுதுபோக்கு

என்ற சொல்லைத் தவிர்த்தார் என்றே சொல்ல வேண்டும். நான் ஜெமினியில் சேர்ந்த 1952ஆம் ஆண்டில் 'யூகிவாரிசு' என்றதொரு ஜப்பானியப் படத்தை ஜெமினி விநியோகத்திற்கு வாங்கியிருந்தது. அப்படத்தைக் குழந்தைகள் படம் என்றும், அப்படத்தைக் காரணம் காட்டி நகரம் தழுவிய அறிவுப் போட்டி ஒன்றையும் குழந்தைகளுக்காக சாரி நடத்தினார். 'ஔவையார்' படத்தை ஒரு கலாசார எழுச்சி நிகழ்ச்சியாக தமிழ்நாடெங்கும் கொண்டாட வைத்த பெருமையும் சாரியையே சாரும். 'பஹுத் தின் ஹுவே' என்ற இந்திப் படத்தை இசை, (கட்டடக்) கலை போன்ற துறைகளில் சிறப்பான சாதனை என்று விமரிசகர்களையாவது குறிப்பிட வைத்த பெருமையும் அவரைச் சாரும். சுதந்திர இந்தியாவின் முதல் பொதுத் தேர்தல் நடந்த தருணம். வாக்காளர் பட்டியல்களிலிருந்து குடும்பத் தலைவிகளின் முகவரியைப் பெற்று 'சம்சாரம்' என்ற ஜெமினி படத்தைப் பார்க்கக் கோரி அப்படத்தின் கதாநாயகியே எழுதுவது போலப் பத்தாயிரக்கணக்கில் கடிதங்கள் அனுப்பி வைத்தார். சாரியின் அறை ஒரு சினிமா விளம்பர இடமாக இருக்காது. எப்போதும் அவரைச் சுற்றி நாட்டின் சிறந்த பத்திரிகையாளர்கள், இலட்சியவாதிகள், தொண்டு நிறுவனத் தலைவர்கள், சிந்தனையாளர்கள் போன்றோர் இருப்பார்கள். தமிழ் நாட்டிலும் இந்தியாவின் இதர நகரங்களிலும் எந்தப் பெரிய தலைவரையோ, அதிகாரியையோ அவரால் எளிதில் அணுக முடிந்தது.

வெளிப்படையாக ஏதும் கூறப்படாவிட்டாலும் தன்னிடம் உத்தியோகம் புரிபவன் தன்னைவிடப் பல்வேறு பரிமாணங்களில் செல்வாக்குப் பெற்றிருப்பது எஜமானனுக்கு சங்கடமாயிருந்திருக்கும். விளம்பர அதிகாரி விளம்பர அதிகாரியாக மட்டும் இருந்தால் என்ன என்று வாசன் கருதியிருக்கக்கூடும். ஆதலால் எஜமானர்களுக்கே உரிய முறையில் நிறுவனத்தில் சாரியின் முக்கியத்துவத்தைக் குறைத்து இறுதியில் ஒருநாள் அவரை வேலையை விட்டே நின்றுவிடலாம் என்றும் கூறிவிட்டார். சாரி மீண்டும் சினிமாப் பக்கமே தலையைக் காட்டவில்லை. மிகப்பெரிய இந்திய, அயல் வர்த்தகப் பொறியியல் நிறுவனங்களுக்குப் பிரதிநிதியாகவும் ஆலோசகராகவும் இருந்து சில ஆண்டுகள் முன்புதான் காலமானார்.

சாரி ஜெமினியில் அதிகாரியாயிருந்த இறுதி ஆண்டில் நான் அவருடைய ஒரே உதவியாளனாக இருந்தேன். அவர் அப்போது ஒரு பெரிய 'டைரக்டரி' வெளியிடத் திட்டமிட்டிருந்தார். சில நாட்கள் முன்பு மலையாள மனோரமாக்காரர்கள் சென்னையில் தமிழ் மொழியில் 'மனோரமா ஆண்டுக் கையேடு' ஒன்றை

வெளியிட்டார்கள். அத்தகைய ஒரு டைரக்டரியை சாரி தனி நபராகவே இருந்து முப்பதாண்டுகளுக்கு முன்பே வெளியிட்டார்.

என்னுடைய 'பொது ஜனத் தொடர்பு' வேலையும் தொடர்ந்தது. ஜெமினி ஸ்டூடியோவில் யாரையும் உள்ளே விட மாட்டார்கள் என்ற எண்ணத்தை வெற்றிகரமாக மக்கள் மனதில் பதியவைத்தாயிற்று. ஆனால், அவர்கள் அனுப்பும் கடிதங்களுக்குத் தேனொழுகப் பதில் செல்லும். அவர்களுடைய விருப்பங்களைப் பூர்த்தி செய்ய இயலவில்லையே என்று என் கடிதங்கள் கண்ணீர் பெருக்கும். ஆனால், கவர்னரின் விருந்தினர்களை உள்ளே வரக் கூடாது என்று சொல்ல முடியாது. வருமான வரி கமிஷனரின் உறவினர்களைச் சுற்றிக்காட்டாமல் இருக்க முடியுமா? ஒருமுறை வி.கே.கிருஷ்ண மேனனே வந்து விட்டார். சூ – என் – லாய்! டலாய் லாமா! பஞ்சன் லாமா! சக்தி வாய்ந்த துவாரபாலகனாக நான் இயங்கினாலும் நானே ஒரு நாளைக்குச் சராசரி மூன்று கோஷ்டிகளை ஸ்டூடியோவைச் சுற்றிக்காட்ட நேரிடும். அவர்களுக்கு எதையும் காட்டாமல் நிறையப் பேச்சாகவே பேசி இறுதியில் எங்கள் ஜெமினியின் மதிப்புமிக்கத் தயாரிப்பான காபியை ஒரு கப் கொடுத்துவிட்டு வழியனுப்பும்போது காவியத் தலைவர்களை ஏழு கடலுக்கப்பால் உள்ள தீவுக்குப் பிரியாவிடை தந்து அனுப்புவதுபோலிருக்கும்.

கோஹினூர் கட்டடத்து மாடியில் உயிர் நீத்தார் ஆவியோடும் உயிர் விடாது ஆவிகள் போல் ஆக்ரமிப்போருடனும் நான் ஒரு பிரமாண்டமான மின்விசிறியடியில் காலம் தள்ளினேன்.

நூலகமாக இருந்த அறைகள், பலருக்கு ஓய்விடமாகவும் பயன்பட்டன. இசை 'ஆடிஷ'னும் அவ்வப்போது நடக்கும். எவ்வளவு விதவிதமான குரல்கள், விதவிதமான உச்சரிப்புகள். ஜெமினியில் ஆண்டுக்கு ஒரு படத்துக்கு மேல் போகாது. படத்துக்கு ஏழெட்டுப் பாட்டுகளுக்கு மேல் போகாது. ஜெமினிப் பாடகர்கள் என்றிருந்த கோஷ்டியிலேயே அனைவருக்கும் சந்தர்ப்பம் தர முடியாது. இதில் புதிதாக எப்படிச் சேர்த்துக் கொள்ள முடியும்? தமிழ் சினிமா வரலாற்றிலேயே 'ஆடிஷன்' என்று வந்து முன்னணிப் பாடகனாக மாறியது மிகமிகக் குறைவு. அதே போலத்தான் ஜெமினியின் புகழ்பெற்ற 'காஸ்டிங் டிபார்ட்மெண்ட்'. போலீஸ் தஸ்தாவேஜு போல நூற்றுக் கணக்கான ஆண்கள், பெண்கள் பற்றி அங்கு புகைப்படத்தோடு குறிப்புகள் இருக்கும். ஜெமினியிலேயே மாதச் சம்பளத்துக்கென்று துணை நடிகர் – நடிகைகள் உண்டு. அவர்களுக்கே வருடத்தில் ஏழெட்டு நாள் வேலையிருந்தால் அதிகம். அவர்களைப் பார்க்கும்போது ஒரே நேரத்தில் சிரிப்பும் பரிதாப உணர்ச்சியும் வரும். அதிலும் ராவ் என்ற நடிகர் காலை பத்து மணிக்கு என்

மேஜைக்கு வந்தால் மாலை ஆறு மணிவரை நகர மாட்டார். இந்த ராவுக்கு மீசை கிடையாது. மீசையுள்ள ராவ் ஒருவர் இருந்தார். இருவர் நிலையிலும் பெரிய வித்தியாசம் இல்லை என்றாலும் ஒருவருக்கொருவர் ஆகாது. "இவனுக்கு என்ன நடிப்பு வரும்? பொத்து பொசுக்கென்று மளிகைக் கடைக்காரன் வேஷம்தான் சரி" என்று மீசை ராவ் மீசையில்லாத ராவ் பற்றிச் சொல்லுவார். "இவன் பெரிய டான்சராம் டான்சர். தத்தக்கா பொத்தக்காவென்று குதிச்சுட்டா பெரிய ஆக்டரா? மூஞ்சியைப் பாரு, வேப்பேரி ரவுடி போல" என்று மீசையற்ற ராவ் மீசை ராவ் பற்றிச் சொல்வார். இருவருக்கும் ஓர் ஒற்றுமை. இரண்டு பேரும் கடன் கேட்பார்கள். அதுவும் ஏழு ரூபாய். ஏழு ரூபாய் என்ன கணக்கு என்று எனக்கு இன்னும் புரியவில்லை .

'சந்திரலேகா' 1948இல் வெளியாகி பெரும் வெற்றிப் படமாகக் கொண்டாடப்பட்ட அதே ஆண்டில் ஜெமினி 'ஞான சௌந்தரி' என்ற படத்தை வெளியிட்டுப் பெரும் தோல்வி கண்டது. நான் 'ஞான சௌந்தரி'யைப் பார்த்திருக்கிறேன். அந்த ரகப் படங்களில் அது நன்றாகவே எடுக்கப்பட்டிருந்தது. இருந்தும் இரண்டே வாரத்தில் அதன் காட்சிகள் முடிந்தன. அதன் பிறகு 'அபூர்வ சகோதரர்கள்' என்றதொரு ராஜா ராணி, கத்திச் சண்டை படம். ஜெமினி ஸ்டூடியோவில் எங்கு திரும்பினாலும் டோபாவும் கத்தியும் கபடாவும் படுதாவும் கிருதாவும் ஜரிகையும் தூணும் தோரணமுமாக இருக்கும். எல்லாருக்குமே போதும்போதும் என்றாகியிருக்கக்கூடிய நேரத்தில் 'சம்சாரம்' என்றதொரு படம் தயாராயிற்று.

தெலுங்கில் அதே பெயரில் மாதக் கணக்கில் கண்ணீர் பெருக்கெடுத்த அப்படத்தை வாசன் தமிழில் தயாரித்தார். அதன் மாபெரும் வெற்றியைக் கண்டு அதையே இந்தியிலும் மொழி மாற்றினார். இந்திக்காரர்களுக்குப் பழக்கமான நடிகர், நடிகை கிடையாது. வீடு, வெளிப்புறம் எல்லாமே அவர்களுக்குரியது அல்ல. அப்படியிருந்தும் இந்தியிலும் அப்படம் நினைத்துப் பார்க்க முடியாத அளவுக்கு வெற்றியாக அமைந்தது. கிராமம், சிற்றூர், நகரம் என எல்லா இடங்களிலும் அமோகமாக ஓடியது. ஜெமினி ஸ்டூடியோவே அந்த வெற்றி மயக்கத்தில் இருந்தது.

நான் கோஹினூரில் பிரகாசிக்கத் தொடங்கிய நாளில் ஜெமினியின் அடுத்த வெளியீடுக்கு எல்லாரும் ஆயத்தமாகிக் கொண்டிருந்தார்கள். நான், திரைக்கதை என்று ஆர்.கே. நாராயணனின் ஸ்கிரிப்ட்டைப் படித்தது அப்படத்தினுடையது தான். படத்தின் பெயர் 'மூன்று பிள்ளைகள்'.

(1991)

மூன்று பிள்ளைகள்

சுதந்திர இந்தியாவின் முதல் பொதுத் தேர்தலுக்குப் பிறகு புதிய மத்திய மாநில ஆட்சிகள் அமைக்கப்படும் நேரத்தில் நான் ஜெமினி கோஹினூர் கட்டடத்தின் மாடிவாசியானேன்.

ஜெமினிப்பட விளம்பரங்களில் சில நடிக நடிகையர் பெயர்களைப் போட்டுவிட்டு 'மற்றும் 500 ஜெமினி இளைஞர்களும், பெண்களும்' என்று சேர்ப்பார்கள். அது எப்போதும் ஆங்கிலத்தில் இருக்கும், 'அண்ட் 500 பாய்ஸ் அண்ட் கேர்ல்ஸ்'. ஆங்கிலத்தில் 'பாய்ஸ்' என்றால் சஞ்சய் காந்தியின் மகன் வருண்ணிலிருந்து அமெரிக்க ஜனாதிபதி புஷ் வரை பொருந்திப்போய்விடும். தமிழில் '500 இளங்காளையர்' என்று கூறலாமா? பெண்களுக்கு என்ன செய்வது, 500 இளங்காளையர் இளம் பசுக்கள் என்று கூறலாமா? நல்லவேளை, இப்போது அப்படிப்பட்ட விளம்பரங்களுக்குத் தேவை யில்லை. நான் 1952இன் தொடக்கத்தில் அந்த 500 'பாய்ஸ் அண்ட் கேர்ல்ஸ்' குழுவில் ஒருவனானேன்.

அந்த நாளில் ஜெமினியின் காளையர், முதியோர் அனைவரும் 'சம்சாரம்' பட வெற்றி மயக்கத்தில் இருந்தார்கள். 'சம்சாரம்' தமிழ்ப் படத்தைவிடப் பன்மடங்கு வெற்றி 'சன்சார்' என்ற அதன் இந்தி வடிவம். வாசன் பம்பாய், டில்லி, கல்கத்தா நகரங்களில் ஜெமினி விநியோக நிறுவனத்தின் கிளைகள் திறந்திருந்தார். இந்தியாவி லேயே எந்தத் திரைப்பட நிறுவனமும் இவ்வாறு கிளைகள் கொண்டிருந்ததில்லை. ஒவ்வொரு

நாளும் ஜெமினிக்குக் கூடை கூடையாகக் கடிதங்கள் வரும். ஒரு திரைப்பட நிறுவனம் தேசிய அளவில் இவ்வளவு புகழும் செல்வாக்கும் அதற்கு முன்பும் அனுபவித்ததில்லை. பின்பும் கொண்டிருந்ததில்லை. இது ஜெமினியைச் சேர்ந்த அனைவருக்கும் போதையூட்டியிருந்தால் அது வியப்புக்குரியதில்லை.

அந்த ஆண்டு மார்ச் மாதச் சம்பளத்தோடு போனஸ் வேறு. ஜெமினி ஸ்டூடியோவின் 12 ஏக்கர் பரப்பில் நிலவிய உற்சாகத்துக்கும் நம்பிக்கைக்கும் விசுவாசத்துக்கும் ஈடிணை கூறவேண்டுமானால் ரஷ்யாவைப் படையெடுப்பதற்கு முன்பு நெப்போலியனின் படையைத்தான் கூற முடியும். விரைவிலேயே ஜெமினிக்கும் ஒரு ரஷ்யா அமைந்தது. அது 'மூன்று பிள்ளைகள்'.

'மூன்று பிள்ளைகள்' படம் வெகு நாட்கள் முன்னமேயே திட்டமிடப்பட்டிருக்க வேண்டும். இதற்குத்தான் ஒரு டிரீட்மெண்ட் ஆர்.கே. நாராயண் எழுதியிருந்தார். ஆனால், ஜெமினிப் படங்கள் ஒரு ட்ரீட்மெண்ட்டோடு எடுக்கப்பட்டதே கிடையாது. பலர் தனித்தனியாக எழுதுவார்கள். பிறகு சேர்ந்து எழுதுவார்கள். படத்துக்குத் தனிக்கோணம், தனித்துவப் பார்வை இல்லாமல் போனாலும் இந்தக் கூட்டுத் தயாரிப்பு திரைக்கதைக்கு ஒரு நம்பகத்தன்மை கொடுத்துவிடும். கதை நெருடல் இல்லாது செல்லும். ஒருவர் பிழை இன்னொருவரால் சரிசெய்யப்பட்டுச் சீரான கதையோட்டம் இருக்கும்.

'மூன்று பிள்ளைகள்' சுமார் மூன்றாண்டு காலவெளியில் எடுக்கப்பட்டாலும் அது வெளியிடப்பட்டபோது நன்கு தயாரிக்கப்பட்ட படமாகவே வெளிவந்தது. 'சம்சாரம்' படத்துக்கு இணையாக அல்லது ஒருபடி மேலாக ஓடும் என்று தான் எதிர்பார்க்கப்பட்டது. 'சம்சாரம்' படத்தில் கணவன் ஓடிப்போய்க் கதாநாயகியை நடுத்தெருவில் பிச்சையெடுக்க வைத்துவிடுகிறான். 'மூன்று பிள்ளைகள்' படத்தில் கணவன் தற்கொலை செய்துகொண்டுவிடுவதோடு, பாசமுள்ள மூன்றாவது மகன் சிறைக்குப் போய்விட இதர இரு பிள்ளைகளும் ஒரு மகளும் அம்மாவை நடுத்தெருவில் விட்டுவிடுகிறார்கள். 'சம்சாரம்' படத்தில் ஒரு காட்சியில் எல்லாரும் அழ வேண்டுமானால் 'மூன்று பிள்ளைகள்' படத்தில் ஏழெட்டுக் காட்சிகளில் பார்வையாளர்கள் கண்ணைத் துடைத்துக்கொள்ள வேண்டும். 'சம்சாரம்' படத்தில் நகைச்சுவைக் காட்சிகள் வழக்கொழிந்த தடத்தில் செல்பவை. அவை சிரிப்பே எழுப்பவில்லை என்றால்கூடத் தவறாகாது.

'மூன்று பிள்ளைகள்' படத்தில் எல். நாராயணராவ், வெங்கட் எனப் பலர் மிகவும் திறமையாக நகைச்சுவைப்

பாத்திரங்களில் நடித்தார்கள். அவர்களுடன் தமிழ்த் திரைப்பட உலகின் நகைச்சுவைச் சிகரங்களில் ஒருவரான சந்திரபாபுவும் இருந்தார். அப்படத்தில் சந்திரபாபு சுமார் நான்கு நிமிடங்கள் தான் தோன்றினார். அந்த நான்கு நிமிடங்களில் அவர் அளித்த நகைச்சுவை அனுபவத்திற்கும் அதிகமாக ஒருவர் கேட்டால் அவர் மகா பேராசைக்காரராக இருக்க வேண்டும். அல்லது உணர்ச்சி மட்டுப்பட்டவராக இருக்க வேண்டும்.

நானும் சந்திரபாபுவும் சாலையில் சந்தித்துத்தான் பரிச்சயம் பெற்றோம். அதிகம் போனால் ஏழெட்டு முறை சந்தித்திருப்போம். அதிலும் கடைசியாகச் சந்தித்தது ஓர் ஆன்மிகவாதியின் வீட்டில். அவருடன் நேர்ந்த சந்திப்புகள் மிகுந்த மகிழ்ச்சியோடு ஒருவித பயத்தையும் தந்தன. சார்லி சாப்ளின்தான் என் குருவும் ஆதரிசமும் என்று அவர் கூறினாலும், சாப்ளினுக்குச் சாத்தியமில்லாத சில கீழையத் தத்துவப் போக்குகள் சந்திரபாபுவை நிம்மதியற்றுப் போக வைத்துவிட்டன. இதை அப்போக்குகளின் குறை என்று கூறிவிட முடியாது. புற அளவில் எல்லா நடிகர்களுக்கும் நிகழக் கூடிய விபத்துகள் அவருக்கும் நிகழ்ந்தன. ஆனால், சந்திர பாபுவுக்கு ஆன்மிக வேட்கை மிகுந்திருந்த தருணத்தில் சரியாக வழிகாட்டி அழைத்துச் செல்ல யாரும் கிடைக்கவில்லை. சந்திரபாபு இன்னும் சிறிதளவு உலகாயதத் தன்மை பெற்றிருந்தால் அவர் தன் நெருக்கடிகளைக் கடந்து இன்றும் நம்மிடையே இருக்கக்கூடும்.

'மூன்று பிள்ளைகள்' படத்தில் நாராயண ராவ் நடித்த பாத்திரம் ஒரு திரைப்படத் தயாரிப்பாளருடையது. தன்னுடைய படத்துக்கு அவர் கதாநாயக நடிகனுடன் ஓர் இசை அமைப்பாளரையும் தேடிக்கொண்டிருக்கிறார். அவரிடம் சந்திரபாபுவை ஒருவர் அழைத்துச் செல்கிறார். சோகக் காட்சிக்கு இசை அமைத்துக் காட்ட முடியுமா என்று தயாரிப்பாளர் கேட்கிறார். சந்திரபாபு தன் வாயாலேயே ஒரு டியூன் இசைக்கிறார். அதன் சோகத்தைத் தாங்க முடியாமல் அவ்வளவு பேரும் நனைந்த கண்ணும் சிவந்த மூக்கும் தொங்கும் முகமுமாக மாறுகிறார்கள். அப்படிச் சோகம் தரக்கூடாது என்று நாராயண ராவ் அவர் அறிந்த ஒரு நாடகப் பாட்டை அந்த நாள் நாடகம் தெருக்கூத்துப் பாணியில் பாடுகிறார். பாட்டின் வரி 'அப்பா மாண்டாயோ ஓர பாலகா' அவர் பாடி முடிக்கும் வேளையில் சந்திரபாபு மூர்ச்சை போட்டு வீழ்ந்துவிடுகிறார். என் வாழ்நாளில் நான் கண்ட மிகச்சிறந்த நகைச்சுவைக் காட்சிகளில் இது ஒன்று.

அந்தப் படத்தில் மூன்று பிள்ளைகளில் முதற் பிள்ளையான எம்.கே.ராதாவுக்கும் ஒரு நகைச்சுவைப் பாகம்தான். சொற்களா லேயே வாட்டி வதைக்கும் சுந்தரிபாய் அவருடைய மனைவி.

எம்.கே. ராதாவால் அம்மாவைப் போற்றிப் பார்த்துக்கொள்ள முடிவதில்லை. இரண்டாவது பிள்ளையான ஜெமினி கணேசனிடம் அனுப்பிவிடுகிறார். ஜெமினி கணேசன் ஒரு பணக்காரப் பெண்ணை மணந்துகொண்டிருப்பவர். அந்த இடத்திலும் அம்மாவுக்கு இடமில்லை. அம்மா பெண் வீட்டுக்குப் போகிறாள். பெண்ணின் கணவனுக்கு மாமியாரைக் கண்டாலே ஆகவில்லை. மூன்றாவது பிள்ளையோ தகப்பனின் திருட்டுக் குற்றத்தைத் தான் ஏற்றுக்கொண்டு சிறைக்குச் சென்றிருக்கிறான். தகப்பன் திரைப்பட மரபையொட்டி ஓடிப்போயிருக்கலாம். இப்படத்தில் தற்கொலை புரிந்துகொண்டுவிடுகிறான். தகப்பன் வேடத்தைத் தரித்தவர் 'அபூர்வ சகோதரர்கள்' படத்தில் வில்லாதி வில்லனாக நடித்த ஆர். நாகேந்திர ராவ். அம்மாவாக கண்ணாம்பா. தகப்பன் பெயரில் அபவாதம் வரக்கூடாது என்று தன் காதல், எதிர்காலம் அனைத்தையும் தியாகம் செய்து சிறைக்குச் செல்லும் மூன்றாவது பிள்ளையாக ஸ்ரீராம்.

ஜெமினி படங்களில் சோகம் வெற்றிகரமாக அமைந்ததோ இல்லையோ பல நடிக நடிகையருக்கு அவர்கள் வாழ்க்கையே பெரும் சோகத்தில் முடிந்தது. அந்தப் பட்டியலில் ஸ்ரீராமும் ஒருவர். வெற்றிகரமான கதாநாயக நடிகனாக விளங்க ஒரு செயற்கைத்தனம் தேவை. இது அவரிடம் இல்லை.

'மூன்று பிள்ளைகள்' ஆரம்பக் காட்சி வெலிங்டன் திரையரங்கில் ஓடும்போது நானும் இருந்தேன். கொட்டகை நிரம்பியிருந்தது. எல்லாரும் சரியான தருணங்களில் சிரித்தார்கள். சரியான தருணங்களில் மூக்கை உறிஞ்சினார்கள். என்னுடைய அனுபவமின்மை காரணமாக நான் அன்று அப்படம் பெரும் வெற்றி பெறும் என்றுதான் நினைத்தேன். ஒருசிலர் படம் வேண்டுமென்றே தோல்வியடைய விடப்பட்டது என்றார்கள். சினிமாத் தயாரிப்புப் பொருளாதாரம் மர்மங்கள் பல கொண்டது. சில தருணங்களில் தோல்வியே வெற்றிதான் என்பார்கள். ஒருவேளை அப்படித்தான் 'மூன்று பிள்ளைகள்' திட்டமிடப்பட்டதோ? கோர்ட்டில் ஸ்ரீராம் தண்டனை விதிக்கப்பட்டுப் போலீசார் இழுத்துப் போகையில் கண்ணாம்பா போட்ட கத்தலும் அழுத அழுகையும் இன்றும் என்னைக் கலங்கவைக்கின்றன.

தோல்விப் படம் தமிழில் மட்டும் போதுமா? தொடக்கத்தி லிருந்தே இது தோல்விப் படம் என்ற மறைமுக அறிவிப்போடு ஜெமினியின் அடுத்த இந்திப் படம் அமைந்தது. அது 'மிஸ்டர் சம்பத்'.

(1991)

மிஸ்டர் சம்பத்

'மூன்று பிள்ளைகள்' சரியாகப் போகவில்லை என்று கூற முடியாது. ஜெமினியின் இதர மகத்தான வெற்றிப் படங்கள் அளவுக்கு ஓடவில்லை என்று வேண்டுமானால் சொல்லலாம். இன்று பார்த்தாலும் படம் சுவாரஸ்யமாகவும் திருப்தியளிப்பதாகவும் இருக்கும். அந்தக் குடும்பத்தின் துக்கங்கள் அனைத்துக்கும் காரணமாயிருந்தவர் என்று கூறக்கூடிய அப்பா வேடத்தை நாகேந்திர ராவ் தரித்திருக்கக்கூடாது.

அந்நாள்வரை அவர் ஒரே ஒரு தமிழ்ப் படத்தில்தான் தோன்றியிருந்தார் என்றாலும் அந்த 'அபூர்வ சகோதரர்கள்' படத்தில் தீமையையும் கயமையையும் அவ்வளவு தீவிரமாகப் பிரதிபலித்த ஒருவரைச் சோகப் பாத்திரத்திலும் பொருத்திப் பார்ப்பது ரசிகர்களுக்கு இயலாமல்போய்விட்டது.

'மூன்று பிள்ளைகள்' படத்தையடுத்து ஜெமினியில் சோர்வு இருந்தாலும் வேலை மும்முரம் தளரவில்லை. வாசன் உடனே அடுத்த இந்திப் படத்தை அறிவித்துவிட்டார். அதே 1952ஆம் ஆண்டுக்குள் அதை வெளியிட்டேயாக வேண்டும் என்றும் திட்டமிட்டுவிட்டார். அந்தப் படம்தான் 'மிஸ்டர் சம்பத்'. சுயமாகப் புதிதாக எடுத்த படம் என்பதால் மட்டும் வெற்றி நிச்சயம் என்று கூற முடியவில்லை. ஆதலால் இது முன்னர் எடுத்த படத்தின் வேறுமொழி வடிவம். 'சந்திரலேகா' படத்துக்கு முன்பு ஜெமினி வெளியிட்ட 'மிஸ் மாலினி' என்றதன் இந்தி வடிவம். ஆர்.கே. நாராயண்

'மிஸ்டர் சம்பத்' என்ற பெயரில் எழுதிய ஆங்கில நாவலை ஆதாரமாகக் கொண்டது. தமிழ்ப் படத் தலைப்பு பால்மாற்றம் செய்து அன்று வெளியிடப்பட்டதற்கு நாராயணனுக்கு வருத்தம் இருந்திருந்தால் இப்போது இந்திப் படம் அவருக்கு அந்த வருத்தத்தையாவது தீர்த்திருக்கும்.

பெயரளவில்தான் ஒன்றே தவிர 'மிஸ்டர் சம்பத்' திரைவடிவம் பல அம்சங்களில் நாவலிலிருந்து விலகியிருந்தது. ஆனால், திரைப்படமாகப் பார்த்தால் அது இதர ஜெமினிப் படங்களைப் போலவே சீரான கதையோட்டமும் சுவாரஸ்யமும் கொண்டதாக இருக்கும். சமீபத்தில் பழைய திரைக்காவியங்கள் வரிசையில் டெல்லித் தொலைக்காட்சி இப்படத்தை ஒளிபரப்பியது.

'மிஸ்டர் சம்பத்' படத்தைவிட அது எடுக்கப்பட்ட காலம் தமிழ்த் திரைப்பட வரலாற்றில் ஒரு திருப்புமுனை. வழக்கம் போல நூற்றுக்கணக்கானவர்கள் தோன்றும் காட்சிகளும் அடுத்தடுத்து விறுவிறுப்பான சம்பவங்களும் அமைந்ததொரு ஜெமினிப் படமாக அது உருவாகிக்கொண்டிருந்த நாட்களில் ஒரே நபரின் நீண்ட பேச்சும் ஒரு நடிகர் முனைப்பும் கொண்ட தொரு தமிழ்ப்படம் இந்தியாவையே ஒரு கலக்குக் கலக்கி விட்டது; 'பராசக்தி'.

'மிஸ்டர் சம்பத்' படமும் வாய்ச்சவடால் கதாநாயகனைப் பற்றியதானாலும் கதையின் முக்கியத்துவம் இன்னும் பல பாத்திரங்களிடமும் நிகழ்ச்சிகளிடமும் பகிர்ந்து அமைக்கப் பட்டிருந்தது. ஜெமினி செயல்பாட்டிலும் மெல்ல மெல்ல மாறுதல்கள் வந்துகொண்டிருந்தன என்பதைக் குறிக்கும் வகையில் ஒரு ஜெமினிப் படத்துக்காக முதன்முறையாக ஒரு பம்பாய் நடிகர், மோதிலால், கதாநாயகனாக நடிக்கத் தருவிக்கப்பட்டார்.

இன்னொரு சிறப்பு என்று இதையும் வேண்டுமானால் சொல்லலாம். அது பத்மினியின் முதல் இந்திப் படம். லலிதா பத்மினி சகோதரிகள் அப்போது தமிழில் முன்னணிக்கு வந்து கொண்டிருந்தார்கள். 'ஓர் இரவு' படத்தில் லலிதா கதாநாயகி என்றால், 'மருமகள்' என்றதொரு படத்தில் பத்மினி. சுமார் பதினைந்து இருபது ஆண்டுக் காலத்துக்கு இச்சகோதரிகள் பல முக்கியமான தமிழ்ப் படங்களில் பிரதான வேடம் தரித்துச் செல்வாக்குப் பெற்றார்கள். பத்மினி சில விருதுகள்கூடப் பெற்றார். புற அளவில் பத்மினியின் நடிப்பில் குறைகூற முடியாது. அந்த நாளின் தவிர்க்க முடியாத அம்சமாகப் பக்கம் பக்கமாக வசனம் ஒப்புவிப்பதில் எல்லாரையும்போல அவரும்

தேர்ச்சிபெற வேண்டியிருந்தது. கதாநாயகியாக அவர் வருகையும் சாவித்திரியின் பிரவேசமும் தமிழ்ப் படங்களில் ஓரிரு ஆண்டுகள் இடைவெளியில் நிகழ்ந்தது. எல்லாரும், 'பத்மினி நடிப்புக்குச் சொல்ல வேண்டுமா' என்று கேட்டுவிட்டு ஒன்றும் சொல்லாமல் போவதுதான் வழக்கம். அவருக்கு உள்ளூரத் தன் பாத்திரங்கள்மீது ஒரு கிண்டல் பாவனை இருக்குமோ என்றுகூட நான் நினைத்ததுண்டு. 'மிஸ்டர் சம்பத்' படத்தில் நன்கு ஊட்டம் பெற்ற அழகிய பொம்மையாக அவர் வந்து நடனம் ஆடிப் போனார். அதற்கு மாறாக மோதிலால், திரையில் தோன்றிய ஒவ்வொரு கணத்தையும் இவர் நடிக்கிறாரா அல்லது இவரே அவருடைய கற்பனை கொண்டு அவரே சிருஷ்டி செய்த ஒரு பாத்திரத்தைச் சித்தரித்துக் காட்டுகிறாரா என்று வியக்கச் செய்துவிட்டார். பொதுவாகவே மோதிலால் தன்னுடைய பணியில் சுயரசனையும் உற்சாகமும் இருப்பதுபோலத் தோன்றச் செய்துவிடுவார். உண்மையிலேயே அப்படியிருந்தால் அந்த மனிதன் நல்ல ரசிகனாகவே ஆயுளெல்லாம் இருந்துவிடுவான்.

'மிஸ்டர் சம்பத்' கெட்டிக்காரர்களுக்காக எடுக்கப்பட்ட உயரிய படம். அதனாலேயே அது தோல்வியடையும் என்கிற வகையில் பத்திரிகையாளர் சந்திப்பில் வாசன் கூறிவந்தார். உண்மையில் 'மிஸ்டர் சம்பத்' வெளியிடலோடு அவர் வேறொரு கருத்தையும் முன்வைத்தார். படம் வெற்றி பெற்றாலும் தோல்வி அடைந்தாலும் படத் தயாரிப்பாளருக்குத் தோல்விதான். இதைப் புள்ளிவிவரங்கள் கொண்டு விளக்கினார். அவருடைய அத்தகைய போக்குக்கு உடனடிக் காரணம் 'சந்திரலேகா' படம் பற்றி அப்போது வெளிவந்த சில குறிப்புகள்.

சுமார் நான்காண்டுகளில் 'சந்திரலேகா' நான்கு கோடி ரூபாய் வசூலித்தது. இதை முதற்படியாக வைத்துக்கொண்டு வாசன் ஒரு கணக்குத் தயாரித்தார். நான்கு கோடியில் சுமார் ஒன்றரைக் கோடி கேளிக்கை வரி. (அரசாங்கமாக எந்த முயற்சியும் எந்த முதலீடும் செய்யாமல் ஒன்றரைக் கோடி சம்பாதித்து விடுகிறது.) பாக்கி இரண்டரைக் கோடியில் பாதி திரைப்படக் கொட்டகைக்காரர்களுக்குப் போய்விடுகிறது. ஒன்றேகால் கோடியில் கால் கோடி விளம்பரத்துக்குப் போய்விடுகிறது. மீதி ஒரு கோடியில் கேளிக்கை வரியில்லாத வேறு வரிகளில் கால் கோடி போய்விடுகிறது. முப்பதிலிருந்து நாற்பது லட்சம்வரை வட்டிக்குப் போய்விடுகிறது. இதன்படி நாற்பது லட்சம் முதலீடு செய்து மூன்று வருடங்கள் படாதபாடுபட்டு விபத்துகளும் அபாயங்களும் மிகுந்த துறையில் ஒருவன் படம் தயாரித்து அது வெற்றி படைத்தாலும் படம் வெளியாகி நான்கு ஆண்டுகளுக்குப் பிறகு அவனுக்கு மிஞ்சுவது நான்கைந்து லட்ச ரூபாய்தான்.

வட இந்தியத் தலைநகரங்கள் பம்பாய், டில்லி, கல்கத்தாவின் முக்கியப் பத்திரிகைகள் அனைத்திலும் வாசனின் உரை பெரிய அளவில் வந்தது. எல்லாரும் இந்தக் கணக்கையும் புள்ளி விவரங்களையும் வெளியிட்டார்கள். டிசம்பர் 19ஆம் தேதி 'மிஸ்டர் சம்பத்' திரையிடப்பட்டது. அடுத்து ஒரு வாரம் பத்து நாட்களுக்கு வட இந்தியப் பத்திரிகைகள் அனைத்திலும் வாசனின் பத்திரிகையாளர் சந்திப்பும் உரையும் வந்தன. அத்துடன் ஓரிணைப்பாக 'மிஸ்டர் சம்பத்' படத்தின் விமரிசனமும் வந்தது.

இதையடுத்துப் பல ஆண்டுகளுக்கு வாசன் படித்தவர்களை யும் அறிவுஜீவிகளையும் மனதில் வைத்துப் படம் எடுத்தால் அது தோல்விதான் அடையும் என்று வெவ்வேறு தருணங்களில் வெவ்வேறு விதத்தில் கூறிவந்தார். இந்தக் கூற்றின் மறுபக்கத்தில் அவருடைய படங்கள் பாமரர்களுக்காகவே பாமரத்தனமாக எடுக்கப்படுகின்றன என்பது போன்ற வாதத்தைத் தவிர்க்க முடியாது. இது பொதுச்சனத் தொடர்பில் சங்கடம் தரத்தான் செய்தது. ஆனால், ஜெமினி படங்கள் நன்றாகவே எடுக்கப் பட்டிருக்கும். சுவாரசியமாக இருக்கும். கோவையாகக் கதையைச் சொல்லும். தனியாக ஒரு நடிகர் அல்லது காட்சி என்று துருத்திக்கொண்டிராமல் ஒட்டுமொத்தமாகச் சீராக இருக்கும். ஆனால், வாசனுக்கே இதெல்லாவற்றின் மீதும் நம்பிக்கை தளர்ந்துவிட்டதோ என்று தோன்ற வைக்கும்படியாக அவர் 'மிஸ்டர் சம்பத்' படத்தையும் 'மிஸ் மாலினி' படத்தையும் மேற்கோளாகச் சொல்வார். இரண்டு படங்களிலும் சாதாரண மாக ஜெமினிப் படங்களில் உள்ள சிறப்புகளும் இருந்தன. குறைகளும் இருந்தன. அவ்வளவுதான்.

'மிஸ்டர் சம்பத்' படம் பெரிய வெற்றி அடையா விட்டாலும் அத்தருணத்தில்தான் வாசன் ஓர் அகில இந்தியப் பிரமுகராகவும் திரைப்படத் துறையின் மிக முக்கியத் தலைவர்களில் ஒருவராகவும் ஆனார். இந்தியத் திரைப்படச் சங்கங்கள் அனைத்திற்கும் சங்கமாக இருந்த 'பிலிம் ஃபெடரேஷன் ஆஃப் இந்தியா' என்ற அமைப்பின் தலைவர் பதவி அவரைத் தேடி வந்தது. இந்தியத் திரைப்படத் துறையைச் சார்ந்த கேள்வி அல்லது பிரச்சினை எது எழுந்தாலும் உடனே இந்திய அரசில் 'வாசனைக் கேளுங்கள்' என்று சொல்வது வழக்கமாகி விட்டது.

இந்தியாவிலும் மத்திய அரசிலும் வாசனின் மதிப்பும் செல்வாக்கும் ஏறுமுகமாயிருக்க, தெற்கே தமிழ்நாட்டில் நிலைமை ஆறுதலளிப்பதாயில்லை. ஒரு முக்கியக் காரணம், அன்றைய சென்னை மாநில முதல்வர் ராஜாஜி. அவர் பதவியேற்ற நாளிலிருந்து எங்கு பேசினாலும் என்ன பேசினாலும் சினிமாவைத்

தீமைகளின் பிறப்பிடம் என்றும் தீமையையே சமூகத்தில் பரப்பும் வெறுக்கத்தக்க சக்தி என்றும் தவறாது கூறிவந்தார். இதெல்லாம் நடந்து நாற்பதாண்டுகளுக்குப் பிறகு திரும்பிப் பார்க்கையில், ராஜாஜி ஒவ்வொரு தருணத்திலும் ஏதாவது ஒன்றை மனித இனத்தின் சத்ரு என்று தாக்கிவந்திருப்பதை உணர முடிகிறது. சினிமா, கூட்டுப் பண்ணை, பி.சி.ஜி., இந்தி, அணு ஆயுதம் என அடுத்தடுத்து அவர் தீவிரமாகப் பேசியும் எழுதியும் வந்திருக்கிறார்.

அது அவராலேயே தவிர்க்க முடியாத பிறவிக்குணம் என்று இன்று கூறிவிடலாம். ஆனால், அன்று வாசனுக்கு ராஜாஜியின் பேச்சும் போக்கும் மிகவும் கவலை தந்திருக்க வேண்டும். 'மூன்று பிள்ளைகள்', 'சந்திரலேகா புள்ளிவிவரம்', 'மிஸ்டர் சம்பத்' என வரிசையாகச் சோர்வு தரும் விஷயங்களுடன் ராஜாஜியும் ஒரு பெரும் பிரச்சினையாக உருவெடுத்தார்.

தென்னிந்தியத் திரைப்படத் துறையின் அனைத்து முக்கியஸ்தர்களையும் அழைத்து வாசன் ஒரு மாபெரும் கூட்டம் நடத்தினார். அதற்கு ராஜாஜியையும் அழைத்திருந்தார். மாலை ஐந்து மணிக்கு ஆரம்பித்த அந்தக் கூட்டத்தில் எட்டரை மணி வரை ராஜாஜியின் போக்கு விபரீதமானது, அநியாயமானது, தேவையற்றது என்று வரிசையாகப் பெரியவர், சின்னவர், ஆண், பெண் எல்லாரும் பேசியாகிவிட்டது. அதன் பிறகு அரைமணி நேரம் ராஜாஜி பேசினார். அவர் உரை முடிந்து கூட்டம் கலைந்தபோது ஒருவரும் ஒரு சொல் பேசவில்லை. பேசவும் முடியவில்லை.

(1991)

திட்டமிட்ட தோல்வி!

எதிர்பார்த்தபடியே ஜெமினியின் 1952ஆம் ஆண்டு ஹிந்திப் படம் 'மிஸ்டர் சம்பத்' நிதானமான வரவேற்பையே பெற்றது. ஆனால், வட இந்தியப் பத்திரிகைகள் அனைத்தும் அப்படம் பற்றி எழுதின. அத்துடன் வாசனின் பத்திரிகையாளர் சந்திப்பும், முடிந்தால் ஜெமினி ஸ்தாபனத்தின் வரலாற்றையும், சாதனையையும்கூட வெளியிட்டன. 'மிஸ்டர் சம்பத்' பற்றிய பத்திரிகைச் செய்திகள், விமரிசனங்கள், ஜெமினி பற்றிய கட்டுரைகள் இந்தியாவின் பல்வேறு மொழிகளில் வெளியாகி அவற்றைக் கட்டுக் கட்டாகச் சேர்த்தோம். இதில் எல்லாப் பத்திரிகை களுக்கும் ஜெமினி விளம்பரம் கிடைத்திருக்கும் என்று நிச்சயமாகச் சொல்ல முடியாது. ஆனால், அவற்றுக்கு ஜெமினி பற்றி செய்தியோ கட்டுரையோ வெளியிடுவது பெருமைக்குரிய விஷயமாக இருந்தது.

இதுகூட வாசனின் பல வாதங்களை நிரூபிப்பதாக இருந்தது. பத்திரிகை படிப்பவர்கள், பத்திரிகைக்கு எழுதுபவர்கள் சினிமாவின் உண்மை யான ரசிகர்களா? பத்திரிகைக்கு எழுதுபவர்கள் பல புறப்பாதிப்புகளுக்கு உட்பட்டு விடுகிறார்கள். இப்பாதிப்புகளின் காரணமாக அவர்களுக்கும் சினிமா அனுபவத் தேவை உள்ளவர்களுக்கும் தொடர்பு இல்லாமல் போய்விடுகிறது. மேலும் ஒரு திரைப்படத்தைப் பார்த்தேயாக வேண்டும் என்ற மனநிலையில் உள்ளதோர் ரசிகனை எந்தப்

பத்திரிகைச் செய்தியும் அத்திரைப்படம் பற்றிய கண்டன விமரிசனமும் தடுக்க முடிவதில்லை.

இதெல்லாம்கூட ஒரு காரணமாயிருக்கக்கூடும், வாசனுக்குச் சாரி போன்ற இலட்சியவாத விளம்பர அதிகாரிகள் திரைப்படத்துறைக்குப் பொருத்தம் இல்லை என்பதற்கு. சினிமா என்பது எல்லைகளேயற்ற கலைச் சாதனமாக இருக்கலாம். ஆனால், ஒரு திரைப்படக் கம்பெனியில் ஊழியனாக இருப்பது எல்லைகள் கொண்ட நிலைதான்.

நிறைய ஆட்டம் பாட்டு எல்லாம் இருந்தும் 'மிஸ்டர் சம்பத்' ஒரு பெரிய வெற்றியாக மாறாததற்கு ஒரு பட்டியலாகக் காரணங்களை அடுக்கலாம். பொம்மைக் கதாநாயகி. இந்தக் கதாநாயகியின் மனதை ஈர்க்கும் நாயகனாக உள்ளவனும் ஒரு பொம்மை. திட்டவட்டமான பிரச்சினை கிடையாது. பிரச்சினையென்று ஒன்றை அடையாளம் காட்டினால் அதற்குத் திட்டவட்டமான முடிவு கிடையாது. 'மிஸ்டர் சம்பத்' படத்தின் மூலப்படமான 'மிஸ் மாலினி' வெளியான நாட்களில் தமிழ்நாட்டில் ரேஷன் விதிகள் வாழ்க்கையை மிகவும் சிரமமிக்கதாகச் செய்துவிட்டிருந்தன. கியூவில் நிற்பது என்பது அந்த நாளில் புதிய அனுபவம். இதை எல்லாம் 'மிஸ் மாலினி' பிரதிபலித்தது. இந்த 'சடையர்' அம்சத்தை ஒரு தமிழ்த் திரைப்படத்தின் வெற்றிக்கு ஒரு காரணமாக 'பராசக்தி' வெளியான நாட்களில்தான் எடுத்துக்கூற முடிந்தது. 'மிஸ்டர் சம்பத்' படத்தில் 'சடையர்' எடுபடவில்லை. 'மிஸ் மாலினி' படத்தைப் போலவே 'மிஸ்டர் சம்பத்' படத்திலும் 'சடையர்' இரு தளங்களில் இருந்தது. ஒன்று அதன் கதைப்போக்கிலும் பாத்திரச் சித்தரிப்பிலும் இந்தத் தள 'சடையர்' ஓரளவு வெற்றி என்றுகூடக் கூறலாம். இது மூன்று பாத்திரங்களை மையமாகக் கொண்டது. அப்பாத்திரங்களை மோதிலால், கன்னையாலால், ஆகா என்ற மூன்று முழு பம்பாய் நடிகர்கள் ஏற்றார்கள். இரண்டாம் தள 'சடையர்' திரைப்படத்திலேயே வரும் மேடை நாடகங்களைக் கொண்டு அமைக்கப்பட்டது. இவை எல்லாமே வெறும் நாடகமாகவே போய்விட்டன. 'ஐம்பது – அறுபது' நாடகம்கூட.

இந்த ஐம்பது – அறுபது நாடகம் என்.எஸ்.கே. தயாரித்த 'மணமகள்' என்ற படத்தில் லலிதா, பத்மினி சகோதரிகள் நடனம் ஆடுவதற்கு வசதியாக அமைந்தது. ஆயிரத்துத்தொள்ளாயிரத்து ஐம்பதில் உள்ள சிரமமான நிலையும் அறுபதில் அடையக்கூடிய மேன்மையும் இதில் மாறிமாறிக் காண்பிக்கப் பட்டன. 'மிஸ்டர் சம்பத்' படத்தில் இதையே '53 – 63' (த்ரேபன் – த்ரேசட்) என்று மாற்றியிருந்தது. சமூகத்தின் வருங்காலம் பற்றிய

கனவுகள் எப்படி யதார்த்தத்திற்குச் சற்றும் பொருந்தாதிருக்கும் என்பதற்கு இந்த இரு நடன நாடகங்களும் இன்று எடுத்துக்காட்டு.

தமிழில் அது 'பராசக்தி' ஆட்சி செலுத்திய காலம். இருபது ஆண்டுக் காலத்தில் தமிழ் சினிமா பார்சி மேடை நாடகப் பாணித் துவக்கத்திலிருந்து மெல்ல மெல்ல விடுவித்துக் கொண்டு திரைப்படத்துகே உரிய 'மொழி' ஒன்றைக் கைவசப் படுத்திக்கொள்ளும் தருணத்தில் மீண்டும் மேடை நாடக பாணிக்குப் பின்தள்ளப்பட்டது. நடிகர்கள் காமிராவை நோக்கிப் பக்கம் பக்கமாக வசனங்களை அடுக்குத் தொடரிலும் அடங்காத மொழியிலும் வாரியிறைக்கத் தொடங்கினார்கள். பொதுவாகவே திரைப்படத் துறையில் ஏதாவது ஓர் அம்சம் பரபரப்பு ஏற்படுத்தினால் உடனே மூன்று நான்கு ஆண்டுகளுக்கு அதே அம்சம் எல்லாத் திரைப்படங்களிலும் புகுத்தப்படும். 'பராசக்தி' ஏற்படுத்திய பரபரப்பும் சமனப்படச் சில ஆண்டுகள் தேவைப்படும். ஜெமினியில் பொறுப்பான பதவிகளில் இருந்தவர்களுக்கே 'பராசக்தி' ஒரு தாழ்வு மனப்பான்மையை உண்டுபண்ணியிருக்க வேண்டும். அதுவரை ஜெமினிப் படங்கள் உரையாடல்களுக்காகத் தனிப்பெயர் ஏதும் பெற்றதில்லை. ஆனால், இனியும் அதுபற்றி அலட்சியமாக இருக்க முடியுமா?

'மிஸ்டர் சம்பத்' வெளியாகிய அடுத்த ஆண்டிலும் போனஸ் இருந்தது. ஆனால், முன்புபோல அவ்வளவு தாராளமாக இல்லை. அத்துடன் இன்னொன்றும் இருந்தது. ஆட்குறைப்பு. நான் ஜெமினியில் சேர்ந்த நாள் தொடங்கியே எல்லாரும் இதோ வரப்போகிறது, இதோ வந்தேவிட்டது என்று இந்த ஆட் குறைப்பைப் பற்றிச் சொல்லிக்கொண்டிருப்பார்கள். ஜெமினி யின் மகோன்னத நாட்களிலேயே ஓரிருவர் அவர்களாகவே வேலையை விட்டுப் போவார்கள். ஜெமினியின் நூலகத்தைப் பார்த்துக்கொண்டிருந்த ஒருவர் அப்படித்தான் போனார். ஒரு தனிப்பட்டோர் திரைப்படக் குழுவில் சேர்ந்தார். கதை, வசனம், நடிகர் தேர்வு எனப் பலப் பொறுப்புகள். இந்தப் பையன் என்ன பெரியதாகச் சாதித்துவிடப்போகிறான் என்றுதான் எல்லாரும் நினைத்தார்கள். ஆனால், அவனுடைய படம் புதிய நாடக பாணி வசன மழை வெள்ளத்தையும் மீறிப் பெரும் வெற்றி கண்டது. இன்னும் பிரமாண்டமான படத்துக்குத் திட்டம் தீட்டப்பட்டது. பகுத்தறிவு மணம் தமிழ்நாடெங்கும் வீசிக்கொண்டிருக்கையில் ராஜா – ராணி, சாபம் – விமோசனம் கதையா என்றார்கள். அதுவும் மாபெரும் வெற்றி. அதுவே ஹிந்தியிலும் எடுக்கப் பட்டது. முந்திய சாதனைகளை எல்லாம் தூள் தூளாக்கிக் கொண்டு ஓடியது. இப்படங்கள் முறையே, 'மனம்போல மாங்கல்யம்', 'கணவனே கண்கண்ட தெய்வம்', 'தேவதா'.

மாஜி ஜெமினிக்காரரான கே.எஸ். ஸ்ரீனிவாசன் என்ற அந்த இளைஞருக்கு இந்த மூன்று படங்கள் வரை நல்ல காலம். அந்தக் கம்பெனியின் பெயர் நாராயணன் கம்பெனி. மூன்று படங்களிலும் ஜெமினி கணேசன்தான் கதாநாயகன். இதன் ஒரு விளைவு ஓரிரு ஆண்டுகளுக்காவது இரு கணேசன்களின் ரசிகர்கள், ரசிகர் களுக்கே வழக்கமான பகைமை பாராட்டினார்கள். மூன்றாவது முனையாக எம்.ஜி.ஆர். சிறிது சிறிதாக இந்த முக்கோணம் ஒரு கோணத்தை இழந்து அடுத்த இருபது ஆண்டுக்காலத்துக்கு இரு ஆண் நட்சத்திரங்களிடையில் தமிழ்த் திரைப்படவுலகம் அதன் ஏற்றத்தையும் ஏக்கத்தையும் வளர்ச்சியையும் வீழ்ச்சியையும் ஒப்படைத்தது.

இந்த மாறுபட்ட, குழப்பம் மிகுந்த சூழ்நிலையில் ஜெமினி என்ன செய்யப் போகிறது? அதன் அடுத்த படம் என்ன?

இரண்டாம் உலக யுத்தம் நடந்துகொண்டிருந்த நாட்களிலேயே 'சந்திரலேகா', 'ஒளவையார்' ஆகிய இரு படங்களின் அறிவிப்பை ஆனந்த விகடன் தீபாவளி மலர்கள் தாங்கியிருக்கின்றன. அந்த அறிவிப்பின்படி கே.எல்.வி. வசந்தா என்பவர்தான் 'சந்திரலேகா'வின் கதாநாயகி. ஒளவையார் படத்தில் கே.பி.சுந்தராம்பாள். பல்வேறு வகையில் கதை, நடிகர் மற்றும் அமைப்பில் மாற்றம் அடைந்த பிறகுதான் அதனுடைய இறுதி வடிவத்தை அடைந்தது. ஜெமினி நூலகத்தில் இப்படத்துக் கான பல திரைக்கதைகள் கிடந்தன. 'ஒளவையார்' படம் மட்டும் முடிவுறாத தயாரிப்பு என்றுதான் சம்பந்தப்பட்டவர்கள் எண்ணியிருக்க வேண்டும். அது அறிவிக்கப்பட்ட பின் எத்தனை ஜெமினிப் படங்கள் அதனை முந்திக்கொண்டன. அந்நாள்வரை 'ஒளவையார்' ஓய்வு நேரத் தயாரிப்பாக இருந்தது. 'மிஸ்டர் சம்பத்' வெளியிடுவதற்காக வட இந்தியாவுக்குச் சென்று 1953 தொடக்கத்தில் திரும்பச் சென்னை வந்தடைந்த வாசன் எடுத்த முதல் தீர்மானம், இனியும் இந்த 'ஒளவையார்' தயாரிப்பை இழுத்துக்கொண்டிருக்க வேண்டியதில்லை. அன்றைய தமிழகத்தின் முன்னணி எழுத்தாளர்கள் அனைவரும் – புதுமைப்பித்தன் கூடத்தான் – எப்போதாவது எம்முறையிலாவது அதில் சம்பந்தப்பட்டிருந்தார்கள். அதுவரை படமெடுக்கப் பட்டதில் திருவள்ளுவர் பகுதி இரண்டு மணிநேரம் இருந்தது. ஆதி பகவன் பகுதி இரண்டு மணிநேரம் இருந்தது. ஏலங்குழலிப் பகுதி இரண்டு மணிநேரம் இருந்தது. அடங்காப் பிடாரி மனைவி பகுதி இரண்டு மணிநேரம் இருந்தது. பாரி மன்னன் பகுதி இரண்டு மணிநேரம் இருந்தது. தமிழகத்தின் மிக நீளமான திரைப்படம் என்ற சிறப்பைப் பெறப் புதிதாக ஒன்றும் செய்ய வேண்டியதில்லை. அப்படியே அதுவரை படமாக்கப்பட்டதை

இணைத்து வெளியிட்டால் போதும். ஆனால், வாசன் அப்படிச் செய்யவில்லை. உண்மையில் அடுத்த ஆறு மாதத்தில் செய்து முடித்த வேலை ஆறு ஆண்டுகளில் முடித்ததைவிட அதிகமாக இருந்தது. படம் மூன்று மணி நேரத்துக்கு வெட்டப்பட்டது.

அந்த 1953 ஆகஸ்டு சுதந்திர தினத்தன்று 'ஔவையார்' படம் வெளியிடப்பட வேண்டும் என்று வாசன் உத்தரவு பிறப்பித்தார்.

(1991)

பராசக்தியின் சக்தி

பராசக்தியின் வெற்றி தமிழ்த் திரைப்படத் துறை மட்டுமின்றி தென்னிந்திய மொழிப் படங்கள் அனைத்தையும் பாதிப்புக்கு உள்ளாக்கியது. ஜெமினி விதிவிலக்கல்ல. ஆனால், ஜெமினி போன்ற ஒரு ஸ்தாபனம் 'பராசக்தி' போன்ற படத்தில் கையாளப்பட்ட வழிவகைகளை மேற்கொள்ள முடியுமா?

எது எப்படியோ, இனியும் 'ஔவையார்' படத்தை ஒத்திப்போட முடியாது என்று வாசன் தீர்மானித்தார்.

'ஏழாண்டுத் தயாரிப்பு' என்று கூறிக் கொண்டாலும் 'ஔவையார்' என்று ஒரு படம் எடுக்க வேண்டுமென எண்ணியது இன்னும் இரண்டாண்டுகளுக்கு முன்னர். நடுவில் ஒரு நாடகம் வந்திராவிட்டால் ஒருவேளை படம் முன்னரே எடுக்கப்பட்டிருக்கக்கூடும். நாடகம், டி.கே.சண்முகம் சகோதரர்களுடையது. நாடகத்தின் பெயரும் 'ஔவையார்'தான்.

டி.கே.சண்முகம் சகோதரர்கள் நாடகத்துக்கே வாழ்நாள் முழுவதையும் அதன் அனைத்து வசதி களையும் சாத்தியங்களையும் ஒப்படைத்தவர்கள். ஒரு குழுவையே மாதச் சம்பளத்தில் பொறுப்பேற்க வேண்டும். நாடகம் எழுதவைத்து அதற்குப் பொருத்தமான உடைகள், காட்சிகள் தயாரிக்கத் தையற்காரர்கள், தச்சர்களை உடன் வைத்திருக்க வேண்டும். புது நாடகத்தின் முதல் காட்சி

சென்னையில் ஓர் அரங்கத்தில் ஏற்பாடாகும். அது வெற்றிகரமானதாக அமைய வேண்டும். அதன் பிறகுதான் மேற்கொண்டு நாடகம் நடத்த அவர்கள் கோரப்படுவார்கள். நாடகம் நன்றாகவும் இருக்க வேண்டும். எல்லாத் தரப்பு மக்களும் அனுபவித்துப் பாராட்டும் வகையிலும் இருக்க வேண்டும். ஓர் அடியாவது புதிய பாதையில் ஏறுமுகமாக இருக்க வேண்டும். இதிலெல்லாம் தவறிவிட்டால் பல மாதங்கள் உழைப்பு, செலவழித்த பணம், நாடகக் குழுவின் உற்சாகம் எல்லாம் பாழ். நாடகக் குழுவின் முழு ஆதாரம் ரசிகர் போஷாக்கும் பாராட்டும்தான். டிக்கெட் விற்றால்தான் நாடகம் நடக்கும். இன்று நாடகம் போட்டுப் பழைய கலாசாரத்தை உயிர்ப்பிப்பதாகக் கூறிக்கொண்டு அயல்நாட்டு நிறுவனம் அல்லது அரசாங்க மானியம் பெற்றுப் பார்வையாளர் பார்த்தால் பார்க்கட்டும், இல்லாது போனால் போகட்டும் என்ற தோரணத்தில் உலவிவரும் குழுக்களிலிருந்துதான் அன்றைய தொழில்துறை நாடகக் குழுக்கள் எவ்வளவு மாறுபட்டவை. மானியம் கிடைத்தாலே பண்பாட்டுப் பிரச்சாரங்களாயிருக்கும். இவர்களுக்குப் பத்திரிகைகளில் பத்திபத்தியாக பேட்டி, விருந்து, அயல்நாட்டுப் பயணம், சமூக அந்தஸ்து எல்லாம் உண்டு. அந்த நாள் நாடகக்காரர்கள் எப்போதும் பிற மனிதர்களுக்கு ஓரடி பின்னால்தான் நிற்க வேண்டும். உட்காருவதானால் நாற்காலி நுனியில் உட்கார வேண்டும். சம்பந்தம் செய்துகொள்வதானால் அவர்களுக்குள்தான் முடித்துக்கொள்ள வேண்டும்.

'ஔவையார்' டி.கே.எஸ். குழுவின் வெற்றிகரமான நாடகங்களில் ஒன்று. சண்முகம் அவர்கள் தரித்த ஔவையார் வேடம் அவருக்குப் பேரும் புகழும் மதிப்பும் பெற்றுத் தந்தது.

ஆனால், நாடக மேடையில் சாத்தியமாவது சினிமாவில் முடியுமா? வரலாறு என்று நம் தமிழ் நாயக நாயகியருக்குக் கிடையாது. உதிரிஉதிரியாகக் கர்ண பரம்பரையான கதைகள். ஔவையார் திரைப்படத்துக்கு 'விநோதர மஞ்சரி' முக்கிய ஆதார நூல். ஒருமித்து ஒரு பெரிய திருப்பத்துக்கு எடுத்துச் செல்லாத தனித்தனிக் கதைகளின் தொகுப்பு ஒரு வெற்றிகரமான படத்துக்கு வழிவகுக்குமா?

வகுக்காது. அந்தத் தனித்தனிக் கதைகளும் ஒரு சீரான வலுக்கொண்டவையல்ல. பல கதைகள் ஒரு கருத்தைச் சொல்வதற்காகவே உருவாக்கப்பட்டவை. கர்ண பரம்பரைக் கதைகளில் திருவள்ளுவர், கம்பர், பாரி எனப் பல நூற்றாண்டுகளில் பிரிக்கப்பட்ட நபர்கள் வருவார்கள். இடுப்பில் ஒரு கைத்துப்பாக்கியும், தோளில் ஒரு நீண்ட துப்பாக்கியும் மாட்டிக்கொண்டு அரை மணிநேரம் கத்திச்சண்டை போடும் பாத்திரங்கள் கலப்படமற்ற மசாலாப் படங்களில் பொறுத்துக்

கொள்ளப்படலாம். ஆனால், இரண்டாம் நூற்றாண்டுப் பாரியையும் ஏழாம் நூற்றாண்டு வள்ளுவரையும் பதினொன்றாம் நூற்றாண்டுக் கம்பனையும் காணும் ஔவையார் மகா அதிமானுடப் பிறவியாகவல்லவா இருக்க வேண்டும்.

வாசனுடைய அந்த இறுதித் தீர்வு 1952ஆம் ஆண்டில் தான் அவருக்குத் தெளிவாகியிருக்க வேண்டும். ஔவையின் இளம் பருவம் கதைகளில் காணாததொன்று. ஆதலால் அதை அமைக்கச் சுதந்திரம் உண்டு. ஒரு குறிப்பிட்ட அரசனின் காலம் என்று குறுக்கிக்கொள்ளாமல் ஏதோ பழங்காலம் என்ற தோற்றம் கொடுத்தால் போதுமானது.

இதெல்லாம் படத்தைக் குறித்த பிரச்சினைகள். ஆனால், பராசக்தி படம் வெளியான பிறகு உருவாகிய சூழ்நிலையில் இப்படியொரு படைப்பு எந்த விதத்தில் வரவேற்கப்படும்?

சூழ்நிலையில் வேறு சில இழைகளும் கலந்துகொண்டிருந்தன. பிள்ளையார் உடைப்பு நடந்து முடிந்த காலமது. ஔவையார் விசேஷமாக விநாயகர் அருள் பெற்றவராகத்தான் படத்தில் சித்தரிக்கப்பட்டிருந்தது. படத்தில் ஒரு முக்கியப் பிரமிப்பூட்டும் காட்சி யானைகள் கும்பலாகச் சென்று ஒரு கோட்டையைத் தகர்த்துப் பாரி மகளிர் மணமுடிக்கவிருந்த இளவரசனைச் சிறை மீட்பதாகும். பிள்ளையாரே ஒரு யானை வடிவம் எடுத்துப் பிற யானைகளை அழைத்துப் போவதுபோல அப்பகுதி அமைக்கப்பட்டுப் படப்பிடிப்பும் முடித்தாகிவிட்டது. அது எள்ளலுக்கு இடங்கொடுக்கக்கூடாதல்லவா?

'பராசக்தி'யை அடுத்து வந்த சிவாஜி கணேசன் நடித்த படம் 'பணம்'. எந்தப் பரபரப்பும் ஏற்படுத்தாமல் வந்து போயிற்று. பெரிய கொந்தளிப்பே ஏற்படும் என்று எதிர்பார்க்கப்பட்ட 'திரும்பிப்பார்' பலகீனமான வரவேற்பே பெற்றது. திரைப்பட ரசிகர்கள் நிபுணர்களைக் கண்டு பரிகசிப்பதுபோல இருந்தது, இவ்விரு படங்களின் வரவேற்பு.

தமிழ்நாட்டில் பருவகால மழை திருப்தியளிப்பதாக இருந்தது. ரேஷன் எடுக்கப்பட்டிருந்தது. தமிழ் தினப் பத்திரிகைத் துறையில் 'தினத்தந்தி' நம்பவே முடியாத புரட்சியை உருவாக்கிக் கொண்டிருந்தது. பருவ மங்கை, சதக் சதக்கென்று வெட்டினார், இச்சென்று முத்தம் கொடுத்தார் (அல்லது கொடுத்தாள்) என்ற செய்திகளைக் கொட்டை எழுத்துகளில் வெளியிட்டு அன்று வரை பத்திரிகையே படிக்காதவர்களையெல்லாம் படிக்க வைத்துக்கொண்டிருந்தது.

வட இந்தியாவில் முதல் 'டெக்னிக் கலர்' ஹிந்திப் படம் 'ஆன்' வெளியாகியிருந்தது. வண்ணப் படங்கள் தயாரிப்பில்

டெக்னிக் கலர் ஒருவகை. அன்று பயன்படுத்தக் கிடைத்த வகைகளில் அதுவே சிறந்ததும் பொருட்செலவு மிகுந்ததும் ஆகும். 'ஆன்' படத்தின் இன்னொரு சிறப்பு, அது தமிழிலும் எடுக்கப் பட்டது. கம்பதாசன் பாடல்களைக் கவனித்துக்கொள்ள பி.எஸ். ராமையா (ஆமாம், 'மணிக்கொடி' எழுத்தாளர் ராமையா தான்) கதை, வசனத் துறைகளைப் பார்த்துக்கொள்ள 'ஆன்' ஹிந்தி, தமிழ் இரு மொழிகளிலும் வெளியாகிற்று. அடுத்து சில ஆண்டுகளுக்குப் பல பம்பாய்த் தயாரிப்பாளர்கள் தங்கள் படங்களை ஹிந்தியிலும், தமிழிலும் தயாரித்தார்கள். கம்பதாசன் ஹிந்தித் திரைப்படத் துறையின் ஆஸ்தான தமிழ்ப் பாடலாசிரியர் ஆனார். அவருடைய பாடல்களைக் கொண்டு ராஜ்கபூர், ஜெயந்த் தேசாய், எஸ்.யு. சன்னி, கே. ஆஸிஃப் போன்றோர் தமிழ் ரசிகர்களை அடைய அரும்பாடுபட்டார்கள். அநேகமாக எல்லா முயற்சிகளும் தோல்விதான் அடைந்தன.

மொழிமாற்றம் கொண்டு இந்தியத் திரைப்படத் தயாரிப்பாளர்கள் தங்கள் பார்வையாளர்கள் எல்லையை விரிவாக்கும் பணியில் ஈடுபட்டிருக்கும் வேளையில் உலகின் மறுகோடியில் ஹாலிவுட் திரைப்படத் துறையும் பெரும் கிலி கண்டு அல்லாடிற்று. அமெரிக்காவின் தொலைக்காட்சி வந்து இரண்டே ஆண்டுகளில் திரைப்பட வசூல் பாதிக்கு மேல் வீழ்ச்சியுற்றுவிட்டது. ஹாலிவுட் படங்கள் அன்று உலகின் மொத்தத் திரைப்படக் காட்சிகளில் 60 சதவீதம் வகித்தன. ஆகையால் ஹாலிவுட்டின் பிரச்சினையின் விளைவுகள் உலகனைத்தையும் பாதித்தன.

(1991)

இது ஒரு கூடுதல் பரிமாணம்

'ஆன்' படம் மூலம் டெக்னிக் கலர் வண்ண சினிமாவும் 'பராசக்தி' மூலம் நாடக சினிமாவும், இந்தியாவில் தலையெடுக்கையில் சினிமாவின் சுவர்க்கம் அல்லது இந்திரலோகம் என்று அறியப் பட்ட ஹாலிவுட்டில் ஒரு பெரிய பிரச்சினையும், பிரச்சினையால் நிலைகலங்கலும் நிகழ்ந்து கொண்டிருந்தது. எல்லாம் வசூல்தான் காரணம். (வசூல் குறைவு என்று கூற வேண்டும்.)

சினிமாவின் தந்தையான தாமஸ் ஆல்வா எடிசனால் 19ஆம் நூற்றாண்டிலேயே பரிசோதிக்கப்பட்டு, 1926ஆம் ஆண்டு அமெரிக்கா இங்கிலாந்து இரு நாடுகளிலும் வெள்ளோட்டம் விட்டு, சாத்தியம் என்று அறிந்தாலும் யாரும் தொலைக்காட்சியை ஒரு பொருட்டாகவே கருத வில்லை. உலக யுத்தம் முடிந்து 1949ஆம் ஆண்டில் சிறு சிறு நிலையங்களாக அமெரிக்காவில் தோன்ற ஆரம்பித்தபோதும் சினிமாக்காரர்கள் லட்சியம் செய்யவில்லை. ஆனால், மூன்றே ஆண்டுகளில் நாடெங்கிலும் தொலைக்காட்சி வந்துவிட்டது. பீதி தரும் வகையில் சினிமாக் கொட்டகை வசூல் குறைய ஆரம்பித்துவிட்டது. தமிழ்நாட்டில் 'பராசக்தி' விரிந்த கண்களால் பார்க்கப்பட்டுவரும் வேளையில் அமெரிக்காவில் வண்ணத் தொலைக்காட்சியும் விரைவில் வந்துவிடும் என்று தெரிந்தது. இனிமேல் கொட்டகைக்குப் போய் யார் சினிமா பார்த்துக்கொண்டிருப்பார்கள்?

அமெரிக்கச் சினிமாத் துறை ஏற்கெனவே கொட்டகை விஷயத்தில் கடுமையான அடி வாங்கியிருந்தது. ஐந்து மகாப் பெரிய கம்பெனிகள், மூன்று பெரிய கம்பெனிகளாக இயங்கி வேறெவரும் சினிமாத் துறையில் இலாபப் பங்கு கேட்டு வரமுடியாதபடி, தயாரிப்பு, விநியோகம், கொட்டகை என மூன்று பிரிவுகளும் இந்த எட்டுக்குடி மக்களிடம் சிக்கியிருந்தன. ஏகபோக வர்த்தகத் தடுப்புச் சட்டத்தின் கீழ் இவர்கள்மீது வழக்குத் தொடரப்பட்டதில் திரைப்படத் தயாரிப்பு, திரைப்பட விநியோகம் இவை இரண்டிலிருந்தும் கொட்டகை பிரிக்கப்பட்டு அது தனியாக இயங்க வேண்டும் என்று தீர்ப்பாயிற்று. கொட்டகைகளில் பார்வையாளர் கூட்டம் நிரம்பி வழியும்வரை இது பெரிய பாதிப்பு ஏற்படுத்தவில்லை. ஆனால், வசூல் உத்தரவாதம் இல்லையென்னும்போது சிக்கல் தீவிரமாயிற்று.

இந்த நிலைமை பலமுனை ஆராய்ச்சிக்கு வழிவகுத்தது. சினிமாக் கொட்டகைக்கு ஒருவர் ஏன் வர வேண்டும்? யார் அதிகம் வருகிறார்கள்? எந்த மாதிரித் திரைப்படங்கள் யாரை ஈர்க்கின்றன, யாரை விலக்குகின்றன?

இன்று சினிமா பற்றிச் சமூகவியல் பிரிவில் பல அம்சங்களில் பல பார்வைகளில் ஏராளமான நூல்கள் வெளிவந்துவிட்டன. சில அம்சங்கள் மரித்து, முடிவான சில கண்டுபிடிப்புகளும் ஏற்கப்பட்டுவிட்டன. ஆனால், 1952ஆம் ஆண்டில் ஒரு காட்சி அல்லது ஆட்டத்தைப் பார்ப்பது என்ற அனுபவத்தில் திரைப்படத் துறையின் அளவும் தன்மையும் மிக முக்கியம் என்று நினைக்கப்பட்டது. தொலைக்காட்சிப் பெட்டி அந்த அனுபவத்தை ஒரு சிறிய திரையில் தருகிறது. ஆனால், அந்தச் சிறிய திரையில் சாத்தியமற்றதையே பெரிய திரையில் தந்தால் அப்போது பார்வையாளர்கள் கட்டாயம் திரையரங்குக்கு வந்தேயாக வேண்டுமல்லவா என்று சிலர் நம்பினார்கள்.

சில விஷயங்களில் ஹாலிவுட் மிகவும் விவேகமாகவே செயல்பட்டிருந்தது. விளக்கு அணைக்கப்பட்ட இடம் என்றாலே சில சந்தேகத்துக்குரிய எண்ணங்கள், போக்குகள் தோன்றும். ஆனால், விளக்கைப் போட்டுக்கொண்டு சினிமா காட்ட முடியாது. ஆதலால் காட்டப்படும் சினிமாப் படம் சுவாரசியமாக இருக்க வேண்டும். கனவுகள் தருவதாக இருக்கக்கூடும். ஆனால், வெளிப்படையாகக் கிளர்ச்சியூட்டுவதாக இருக்கக்கூடாது. இதற்காக ஹாலிவுட் ஒரு கடுமையான தணிக்கை அமைப்பை வைத்திருந்தது. திரைப்படம் எடுக்கப்படும் முன்பே திரைக்கதை ஒப்புதல் பெற வேண்டும். படமெடுக்கப்பட்ட பின் இன்னொரு ஒப்புதல் பெற வேண்டும். குடும்பத்தோடு சங்கோஜப்படாமல் பார்க்கக்கூடிய படங்கள்தான் வசூலில் ஏமாற்றம் தராமல்

ஓடக்கூடியவை. இதெல்லாம் பல ஆண்டுகளாகப் பலவித அனுபவம் மற்றும் சூழ்நிலைகளைக் கடந்து அடைந்த ஞானம். ஆனால், தொலைக்காட்சியில் இந்த ஞானம் பயனற்றதாகி விடுமோ என்ற உண்மையான அச்சம் எழுந்தது. அந்த 1952ஆம் ஆண்டில் தொலைக்காட்சி கறுப்பு வெளுப்பில்தான் இருந்தது. ஆனால், வண்ணத் தொலைக்காட்சி வெகு விரைவில் வந்துவிடும் என்ற சூசகங்கள் தெரிந்தன. அப்புறம் திரைப்பட சாம்ராஜ்யம் அதுவாகவே உலர்ந்து உதிர்ந்துவிட வேண்டியதுதான்.

தம்மைத்தாமே உற்சாகப்படுத்திக்கொள்வதற்காக ஒவ்வொரு திரைப்பட விளம்பரத்துடன் 'மூவீஸ் ஆர் பெட்டர் தான் எவர்' என்ற கோஷம் வெளியிடப்பட்டது. தொலைக்காட்சி பார்ப்பதால் எப்படிக் கண்பார்வை பாதிக்கப்படும், பசித்த வேளைக்குச் சாப்பிட முடியாமல் போய்விடும், வயிற்றில் குடற் புண் தோன்றும், ஒழுங்காகத் தூங்க முடியாது, தூங்காததால் அடுத்த நாள் அலுவலகப் பணியை முறையாகச் செய்து முடிக்க முடியாது. இதனால் முதலாளியின் கண்டனத்தைப் பெற வேண்டிவரும். இக்கண்டனம் மேலும் தூக்கமின்மையை விளைவிக்கும், மனநிலை பாதிக்கப்படும், தற்கொலைச் சிந்தனை நேரும்... என்றெல்லாம் கட்டுரைகள் பத்திரிகைகளில் வெளியிட ஏற்பாடாயின. மக்களின் நல்வாழ்வுக்காகத் திரைப்படத் தயாரிப்பாளர்கள் உருகி வழிந்தார்கள்.

ஆர்ச் ஓபோலர் என்ற பணக்காரர் எப்போதோ இருபதாண்டுகளுக்கு முன்பு பரிசோதித்து விடப்பட்டதோர் உத்தியைக் கொண்டு ஆப்பிரிக்கப் பின்னணியில் சுமார் 80 நிமிடங்களுக்கு ஒரு படம் எடுத்தார். படத்தின் பெயர் 'புவானா டெவில்'. ஆப்பிரிக்கக் குடிமக்கள் வெள்ளையரை புவானா என்பார்கள் என்று வெள்ளையர்கள் சொல்லிக்கொள்வார்கள். ஒரு வெள்ளைக்காரத் தம்பதி ஆப்பிரிக்கக் காடுகளுக்கு விஜயம் செய்கின்றனர். விலங்குகள், பாம்புகள், காட்டுமிராண்டிகள், இத்யாதி, இத்யாதி இம்மாதிரிப் படங்கள் அந்த நாளில் ஆண்டுக்கு ஐந்தாறாவது வரும். 'புவானா டெவில்' படத்தை இரு காமிராக்களைக் கண்கள் போல இடைவெளி தந்து படமெடுத்துத் திரையில் அந்த இரு படச் சுருள்களையும் திரையிட வைத்தனர். (சமீபத்திய 'மை டியர் குட்டிச்சாத்தான்' இப்படி எடுக்கப்பட்ட படம்தான்.) வெறும் கண்ணுக்குள் திரையில் படம் நிழலாடுவது போல இருக்கும். ஆனால், 'போலராய்டு' கண்ணாடி அணிந்து கொண்டு பார்த்தால் படம் முப்பரிமாணம் உள்ளதுபோலத் தெரியும். 'புவானா டெவில்' படத்தில் பழங்குடி மக்களின் ஈட்டிகள் படம் பார்ப்போர் மீது பாய்ந்து வரும். சிங்கங்கள் திரையைக் கிழித்துக்கொண்டு சீறும். ஒட்டகச்சிவிங்கிகள்

பார்வையாளர் மீதே ஓடும். அப்படித் தோற்றம் தரும் 'புவானா டெவில்' படத்தை எட்டுக்குடி மக்களில் சிறியதொன்றான யுனைடெட் ஆர்டிஸ்ட்ஸ் பரீட்சார்த்தமாகத் திரையிட 'புவானா டெவில்' ஏகப்பட்ட கூட்டம் சேர்த்தது. திரைப்படம் என்று பார்த்தால் அது மிகவும் சாதாரணப் படம். ஆனால், முப்பரிமாண அனுபவத்துக்காகப் பார்வையாளர்கள் அன்று திரள்திரளாகச் சென்றார்கள்.

எப்போதோ பத்து ஆண்டுகளுக்கு முன்பு சில துணுக்குகளை முப்பரிமாணப் படமாக எடுத்து அந்த முயற்சியைக் கைவிட்ட எம்.ஜி.எம். பழைய குப்பையைக் கிளறிச் சுமார் பத்து நிமிடங்களுக்கு ஒரு துண்டுப் படத்தையும் 'தி கிளவுன்' என்றதொரு சாதா படத்தையும் சேர்த்து வெளியிட்டது. அது அன்றைய மிட்லண்டு சினிமாவில் திரையிடப்பட்டது. இதைத் தொடர்ந்து ஹாலிவுட் முழுதுமே முப்பரிமாணப் படங்கள் எடுக்க ஆரம்பித்தது.

முப்பரிமாணப் படங்கள் திரையிடப்படுவதில் சங்கடங்கள் இருந்தன. இரு புரொஜக்டர்கள் இணைந்து ஓட வேண்டும். பார்வையாளர்களிடம் போலராய்டு மூக்குக் கண்ணாடிகளை விநியோகிக்க வேண்டும். அதைவிடக் கவனமாகத் திரும்பப் பெற வேண்டும். ஒரே கண்ணாடியைப் பலர் அணிய நேருவதில் வியாதி தொற்றிக்கொள்ளும் சாத்தியம் உண்டு. (சில பீதியாளர்கள் கண்ணே போய்விடும் என்றுகூட அறிக்கை விட்டார்கள்.) எப்படியோ தொலைக்காட்சியால் குறைந்த வசூல் முப்பரிமாணப் படங்களால் திரும்பக் கிடைத்தது சில நாட்களுக்காவது.

'ஔவையார்' படம் மிகத் தீவிரமாக முடிக்கப்பட்டுவந்த 1953ஆம் ஆண்டில் இந்தக் கொந்தளிப்பெல்லாம் நடந்தது. ஹாலிவுட்தான் முப்பரிமாணப் படம் எடுக்க முடியுமா? நானும் எடுக்கிறேன் பார் என்றார் பிரஹலாத் தத். அன்றைய மிகச் சிறந்த இந்தியத் தந்திரப் போட்டோகிராபர் அவர்தான். 'ஔவையார்' படத்தின் தந்திரக் காட்சிகள் பலவற்றை அவர்தான் முடித்துத் தந்தார். ஆனால், சினிமாவில் நிபுணர்களுக்கு வரக்கூடிய நல்ல பழக்கங்கள் அவருக்கும் உரித்தாயின. ஜெமினிக்கு அவர் விட்டுச் சென்ற மிகச்சிறந்த சாதனம் ஒரு 'ஆப்டிக்கல் பிரிண்டர்'. ஒரு புரொஜக்டரையும் ஒரு காமிராவையும் எதிரும் புதிருமாக வைத்துத் தந்திரக் காட்சிகள் எடுக்க மிக எளிய சாதனமாக அவர் அதை உருவாக்கினார். அந்த மேதை தான் விரும்பிய முப்பரிமாணப் படம் எடுக்காமலேயே உயிரை விட்டார். அவர் உயிர் பிரிந்து மேலே மிதந்து போவதைக்கூட அவர் தந்திரக்

காட்சியாக எடுக்க ஏற்பாடு செய்திருப்பார் என்று துக்கத்தோடு கூறுவார்கள்.

தொழில் நுணுக்கத் துறையில் முப்பரிமாணம், ஸ்டீரியோஃபோனிக் ஒலி, சினிமாஸ்கோப், விஸ்டாவிஷன் என மாற்றங்கள் உலகத் திரைப்படத்துறையை அலைக்கழித்து வந்த நாட்களில் ஜெமினியின் மகத்தான படம் தொழில் நுணுக்கத்தின் மீது அதிக நம்பிக்கை வைக்காது பூர்த்தி பெற்றுவந்தது.

(1991)

காணாத கண்
என்ன கண்ணோ?

'ஔவையார்' படத்தை 1953ஆம் ஆண்டில் எடுத்து முடித்து வெளியிட்டேயாக வேண்டும் என்று அதிபர் வாசனும் அவருடைய ஜெமினி ஊழியர்களும் இராப்பகலாக உழைத்துவந்த நாளில் அமெரிக்காவில் திரைப்படத் துறையில் எழுந்த கொந்தளிப்பு உலகமெங்கும் அலைகளைக் கிளப்பியது. தொலைக்காட்சியால் மக்களிடம் சினிமா செல்லும் பழக்கம் குறையத் தொடங்கியதைத் தடுத்து நிறுத்தக் கொட்டகையில் காட்டப் படும் படத்துக்கு ஒரு கூடுதல் பரிமாணம் கொடுத்தால் சரியாகிவிடுமோ என்று ஹாலிவுட் பட முதலாளிகள் நினைத்தார்கள். சடசடவென்று 3டி படங்கள் எடுக்கத் தொடங்கினார்கள்.

உலகின் இதர பாகங்களில் திரைப்படத் தயாரிப்புத்துறைவரையில் இப்போதைக்கு ஒரு மௌன எதிர்ப்பு இருக்கிறது. சினிமாவில் வாணிப அம்சத்தையே ஹாலிவுட் முதன்மையாகக் கருதி வந்திருக்கிறது. ஹாலிவுட் படங்கள் பல நல்ல பொழுதுபோக்குப் படங்களாக இருந்தாலும் அப்படி அமைந்ததும் இந்த வாணிப நோக்கினால்தான். ஆனால், சினிமாத் துறையில் கூடவே ஓர் இலட்சிய வாதமும் இதர எல்லா நாடுகளிலும் இருந்தது. இந்தியாவிலும்கூட. 'ஔவையார்' படமே அதற்கு ஓர் எடுத்துக்காட்டு.

அதுவரை பகுதிபகுதியாக, தனித்தனிக் கதையாக எடுக்கப் பட்ட நூற்றுக்கணக்கான 'ஔவையார்' படச் சுருள்களுக்கு ஒரு கோர்வையான, சுவாரசியமான வடிவம் தர வாசன் இன்னும் சில புதுப்பகுதிகளை எடுக்கவைத்தார். படத்துக்கு அதன் கதையையும் தாண்டி தமிழ்மொழி, கலாச்சாரம், பண்பாடு ஆகியவற்றைத் தழுவிய அறிமுகக் காட்சி ஒன்றை அமைக்க வைத்தார். அதேபோலப் படத்தின் இறுதியில் ஔவை வயது முதிர்ந்து உடல் தளர்ந்து கைலாயம் அடையும் காட்சியும் படத் தயாரிப்பின் இறுதி நாட்களில்தான் எடுக்கப்பட்டது. படம் அந்த ஆண்டு சுதந்திர தினத்தன்று வெளியானபோது அதன் இறுதி வடிவத்தில் ஏறக்குறைய பாதிப்படம் அந்த 1953ஆம் ஆண்டு எடுக்கப்பட்ட காட்சிகளைக் கொண்டுதான் இருந்தது.

'ஔவையார்' படத்தின் பெருமை யாரைச் சாரும்? இந்தக் கேள்வி அந்த நாள்களிலேயே திட்டவட்டமான பதிலைப் பெறவில்லை. ஒரு படம் வெற்றிபெற்றால் பலர் உரிமை கோருவது வழக்கம். அதுவே இயல்புகூட. 'ஔவையார்' படத்தைப் பொறுத்தவரையில் அதைப் படம் என்று யாரும் கூறியதில்லை. 'நம் படம்' என்றுதான் கூறினார்கள். படம் வெளியிடப்பட்டு ஏறக்குறைய நாற்பதாண்டுகள் முடியப்போகின்றன. இன்று நினைத்துப் பார்க்கும்போதும் எனக்கு வியப்பாகவும் பிரமிப்பாகவும் இருக்கிறது. பலரின் பெயர்கள் மனத்தில் தோன்றுகின்றன. கொத்தமங்கலம் சுப்பு, மணிக்கொடி எழுத்தாளர் கி. ரா., இசை வித்வான் எம்.டி. பார்த்தசாரதி, வயலின் வித்துவான் பி.எஸ். அனந்தராமன், தந்திரக்காட்சி நிபுணர் பிரகலாத் தத், ஜெமினியின் காமிரா இலாகா நண்பர்கள், ஒலிப்பதிவுப் பிரிவு நண்பர்கள், எடிட்டிங் இலாகா நண்பர்கள் இவர்களுடன் இன்னும் பலரும் சேர்ந்துதான் படத்தை உருவாக்கினார்கள். சமூக வாழ்க்கையின் எல்லா அம்சங்களும் போலத் திரைப்படம் எடுப்பதும் ஒரு நிர்வாகியியல் 'மானேஜ்மெண்ட்' கூறு என்றுதான் எனக்குத் தோன்றுகிறது. அந்த நிர்வாகியிடம் கலையுணர்வு வலுவாக இருந்தால் படத்திலும் கலையம்சம் வலுவாக இருக்கும். நல்ல நிர்வாகி மட்டுமே என்றால் நல்ல வெற்றிப்படமாக எடுக்க முடியும். இந்த நூறாண்டு சினிமா வரலாற்றைக் கவனித்தால் வெற்றிப் படங்கள் அநேகமாக நூற்றுக்கு நூறு சராசரி மனிதர் என்பவர் மனதைத் தொடுபவை. அந்தக் காலத்திய சூழ்நிலையை மனதில்கொண்டு பார்க்கையில் வாசன் சிறப்பான நிர்வாகி என்ற முடிவுக்கு யாரும் வர முடியும்.

அதுவரை எடுத்த எந்தப் படத்திலும் இல்லாத முறையில் வாசன் 'ஔவையார்' படத்தில் குழந்தைக் காட்சியை

அமைத்தார். ஆதியும் பகவனும் காட்டு மார்க்கமாகச் சென்று கொண்டிருக்கிறார்கள். ஆதி வலி வந்து அமருகிறாள். அடுத்த காட்சி அவளருகில் சிறு குழந்தை. ஆதி குழந்தையைத் தூக்கிக் கொஞ்சுகிறாள். அப்போது பகவன் கூறுகிறார். "நம் சபதத்தை மறந்தாயா? உம், புறப்படு" என்ன சபதம்? எங்கே போவதற்குப் புறப்பட வேண்டும்? ஆதி அந்தக் காட்டில் (சௌகரியமாகக் கிடைத்த) ஒரு கூடையில் குழந்தையைக் கிடத்திவிட்டுச் சபதத்தைப் பின்தொடர்ந்து பகவனையும் பின்தொடருகிறாள். குழந்தை அழுகிறது. மான்களும் பறவைகளும் குழந்தையின் குரல் கேட்டு விரைகின்றன. அதே நேரத்தில் பலத்த இடி மழை வெள்ளத்தை விளைவிக்கிறது. தரையில் கிடக்கும் கூடை வெள்ள நீரில் மிதக்கத் தொடங்குகிறது. ஓடையில் அடித்துச் செல்லப்படுகிறது. ஓடை அதை ஓர் ஆற்றில் சேர்த்துவிடுகிறது. ஆற்றில் நின்று தியானம் செய்துகொண்டிருப்பவரிடம் கூடை தடுக்கி நிற்கிறது. அவர் குழந்தையைப் பார்க்கிறார். வீட்டுக்கு எடுத்துச் செல்கிறார். "நதிக்குப் போனேன். நிதி கிடைத்தது" என்று மனைவியிடம் கூறுகிறார். அவர்களுக்குக் குழந்தைகளில்லை என்று தனியாகச் சொல்ல வேண்டியதில்லை.

இக்காட்சியும் குமரிப் பருவத்து ஔவையார் காட்சியும் மிக நேர்த்தியாக உருவானவை. கே.பி. சுந்தராம்பாளையே குமரிப் பருவ ஔவையாகக் காட்டிவிடலாம் என்றுதான் மேக்கப் டெஸ்ட் எடுத்தார்கள். நல்லவேளையாக அந்த யோசனை கைவிடப்பட்டது. 'பராசக்தி' படத்தில் நடனமாடிக் கவனம் பெற்ற குசலகுமாரி அவ்வேடத்தைத் தரித்தார். பால ஔவையாக (இன்று நகைச்சுவைக் காட்சிகளில் மட்டும் தோன்றும்) சச்சு. அவர் பிற்காலத்தில் கதாநாயகியாகப் பெரிய நடிகையாவார் என்றுதான் அன்று பலரும் எண்ணியிருக்கக்கூடும். சச்சு ஒரு படத்தில் கதாநாயகியாக நடித்தார். ஆனால், நட்சத்திர அந்தஸ்து கிட்டவில்லை.

படம் வெளியாகச் சில வாரங்கள் இருக்கும் முன்பு வாசனுக்கு உள்ளுணர்வு கூறியிருக்க வேண்டும், படத்துக்குச் சில விசேஷ பரிமாணங்கள் அமைகின்றன என்று. வெறும் ஒரு சினிமாப் படமாக வந்து போய்விடாமல் வேறு தளங்களிலும் கவனம் பெறவேண்டும். அதற்குரிய தகுதிகளைப் படம் பெற்றிருக்கிறது என்றும் அவர் எண்ணியிருக்க வேண்டும். பொதுவாக ஜெமினியில் ஒரு படம் முடியும் தறுவாயில் இருக்கையில் அதை ஜெமினி மற்றும் சார்பு நிறுவனங்களில் இருப்பவர்களுக்குப் போட்டுக் காண்பித்து யோசனைகள் கேட்பது வழக்கம். ஒன்றிரண்டு நல்ல புதிய யோசனை வருவதுண்டுதான்.

ஆனால், பொதுவாக அக்காட்சிகளில் கிடைக்கும் யோசனைகள் சிரிப்பைத்தான் வரவழைக்கும்.

'ஔவையார்' படத்துக்கு நிறுவன ஊழியர்கள் காட்சிக்கு முன்னால் ஒரு வெளியாருக்குப் படத்தைப் போட்டுக் காட்டினார் வாசன். அவர் 'கல்கி' ரா. கிருஷ்ணமூர்த்தி.

முதலில் தோன்றியது முட்டையா, கோழியா என்ற கேள்வி தொடர்ந்து இருப்பது போல வாசனால் கல்கி தன்னுடைய ஆகிருதியைப் பெற்றாரா அல்லது கல்கியால்தான் வாசன் சிறப்புமிக்கப் பிரமுகரானாரா என்ற வினா இன்றும் அந்தக் காலத்து மனிதர்கள் மத்தியில் கேட்கப்பட்டுவருகிறது. முதலாளி – உத்தியோகத்துக்கிருப்பவன் என்ற எண்ணமே தோன்றாதபடி இருவரும் சேர்ந்து பத்தாண்டுகளில் 'ஆனந்த விகடன்' பத்திரிகை ஆயிரக்கணக்கான தமிழர் வீடுகளில் நம்பிக்கைக்குரிய நண்பன் போன்றதொரு உணர்வைத் தரும்படி செய்துவிட்டார்கள். தனிநபர் சத்தியாக்கிரகம் என 1940–41 ஆண்டுகளில் காங்கிரஸ் நடத்தியது. அது வாசனையும் கல்கியையும் பிரித்துவிட்டது. அது மட்டுமல்ல, பரம வைரிகளாக மாற்றிவிட்டது. அந்த நாளில் 'நந்தனார்' படத்துக்கும் 'அபரஞ்சி', 'மங்கம்மா', 'சந்திரலேகா' போன்ற படங்களுக்கும் கல்கி தன்னுடைய 'கல்கி' பத்திரிகையில் எழுதிய விமரிசனங்கள் தஞ்சாவூர் ஜில்லாக்காரர்களின் கிண்டல் ஆற்றலின் அனைத்துச் சாத்தியங்களையும் வெளிப் படுத்தின. தமிழ்த் திரைப்படங்களைக் கிண்டல் செய்ய அவ்வளவு ஆற்றல் தேவையில்லை. பல தருணங்களில் படத்தின் கதைச் சுருக்கத்தை எழுதினால் போதுமானதாக இருக்கும்.

வாசன் கல்கியை அழைத்திருப்பது குறித்து எங்களுக்கு ஆச்சரியமாக இருந்தது. கிண்டல் செய்ய வேண்டுமென்று கல்கி நினைத்தால் அதற்கு 'ஔவையார்' படத்திலும் நிறைய வாய்ப்புகள் இருந்தன. எங்களுக்குப் பயமாகவும் இருந்தது.

ஆனால், படத்தைப் பார்த்த அடுத்த வாரமே கல்கி தன் பத்திரிகையில் 'ஔவையார்' படத்தைப் பற்றி எழுதினார். 'காணாத கண் என்ன கண்ணோ?'

(1991)

பிரிந்தவர் கூடினால் பேசத்தான் வேண்டும்

ஒரு நிகழ்ச்சி நாற்பதாண்டுகளுக்குப் பிறகு நினைவுபடுத்திக்கொள்ளப்படுகையில் வியக்கத்தக்க வகையில் பல உண்மைகளைத் திரை விலக்கிக் காட்டுகிறது. அன்று முக்கியம் என்று நினைத்து ஏங்கி, பயந்து, பரபரத்து, பூரிப்படைந்தது பல இன்று அற்பமாகத் தோன்றுகின்றன. அந்த நிகழ்ச்சி முக்கியத்துவம் இழந்துவிடுகிறது எனப்படுவ தில்லை. அவ்வளவு முக்கியமா என்பதோடு, முக்கியம் என்று நினைத்த காரணங்கள் மாறிவிடுகின்றன.

'ஔவையார்' படம் குறித்து வாசனும் எழுத்தாளர் கல்கியும் மீண்டும் சுமுக உறவு கொண்டது அன்றும் இன்றும் முக்கியம்தான். பிரம்மரிஷிப் பட்டம் வசிஷ்டர் வாய் மூலமாகப் பெற்றால்தான் பட்டம். வாசன் கல்கியை 'ஔவையார்' படத்துக்காக வசிஷ்டராக்கினார்.

இருவரும் தஞ்சாவூர் ஜில்லா. வயதில் வாசன் மூன்று, மூன்றரை ஆண்டுகள் இளையவர் என்றாலும் இருவரும் ஒரே தலைமுறையைச் சேர்ந்தவர்கள். இருவரும் மிக மிக எளிமையானதாகவும் சிரமமாக வும் இருந்திருக்கக்கூடிய ஆரம்பச் சூழ்நிலையிலும் சூழ்நிலைக்கு மீறிய கனவுகளைக் கண்டவர்கள். இருவருக்கும் இலட்சியங்கள் இருந்தன. 'மார்க்கெட்டிங்' அல்லது சந்தைக்கு எடுத்துச்செல்வது குறித்து இன்று பல புத்தகங்கள் இருக்கின்றன. கல்லூரி அளவில் இது ஓர் அறிவுத் துறையாகக்

கற்கப்படும்வண்ணம் உயர்த்தப்பட்டிருக்கிறது. ஆனால், வாசன் தன் உள்ளுணர்வுகொண்டு 'மார்க்கெட்டிங்' துறையில் பல அம்சங்களைச் செயலாக்கியிருக்கிறார். நிறைய விபத்துகளை எதிர்நோக்கி அதற்கும் திட்டங்கள் தீட்டித் தன் இலக்குகளை எட்ட விடாமுயற்சியில் ஈடுபட்டார். 'இளைஞனாக இருந்த நாளில் சிறு சிறு புத்தகங்களை விற்பதற்காக ஓடும் ரயிலில் ஏறியிருக்கிறேன். இறங்கியிருக்கிறேன்' என்று அவர் சொல்லிக் கேட்டிருக்கிறேன். என் தந்தை அவருடைய நண்பரானதே பொருள் பொதிந்த நிகழ்ச்சி. ஐநூறு மைல் தள்ளியுள்ள ஊரில் இருந்த என் தகப்பனார் ஒருநாள் வாசன் சென்னையில் நடத்தி வந்த புத்தகக் கடையில் சில புத்தகங்கள் வாங்கியிருக்கிறார். அந்த நாளில் வாசன் வெளியிட்ட 300 பக்கங்கள் கொண்ட 'கைத்தொழில் முறைகள்' ஒன்றரை ரூபாய் விலை. சுமார் ஆயிரம் பக்கங்கள் கொண்ட 'குடும்ப விநோதக் கதைகள்' நான்கு ரூபாய். வாசனின் புத்தகச் சாலையில் பல்வேறுபட்ட பல்வேறு புத்தகங்கள். என் தகப்பனார் வாங்க நினைத்த புத்தகங்களுக்குக் கையிலிருந்த பணம் போதாது. "எடுத்துப் போங்கள். ஊருக்குப் போய்ப் பணம் அனுப்புங்கள்" என்று வாசன் கூறியிருக்கிறார்.

"நான் எடுத்துப் போய்ப் பணம் அனுப்பாமல் இருந்தால்?"

"எனக்குத் தெரியும். அப்படி உங்களால் செய்ய முடியாது என்று."

இதே கூர்மை அவர் தன் நிறுவனங்களுக்காக அதிகாரி களைத் தேர்ந்தெடுத்ததிலும் செயல்பட்டது. நிபுணர்கள், மேதாவிகள் அவரைப் பயமுறுத்த முடியவில்லை. மாறாக அவருடைய நிர்வாகத் திறமை அவரிடம் உள்ளார்ந்த மதிப்பு வைக்கத் தூண்டியது.

கல்கிக்கும் சினிமா மீது நாட்டம் இருந்திருக்கிறது. அவருடைய 'கள்வனின் காதலி' தொடர்கதை ஒரு தமிழ் சினிமாவைப் பார்ப்பது போலிருக்கும். 'தியாக பூமி' என்னும் தொடர்கதை சில நடிகர்களை மனதில் வைத்து எழுதப்பட்டது. அது அவருடைய மிகச் சிறப்பான படைப்புகளில் ஒன்றாக இன்றும் திகழ்கிறது. எழுதுவது என்னும் செயலையே தன் வாழ்க்கையின் பிரதானத் துறையாக வைத்துக்கொண்டு கல்கி சில உப பரிமாணங்கள் அமைத்துக்கொண்டார். வாசனும் தன்னை ஒரே துறையில் அடைத்துக்கொள்ளவில்லை. இருவருடைய ஒற்றுமை வேற்றுமைகள் குறித்து நிறையவே எழுதலாம்.

'ஔவையார்' சிறந்த திரைப்படமா என்பது பற்றி இன்று மாறுபட்ட கருத்துகள் இருக்கலாம். ஆனால், அது ஒரு மறக்க

முடியாத திரை அனுபவம். எம்.கே. தியாகராஜ பாகவதர், பி.யூ. சின்னப்பா போன்றவர்களின் பாட்டுகளைப் போல் அப்படத்தில் கே.பி. சுந்தராம்பாள் பாடிய பாட்டுகள் மீண்டும் மீண்டும் தனித்து வெவ்வேறு சந்தர்ப்பங்களிலும் பாடப்படாமல், கேட்கப்படாமல் போயிருக்கலாம். ஆனால், படத்தில் அவை இன்றியமையாதவை. மிகவும் பொருத்தமானவை. உண்மையில் எது எங்கு எந்த அளவில் இருக்கவேண்டும் என்பதற்கு அப்படம் ஓர் எடுத்துக்காட்டு. வாசனுடைய இலக்கு ஒரு சிறந்த மறக்க முடியாத சினிமா அனுபவம். தனித்தனியாகச் சிறந்த பாட்டுகள் கொண்ட திரைப்படமல்ல.

'ஔவையார்' படத்துக்கு உண்மையில் யார் எந்த வரிசையில் பொறுப்பு? படத்தின் தயாரிப்பாளரான வாசன் அதன் எல்லா அம்சங்களிலும் நேரடியாக ஈடுபாடும் பங்கும் கொண்டிருந்தார். அந்தத் தருணத்தில் அவருடன் பல அரிய படைப்பாளிகள் இருந்தார்கள். கொத்தமங்கலம் சுப்புவின் பங்கும் கணிசமானது. கி.ரா. (மணிக்கொடி எழுத்தாளர்), பட்டு ஐயர், சங்கு சுப்பிர மணியன் எனப் பலர் நேரடியாகவும் தங்கள் விமரிசனங்களாலும் படத்தின் வளர்ச்சியில் பொறுப்பேற்றிருந்தார்கள். சிறு சிறு பாத்திரங்களில் நடித்திருந்தவர்கள் அதே பணிக்கு இன்று நன்கு கொழித்திருப்பார்கள். ஆனால், அன்று அவர்கள் சொந்த நலன், பெயர் அனைத்தையும் பாத்திரச் சித்தரிப்புக்குப் பின்தான் என்ற மனோபாவத்தில் உழைத்திருந்தார்கள்.

'ஔவையார்' படம் முடிந்து முப்பது ஆண்டுகளுக்குப் பிறகு அப்படம் பற்றி என்ன அபிப்பிராயம் ராஜாஜி கொண்டிருந்தார் என்று தெரியவந்தது. ஔவையாரை ஓர் அடங்காப் பிடாரியாகச் சித்தரித்திருக்கலாமா என்ற கருத்து அந்த நாளிலேயே அங்கொரு மூலையில் இங்கொரு மூலையில் எழத்தான் செய்தது. ஔவையாருக்கு என்று தனியாகச் சமூக அந்தஸ்து ஏதும் கிடையாது. அவர் ஒரு தேசாந்திரி. என்ன தோற்றமிருந்தாலும் ஒரு பெண். அப்படியொன்றும் அவர் நாளில் பாலும் தேனும் தெருவில் ஓடவில்லை. ஏழ்மை, வஞ்சம், அராஜகம், பலாத்காரம் எல்லாம் இருந்திருக்கிறது. கூடவே தர்மம் பற்றியும் தெய்வ தண்டனை பற்றியும் உணர்வு ஒரு மூலையில் எல்லாரிடமும் இருந்திருக்க வேண்டும். அதைக் கிளறிவிடச் சாதாரண உரையாடல் போதுமானதாயிருந்திருக்க முடியாது. அதட்டல் இல்லாது போனாலும் உரத்த குரலாவது தேவைப்பட்டிருக்கும். ஔவையாக நடித்த கே.பி. சுந்தராம்பாளிடம் அது நிறையவே இருந்தது.

'ஔவையார்' படம் சென்னை வெலிங்டன் அரங்கில் ஓடிக் கொண்டிருந்த நாளிலேயே வாசனைப் பாராட்டி ஒரு பொது

வரவேற்பு நிகழ்ச்சி அண்ணாமலை மன்றத்தில் நடந்தது. ராஜாஜி, சி.பி. ராமஸ்வாமி ஐயர், ஆர்.பி. சேதுப்பிள்ளை, ராஜமன்னார், கோவிந்த சுவாமிநாதன், யு. கிருஷ்ணராவ் முதலிய பல மிகப் பெரிய பிரமுகர்கள் மிக உற்சாகமாகப் பேசிப் பாராட்டினார்கள். ஒரு சந்தர்ப்பத்தில் பெரியார், "என் பிள்ளையார் உடைப்புப் போராட்டத்தை இந்தப் படம் கெடுத்துவிட்டது" என்று கூறினார்.

கொத்தமங்கலம் சுப்புவுக்கென ஒரு தனிப் பாராட்டுக் கூட்டமும் நடந்தது. முந்தைய கூட்டத்தில் கலந்துகொண்ட சிலர் இதில் இல்லை. ஆனால், இதிலும் கல்கி இருந்தார். 'ஔவையார்' படத்துக்காக மட்டுமல்லாமல் கொத்தமங்கலம் சுப்புவின் 'காந்தி மகான் கதை'யும் இதில் பாராட்டப்பட்டது.

'ஔவையார்' படத்தைப் பாராட்டிப் பொதுமக்களிடமிருந்து ஏராளமான கடிதங்கள் என் இலாகாவுக்கு வந்து குவிந்தன. ஒரு நாளைக்கு நூறு என்ற கணக்கில் மாதக்கணக்கில் நான் ஜெமினி நிறுவனத்தின் நன்றியைப் பதிலுக்குத் தெரிவித்துக் கொண்டிருந்தேன். 'ஔவையார்' படத்தில் முருகன் வள்ளி தெய்வானையுடன் ஔவைக்குத் தரிசனம் அளிப்பது போன்று ஒரு காட்சி வரும். அதை வண்ணப்படமாக ஆயிரக்கணக்கில் அச்சிட்டு இந்த நன்றி தெரிவிக்கும் கடிதத்தோடு இணைத்து அனுப்பிவைத்தோம். அப்படத்துக்காகவும் பல ஆயிரக்கணக்கான கடிதங்கள் வந்தன. எங்கள் பதில் கையெழுத்தில்தான் இருக்கும். தமிழ்த் தட்டச்சு இயந்திரம் இருந்தது. ஆனால், அதைப் பயன்படுத்தவில்லை. வேண்டுமென்றால் வெகு எளிதாக ஒரு மாதிரிக் கடிதத்தை அச்சிட்டும் வைத்துக்கொண்டிருக்கலாம். அப்படியும் செய்யவில்லை. ஒவ்வொரு ரசிகர் கடிதத்துக்கும் தனித்தனியாகப் பதில் எழுதப்பட்டது. என் பேனாவுக்குத் தினம் மையிட்டுக்கொள்ள வேண்டிய அவசியம் இருந்தது. அந்த நாளில் பால்பாயிண்ட் பேனா உற்பத்தி பெருகவில்லை. தஸ்தாவேஜுகள், காசோலை முதலியன மையிட்ட பேனாவில் தான் கையெழுத்திடப்பட வேண்டும் என்ற நிபந்தனை இருந்தது.

எப்போதோ துவங்கின படத்தை எப்போதோ முடித்து வெளியிடுவது ஜெமினியின் அடுத்த படத்திலும் நேர்ந்தது.

அது 'ராஜி என் கண்மணி'.

(1991)

புரடக்ஷன் நெம்பர் 19

நூறாண்டாகும் திரைப்படத் துறையில் சற்று யோசித்துப் பார்த்தால் எல்லாப் படங்களுமே ஏற்கெனவே எடுக்கப் பட்டதைத்தான் திரும்பத் திரும்ப எடுக்கப்படுகின்றன. ‘சந்திரலேகா’வுக்குப் பிறகு ஜெமினி எடுத்த திரைப்படங்கள் எல்லாம் 1954இல் இன்னும் இருபத்து மூன்று வயதடையாத என்னைப் போன்ற பலருக்கு மனதைச் சங்கடப் படுத்தி இருக்கும். ஏன் யாரோ எப்போதோ எடுத்ததற்கெல்லாம் ஜெமினி மீண்டும் புது உரு கொடுத்து வருகிறது? ‘கார்சிகன் பிரதர்ஸ்’ பலருக்குப் பிடித்த ஆங்கிலப் படங்களில் ஒன்று. அதில் இரட்டைப் பிள்ளைகளாக நடித்த (ஜுனியர்) டக்ளஸ் ஃபேர்பாங்க்ஸ், வில்லனாக நடித்த அகிம் டமிராஃப் இருவரும் அப்படத்தை மிகவும் ரசிக்கத்தக்கதொரு சினிமா அனுபவமாகச் செய்தார்கள். அது ‘அபூர்வ சகோதரர்கள்’ படமாயிற்று. ஹிந்தி ‘மங்களா’ பழைய ‘மங்கம்மா சபதம்’. தமிழ் ‘சம்சாரம்’ தெலுங்கு ‘சம்சாரம்’ படத்தின் பிரதி. ‘ஔவையார்’ படத்துக்குப் பிறகு ஜெமினி வெளியிடுவதாக இருந்த தமிழ்ப் படமும் ஓர் அயல் படத்தைத் தழுவியது என்று அறிந்த போது சற்று வருத்தமாயிருந்தது. நாளாவட்டத்தில் எந்தத் திரைப்படமும் வேறொரு திரைப்படத்தின் உந்துதலால்தான் என்று உணர்ந்தபோது என் வருத்தம் தேவையற்றது என்று தெரிந்தது. நம் வாழ்க்கையின் சுகதுக்கங்களில் முக்கால்வாசிக்கு மேல் தேவையற்றதுதான்.

அந்தப் படத்துக்கு முதலில் பெயர் வைக்கவில்லை. புரடக்ஷன் நம்பர் 19 என்றுதான் நாங்கள் அதை அழைப்போம். டி.ஆர்.ராமச்சந்திரன் கதாநாயகன். கே.ஜே.மகாதேவன் டைரக்டர்.

ஐம்பது அறுபது ஆண்டுகளுக்கு முன்பு சென்னை வக்கீல்களிலேயே மயிலாப்பூர் வக்கீல் என்றால் தனி மதிப்புண்டு. அவர்கள் வீடுகள் சத்திரங்களை ஒத்திருக்கும். யார் யாரோ வந்து சாப்பிட்டுக்கொண்டே இருப்பார்கள். எங்கிருந்து பணம் வருகிறது. எவ்வளவுவரை செலவு செய்யலாம், யார் உண்மையாகவே அந்த வீட்டைச் சேர்ந்தவர்கள், யார் சாப்பாட்டு வேளையில் மட்டும் தோன்றிவிட்டு மறைபவர்கள் என்றெல்லாம் யாருக்கும் ஒரு சிந்தனையுமில்லாமல் குடித்தனம் நடக்கும். காரணகர்த்தாவான குடும்பத் தலைவர் நெற்றியில் நாமம் தரித்துக்கொண்டு (அல்லது சந்தனம், விபூதி தரித்துக்கொண்டு) தன் அறையில் நூற்றுக்கணக்கான சட்ட நூல்களுக்கும் வெளியீடுகளுக்கும் நடுவில் பகல், இரவு எல்லா நேரங்களிலும் விளக்கை எரிய விட்டுக்கொண்டு தம் கட்சிக்காரர்கள்மீது சாட்டப்பட்டிருக்கும் கொலைக் குற்றத்தை ஆதாரமற்றது என்று எப்படி நிரூபிப்பது என்ற முயற்சியில் ஈடுபட்டிருப்பார். வெள்ளைக்கார நீதிபதிகள், வெள்ளைக்கார வக்கீல்கள்கூட இவர்களுடைய சட்ட நுணுக்க அறிவையும் குறுக்கு விசாரணைத் திறனையும் வழக்கு ஜோடனை ஆற்றலையும் கண்டு வியந்திருக்கிறார்கள். அத்தகைய மயிலை வக்கீலான கே.எஸ். ஜெயராமய்யர் என்பவருடைய மகன்தான் கே.ஜே.மகாதேவன். ஐ.சி.எஸ். தேர்வுக்காக இங்கிலாந்து சென்றவர். சினிமா நாட்டத்தால் எல்லாவற்றையும் உதறிவிட்டு நடிக்க வந்தவர். அந்த நாளிலேயே ஒரு நாளைக்குப் பத்தாயிரம் ரூபாய் வாங்கும் மயிலாப்பூர் வக்கீலின் அருமை மகன் சாதாரண வேடத்தில் நடிக்கலாமா? எடுத்த எடுப்பிலேயே கதாநாயகன் வேடம். படம் எழுத்தாளர் கல்கி எழுதி கே. சுப்பிரமணியன் டைரக்ட் செய்த 'தியாக பூமி'.

வாசனுக்கு ஐ.சி.எஸ்.காரர்கள், அயல்நாடு சென்று திரும்பியவர்கள் என்றால் மனம் நெகிழ்ந்துவிடும் என்பார்கள். அவருக்கு வாய்ப்புக் கொடுத்தால் இந்தியாவில் அப்போதிருந்த எல்லா ஐ.சி.எஸ். காரர்களையும் தமிழ் சினிமா எடுக்கத் தயார் செய்துவிடுவார் என்றும் சொல்வார்கள். அவர் நிறுவனத்தில் பங்குபெற வந்த ஜாவர் சீதாராமன், கே.ஜே. மகாதேவன் கிட்டத்தட்ட ஐ.சி.எஸ்.காரர்கள். சீதாராமன் அதிக நாட்கள் நீடிக்கவில்லை. ஆனால், மகாதேவன் ஜெமினியில் தங்கிவிட்டார். செகரட்டரி ஃபார் புரடக்ஷன் என்று அவருடைய பதவிக்குப் பெயர் சூட்டப்பட்டிருந்தது. 'சந்திரலேகா' படத்தின் 'டைட்டில்' களில் உதவி டைரக்டர் என்று சேர்க்கப்பட்டிருந்தது.

புரடக்‌ஷன்‌ 19 அவர்‌ பொறுப்பில்‌ விடப்பட்டிருந்தது. நானறிந்து அவர்‌ தொடர்ந்து புகைபிடித்துக்கொண்டு தொடர்ந்து திரைக்கதை களை எழுதிக்கொண்டிருந்தார்‌. ஜெமினி நிறுவனத்தை விட்டு அவர்‌ விலகியபின்‌ அவராகவே எடுத்த 'அவள்‌ யார்‌'. 'ஹலோ மிஸ்டர்‌ ஜமீன்தார்‌' படங்களும்‌ 'ஆயிரத்தில்‌ ஒருவன்‌' படமும்‌ அவருடைய கதை, திரைக்கதைதான்‌. ஜெமினியின்‌ 'வஞ்சிக்கோட்டை வாலிபன்‌' படமும்‌ அதன்‌ ஆரம்பகட்டத்தில்‌ மகாதேவன்‌ எழுதிய கதைப்படிதான்‌ இருந்தது. 'அவள்‌ யார்‌?' படத்‌ தயாரிப்பின்‌ இறுதிக்கட்டத்தில்‌ கதாநாயகன்‌ சிவாஜி கணேசனின்‌ ஒத்துழைப்புக்‌ கிடைக்காததால்‌ காட்சிகளைக்‌ கதாநாயகன்‌ இல்லாதபடியே அமைத்துப்‌ படத்தை முடித்து வெளியிடவும்‌ செய்தார்‌. துரதிர்ஷ்டவசமாக அவள்‌ யார்‌ வெற்றி பெறவில்லை. ஒரு பெரிய நட்சத்திரத்தைத்‌ தைரியமாக எதிர்த்தவர்‌ என்ற பாராட்டு, படம்‌ தோல்வி என்ற பேரலையில்‌ அடித்துப்‌ போய்விட்டது. அதேபோல்‌ எம்‌.ஆர்‌. ராதாவின்‌ திரைப்படப்‌ பாத்திரங்களில்‌ மிகச்‌ சிறப்பானதும்‌ நுண்மை வாய்ந்ததும்‌ 'ஹலோ மிஸ்டர்‌ ஜமீன்தார்‌' படத்தில்தான்‌. ஆனால்‌, அப்பெருமையும்‌ படம்‌ தோல்வி என்ற பனி மூட்டத்தில்‌ யார்‌ கண்ணிலும்‌ பதிவு பெறாமல்‌ மறைந்துவிட்டது. சினிமாத்‌ துறையே வெற்றி வாய்ப்பவர்களுக்குத்தான்‌.

ஜெமினி ஸ்டூடியோவில்‌ பல்வேறு காரணங்களினால்‌ அநேகப்‌ படங்கள்‌ ஒரே மூச்சில்‌ எடுக்கப்படாமல்‌ பகுதி பகுதியாக எடுக்கப்பட்டன. புரடக்‌ஷன்‌ 19வரை மூன்று முக்கியப்‌ பாத்திரங்களுக்கு நடிகர்கள்‌ என்ற தேர்வுடன்தான்‌ ஆரம்பிக்கப்பட்டது. அந்த நாள்‌ படங்களில்‌ ஓர்‌ இளைஞன்‌ இருந்தால்‌ அவனுக்குக்‌ காதலியும்‌ இருக்க வேண்டும்‌. புரடக்‌ஷன்‌ 19இல்‌ துணைக்‌ கதாநாயகன்‌ ஸ்ரீராமுக்குக்‌ காதலி வேடத்திற்‌ காகப்‌ பலர்‌ வந்தார்கள்‌. அவர்களுடைய மேக்கப்‌ டெஸ்ட்‌, ஸ்டில்‌ டெஸ்ட்‌, மூவி டெஸ்ட்‌ எனப்‌ பல கட்டங்களை நான்‌ அருகிலிருந்து காண நேர்ந்தது. கண்பார்வைக்கு அழகாக இருப்பவர்கள்‌ அனைவரும்‌ திரைப்படத்தில்‌ அழகாக இருப்பார்கள்‌ என்று உறுதி கூறமுடியாது. புரடக்‌ஷன்‌ 19க்காகப்‌ பல அழகிகள்‌ வந்தார்கள்‌. இறுதியில்‌ தேர்வு பெற்ற பெண்மணி அப்படியொன்றும்‌ விசேஷத்‌ தோற்றம்‌ பெற்றவரல்லர்‌.

புரடக்‌ஷன்‌ 19 ஒரு தழுவல்‌ கதை என்று மட்டும்‌ தெரியுமே யொழிய எதன்‌ தழுவல்‌ என்று எனக்குப்‌ படம்‌ முடிந்த நாளில்‌ கூடத்‌ தெரியாது. படம்‌ முடிவடையும்‌ தறுவாயில்‌ வாசனிடம்‌ வேலை பார்ப்பவர்கள்‌ அனைவருக்கும்‌ காட்டப்பட்டு என்ன தலைப்பு வைக்கலாம்‌ என்று கேட்டு ஒரு வெகுமதியும்‌ அறிவிக்கப்‌ பட்டது. 'ராஜி என்‌ கண்மணி' என்று ஜெமினி விளம்பர இலாகா

கிருஷ்ணாஜி கொடுத்த தலைப்பினைத் தேர்ந்தெடுத்தபோது எனக்குத் தயக்கமாக இருந்தது. சில வருடங்கள் முன்புதான் ஜெமினி 'கண்ணம்மா என் காதலி' என்ற படத்தை வெளியிட்டிருந்தது. இரு தலைப்புகளிலும் இருந்த ஒற்றுமை சாதகமானதாக எனக்குத் தோன்றவில்லை.

'ஔவையார்' 1953 சுதந்திர தினத்தில் வெளியானதிலிருந்து சுமார் ஐந்து மாதங்கள் தள்ளி 1954 ஜனவரி 30ஆம் தேதியன்று 'ராஜி என் கண்மணி' வெளியிடப்பட வேண்டும் என்றுதான் திட்டமிடப்பட்டது. அந்த நாளில் ஜனவரி 30 என்றாலேயே உடனே மகாத்மா காந்தி நினைவுதான் வரும். அதற்காகவோ அல்லது வேறு காரணத்திற்காகவோ வெளியிடுவதை ஒருநாள் முந்தி வைப்பது என்று தீர்மானமாயிற்று. தென்னாட்டு சினிமாவின் மேதை, முன்னோடி என்று அறியப்பட்ட கே.ராம்நாத் அவர்களின் உறவினர் ராஜியின் காமிராமேன். அவர் நிதானத்துக்குப் பெயர் போனவர். படத்தின் உதவி டைரக்டர் என்.வி. ராஜாமணி. அவரும் நிதானத்திற்குப் பெயர்போனவர். படத்தின் இசையமைப்பாளர், மேதை இசையமைப்பாளர் என்று அன்று பெயர் பெற்ற எஸ்.ராஜேஸ்வரராவின் சகோதரர் ஹனுமந்த ராவ். அவர் பெயர் பெறாவிட்டாலும் அவரும் நிதானமானவர்தான். கதாநாயகி ஜூனியர் ஸ்ரீரஞ்சனி. இன்னொரு நிதானம். படத்தின் வசனம், பாடல்கள் சங்கு சுப்பிரமணியன். ஆம், 'சுதந்திரச் சங்கு' சங்கு சுப்பிரமணியன் தான். அவரும் மிகவும் நிதானமாகத்தான் இருப்பார். இப்படி ஒரே நிதானமயமாக இருந்த புரடக்‌ஷன் 19க்கு அது முடிவடையும் நாளில் சற்றும் எதிர்பாராத வகையில் பரபரப்பு ஊட்டப் பட்டது. காரணம் தணிக்கைக்காரர்கள்.

(1991)

அடிக்குக் காரணம் ஆண்ட்டி செண்டிமெண்ட்!

ஜனவரி 1954இல் ஜெமினியின் தமிழ்ப்படம் 'ராஜி என் கண்மணி' வெளியான காலத்தில் ஜெமினி என்ற பெயருக்கு இன்னொரு காரண மாகக் கவனம் ஏற்பட்டிருந்தது. ஆர். கணேசன் அல்லது ஆர். கணேஷ் என்று அழைக்கப்படுவதையே விரும்பிய ஒரு நடிகர் நடித்த படமொன்று அப்போது சக்கைப்போடு போட்டுக்கொண்டிருந்தது. அடுத்தடுத்து இரு தீபாவளிகளில் கணேசன் என்று பெயர் கொண்டிருந்தவர்களின் படங்கள் வெற்றிப் படமாக அமைந்தன. ஜெமினி கணேசனின் அந்த வெற்றிப் படத்தின் பெயர் 'மனம் போல் மாங்கல்யம்'. அன்று அந்தத் தலைப்பைக்கூட அந்த நடிகரின் வாழ்க்கையோடு பிணைத்துப் பேசினார்கள். முப்பத்தெட்டு ஆண்டுகள் கழித்து இன்று எது மனம் போல மாங்கல்யம், எது மனமல்லாத மாங்கல்யம் என்று அவ்வளவு உறுதியாகக் கூற முடியுமா?

'மனம் போல் மாங்கல்யம்' அடுக்கு மொழி அலங்கார வசனம் இல்லாத படம். யாருக்கும் போதனையோ யாரையும் சாடலையோ செய்யாத படம். பிரதானமாகக் கோமாளித்தனம் மிகுந்தது. அப்படிப்பட்டதொரு படம் ரசிகர்களின் ஆதரவைப் பெற்றால் 'ராஜி என் கண்மணி' அமோகமாக ஓடாவிட்டாலும் நன்றாக ஓட வேண்டும். அப்படித்தான் சம்பந்தப்பட்டவர்கள் எதிர்பார்த்திருக்க வேண்டும்.

நான் 'ராஜி என் கண்மணி' படத்தைப் பார்த்தபோது அதன் மூலப்படமாகிய சார்லி சாப்ளினின் 'சிட்டி லைட்ஸ்' படத்தைப் பார்த்திருக்கவில்லை. 'ராஜி' என்னை மனம் நெகிழ வைத்தாலும் எங்கோ சில நெருடல்களும் இருக்கத்தான் செய்தன. ஆனால், என் அனுபவமின்மை, உணர்ச்சிவசப்பட்டுவிடும் தன்மை இரண்டினாலும் படம் என்னை நெகிழவைத்தது. நல்ல பாராட்டுப் பெறும் என்றுதான் நினைத்தேன். படத்தில் விழுந்து விழுந்து சிரிக்கக்கூடிய கட்டங்கள் நிறைய இருந்தன. கதாநாயகன் ஒரு குடிகாரப் பணக்காரனிடம் மாட்டிக்கொண்டு தவிப்பது, குத்துச்சண்டைக் கோதாவில் ஒரு பயில்வானுடன் மோதி அவனைத் தற்செயலாகத் தோற்கடித்து விடுவது, பின்னர் இருவரும் சிறையில் கைதிகளாக இருக்கும்போது பயில்வான் கதாநாயகனுக்குப் பணியாள்போல நடந்துகொள்வது இதெல்லாம் 'மனம் போல் மாங்கல்ய'த்தின் சிரிப்புக் கட்டங்களுக்கு எந்த விதத்திலும் குறைந்ததல்ல. முன்னதில் கோமாளித்தனம் இருந்தது. 'ராஜி'யில் நகைச்சுவை இருந்தது.

இந்திய சினிமாத் துறையினர் போலப் பஞ்சாங்கத்தையும், ஜோதிடர்களையும், சகுனங்களையும் மதிப்பவர்கள் வேறெங்கும் பார்க்க முடியாது. ஷேக் தாவூத் ராகு காலம் பார்ப்பார். ஜான் கென்னடி 'அஷ்டமியில்லாத நாளாகப் பாருங்க ரிலீஸுக்கு' என்பார். எம்மதமும் சம்மதமில்லை என்பவர்கள்கூட காமிராவுக்கு ஒரு மாலை போட்டுச் சூடம் கொளுத்திக் காட்டிய பிறகுதான் முதல் ஷாட் எடுப்பார்கள்.

கண்ணுக்குத் தெரியக்கூடிய தடைகளையும் எதிர்ப்புகளையும் பிறகு பார்த்துக்கொள்ளலாம். எப்போதாவது பார்த்துக் கொள்ளலாம். ஆனால், கண்ணுக்குத் தெரியாத எதிர்ப்புச் சக்திகளை எதைக் கண்டு சமாளிப்பது? ஜெமினியில் ஆயுத பூஜை போன்ற சம்பிரதாய வருடாந்தர நிகழ்ச்சிகள் நடைபெற்றாலும் சகுனம் சடங்குகளைப் பெரிதாகப் பாராட்டியது கிடையாது. ஒரு டஜன் தனித்தனிக் கட்டடங்கள். ஆனால், எங்கோ ஓரிடத்தில்தான் கடவுள் படம் இருக்கும். அவ்வளவு யதார்த்தவாதம் உடைய நிறுவனத்தின் 'ராஜி' படத்துக்குச் சகுனத் தடை போலத் தணிக்கையாளர்கள் அனுமதி வழங்குவதைத் தாமதப்படுத்தினார்கள். காரணமும் கடவுள்தான்.

ஒரு குருட்டுப் பூக்காரப் பெண்ணுக்கு ஆபரேஷன் செய்வித்துப் பார்வை பெறவைக்க ஏழைச் சோனிக் கதாநாயகன் பணம் தேடுகிறான். பரிசுப் பணத்துக்காக குத்துச்சண்டைப் போட்டியில் கலந்துகொண்டு ஒரு மாபெரும் பயில்வானை எதிர்பாராத வகையில் தோற்கடித்தும் விடுகிறான். அந்தப் பயில்வானுக்குக் கதாநாயகன் மீது அபார மதிப்பு. வார்த்தைக்கு

வார்த்தை 'கடவுளே, கடவுளே' என்று கதாநாயகனைப் பார்த்து அழைப்பான். பேசுவான். இந்தக் கடவுள் தணிக்கையாளரைத் தொந்தரவுபடுத்தியது. கடவுளை அகற்றிவிடத்தான் வேண்டும் என்றார்கள். ஒரு வரி, இரண்டுவரிகள் என்றால் எளிதாக வெட்டி எடுத்து விடலாம். ஆனால், 'கடவுளே' பல வரிகள் நடுவில் வந்தது. அந்தப் பகுதிகளை மாற்றி மீண்டும் ஒலிப்பதிவு செய்து படத்தில் பொருத்த வேண்டும்.

'கடவுளே'வுக்குப் பதில் என்ன போடலாம்? 'மடையனே' என்று போடலாம். ஆனால், அர்த்தத்தை விபரீதமாக்கிப் படத்தின் காலத்தையும் புகழேந்திப் புலவர் காலத்துக்குக் கொண்டு சென்றுவிடும். ஏதேதோ யோசித்து 'கடவுளே'க்குப் பதில் 'அப்பனே' என்று போடலாம் என்று முடிவு செய்தது. ஒரு ராத்திரியில் அந்தப் பயில்வானை எழுப்பி 'அப்பனே, அப்பனே' என்று சொல்லச் செய்து ஒலிப்பதிவு செய்து அதைப் பொருத்தியது. உதட்டசைப்பில் கொஞ்சம் உதைக்கும். (உதடு உதைப்பதாவது? சினிமாவில் எல்லாம் சாத்தியம்.)

படம் முழுக்கவே கொஞ்சம் 'சாஃப்ட் ஃபோக்க'ஸில் எடுக்கப்பட்டிருந்தது. கதாநாயகன் டி.ஆர். ராமச்சந்திரன் நல்ல நடிகர்தான். ஆனால், ரொமாண்டிக் என்று கூற முடியாது. கதாநாயகி ஜூனியர் ஸ்ரீரஞ்சனி. அவருடைய முகத்தோற்றத்தில் சிரிப்புக்கு அவ்வளவு இடமில்லை. இரண்டாம் கதாநாயகன் ஸ்ரீராம் என்ற ஜெமினி நடிகர். 'சம்சாரம்' படத்திலும் 'மூன்று பிள்ளைகள்' படத்திலும் எவ்வளவோ உற்சாகமாயிருப்பவர் 'ராஜி'யில் கடன் தொல்லையில் மூழ்கியிருப்பவர்போலப் படம் முழுக்கத் தோற்றமளித்தார். ஸ்ரீராம்மீது ஒருதலைக் காதலாயிருந்த புதுமுகம் வசுந்தரா என்பவள்தான் சிரிப்பாள். நேராகப் பார்ப்பதற்குச் சற்று லட்சணமாகவே இருந்த அந்த அம்மாள் படத்தில் சற்று மிகையாக முற்றிய உடலும் முகமும் கூடியவராகத் தெரிந்தாள்.

'ராஜி' வெளியாகிப் பல ஆண்டுகள் கழித்துத்தான் நான் 'சிட்டி லைட்ஸ்' பார்த்தேன். அது 'ராஜி என் கண்மணி'யாக 1954இல் எடுக்கப்பட்டபோதே இருபதாண்டுப் பழைய படம். திரைப்படங்கள் பேசத் தொடங்கி, இனி பேசும் படங்கள்தான் ரசிகர்களைக் கொட்டகைக்கு வரவழைக்கும் என்றான பிறகும் சார்லி சாப்ளின் 'சிட்டி லைட்ஸ்' படத்தை மௌனப் படமாக வெளியிட்டார். அதில் ஓசைகளும் 'லாபலோமா' என்ற புகழ் பெற்ற இசைப் படைப்பும் இருந்தாலும் சாப்ளின் படத்தைப் பேசாப் படபாணியில்தான் எடுத்திருந்தார். அக்காரணத்தினாலேயே படம் படுதோல்வி அடையும் என்று படம் வெளியான 1931இல் நிபுணர்கள் கூறினார்கள்.

நிபுணர்களை நம்பக்கூடாது என்று நிரூபிப்பதுபோல 'சிட்டி லைட்ஸ்' மகத்தான வெற்றி பெற்றது. இன்று அப்படத்தைப் பார்த்தாலும் அது நம்மை வயிறு வெடிக்கச் சிரிக்கச் செய்யும். படம் முடிந்து கொட்டகையை விட்டு வெளியேறும்போது கனத்த இதயத்தோடு போகச் செய்யும். முன்பின் அறியாத ஓர் அனாதைக் குருட்டுப் பெண்ணுக்குப் பார்வை பெற்றுத் தருவதற்காக ஒரு நாடோடி படாத பாடுபட்டுச் சிறைக்கும் செல்கிறான். அவன் சேர்த்துக் கொடுத்த பணத்தினால் கண்பார்வை பெற்ற அப்பெண் அந்தக் கண் டாக்டரை மணந்துகொள்கிறாள். பல ஆண்டுகள் கழித்துச் சிறையிலிருந்து வெளியே வரும் நாடோடி அவள் வேறொருவன் உடைமையாக இருப்பதைக் காண்கிறான். பார்வை பெற்ற அவளுக்கு அவனுடைய ஏழ்மைதான் முதலில் தெரிகிறது. இப்படிக் காத்திருந்தவன் பெண்ணை நேற்று வந்தவன் எடுத்துப் போகும் கதை மேலையச் சூழ்நிலையில் வெற்றி பெற்றது. தமிழில் அன்று ரசிகர்கள் ஒத்துக்கொள்ளவில்லை.

இந்திய சினிமாவில் பின்னொரு காலத்தில் இது ஒரு வெற்றிப்படத்துக்கு ஆதாரமாயிற்று. 'மூன்றாம் பிறை'க் கதாநாயகனுக்கும் 'ராஜி என் கண்மணி' கதாநாயகனுக்கும் அதிக வேறுபாடில்லை. ஆனால், 'ராஜி'யில் குருட்டுப் பெண்ணின் ஆபரேஷன்வரை மிகவும் சுவாரசியமாகவும் உருக்கமாகவும் சென்ற படம், அப்பெண் டாக்டரை மணக்கச் சம்மதித்து விடுகிறாள் என்றதும் உடனே களையிழந்துபோயிற்று. அடுத்தக் காட்சியில் அவள் ஒரு குழந்தையையும் தூக்கி வந்தபோது கொட்டகையில் கேலியும் கிண்டலும் பலத்து எழுந்தது. 'ராஜி என் கண்மணி' படத்தில் ரசிக்கத்தக்கவை எவ்வளவோ இருந்தன. ஆனால், அன்று இந்த ஆண்ட்டி செண்டிமெண்ட் என்ற ஒரு காரணத்தால் எல்லாமே பயனற்றுப்போயின. விளைவு எங்கள் ஸ்டூடியோவில் மீண்டும் ஆள்குறைப்புப் பீதி எழுந்தது.

(1991)

திரைப்படத்தில் இருமொழிக் கொள்கை

ஜனவரி 1954இல் வெளியான ஜெமினியின் 'ராஜி என் கண்மணி' வெற்றிகரமாக ஓடாததற்குப் படம் 'ஆண்ட்டி செண்ட்டிமெண்ட்' என்றார்கள். இந்தச் சொற்சேர்க்கை தமிழ்ப்பட உலகம் தமிழர்களுக்காகவே ஆங்கில மொழிக்குச் சேர்த்த புதுவளம். 'ஆண்ட்டி செண்ட்டிமெண்ட்' என்ற பதம் ஆங்கிலத்தில் கிடையாது. 'பண்பாடு தவறிப் போதல்' நிஜ வாழ்க்கையில் அவ்வப்போது நிகழ்ந்தாலும் கற்பனைக் கதைகள்வரையில் அது நேராது பார்த்துக்கொள்ள வேண்டும் என்பதில் பண்பாட்டுக் கோட்டையில் இருப்பவர்கள், வெளியில் இருப்பவர்கள் இரு சாராரும் கவனமாக இருந்தார்கள்.

இந்த 'ஆண்ட்டி செண்ட்டிமெண்ட்' எழுபதுகளில் எண்பதுகளில்கூடச் செயல்பட்டுக்கொண்டிருந்தது. அதுவரை கதாநாயகிக்கு வில்லனால் ஆபத்து இருந்தாலும் உரிய நேரத்தில் கதாநாயகனோ, காமெடியனோ, போலீசோ வந்து அவளைக் காத்து விடுவார்கள். ஆனால், கடந்த பத்துப் பதினைந்து ஆண்டுகளாக வில்லன்கள் அவர்களுடைய விருப்பத்தைப் பூர்த்திசெய்துகொண்ட பிறகுதான் கதையே ஆரம்பிக்கிறது.

இன்று தமிழ்த் திரைப்பட ரசிகர்கள் 'ஆண்ட்டி செண்ட்டிமெண்ட்' இனமாக மாறிவிட்டதற்கு ஓர் எடுத்துக்காட்டு சமீப காலத்தில் சக்கைப்போடு

போட்ட பல படங்கள். இவற்றில் விசேஷம் என்னவென்றால் கதாநாயகி தான் கறைப் பட்டுவிட்டதால் கதாநாயகனுக்கு ஏற்றவளல்ல என்று கூறுவாள். இல்லை, நீயே எனக்குரியவள். எப்படியானாலும் நீயே என் மனையாள் என்று கதாநாயகன் கெஞ்சிக் கூத்தாடினாலும் முடியாது என்று மறுத்துவிடுவாள். அத்தோடு விட மாட்டாள். கதாநாயகன் கட்டாயம் மணம் புரிந்து கொள்ள வேண்டுமென்று அவனுக்கு எந்த அபிப்பிராயமும் இல்லாத ஒரு பெண்ணை அவன் தலையில் கட்டுவாள். கதாநாயகனோ நாயகியோ அவர்களுக்கு ஏற்படும் துன்பம் அனைவருக்கும் ஏற்பட வேண்டும் என்பதில் தீர்மானமாக இருப்பார்கள். இது 'ஆண்ட்டி செண்ட்டிமென்ட்' ஆகாது.

வேறொரு வகை 'ஆண்ட்டி செண்ட்டிமெண்ட்' மாநில, மத்திய விருதுகளைப் பெற்ற 'புதிய பாதை'. முன்பின் அறியாத ரவுடி ஒருவன் பணம் வாங்கிக்கொண்டு, மணமேடை ஏற இருக்கும் பெண்ணைக் கற்பழித்துவிட்டால் அந்தப் பெண் அந்த ரவுடியையே மணந்துகொள்ள வேண்டும் என்ற சீரிய செண்டிமெண்ட் கொண்ட படம்.

'ராஜி என் கண்மணி' படத்தில் யாரும் திட்டமிட்டுத் துரோகம் புரிவதில்லை. ஆனால், ரசிகர்கள் விரும்பும் வகையில் கதாநாயகன் பார்வையற்ற பூக்காரப் பெண்ணுக்குப் பார்வை பெற்றுத்தந்த பிறகு அவளை மணந்துகொண்டிருந்தால் என்னவாகியிருக்கும்? அவள் தொடர்ந்து பூ விற்றுக்கொண் டிருப்பாள். அவன் தொடர்ந்து ஒரு வேலையிலும் பொருந்தாது ஊர்சுற்றிக்கொண்டிருப்பான். குடும்பப் பிணைப்பு அப்பெண்ணிடம் பெரிய மாறுதல்கள் உண்டுபண்ணாது போகலாம். ஆனால், அவனைச் சிடுமூஞ்சிக்காரனாகவும் கபடமானவனுமாகக்கூட மாற்றியிருக்கக்கூடும்.

'ராஜி என் கண்மணி' வெளியாகிச் சுமார் பத்தாண்டு களுக்குப் பிறகு சினிமா ரசிகர்களின் பண்பாட்டு உணர்வுக்கு சவாலாகிவிடுமோ என்று அஞ்சக்கூடிய வகையில் ஒரு தமிழ்ப் படம் வந்தது. 'ராஜி' போலவே இதிலும் பெரிய நட்சத்திரங்கள் கிடையாது. திருமணமான கையோடு கதாநாயகன் ஒரு விபத்தில் உடலுறவு கொள்ளும் ஆற்றலை இழந்துவிடுகிறான். பண்பாடே உருவான அவன் காதலித்து மணந்தவளிடம் திரும்பத் திரும்பச் சொல்லி அவளை இன்னொரு ஆணை நாட வேண்டும் என்று ஒப்புக் கொள்கிறபடி மனம் மாற்றிவிடுகிறான். ஆனால், அது ஒரு தோற்றமே. சரியான நேரத்தில் அவள் உயிரை விட்டுவிடுகிறாள். முற்போக்குச் சிந்தனைக்கு முற்போக்கு. பண்பாட்டாளருக்குப் பண்பாடு.

'ரத்தக் கண்ணீர்' படத்திலும் கதாநாயகன் மனைவி கையையும் கையுடன் அனைத்தையும் இன்னொருவனிடம் ஒப்படைக்கிறான். 'ராஜி' வெளியான அதே ஆண்டுதான் 'ரத்தக் கண்ணீர்' வெளியாகியது. இரண்டிலும் கதாநாயகி (ஜூனியர்) ஸ்ரீரஞ்சனி. 'ரத்தக்கண்ணீர்' நன்றாகவே ஓடியது. ஆனால், அந்தப் படத்தின் கதாநாயகன் படம் முடிவதற்குள் எவ்வளவு வெறுக்கத்தக்கவனாக மாற முடியுமோ அதைச் செய்து முடித்து விடுவான். அவனுக்குத் தொழுநோயும் வந்துவிடும். கதாநாயகன் சென்னைப் பல்லவன் பேருந்துகளில் பயணம் செய்யாததால் நோய் குணமாவது குறித்து அவன் யாதொரு நம்பிக்கையும் கொள்வதில்லை.

'ராஜி'யின் தோல்விக்குப் பிறகு சோர்வில் வீழ்ந்துவிடக்கூடிய கட்டத்தில் 'ஔவையார்' படத்திற்கு இன்னொரு பரிமாணம் கிடைத்தது. சென்னை வெலிங்டன் கொட்டகையில் படம் ஓடிக்கொண்டிருக்கையில் ஸ்டூடியோவிலேயே தினமும் ஒரு காட்சி நடந்தது. நகரப் பிரமுகர்கள் ரகவாரியாக அழைக்கப் பட்டு 'ஔவையார்' படம் காட்டப்பட்டது.

ஒருநாள் வக்கீல்கள் தினம், அடுத்த நாள் டாக்டர்கள் தினம், அதற்கடுத்த நாள் ஐ.ஏ.எஸ். அதிகாரிகள் தினம், அடுத்தது வர்த்தகர்கள் தினம், மீண்டும் இன்னும் சில டாக்டர்கள் தினம்... இப்படி நீண்டுபோன பட்டியலில் ஒருநாள் தெலுங்கு மொழிப் பிரமுகர்கள் காட்சி நடந்தது. அன்று காட்சி முடிந்த பிறகு நர்லா வெங்கடேஸ்வர ராவ், பி.எஸ்.ஜி. ராவ், அப்பாராவ் எனப் பல மதிப்புமிக்க எழுத்தாளர்களும் பத்திரிகையாளர்களும் கலாசாரத் தலைவர்களும் நிறைந்த அந்தக் கூட்டத்திலிருந்து பலத்த கரகோஷம் எழுந்தது. அவர்களாகவே முன்வந்து படத்தின் சிறப்புகளைப் பாராட்டிப் பேசினார்கள். நாகையா பேசும்போது, இப்படத்தை வாசன் தெலுங்கில் மொழிமாற்றம் செய்து காட்ட வேண்டும். தெலுங்கு நண்பர்களுக்கு அவர்கள் அண்டை மொழியினர் எவ்வளவு பெருமை படைத்தவர் என்று பளிச்சென்று தெரியவரும் என்றார். 'ஔவையார்' படம் தமிழ் தவிர வேறெந்த மொழியிலும் சாத்தியமா என்றுதான் அந்த நேரத்தில் யாரும் நினைத்திருக்கக்கூடும். எது எப்படியோ, நாகையாவின் கோரிக்கை வீண்போகவில்லை.

ஒரு சௌகரியம், அந்த நாளில் ஜெமினியில் ஒரு தெலுங்குப் பிரிவும் இருந்தது. சாதாரண மொழிமாற்றத்திற்கு விஜயராவ் என்பவர் இருந்தார். (ராஜி என் கண்மணி) தமிழ், தெலுங்கு இரு மொழிகளிலும் தயாராகியது. கிருஷ்ண சாஸ்திரி என்ற மிகச் சிறந்த கவிஞர் இருந்தார். ஈமனி சங்கர சாஸ்திரி என்று இசைப் பிரிவில் ஒருவர் இருந்தார். இது தவிர தெலுங்கு

எழுதப் பேசக்கூடியவர்கள் எல்லா டிபார்ட்மெண்டுகளிலும் இருந்தார்கள்

'ஔவையார்' படத்தின் பாட்டுகளைத் தமிழ் தவிர வேறெந்த மொழியிலும் கே.பி. சுந்தராம்பாள் அவர்களாலேயே கூடப் பாடியிருக்க முடியாது. ஔவை பாத்திரத்தை கே.பி. சுந்தராம்பாள் ஓர் அடங்காப்பிடாரியாகச் சித்திரித்து விட்டார் என்று அந்த நாளிலேயே சிலர் குறை கூறினார்கள். ஆனால், அந்த அடங்காப்பிடாரித் தன்மைக்கு இயல்பான தொரு அழகு இருந்தது. கவர்ச்சிகூட இருந்தது எனலாம். இதை எல்லாம் தெலுங்கில் கொணர முடியுமா? கண்ணாம்பா பேசினால் முடியும் என்றார்கள். ஆனால், நல்லவேளையாக இதற்கெல்லாம் வாசன் இணங்கவில்லை. மாறாக அவர் காலத்திற்கு மிக முந்தியதோர் உத்தியைப் பயன்படுத்தினார். 'ஔவையார்' படத்தின் ஒலிப்பகுதி அப்படியே இருக்கும். பொருத்தமான இடங்களில் 'வாய்ஸ்ஓவர்' இருக்கும். அதாவது தெலுங்கு மொழியில் வர்ணனை அல்லது விளக்கம் இருக்கும். இதனால் மூலப்படத்தின் மொழி வடிவம் அப்படியே இருந்தது. தெலுங்கு மட்டுமே அறிந்த ரசிகர்களும் காட்சிகளில் நுணுக்கங் களைத் தெரிந்துகொள்ளவும் முடியும். இந்த 'வாய்ஸ்ஓவர்' உத்தியை எழுபதுகளிலிருந்து ஐரோப்பியப் படங்கள் பலவற்றில் காண முடிந்தது. இன்று இந்த உத்தி சகஜமாகப் போய்விட்டது.

ஆனால், 1954இல் அது பிரமிப்பில் ஆழ்த்தும் சாதனமாக இருந்தது. தெலுங்கு 'ஔவையார்' மிகவும் சிறப்பாக இருந்தது என்று தனியே சொல்லத் தேவைப்படவில்லை. கிருஷ்ண சாஸ்திரி அவருடைய 'வாய்ஸ் ஓவர்' வர்ணனையால் 'ஔவையார்' படத்துக்கு ஒரு புதுப் பரிமாணம் தந்திருந்தார். இன்றுபோல இவ்வளவு பரிசுகளும் விருதுகளும் அன்று கிடையாது. ஒரு தமிழ்க் கவிஞரின் வாழ்க்கை வரலாறை வேறொரு இந்திய மொழியில் அபாரக் கலைநயத்தோடு சாத்தியமாக்கிய அவருடைய ஆற்றல் கவனம் பெறாமலே போய்விட்டது. நாகையா மட்டும் ஒரு தனிச் சந்திப்பில் கிருஷ்ண சாஸ்திரியின் தெலுங்கு வர்ணனை பற்றி விசேஷமாகக் குறிப்பிட்டார்.

ஆயிரத்துத் தொள்ளாயிரத்து ஐம்பதுகளில் இருமொழித் தயாரிப்புகள் தென்னாட்டில் மிகவும் சகஜமாயின. ஸ்டண்ட் பாணிப் படங்கள்கூடத் தமிழிலும் தெலுங்கிலும் சேர்ந்து எடுக்கப்பட்டன.

சிவாஜி கணேசன், ஜெமினி கணேசன் போன்ற அசல் தமிழ்க் கதாநாயகர்களுக்கு இணையாக நாகேசுவரராவின் பல படங்கள் தமிழில் எளிதாக நூறு நாட்கள் ஓடின. ஆனால்,

தமிழ் கதாநாயகர்கள் தெலுங்குக்கு மாற்றப்பட்ட படங்களில் பங்கேற்றபோது பெரிய வரவேற்பு பெறவில்லை என்றுதான் கூற வேண்டும். அத்தகைய சூழ்நிலையில் தெலுங்கு 'வாய்ஸ் ஓவர்' கூடிய 'ஔவையார்' படம் பெரிய வெற்றியாக உருவெடுக்காதது ஆச்சரியமில்லை. ஆனால், தென்னிந்தியத் திரைப்பட வரலாற்றில் தொழில் நுணுக்க ரீதியாகவும் டைரக்ஷன் கணிப்பிலும் அந்த 'ஔவையார்' மிகவும் பெருமைப் படக்கூடிய சாதனை.

ஆள் குறைப்புப் பயம் ஒருபுறம் இருக்க ஜெமினி நிறுவனத்தில் ஒரு புதிய தாரகை உதயமானார். எம்.ஏ. பார்த்த சாரதி என்ற பெயர் கொண்ட இவரும் ஒரு பெரிய இடத்துப் பிள்ளைதான். அயல்நாடு சென்று திரும்பியவர்தான். ஹாலிவுட் ஆர்.கே.ஓ. ஸ்டூடியோவில் சில காலம் பணிபுரிந்ததோடு உலகப் புகழ்பெற்ற டைரக்டர் ஜான் ரென்வார் (Jean Renoir) என்பவருடைய படமொன்றிலும் இசைப் பிரிவில் பங்கேற்றிருந்தார். 'சந்திரலேகா' படத்தைக் குறுக்கிச் சுருக்கி, சப் – டைட்டில்கள் சேர்த்து அயல்நாடுகளில் காட்டக்கூடியதாகச் செய்தார். அதேபோல 'சம்சாரம்' படத்தையும் குறுக்கிச் சுருக்கினார் (180 நிமிடப் படத்தை 100 நிமிடங்களுக்கு மாற்றினால் இருவினைச் சொற்கள்கூடப் போதாது). ஜெமினி ஸ்டூடியோவே ஒரு பெரிய மாற்றத்துக்குத் தன்னைத் தயார்ப்படுத்திக்கொண்டிருந்தது.

(1991)

ரொம்ப நாளாச்சு!

'ராஜி என் கண்மணி' ஜனவரி 1954இல் வெளியாகி ஓரளவு ஓடிய பின் வீடு திரும்பிய பிறகு இன்னொரு முறை ஔவையார் காட்டப் படத் தொடங்கியது. நான்கு படப்பிடிப்புக் கொட்டகைகள், இரு திரையரங்குகள், நீண்ட சம்பளப் பட்டியல் கொண்ட ஜெமினி திரைப்பட நிறுவனம் வெற்றியோ, தோல்வியோ அடுத்தடுத்துப் படங்கள் தயாரித்து வெளியிட வேண்டிய கட்டாயத்தில் இருந்தது. ஜெமினி ஸ்டூடியோ படங்களைப் பற்றி இன்னமும் தீவிரமான எதிர்பார்ப்புகள் இருந்தது. வட இந்தியாவில் ஏழை எளிய ரசிகர்களிடையே ஒரு வெறியேகூட இருந்தது.

இன்று நினைவுபடுத்திக்கொள்கையில் சில புதிர்கள் விடுபெற்றுவிடுகின்றன. சில புதிய புதிர்கள் சினிமாத் துறையை எப்பேர்ப்பட்டவருக்கும் வசப்படாத கந்தர்வக் கன்னியாக்கிவிடுகின்றன. 'சந்திரலேகா' இந்தி ரசிகர்களை ஏன் அந்த அளவுக்குக் கவர்ந்தது? வெற்றிகரமான சினிமா என்றாலே அது 'ஸெக்ஸ் அண்ட் வயலன்ஸ்' கலவையால் என்று சொல்வார்கள். இது சினிமா வுக்கான ஒரு சூத்திரம். அன்று இந்திப் படவுலகில் கதாநாயகி உருவில் மிகுந்த செல்வாக்கில் இருந்தவர்கள் நர்கிஸ், நிம்மி, ஷியாமா, மதுபாலா, பீனா ராய். இவர்களுக்குச் 'சந்திரலேகா'வின் கதாநாயகியான டி.ஆர். ராஜகுமாரி மிகமிக அடக்கஒடுக்கமான குடும்பத் தோற்றம் கொண்டவர்.

அவரை அம்மாள் என்றுகூடக் கூறிவிடுவார்கள். படத்தில் இரத்தமே கிடையாது. கூட்டமாகக் குழப்பமாகச் சண்டை நடக்கும்போது மட்டும் ஓரிருவர் ஹாவென்று கத்திக்கொண்டு கீழே சாய்வார்கள். அது சிறுவர்கள் விளையாட்டுச்சண்டை போட்டுக் கீழே விழுவதுபோலிருக்கும். கதாநாயகனும், வில்லனும் இந்தி ரசிகர்கள் சிறிதும் அறியாத எம்.கே. ராதாவும், ரஞ்சனும். படம் பார்த்த பின்பும் பலருக்கு யார் ராதா, யார் ரஞ்சன் என்று தெரியாதபடி இருந்தது என்பது அவர்களிடமிருந்து வந்த கடிதங்களிலிருந்து தெரிந்தது.

செக்ஸ் இல்லை. வயலன்ஸ் இல்லை. கதாநாயகனோடு ஒன்றிப் போகக்கூடிய வாய்ப்பு இல்லை. பின் எதுதான் அப்படத்தை அவர்கள் திரும்பத் திரும்பப் பார்க்க வைத்தது? எது அவர்களை அந்த அளவுக்குப் பரவசமூட்டியது?

கண்ணியம் என்று கூறலாமா? இன்று கதாநாயகன், வில்லன், காமெடியன், அவனுடைய தோழன், எஜமானன், வேலைக்காரன் அனைவரும் கண்ணியமற்றுப் பெண் சபலத்தில் அசடு வழிவதைப் பார்க்க நேரிடுகிறது. அசடு வழிவதில் போட்டி போல இன்றைய கதாநாயகர்களும், துணை நடிகர்களும் அசடு வழிவதின் எல்லைகளை விஸ்தரித்துக்கொண்டே போகிறார்கள். ‘சந்திரலேகா’ படத்தில் வில்லன்கூட ஒரு தோரணையோடுதான் கதாநாயகியைத் துரத்திப் போகிறான். அவன் பிடியிலிருந்து தப்பிப்போன கதாநாயகியை வில்லனின் அடியாள் சற்றும் எதிர்பாராத வகையில் ஒருமுறை மடக்கிவிடுவான். “பாத்து ரொம்ப நாளாச்சு” என்பான். இந்த வரி இந்தியிலும் கொட்டகையை அதிரச் செய்தது. இதே அடியாளின் திறமை யின்மையை ஒருமுறை வில்லன் சாடுவான். “இப்படி மீண்டும் நடந்தால்” என்று திரும்புவான். அங்கு பூதாகாரமான ஒருவன் சவுக்கை வைத்துக்கொண்டு வில்லனுக்கு வணக்கம் தெரிவிப்பான். மீண்டும் கொட்டகை அதிரும். அடியாள் நடுநடுங்கி மண்டியிட, “எங்கிருந்தாலும் ஒரு வாரத்துக்குள் அவளைப் பிடித்து இழுத்து வர வேண்டும்” என்று எச்சரித்து விட்டுப் “போ” என்பான். சொல்லி வைத்ததுபோல வில்லனின் நாயும் ‘லொள்’ என்னும். மீண்டும் கொட்டகை அதிரும். உண்மையில் மகத்தான படங்களின் சிறப்பு பெருமளவுக்கு அவற்றின் சிறு நடிகர்களிடமிருந்தும் சிறு நிகழ்ச்சிகளிட மிருந்தும்தான் கிடைக்கிறது. ‘சந்திரலேகா’ இந்திப் படத்தில் சுந்தரிபாயின் இரு நடனங்கள் இருக்கும். ஒன்று, சர்க்கஸில் ஒரு காட்சியாக ‘நாட்டியக் குதிரை நடனம்’. இன்னொன்று வில்லனின் கோட்டைக்குள் நுழையக் காவலாளிகளை மயக்க நிகழ்த்தும் நடனம். (சந்திரலேகாவுக்குப் பிறகு பல ஆண்டுகளுக்குக்

காவலாளிகளை ஏமாற்ற நடனம் ஆடும் காட்சிகள் டஜன் கணக்கான படங்களில் வந்தன.) பஞ்சாபிலும் உத்தரப் பிரதேசத்திலும் அந்த நடனக் காட்சிகளின்போது ரசிகர்கள் உற்சாகத்தில் திரையை நோக்கிக் காசுகள் வீசுவார்கள். ஆனால், அவர்கள் வரையில் சுந்தரிபாய் ஒரு பெண், அவ்வளவே. அதேபோல, பின்பு வெளியான ஜெமினியின் இந்திப் படங்களில் நடித்த புஷ்பவல்லி, பானுமதி போன்றவர்கள் கோடிக்கணக்கான வடஇந்திய சினிமாப் பார்வையாளர்களுக்குப் பெண்ணினத்தின் சின்னங்கள் மட்டுமே. அவர்கள் போற்றிப் பாராட்டும் குறிப்பிட்ட நபர்களோ, நடிகைகளோ அல்ல. ஒரு ஜெமினிப் படம் அன்றுவரை விசேஷமாக வரவேற்கப்பட்டது. தனிப்பட்ட நடிக, நடிகையர், இசை அமைப்பாளர், சினிமாடோகிராபர் என்ற காரணங்களால் அல்ல. ஒரு ஜெமினிப் படம் என்றாலே இந்த எல்லா அம்சங் களுமே குறைகூற முடியா வண்ணம் இருக்கும். இந்த நம்பிக்கை ரசிகர்களுக்கு உண்டு என்ற நம்பிக்கை வாசனுக்கும் இருந்தது. உண்மையில் ஜெமினிக்கும் இருந்தது. உண்மையில் ஜெமினிப் படங்களின் சிறப்புக்கு அவற்றில் பங்குபெற்ற அனைவரின் முழுமனதோடு கூடிய ஒத்துழைப்பு காரணமாயிருந்தது. ஒரு விநாடி திரையில் வந்து போவாரானா லும் அப்பணியை அவர் தன் வாழ்க்கையின் இலட்சியமாகப் பூர்த்திசெய்வார். தனி நபர் ஆதிக்கம் அல்லது சிறப்பு என்பது துளியும் இல்லாது ஒரு நிறுவனத்தின் தயாரிப்பு என்ற தோற்றத்தையே ‘சந்திரலேகா’, ‘நிஷான்’, ‘மங்களா’, ‘சன்ஸார்’ ஆகிய ஜெமினி இந்திப் படங்கள் மக்கள்முன் நிறுத்தின.

‘ஔவையார்’ தெலுங்கு வடிவம் சிறப்பான தொழில்நுட்பச் சாதனையாக இருந்தாலும் பரபரப்பான வரவேற்புப் பெற்றது என்று கூற முடியாது. அதனால் இந்தி வடிவம் பற்றி வலுவாகப் பேச்சு எழவில்லை. ஆனால், அவ்வளவு பெரிய தயாரிப்பை வடஇந்தியாவிலும் அறிந்துகொள்ள வாய்ப்புத் தரவேண்டாமா?

இப்படித்தான் ‘ரொம்ப நாளாச்சு’ (பஹுத் தின் ஹுவே) என்ற படம் உருவாயிற்று. அன்றுவரை ஜெமினி இந்திப் படம் என்பதற்கு இருந்த இலக்கணத்தைமீறி ஒரு முடிவை வாசன் எடுத்தார். ஒரு வட இந்திய நட்சத்திர நடிகையைக் கதாநாயகி யாக அமர்த்தினார்.

நாற்பதுகளில் இந்தி சினிமாத் துறை பாதிக்கு மேல் முஸ்லிம் இனத்தவரிடம் இருந்தது. அன்றிருந்த பிரபல நடிகைகள் அநேகமாக அனைவரும் முஸ்லிம்கள். சாதாரண நடிகர்கள், துணை நடிகர்கள், இசை அமைப்பாளர்கள், இசை வாத்தியம் வாசிப்பவர்கள், பாடலாசிரியர்கள், பாடகர்கள், நிர்வாகிகள், உதவியாளர்கள் என நூற்றுக்கணக்கில் முஸ்லிம்கள் இருந்தார்கள்.

பெரிய தயாரிப்பாளர்கள் பலர் முஸ்லிம்கள். ஒரு குறிப்பிடத்தக்க அம்சம், யாருமே இதை வேற்றுமைக்கோ துவேஷத்துக்கோ ஒரு காரணமாகக் கொள்ளவில்லை. பல இந்திப் படங்கள் முழுக்க முழுக்க முஸ்லிம் கதைகளாகவே இருக்கும். இந்து – முஸ்லிம் என்ற பேதமே இல்லாது லட்சக்கணக்கானவர் அவற்றைப் பார்த்து மகிழ்ந்திருக்கிறார்கள். பிரிட்டிஷ் தூதுக் குழுக்களும் இந்திய அரசியல் தலைவர்களும் டில்லியிலும் சிம்லாவிலும் எது இந்து நாடு, எது முஸ்லிம் பிரதேசம் என்று மண்டையை உடைத்துக்கொண்டிருக்கையில் பம்பாய் நகரில் பதினைந்து இந்துப் புராணப் படங்கள், இருபது இந்து சமூகக் கதைகள், பத்து முஸ்லிம் சமூகக் கதைகள், ஜாதி மத பேதமோ அடையாளமோ இல்லாத ஐந்து ஸ்டண்ட் படங்கள் தயாராகிவந்தன. பாகிஸ்தான் உறுதி என்றான பிறகும் பம்பாய் சினிமாவரை எந்தப் பிரிவினையும் நினைக்கப்படக்கூட இல்லை. ஆகஸ்ட் 15, 1947க்குப் பிறகு பாகிஸ்தான் போன நடிகைகள் நூர்ஜஹான், சுவர்ணலதா, கீதா நிஜாமி நடிகர்களில் நஸீர் என்ற ஒருவர்தான் முக்கியமானவர். இசையமைப்பாளர்கள், பாடலாசிரியர்கள், தயாரிப்பாளர்கள், டைரக்டர்கள் வரிசையில் முக்கியமானவர்கள் தங்கள் வாழ்க்கையையும், பணியையும் இந்தியாவுடனேயே இணைத்துக் கொண்டுவிட்டார்கள். இந்திய சினிமா வரலாற்றில் முக்கியமாக நடிப்பு, இசை, பாடல், பின்னணிப் பாடல், டைரக் ஷன் ஆகிய துறைகளில் முஸ்லிம்களுக்கு மிகவும் சிறப்பான இடம் இருக்கிறது. பாடகர் முகம்மது ரஃபி இறந்தபோது இசையமைப்பாளர் நவுஷாத் அமைத்துத் தந்த வானொலி அஞ்சலி இரு வாரங்கள் முன்பு மறு ஒலிபரப்பு செய்யப்பட்டது. அதில் ஓரிடத்தில் நவுஷாத் கூறுவார். "லாகூரிலிருந்து ஓர் இளைஞன் என்னிடம் வந்தான். அவன் பாடுவதற்காக நான் தந்த முதல் பாட்டு இந்துஸ்தானின் உடைமை நாங்கள்; இந்துஸ்தான் எங்களுடையது. இந்துமுஸ்லிம் இருவரும் அதன் கண்களான நட்சத்திரங்கள்."

நடிகை மதுபாலாவும் ஒரு முஸ்லிம். அவருடைய அப்பாவான அட்டாவுல்லா கான் கண்டிப்புக்கும் கண்காணிப்புக்கும் பேர் போனவர். ஐம்பதுகளின் தொடக்கத்தில் முதல் ஐந்து நட்சத்திர இந்தி நடிகைகளில் மதுபாலாவும் ஒருவராக இருந்தார். பாகிஸ்தானிலிருந்து இந்தியா வந்து குவிந்திருந்த அகதிகளின் பரிதாப நிலை கண்டு அன்று அவரிடம் சேர்ந்திருந்த 50,000 ரூபாயையும் அகதிகள் நிதிக்குக் கொடுத்தார். இதனால் சினிமாத் துறைக்கு வெளியே இருந்த முஸ்லிம் தீவிரவாதிகள் ஆறுமாத காலத்துக்குத் தினமும் கடிதம் மூலமாகவும் டெலிபோன் மூலமாகவும் மதுபாலாவுக்குக் கொலை மிரட்டல்கள் அனுப்பியவண்ணமிருந்தனர்.

அந்த மதுபாலாதான் ஜெமினியின் அடுத்த இந்தித் தயாரிப்பான 'ரொம்ப நாளாச்சு' படத்தில் கதாநாயகியாக நடிக்க அமர்த்தப்பட்டார். மதுபாலா மீது யாருக்கும் வருத்தம் இருக்க முடியாது. ஆனால், ஜெமினி போன்ற நிறுவனம்கூட நட்சத்திர நடிக நடிகையர் ஆதிக்கத்தை அங்கீகரிக்கத் தொடங்கி விட்டதே என்று சிலராவது சற்றுச் சோர்வு கொண்டிருக்க வேண்டும்.

(1991)

மதுபாலா நடித்த ஒரே தென்னிந்தியப் படம்

நடிகர்கள் எப்போதும் பார்வையாளர் பார்வையிலேயே இருக்க வேண்டும். ஆதலால் அவர்கள் தோற்றத்தில் மிகவும் கவனமாக இருக்க வேண்டும். நல்ல தோற்றத்திற்கு அழகு முக்கியம். ஆதலால் வெற்றிகரமான நடிகர்களாக இருப்பதற்கு அழகு அவசியம். மிகுந்த அழகுடையவர்கள் சிறந்த நடிகர்களாக முடியும்.

இந்தத் தர்க்கம் ஏனோ எல்லாக் காலத்திற்கும் பொருத்தமானதாக அமைந்துவிடுவதில்லை. சிறந்த, புகழ்பெற்ற நடிகர்கள் சிறப்பான தோற்றம் பெற்றவர்களாகத்தான் இருந்திருக்கிறார்கள். ஆனால், அவர்கள் எல்லாரும் சிறந்த அழகர்கள் அல்லது அழகிகள் என்று கூறுவதற்கில்லை. அழகானவர்கள் நடிப்புத் துறைக்கு வந்திருக்கிறார்கள். ஆனால், சிறந்த நடிகர்களாகப் பரிமளித்ததில்லை. குறையே கூற முடியாத அழகே சிறப்பான நடிப்புக்குத் தடையோ என்றுகூட நினைக்க வேண்டியிருக்கிறது. அழகானவர்களுக்குத் தாங்கள் அழகானவர்கள் என்ற நினைப்பு எளிதில் அகலுவதில்லை. இது அவர்கள் தன்னை இழந்து பாத்திரமாக மாறுவதற்குத் தடையாகப் போய்விடுகிறது. நிஜ வாழ்க்கையில்கூட, அழகானவர்கள் தங்கள் அழகை ஒரு சுமையாகச் சுமக்க வேண்டியிருக்கிறதை நாம் பார்க்க நேரிடுகிறது.

நல்ல அழகி என்று தயக்கமில்லாமல் ஏற்றுக்கொள்ளப் பட்டு, அதே நேரத்தில் சிறந்த நடிகை என்ற செல்வாக்கும் பெறுகிற திரைப்பட நட்சத்திரங்களை விரல்விட்டு எண்ணிவிடலாம். அந்த மிகச் சிலரில் ஒருத்தியாகத் திகழ்ந்தவள் மதுபாலா.

மதுபாலா முதலில் ஒரு குழந்தை நட்சத்திரமாக இந்தி சினிமாவில் தோன்றினாள். 'பஸந்த்' என்ற அந்தப் படத்தின் கதாநாயகன் அசோக்குமார். அப்படம் வெளிவந்தபோது இரண்டாம் உலக யுத்தம் நடந்துகொண்டிருந்தது. 'பஸந்த்' வெளியான நகரங்களிலெல்லாம் ஓராண்டுக்குக் குறையாமல் ஓடியது. அப்படம் வெளியான ஆறாண்டுகள் கழித்து மதுபாலாவுக்குக் கதாநாயகி அந்தஸ்து கிடைத்தது. அப்படத்தை இந்தியாவின் முதல் 'வயது வந்தவர்களுக்கு மட்டும்' படம் 'அடல்ட்ஸ் ஒன்லி' என்பார்கள். 'ஹன்ஸ்தே ஆன்ஸு' என்ற அப்படத்தை அப்படத்தின் கதாநாயகியே பார்க்க முடியாது என்று பரபரப்பாகப் பத்திரிகைகள் எழுதின. படம் அவ்வளவு மோசம் என்று அர்த்தமில்லை. மதுபாலாவுக்கு அப்போது பதினெட்டு வயதாகவில்லை. இன்னும் இரண்டாண்டுகள் கழித்து மதுபாலா 'மஹல்' என்றொரு படத்தில் நடித்தார். அப்படம் இசைக்கும் படமெடுப்புக்கும் டைரக்ஷனுக்கும் வெகுவாகப் பாராட்டப்பட்டது. படத்தின் கதாநாயகன் அசோக்குமார்.

'மஹல்' வெளிவந்த நாளில் தென்னிந்தியாவிலிருந்தும் எடுக்கப்பட்ட சில இந்திப் படங்கள் பம்பாய்ப் படங்களுக்கு இணையாகவும், சில சந்தர்ப்பங்களில் விஞ்சியும் ஓடின. ஜெமினி ஸ்டூடியோ ஆண்டுக்கு ஒரு படம் என்ற விகிதத்தில் இந்திப் படங்களை வெளியிட்டது. அவை முறையே. 'சந்திரலேகா', 'நிஷான்', 'மங்களா', 'சன்சார்'. நான்கும் நான்கு தென்னிந்தியப் படங்களையொட்டி எடுக்கப்பட்டவை. நான்கும் நன்கு ஓடின.

இந்தியில் வரிசையாக நான்கு வெற்றிப் படங்கள். நான்கிலும் கதாநாயக, கதாநாயகியர் தென்னிந்தியர்கள்தான். ஆதலால், ஐந்தாவது ஜெமினி இந்திப் படத்துக்கு மதுபாலா அமர்த்தப்பட்டபோது தென்னிந்திய சினிமாத் துறையினர் ஒரு கணம் நின்று யோசிக்க வேண்டியிருந்தது.

ஜெமினி என்பதால்தான் இந்த யோசனையே தவிர, தென்னிந்திய இந்திப் படத்துக்குப் பெருமளவு பம்பாய்த் திறமையை எதிர்பார்ப்பது ஏற்கெனவே பழக்கத்துக்கு வந்துவிட்டது. ஏ.வி.எம். 'வாழ்க்கை' (1949) படத்தை இந்தியிலும் தயாரித்து வெளியிடலாம் என்று தீர்மானிக்கப்பட்டபோது கதாநாயகன், வில்லன், பாடலாசிரியர், இசையமைப்பு, வசனம் எல்லாவற்றுக்குமே பம்பாய் என்றாகிவிட்டது. அப்படம்

‘பஹார்’ என்று வெளியானபோது அதில் அறிமுகம் என்று இரு பெயர்கள் கண்டிருந்தது. ஒன்று, வைஜெயந்திமாலா, இரண்டாவது பத்மினி. இது லலிதா பத்மினியல்ல. அந்த ஒரு படத்தில் மட்டும் அப்பெயர் பூண்ட பண்டரிபாய். நடிப்புக்குப் பெயர் பெறாவிட்டாலும் வெள்ளிவிழாக் கதாநாயகன் என்று அறியப்பட்ட கரன்திவான் படத்தின் கதாநாயகன். இசை சச்சின் தேவ் பர்மன். ஆமாம், எஸ்.டி. பர்மன்தான்.

அந்த 1950களில் இந்தித் திரைப்பட உலகில் மிக அழகான பெண் மதுபாலா என்பதில் விவாதமே கிடையாது. அன்றைய சினிமாப் பத்திரிகையுலகில் அற்புதம் என்று அறியப்பட்ட பாபுராவ் படேல் மதுபாலாவை ‘வீனஸ் ஆஃப் தி இண்டியன் ஸ்கிரீன்’ என்று அழைத்தபோது அவரோடு யாரும் வேறுபட வில்லை. அழகு தேவதையாக விளங்கிய மதுபாலா ‘ஹன்ஸ்தே ஆன்ஸூ’ (சிரிக்கும் கண்ணீர்) படத்துக்குப் பிறகு அடுத்தடுத்து நிறையப் படங்களில் நடித்துவிட்டாள். தேவ் ஆனந்த், திலீப் குமார், ராஜ் கபூர், அசோக்குமார் என்று எல்லா நட்சத்திரக் கதாநாயகர்களுடனும் நடித்துவிட்டாள். ஏனோ ஒரு படம்கூட மகத்தான வெற்றி என்று அன்றுவரை அமையவில்லை. மதுபாலா நடிப்பில் குறைகூற முடியாது. ஆனால், அவள் நடிப்பைப் பிரமாதம் என்று கூற முடியாது. இன்னொன்றும் கூற வேண்டும். மதுபாலா ஈடிணையற்ற அழகி என்பதில் விவாதமில்லை. ஆனால், படமெடுக்கும்போது பல தோற்றங்களில் களையிழந்து காணப்படுவாள். பொலிவிழந்து தெரிவாள். பொதுவாக இச்சங்கடம் எல்லா நடிகைகளுக்கும் ஆரம்பக் கட்டத்தில் நிகழக்கூடியதுதான். ஓரிரு ஆண்டுகளில் எந்தக் கோணத்திலும் எந்த நேரத்திலும் நேர்த்தியாகத் தெரிவார்கள். இன்றுகூட சினிமாப் பத்திரிகைகளில் படத் துவக்கம், பட விழா என்று புகைப்படங்கள் வெளியாகும்போது நன்கு நிலைபெற்ற நடிக நடிகையர் பளிச்சென்று இருப்பார்கள். மதுபாலாவுக்கு அது கடைசிவரை சித்திக்கவில்லை. ஆதலால் அவரை மிகவும் கவனமாகப் படமெடுக்க வேண்டியிருந்தது. சில பம்பாய் புகைப்பட நிபுணர்கள் இதை வெற்றிகரமாகச் செய்தார்கள். போட்டி மிகுந்த துறையில் அவர்கள் தொடர்ந்து சாதனைகளுக்கு முயற்சி செய்த வண்ணம் இருக்க நேர்ந்தது. ஜெமினி போன்ற இடத்தில் மாதச் சம்பளத்துக்காக உள்ளவரிடம் அந்தத் துடிப்பு இருக்குமா?

ஜெமினியின் ஐந்தாவது இந்திப் படமாகப் ‘பஹூத் தின் ஹூவே’யில் (ரொம்ப நாளாச்சு) நடித்த மதுபாலாவின் அசாதாரண அழகுக்கு ஒருசில இடங்கள்தான் சாட்சியாயிருந்தன. மதுபாலாவின் வாழ்க்கையே மொத்தத்தில் பரிமளிக்காதபடி

போயிற்று. அவர் நோய் கண்டு அற்பாயுளில் இறக்க நேர்ந்தது. வழக்கமாக சினிமா நடிகைகள் பற்றிய வெகுஜனக் கதைகளில் வருவது போன்ற எந்தப் பரபரப்பு அம்சமும் அவர் மரணத்தில் இல்லை. வீட்டுப் பெரியவர்களுக்கு அடங்கிப்போகும் இயல்புடைய சில துர்ப்பாக்கியப் பெண்களுக்கு இப்படி நேர்ந்து விடுவது உண்டு. ஜெமினிப் படத்தில் நடிக்க வந்த நாளிலும் அவர் சிரித்து உற்சாகமாக இருந்த தருணங்கள் மிகமிகக் குறைவு. நல்ல உயரமும் உடற்கட்டும் இருந்தும் அவருக்கு அடிக்கடி ஜுரம் வந்துவிடும்.

'பஹுத் தின் ஹுவே' படமெடுப்பு நடந்த மாதங்களில் மதுபாலா தங்குவதற்கு தி.நகர் தியாகராயா சாலையில் ஒரு வீடு அமர்த்தப்பட்டது. அந்த இடம் பெரிதாக இருக்கும் என்பது தவிர இதர வசதிகள் குறைவுதான். எவ்வளவு செல்வாக்குடைய அகில இந்திய நட்சத்திரம். ஆனால், மதுபாலாவோ அவளுடைய அப்பாவோ இதர குடும்பத்தினரோ பெரிதாகக் குற்றம் காணவில்லை. இன்று நினைத்துப் பார்க்கும்போது வியப்பாக இருக்கிறது.

மதுபாலாவைத் தங்க வைத்திருந்த பங்களாவுக்கு வேலைக்காரர்கள், சமையற்காரர்கள், மின்சாரம், தண்ணீர் வசதி போன்றவற்றைக் கவனித்துக்கொள்ளும் பொறுப்பு எங்கள் புரோகிராம் அதிகாரியிடம் ஒப்படைக்கப்பட்டிருந்தது. அவருக்கு அப்பா, அம்மா வைத்த பெயர் ஒன்றிருந்தாலும் ஸ்டூடியோவில் அவர் பெயருடன் 'நாய்' என்ற சொல்லையும் அடைச்சொல்லாகச் சேர்த்துக்கொள்வார்கள். "நாய் கோபு எங்கே?", "நாய் கோபுவிடம் சொன்னால் போதுமே", "இந்த நாய் கோபு விஷயமே இப்படித்தான். . ." "நாய் கோபு வீடு மாறிட்டானாமே" என்றுதான் பேச்சு வரும். அந்த மனிதருக்கு இப்படியொரு அடையாளம் வந்ததற்குக் காரணம் 'சந்திரலேகா' படம். அப்படத்தில் இரு காட்சிகளில் சில விநாடிகள் சில நாய்கள் வரும். அக்காட்சிகள் எடுக்கப்பட்ட விதத்தில் அந்த நாய்கள் மறக்க முடியாததாகிவிட்டன. அன்று அந்த நாய்களைப் பார்த்துக்கொண்டவர்தான் அந்த அதிகாரி. அப்போது அவர் வேறெங்கோ பணிபுரிந்துகொண்டிருந்தார். பின்னர் ஜெமினியிலேயே அவர் சேர்ந்தவுடன் அவர் பெயருடன் நாயும் சேர்ந்துகொண்டது.

நாடகக் கம்பெனியில் திரை தூக்கும் பையன்கூட ஒரு நாடகம் வைத்திருப்பான் என்பார்கள். அதேபோல சினிமாக் கம்பெனிகளில் இருப்பவர்கள் எல்லாரிடமும் இந்த 'உலகத்தையே பிரமிக்கவைக்கும்' சினிமாக் கதை ஒன்று இருக்கும். ஜெமினி

ஸ்டூடியோவில் நாலரை அடி உயரமுள்ள பணியாளர் ஒருவருக்கு சோவியத் ரஷ்யாவிலிருந்து கடிதங்கள் வரும். அவர் ஒரு திரைக்கதை எழுதி அதை ரஷ்யர்களுக்கு அனுப்பி அவர்களைப் பதிலும் எழுதவைத்துவிட்டார். 'நாய்' அதிகாரியிடமும் ஒரு திரைக்கதை இருந்தது. இன்று நினைத்துப் பார்த்தால் ஆச்சரிய மாகவும் இருக்கிறது. அவர் எழுதிவைத்திருந்த திரைக்கதை இராமாயணம்.

அந்த 'நாய்' அதிகாரி இராமாயணத்தை ஓர் ஆங்கிலப் படமாக எடுக்க மிக விரிவாகவும் நுணுக்கமாகவும் திரைக் கதையை எழுதியிருந்தார். பிரதான நடிகர்கள் எண்ணிக்கை, துணை நடிகர்கள், துண்டு நடிகர்கள், எவ்வளவு வெளிப்புறக் காட்சிகள், ஸ்டூடியோ படப்பிடிப்பு எவ்வளவு நாட்களுக்கு, கும்பல் காட்சிகளுக்கு எவ்வளவு ஒப்பனைக்காரர்கள் தேவை, படப்பிடிப்புக்கு வசதியான மாதம் என ஏராளமான தகவல் களுக்கும் பட்டியல் போட்டு ஒவ்வொரு பிரிவு வேலைக்கும் ஆகக்கூடிய உத்தேசச் செலவையும் கணக்கிட்டு வைத்திருந்தார். இதையெல்லாம் பார்த்த எந்த எஜமானனுக்கும் அந்த அதிகாரி தனக்குள்ள பொறுப்புகளைச் சிறிதாவது பார்த்துவருகிறானா என்ற ஐயம் வரும். அந்த அதிகாரி சுயமாக இராமாயணத்தின் காலம், இடம் பற்றித் தீவிரமாக ஆராய்ச்சி செய்துவந்தார். அவருடைய அனுமானம், இராமாயண இலங்கை இன்றைய இலங்கையல்ல. இராவணனின் இலங்காபுரியாக இருந்தது மத்திய இந்தியாவில் ஒரு மாபெரும் ஏரியின் மத்தியில் இருந்திருக்க வேண்டும். இது அவ்வளவு ஒன்றும் அபத்தமான அனுமானம் அல்ல. இந்த ஐயம் வேறு பல ஆராய்ச்சியாளர்களுக்கும் தோன்றியிருக்கிறது.

ஒரு காலகட்டத்தில் நானும் அந்த அதிகாரியும் மாலையில் சேர்ந்து வீடு திரும்புவோம். அவர் தன்னுடைய திரைக் கதையையும் கண்டுபிடிப்புகளையும் எனக்கு நாள் தவறாமல் சொல்லிக்கொண்டுவர, எனக்கேகூடச் சற்று அலுப்புத் தட்டியது. ஐம்பது முறை இராமாயணத்தை இந்தியாவின் வெவ்வேறு மொழிகளில் சினிமா எடுத்தாயிற்று. ஐயாயிரம் முறை நாடகம் போட்டாயிற்று, ஐந்து இலட்சம் முறை கதாகாலட்சேபம் நடத்தியாயிற்று, இன்னும் ஒரு இராமாயணமா? ஆனால், நான் நினைத்தது தவறு என்று இப்போது தெரிகிறது.

அந்த 'நாய்' அதிகாரி அவருடைய இராமாயணத் திரைக்கதையை எழுதி வந்த நாட்களில்தான் ஜெமினியில் நாங்கள் 'வஞ்சிக்கோட்டை வாலிபன்' படத்தைத் தமிழ், இந்தி ஆகிய இரு மொழிகளிலும் தயாரித்துவந்தோம். அப்போது

எங்களுடைய இந்தி வசனகர்த்தா ராமானந்த சாகர். எங்கள் ‘நாய்’ அதிகாரி இராமாயணத்தின்மீது கொண்டிருந்த வஜ்ர விசுவாசத்தைக் கண்டுதான் அவருக்குப் பின்னர் இராமாயணத்தைத் தொலைக்காட்சித் தொடராக அளிக்கும் யோசனை தோன்றியதோ? காலம் சில புதிர்களை விடுவிக்கலாம். கூடவே சில புதிய புதிர்களையும் தோற்றுவித்துவிடுகிறது.

‘ஔவையார்’ படத்தின் சிறப்பான சில காட்சிகளை உள்ளடக்கியவாறு ‘பஹுத் தின் ஹுவே’ அமைக்கப்பட்டது. அவை உத்தேசமாக ‘பாலநாகம்மா’வை ஒத்திருக்கும். திரும்பத் திரும்ப விதியும் வில்லனும் கங்கணம் கட்டிக்கொண்டு அபலையாகவும் பதிவிரதையாகவும் உள்ள பெண்ணை வாட்டி வதைக்கும் கதை. ஜெமினியின் புகழ் பெற்ற விளம்பர அதிகாரி வி.கே.என். சாரி ஜெமினிக்காக விளம்பரத் திட்டம் தீட்டிய படங்களில் ‘பஹுத் தின் ஹுவே’தான் கடைசி. வி.கே.என். சாரி திரைப்படத்தைப் பல பிரிவுகளாகப் பிரித்துப் பாத்திரங்கள், இசை, உடை, ஆர்கிடெக்சர், டைரக்ஷன், ஒளிப்பதிவு எனத் தனித்தனியாகக் கையேடுகள் தயாரித்தார். படத்தில் இருந்த புனைகதை அம்சத்துக்குச் சாரியின் விளம்பரத்தில் இருந்த புனைகதை சிறிதும் குறைந்ததல்ல. சாரிக்கு முப்பதாண்டுகள் கழித்துத்தான் டி.ராஜேந்தர் அவருடைய செட்டுகளை விசேஷ மாக விளம்பரம் செய்தார். ‘பஹுத் தின் ஹுவே’ படத்தின் செட்டுகளைச் சாரி பண்டைச் சிற்பச் சாதனைகளுக்கு இணை யாகக் கூறியிருந்தார். படத்தின் இசை பற்றிய விளம்பரத்தில் தான் எவ்வளவு ராகங்களைப் பட்டியலிட்டிருந்தார். மதுவந்தி ராகம் பற்றி ஒரு நீண்ட பாரா இருந்தது. படத்தில் அது வீணை இசையாக வரும். வீணை வாசித்தது சிட்டிபாபுவின் ஒரு குருவான ஈமனி சங்கர சாஸ்திரி.

‘பஹுத் தின் ஹுவே’ வெளியானபோது படம் ஓரிடத்தில் மட்டும் வெள்ளிவிழா கொண்டாடியது. ஒரு ஜெமினிப் படத்துக்கு அது குறைவுதான். மதுபாலா உருக்கமாகவே நடித்திருந்தார். பின்னர் மதுபாலா இறந்தபோது அவருக்கு எழுதப்பட்ட அஞ்சலிக் குறிப்புகள் எதிலும் ‘பஹுத் தின் ஹுவே’ படம் பற்றித் தகவலே கிடையாது. மதுபாலாவுக்கே அந்த நினைவு இருந்ததோ என்னவோ.

‘பஹுத் தின் ஹுவே’ படம் பெரும் வரவேற்புப் பெறாதது எனக்குத் தனிப்பட்ட முறையில் மிகுந்த வருத்தத்தைத் தந்தது. ஜெமினி ஸ்டூடியோவில் மோல்டிங் பிரிவு என்று ஒன்றுண்டு. அதன் தலைவரான நடேசன் வெறும் காகிதத்தையும் களிமண்ணையும் வைத்துக்கொண்டு பாறைகளையும்

மலைகளையும் கோயில்களையும் அரண்மனைகளையும் நிர்மாணித்துவிடுவார். 'பஹுத் தின் ஹுவே' படத்துக்காக அவர் டஜன் கணக்கில் குதிரை வீரர்கள் சிலைகள் செய்திருந்தார். (கதாநாயகனை அவனுடைய படையோடு கல்லாக்கிவிடுவான் வில்லனான மந்திரவாதி.) நான் தினமும் மோல்டிங் பிரிவுக்குச் சென்று அச்சிலைகள் சிறிது சிறிதாக உருவம் பெற்று வருவதைக் கண்டு பிரமித்து வருவேன். படம் வெளியான பிறகு அவை அப்படியே வெட்ட வெளியில் கிடந்தன. மழையிலும் வெயிலிலும் சிறிது சிறிதாகக் கரைந்து சிதிலமாகிப்போயின.

(1991)

திரைப்படங்கள்

எக்ஸார்சிஸ்ட்

சென்னையில் 'எக்ஸார்சிஸ்ட்' படம் ஓடிக் கொண்டிருக்கிறது. டிக்கெட் கிடைக்கவில்லை. (வ.ரா.வானால் சீறி விழுவார். 'உன் இயலாமையை ஒத்துக்கொள்ளாமல் மொழியை துஷ்பிரயோகம் செய்து டிக்கெட் கிடைக்கவில்லை என்கிறாயே? தினம் மூவாயிரம் பேர் பார்த்துச் செல்லவில்லை?)

ஐந்தாண்டுகள் முன்பே 'எக்ஸார்சிஸ்ட்' புத்தகத்திற்கு விரிவான விமரிசனத்தை ஓர் இந்தியப் பத்திரிகையிலேயே படித்தேன்.

'எக்ஸார்சிஸ்ட்' உண்மைச் சம்பவத்தை அடிப்படையாகக் கொண்டது என்றுதான் விவரமறிந்தவர்கள் சொல்கிறார்கள். இக்கதையில் பல ஆவிகள் பிடித்து ஆட்டும் பன்னிரண்டு வயதுச் சிறுமியின் தாயார் ஒரு நடிகை. அது ஷர்லி மெக்ளெயின் என்று கூறுகிறார்கள். ஆனால், அவளுடைய மகளுக்குக் கதையில் உள்ளபடிதான் நோய் கண்டிருந்தது என்று நிச்சயமாகக் கூற முடியாது. படம் எடுக்கப்படுவதற்கு முன் ஷர்லி மெக்ளெயினுடைய மனதைப் புண்படுத்தாது என்று நிச்சயப்படுத்திக்கொண்டார்கள். தன் மகள் பூரண குணமடைந்தவுடன் ஷர்லி அமெரிக்காவை விட்டே போய்விட்டாள். வாஷிங்டன் நகரில் அந்த வீட்டைக்கூட நான் போய்ப் பார்த்தேன்.

இந்தப் படம் அமெரிக்காவில் நான்கு ஆண்டுகள் முன்பு ஓகோவென்று ஓடிக்கொண் டிருந்த நேரத்தில் பேய் பிடித்தவர்கள் பற்றிப்

பல செய்திகள் வந்தன. பேய் பிடிக்க ஆரம்பித்துவிட்டால் ஓட்டுபவர்கள் வேண்டாமா? நானே ஒரு பெரிய நகரில் 'எக்ஸார்சிஸ்ட்' என்று ஒரு வீட்டின் முன்னால் பலகை பார்த்தேன்.

ஆனால், 1974 ஆஸ்கார் பரிசுகள் விழாவில் நிறைய, முக்கியமான பரிசுகளை 'ஸ்டிங்' என்றொரு சிரிப்புப் படம் தட்டிச் சென்றுவிட்டது. 'எக்ஸார்சிஸ்ட்' படத்திற்கு இரு சிறு பரிசுகளே. அதனால்தானோ என்னவோ பேய் பிடித்தவர்கள் எண்ணிக்கை உடனே வீழ்ந்துவிட்டது.

திரைப்படச் சாதனத்தில் மட்டுமே சாத்தியமான திகில் காட்சிகள் 'எக்ஸார்சிஸ்ட்' படத்தில் இருக்கின்றன. நாவல் சாதனத்தில் மட்டுமே சாத்தியமான விளக்க விஸ்தாரங்கள் நாவலில் இருக்கின்றன. அப்பெண்ணுக்குப் பேய்தான் பிடித்திருக்கிறது என்ற முடிவுக்கு வருமுன் அவளுடைய விசித்திர நடவடிக்கை அனைத்தும் மனத்தத்துவ அடிப்படையில் இழைஇழையாக ஆராய்ச்சிக்கு உட்படுத்தப்படுகின்றன. அதே போல, பேய் பிடித்தல் சம்பந்தமாக மத்திய காலங்களிலிருந்து இரகசியமாகப் புழங்கிவரும் மந்திரவாதப் பயிற்சிகள், சூனியக் காரிகள் இவை போன்ற தகவல்கள் ஏராளமாகப் புத்தகத்தில் இருக்கின்றன. புத்தகம் முழுக்க முழுக்கத் தீவிரமான புத்தகம். முடிவில் சிறு பெண் நலமடைந்து பேயோட்டுபவர் இறந்து போவதுதான் நம் தமிழ்ப் படங்கள் மாதிரி இருக்கிறது. நெஞ்சு நெஞ்சாக இல்லாமல் ஓர் ஆலயமாகப் போய்விட்டால் இதுதான் ஆபத்து.

கிறிஸ்தவ மதத்தின் மீது மக்கள் கவனத்தைத் திருப்ப 'எக்ஸார்சிஸ்ட்' ஒரு மறைமுக சூழ்ச்சி என்று ஓர் அபிப்பிராயமும் உண்டு. இல்லை, இது முழுக்க முழுக்க தெய்வ நிந்தனைப் படைப்பு என்ற கண்டனமும் உண்டு.

மூவாயிரத்தில் ஒருவனாகத் திரைப்படத்தைப் பார்க்க முடிந்தால் நல்லதுதான். ஆனால், இப்புத்தகத்தைப் படிக்காமல் தவறவிடுவது நல்லதல்ல.

(1978)

ஒரு நடிகை நாடகம் பார்க்கிறாள்

இது வெளியாகும்போது 'ஒரு நடிகை நாடகம் பார்க்கிறாள்' திரைப்படம் ஒரு மாத காலம் ஓடி, வெற்றி தோல்வி நிர்ணயமும் பெற்றிருக்கும்.

பிரபல எழுத்தாளர்களின் படைப்புகள் ஒரு சாதனத்திலிருந்து இன்னொரு சாதனத்திற்கு உருமாற்றம் பெறும்போது எழும் வழக்கமான கேள்வி 'நடிகை'க்கும் நடந்தே தீரும். திரைப்படம் நாவலின் தரத்திற்கு வந்திருக்கிறதா? விதிவிலக்கே இல்லாமல் இதுவரை இந்த உருமாற்றத்துக்கு உட்பட்ட படைப்புகள் எல்லாமே மூலப் படைப்பின் போது எட்டிய தரத்திற்கு வரவில்லை என்றுதான் எண்ணம் கொள்ள வைத்திருக்கின்றன. இதனால் சாதாரணமான ஒரு நாவல்கூட அது திரைப்பட மாக வந்தபின் திரைப்படத்தோடு ஒப்பிட்டுப் பார்க்கும் ஓர் இயல்பான செயலால் நாவலின் தரம் உயர்ந்துவிடுவது போல ஒரு மயக்கம்கூட உண்டாகிவிடுகிறது.

திரைப்படமாகப் பார்க்கும்போது 'நடிகை' நன்கு, சிரத்தையுடன் தயாரிக்கப்பட்ட, ஆனால், அதிகம் திருப்தியளிக்காத படமாகத்தான் இருக்கிறது. இதற்கு ஒரு காரணம் இரு முக்கிய பாத்திரங்களுக்குப் பல உன்னத குணங்கள் கொடுக்கப்பட்டிருந்தாலும் அவர்களுக்குகிடையே,

இந்தத் திரைப்படத்தில் காண்பிக்கப்பட்ட அளவில், உறவு பலமானதாக அமையவில்லை. அதனாலேயே அது முறியும்போது பெருத்த தாக்கம் ஒன்றும் ஏற்படுத்திவிடுவதில்லை. இறுதியில் அவர்கள் இருவரும் ஒன்று சேர்வதும் அறிவுபூர்வமான மனமாற்றத்தால் உண்டாவதாகக் காண்பிக்கப்படவில்லை. ஒரு நல்ல புனைகதை விளைவிக்க வேண்டிய பாதிப்பு உண்டாவதில்லை. அதாவது இத்திரைப்படமும் நாவலின் தரத்திற்கு எட்டவில்லை.

இருப்பினும் 'நடிகை' தமிழ் சினிமாவுக்கு நம்பிக்கை அளிக்கக்கூடிய ஒரு படைப்பு. லட்சுமி, ஸ்ரீகாந்த் நடிப்பில் திரைக்கதையை டைரக்டர் பீம்சிங் – திருமலை – மகாலிங்கம் படமாக்கியதில் இது மிகவும் குறிப்பிடத்தக்க சாதனை. நவ தமிழ் சினிமா வலுவான தளம் பெற இத்தகைய முயற்சிகள் மிகவும் அவசியம்.

(1978)

உதிரிப்பூக்கள்

கொத்தாகப் பூத்தாலும் ஒன்றிரண்டுதான் ஓரளவு நீடித்திருக்க வாய்ப்புப் பெறுகிறது. இந்தாண்டு தீபாவளியின்போது வெளியான பல படங்களில் இரண்டு மலர்கள். ஒன்று 'உதிரிப்பூக்கள்'. மற்றொன்று 'அடுக்கு மல்லி'. இந்த எழுபது எண்பது ஆண்டு திரைப்பட வரலாற்றில் வெற்றிப் படங்களின் சூத்திரங்கள் பல பயன்படுத்தப்பட்ட 'அடுக்குமல்லி'யில் வெற்றித் திரைப்பட சூத்திரங்கள் மட்டும் உள்ளன என்று சொல்லிவிட முடியாது. வெற்றி நாவல், கதைகளின் சூத்திரங்களும்தான். இந்த மாதிரி நண்பர்கள் இந்த மாதிரி அண்ணன் தம்பி, தம்பி மனைவி, தம்பி மனைவியின் தாயார்... ஓர் அசாதாரணச் சேர்க்கையில், மனித துக்கத்தை, அதைப் படிப்போர், பார்ப்போர் தன்னைத்தானே அங்கலாய்த்துக்கொள்ளும் சாதனமாக மாற்றிக்கொள்ளக்கூடிய மனித இயல்பு உள்ளவரை 'அடுக்குமல்லி' போன்ற திரைப் படங்களும் கதைகளும் ஆதரவு பெற்றே தீரும்.

'உதிரிப்பூக்கள்' வித்தியாசமான பிரிவைச் சேர்ந்தது. இதிலும் பார்ப்போரின் அகங்காரத்திற்கு ஊட்டம் தரும் அம்சங்கள் உண்டு. ஒருவனைக் கெட்டவன் என்று இன்னொருவன் உரக்கக் கூறும்போது அந்த இன்னொருவன் நல்லவன் ஆகிவிடுகிறான் அல்லவா? யாருக்குத்தான் நல்ல பெயர் பெற ஆசையில்லை?

மிகுந்த ஆர்வத்துடன் எடுக்கப்பட்ட 'உதிரிப் பூக்கள்' படத்தின் கதை புதுமைப்பித்தனுடையது என்று கூறப்படுகிறது. புதுமைப்பித்தனின் 'சிற்றன்னை'. அந்த எழுத்தாளரின் மிகச் சாதாரண மான கதைகளில் ஒன்று. இடது கையால்

எழுதப்பட்டது என்றுகூடச் சொல்லலாம். இந்தக் கதைக்குக் கண், மூக்கு, காது சேர்ப்பித்ததில் திரைக்கதாசிரியர் வெற்றி கண்டிருக்கிறார். பல காட்சிகள் அற்புதமாக இருக்கின்றன. ஆனால், ஒட்டுமொத்தமாகப் பார்க்கும்போது படம் கோவை குலைந்து ஒரு குறைபட்ட அனுபவத்தைத் தருகிறது. இங்கு திரைக்கதாசிரியர் தோல்வியடைகிறார். இத்தோல்விக்குப் பல காரணங்களைக் காணலாம். முக்கியமானது மிருகம் என்று பழிபேசிக் கடைசியில் ஊரே கூடி மடியச் செய்யும் படத்தின் கதாநாயகன் இந்த அளவு ஏச்சுக்கும் அந்த அளவு தீவிரமான முடிவுக்கும் உரியவனாகப் படத்தில் உருவாகவில்லை, அவன் தன் வீட்டில், தன் குடும்பத்தில் எதேச்சாதிகாரியாக இருக்க விரும்புகிறான். படத்தில் காட்டப்படும் சமுதாயம், கலாச்சாரத்துக்குரிய சூழ்நிலையில் அது அசாதாரணமானது அல்ல. அதிலும் அவன் விருப்பத்திற்கு மாறாக அவனுடைய மனைவி அவனுடைய மனிதர்களுக்கு உதவுகிறாள். நோயுற்ற குழந்தையை நாளைக்கு வைத்தியரிடம் அழைத்துச் செல்லலாம் என்ற கணவனின் சொல்லை மீறி இரவிலேயே தன் அப்பா வீட்டுக்குச் செல்கிறாள். அவன் நிர்வாகம் புரியும் ஒரு பள்ளிக் கூடத்தில் அவன் ஒருவித கட்டுப்பாட்டை வற்புறுத்தினான். இதுவும் அசாதாரணமானது அல்ல. அவன் மனைவி உயிருடன் இருக்கும்போதே அவனுடைய மைத்துனியையும் மணந்து கொள்ள விரும்புகிறான். இதுவும் படத்தில் காட்டப்படும் சமுதாயச் சூழலில் அசாதாரணம் அல்ல. இதனாலேயே தன்பாட்டுக்கு உதிரி உதிரியாக இருக்கும் அந்த கிராமம், திடீரென்று திரண்டெழுந்து ஒரே முனைப்பாக அவனை ஆற்றில் இறக்கிச் சாக வைக்க முற்படுவது மிகவும் வலியப் புகுத்திய கவிதை நியாயமாக உள்ளது.

திரைப்படம் ஒரு ஷ்யாம் பெனகல் படத்தை நினைவு படுத்தும் வகையில் ஆரம்பிக்கிறது. 'மன்தன்.' படித்து, நகரப் பண்புகள் பெற்ற இளைஞன் ஒரு கிராமத்தில் குடிபுக வருவது. படத்தின் முடிவு இன்னொரு ஷ்யாம் பெனகல் படத்தின் முடிவை ஒத்திருக்கிறது. 'நிஷாந்த்.' சட்டத்திற்குக் காத்திராமல் ஊர் திரண்டு கொடியவனைக் கொன்றுவிடுவது. ஆனால், மௌன இடைவெளிகளைக் கையாள்வதில் 'உதிரிப்பூக்கள்' டைரக்டர் தனித்துச் சிறந்து நிற்கிறார்.

ஒரு சராசரித் திரைப்படத்தில் மேற்கூறிய குறைகள் குறையாகத் தெரியாது. 'உதிரிப்பூக்கள்' சிறப்பான திரைப்படங்கள் வரிசையில் சேர்வது. சமீப காலத்தில் தமிழ்த் திரைப்படம் உயரிய பரிமாணங்களைத் தொட ஆர்வமும் தேர்ச்சியும் உடைய புதுக் கலைஞர்களின் முயற்சிகளில் இது முக்கியமானது.

(1979)

பசி

பார்முலா தமிழ் சினிமா உலகிலும் மாறுபட்ட படங்கள் எடுக்கும் முயற்சி இப்போது அதிகரித்து வருகிறது. அந்த முயற்சிகளில் ஒன்று 'பசி'. 'பசி' படத்தை சிருஷ்டித்திருக்கும் டைரக்டர் துரையின் மற்ற படங்கள் எல்லாவற்றிலும் சிற்சில நல்ல பகுதிகள் உண்டு என்பதைப் பலர் ஏற்றுக் கொள்வார்கள். 'பசி' சிறிது தீவிரமான முயற்சி தான். ஆனால், பழக்கப்பட்ட தமிழ்ப் படங்களின் சாயல்களிலிருந்து அதை முற்றிலும் விடுவிக்க முடியவில்லை. அதில் வரும் குடும்பத் தலைவன் பொறுப்புள்ளவன் என்று திரும்பத்திரும்ப வலியுறுத்தப்படுகிறது. அதேபோல அம்மா நோயாளி, அவர்களுக்கு உறுதுணையாக இருக்கும் இட்டிலிக்கடை ராக்கம்மா மிகுந்த கறார் மனுஷி. குழந்தைகள் விசுவாசமற்றவர்கள். மூத்த மகன் நன்றியுணர்ச்சியை முற்றிலும் துடைத்துவிட்டு இருப்பவன். இதெல்லாம் ஒரு தடவைக்குப் பல தடவைகள் காட்டப்படுகின்றன. பிரதான ஆண் பாத்திரத்தில் வரும் விஜயன் பாத்திர வார்ப்பு சீராக அமையவில்லை. படத்தின் இறுதியில் வெவ்வேறு விதப் பசிகள் பற்றி எழுத்து மூலம், டைட்டில்கள் மூலம் காட்டுவது உயர்ந்த சினிமாவாக இல்லை. பொதுவாகப் படத்தில் பேச்சு அதிகம். ஆனால், 'பசி' ஒரு சிறந்த படமாக உருப்பெறுவதற்குத் தேவையான பல அம்சங்களையும் கொண்டிருக்கிறது. நவ

திரைப்படப் பண்புகளை நன்கு உணர்ந்த எடிட்டர் இப்போதும் 'பசி'யை மிக உயர்ந்த நிலைக்கு எடுத்துச் செல்ல முடியும்.

படத்தின் முக்கியப் பெண் பாத்திரத்தை ஷோபா மிக நுண்ணியமாக வெளியிடச் செய்கிறார். ஒரு டீக்கடையில் அப்பெண்ணுக்கும் ஒரு லாரி டிரைவருக்கும் இடையில் தோன்றி வளரும் உறவின் சித்தரிப்பு இப்படத்தின் ஒரு சிகரம்.

(1980)

அழியாத கோலங்கள்

'பசி', 'உதிரிப்பூக்கள்' பற்றிக் கூறிவிட்டு 'அழியாத கோலங்கள்' படத்தைத் தவிர்க்க முடியாது. மூன்றுமே நல்ல முயற்சிகள். நிறைய பேருக்கும் பிடிக்கும், பிடிக்க வேண்டும்.

'அழியாத கோலங்கள்' படத்தின் உருவ அமைப்பு பிசிரற்று இருப்பதிலும் படத்தின் தொழில் நுணுக்க அம்சங்கள் சிறந்து விளங்குவதிலும் படைப்பாளியின் திரைப்படப் பயிற்சி நன்கு விளங்குகிறது. இதுவே உட்பொருளின் சில குறைகளை மறைத்தும் விடக்கூடும். எழுத்துச் சாதனத்தில் 'ஒரு கிராமத்தில் மூன்று சிறுவர்கள் இருந்தார்கள்' என்பதைத் திரைப்படச் சாதனத்தில் ஒரு கிராமத்தைக் கிராமமாகக் காட்டி அதில் வசிக்கும் மக்களை மூன்று சிறுவர்களைப் பிரித்துப் பொருத்தமாகக் காட்டுவதற்கு விசேஷ முயற்சியும் தனித்த கற்பனையும் தேவை. நல்ல, மிகவும் ரசமான, நகைச்சுவை பொருந்திய கற்பனை இப்படத்தில் நிறையவே இருப்பதாலோ என்னவோ சில குறைகள், தமிழ் சினிமா கிராமங்களுக்குரிய 'தனித்தன்மைகள்' வருத்தத்தை உண்டுசெய்கின்றன.

படத்தின் கதையே ஒருவனின் கடந்தகால நினைவுகளைச் சொல்வது. இந்த உத்தியில் 'பாயிண்ட் ஆஃப் வியூ' பிசகிப்போகக் கூடாது. அதனால் நுண்ணிய நஷ்டம், படத்தின் தீவிரத் தன்மை குறைந்து போய்விடுவது. படத்தின் நாயகர்களான மூன்று சிறுவர்களுக்கும் பெண்

வேட்கை தவிர வேறு சில ஆர்வங்களும் கடமைகளும் பொழுது போக்குகளும் இருக்கக் கூடும். ஐந்துநிமிடம் வந்து போகும் ஒரு தனிக்கட்டை போஸ்ட் மாஸ்டர்கூட இந்தப் பையன்கள் போலவே உபாதைப்படுகிறார்.

கிராமவாசிகளிடையே காணக்கூடிய அம்சங்களில் ஒன்று அவர்கள் இயற்கையோடு இசைவுகொண்டிருக்க அதிக வாய்ப்பு உள்ளவர்களாதலால் இயல்பாக வாழ்க்கை நடத்துவது. பாலுந்துதலால் உண்டாகும் சங்கோசம், கூச்சம், குற்ற உணர்வு முதலியன குறிப்பாகப் பட்டண வாழ்க்கையின் விளைவுகள். 'அழியாத கோலங்கள்' கதைக்கரு நகரப் பின்னணிக்கே அதிகம் பொருந்திப்போகும். ஒரு சாதாரணக் கடந்தகால நினைவுப் படமாக முடிந்துபோவது அப்போது நுணுக்கமான பரிமாணங்கள் கொண்டதோர் கலாசார, மனத்தத்துவப் பரிசீலனையாக உருப்பெற்று இருக்கக்கூடும்.

இப்போதுள்ள அமைப்பிலும் 'அழியாத கோலங்கள்' ரசிக்கத்தக்கதாகவே உள்ளது. இதன் சிருஷ்டியாளருக்குப் பாராட்டுகள்.

(1980)

எண்டர் தி டிராகன்

காட்சிக்கு ஆயிரம் பேராகத் தினசரி மூன்று காட்சிகள் இருநூறு நாட்களுக்கு மேலாக சென்னையில் ஓடிக்கொண்டிருக்கும் 'எண்டர் தி டிராகன்' படத்தைச் சென்ற மாதம்தான் பார்த்தேன். ஒரு வருடமாக இந்தியாவெங்கும் ஓடோ ஓடாக ஓடிக்கொண்டிருக்கும் 'ஷோலே' படத்தை நான் பார்த்தபோது எனக்கேற்பட்ட அனுபவம் உங்களுக்கெல்லாருக்கும் தெரிந்ததே.

இப்படிக் கும்பலைக் கூட்டிக்கொண்டு ஓடும் சினிமாப் படங்கள் எனக்கு அலர்ஜியாகி வெகு நாட்களாகின்றன. இந்த அலர்ஜி உண்மையில் எனக்கு நேரத்தையும் பணத்தையும் மிச்சப் படுத்துகிறது என்று திரும்பத் திரும்பக் கண்டறிந் திருக்கிறேன். ஆனால், கண் முன்னால் பள்ளம் தெரிந்தால்கூட அதில் விழுவோர் இல்லாமல் இல்லை. நானும் விழுந்தேன்.

எனக்கு இது நேர்ந்தது இந்தச் சென்னை மாக்ஸ்முல்லர் பவனால்தான். இவர்கள் இப்போது ஜெர்மன் சினிமா காண்பிக்கிறார்கள். இந்திய சங்கீதக் கச்சேரிகள் நடத்துகிறார்கள். ஓவியக் கண்காட்சிகள் ஏற்பாடு செய்கிறார்கள். எழுத்தாளர்களைக் கூப்பிட்டுக் கௌரவிக்கிறார்கள். சமூகத்தின் பிரதிநிதிகளைச் 'சந்திக்க' வழி செய்கிறார்கள். இப்படியொரு சந்திப்பு, கராட்டே மணியுடையது.

அம்மை வார்த்துக் காது போய் நோஞ்ச லாகவும் பயந்த சுபாவமாக இருந்த சிறுவன் மணி,

பள்ளி நாட்களிலேயே சிலம்பம் முதலியன பயிலுகிறான். பின் நல்லதொரு குரு, கேரளத் தற்காப்பு வழிமுறைகள் கற்றுத் தருகிறார். இப்படித் தொடங்கி கராட்டே பற்றி அறிய வருகிறான். இறுதியில் ஜப்பானுக்குச் சென்று முறையாக கராட்டே கற்று அதில் 'பிளாக் பெல்ட்', 'நான்காவது படி' பெறுகிறான். வெறும் பிளாக் பெல்ட் பெற்றாலே பண்டிதன்போல. ஆதலால் மணி மகா பண்டிதன் எனக் கூறலாம். இந்த மணியின் சந்திப்பு ஒரே அடிதடி குத்தலாக இருக்கும் என்று எதிர்பார்த்து ஏகமாகக் குழுமியிருந்த கூட்டத்தை அன்று மாக்ஸ்முல்லர் பவனில் வெறும் தன் பேச்சாலேயே மயங்கிக் கேட்டுப் போகும்படி செய்தார் மணி. உண்மையில் அவருடைய பேச்சு 'மார்ஷல் ஆர்ட்ஸ்' பற்றியா, 'ஸ்பிரிசுவயல் ஆர்ட்ஸ்' பற்றியா என்ற சந்தேகம் வரும்படி இருந்தது. ஒரு மனிதனுக்கு எதிரி வெளியில் இல்லை. அவனுக்குள்ளேயேதான் இருக்கிறான். அந்த எதிரியிடமிருந்து காத்துக்கொள்ளவே கராட்டே என்று தொடங்கினார் மணி. மனிதரை மிக நுட்பமான முறையில் உயர்ந்த ஆன்மிக நிலைக்கு எடுத்துச் செல்வதாகத்தான் இருந்தது அவர் எடுத்துக்கூறிய கராட்டே. ஒரு கேள்விக்குப் பதிலளிக்கையில் அவர் 'எண்டர் தி டிராகன்' புரூஸ் லீயைப் புகழ்ந்து பேசினார்.

புரூஸ் லீ மணியின் பாராட்டுக்கு முற்றிலும் உரியவராகவே இருந்திருக்க வேண்டும். ஆனால், அவர் நடித்து இன்று சென்னை 'ஆனந்த்' சினிமாவில் ஒரு மெத்தை நாற்காலி வெறுமனே விடப்படாமல் கிழித்துப்போட வைத்திருக்கும் 'எண்டர் தி டிராகன்' எல்லா வெகுஜன சினிமாப் படங்களின் அபத்தங்களைக் கொண்டதாகத்தான் இருக்கிறது. அபத்தமான கதை, தேவையும் அடிப்படையுமில்லாத மர்மம், கொடூரம், கொலை, பலாத்காரம். அழகான பெண்கள் அள்ளித் தெளிக்கப் பட்டிருக்கிறார்கள். விருந்தினர்களுக்கு இரவில் வரிசையாகப் பெண்களை நிறுத்தி வைத்து எவ்வளவு பேர் வேண்டுமானாலும் எடுத்துக்கொள்ளுங்கள் என்று சொல்லும் விருந்தோம்பல். பெரிய வல்லரசுகளே ஒன்றும் செய்ய முடியாதபடி அட்டகாசம் செய்துகொண்டிருந்த ஒருவனை புரூஸ் லீ தன் இரு கைகளா லேயே தீர்த்துக் கட்டுகிறார். படத்தின் கதையாலும் அது சித்தரிக்கப்பட்டுள்ள முறையாலும் மிக உயரியதாக இருக்க வேண்டிய இந்த வெறுங்கைத் தற்காப்புக் கலை மிகவும் மலினப்படுத்தப்பட்டிருக்கிறது. உண்மையில் நம்மூர் எம்.ஜி.ஆர். படங்களுக்கும் இந்தப் படத்திற்கும் அடிப்படை வித்தியாசங்கள் கிடையாது.

புரூஸ் லீக்கு ஓர் அபாரமான 'ஸ்கிரீன் பிரசன்ஸ்' இருக்கிறது. கராட்டேவைவிட இந்த 'ஸ்கிரீன் பிரசன்ஸ்'தான் லட்சக்கணக்கான பேரை மயங்கி விழச் செய்கிறது.

60 ஆண்டுகளுக்குப் பிறகு பகத்சிங்

"வீட்டு ஆண்கள் எல்லாம் வெளியே போய் விடுகிறார்கள். திரும்பி வரும்வரை வயிற்றில் நெருப்பைக் கட்டிக்கொண்டுதான் இருக்க வேண்டியிருக்கிறது" என்று அந்தச் சீக்கியப் பெண்மணி கூறுகிறார். கரி அடுப்புத்தான். ரொட்டி தட்டிக்கொண்டிருக்கிறாள். "ஹிந்துக்கள் என்ன, சீக்கியர்கள் என்ன? எல்லாரும் ஒன்றுதான். நாங்கள் கூடப்பிறந்தவர்கள் போலத்தான் இருந்திருக்கிறோம்" என்கிறார்.

"உங்கள் கடைசிப் பையன் மட்டும். . ."

"அதற்கென்ன செய்வது? அவனும் வளர்ந்தவன் தான். அவனும் புத்தகங்கள் படிக்கிறான். அவனுக்குத் தீவிரவாதிகள் வழிதான் சரியென்று தோன்றுகிறது."

"நீங்கள் எல்லாரும் கம்யூனிஸ்ட் கட்சியைச் சேர்ந்தவர்களா?"

"அப்படி இல்லை. கூட்டங்களுக்குப் போவோம். ஊர்வலத்தில் கலந்துகொள்வோம். நான் மட்டும்தான் கட்சி அங்கத்தினர்."

ஊரில் இடதுசாரிகள் ஊர்வலம் நடக்கிறது. "நாங்கள் இந்துக்களும் அல்ல, சீக்கியர்களும் அல்ல. நாங்கள் மனிதர்கள்" என்று பாடுகிறார்கள்.

இன்னொரு இடத்தில் பிந்தரன்வாலேயை மனதில் கொண்டதொரு குழு. அவர்களிடம் கேள்வி:

“நீங்கள் பகத்சிங்கைக் கொண்டாடுகிறீர்கள். ஆனால், பகத்சிங் எந்த மதத்திலும் நம்பிக்கை வைக்கவில்லையே? அவர் தூக்கு மேடை ஏறியதே ஒரு இந்தியனைக் கொன்றதற்கு வெள்ளைக் காரனைப் பழிவாங்கியதற்கல்லவா?” “இருந்தால் என்ன? பகத்சிங் சீக்கியர்தானே?”

பகத்சிங் தூக்குமேடை ஏறிய போது வயது இருபத்தி மூன்று. அவர் நாற்பத்தி மூன்றுவரை உயிருடன் இருந்தால் என்ன கூறியிருப்பார்? இருபத்து மூன்று வயதில் சாவதற்கு முன்பு அவர் எழுதிய சிறு நூல், ‘நான் நாத்திகனாயிருப்பதன் காரணம்’.

அரசியல் ஊர்வலங்களையும், கூட்டங்களையும் சிறு சிறு பேட்டிகளையும் நடுநடுவே சிறுசிறு விளக்க உரைகளையும், இப்படி மனதை உலுக்கி வைக்கும்படிப் படமெடுத்துக் கோர்வை அளிக்க முடியுமா? செய்திப் படத்தை இவ்வளவு உருக்கமான உச்சகட்டத்துக்கு எடுத்துச்செல்ல முடியுமா? நிகழ்காலமும் கடந்த காலமும் ஒரே கணத்தில் பிரத்தியட்சமாக்கப்படுவதில் சினிமாவுக்கு இவ்வளவு சாத்தியக்கூறு இருக்கிறதா?

நடந்து முடிந்த திரைப்பட விழாவின் டஜன்கணக்கான படங்களில் மிகச் சிலதே நினைவு கூறக்கூடியவை. அதில் ஆனந்த் பட்வர்தன் தயாரித்து, இயக்கி, படமெடுத்து, எடிட்டிங்கும் செய்த ‘உநா மித்ரன் தி யாத் பியாரி’ (தோழர்களின் நினைவில்) என்ற ஒரு மணிநேரப் படம் நெடுநாள் ‘அஞ்சலி’க்குரியது.

(1991)

ஆதி நாடோடி மன்னன்

"இப்படம் ஓடினால் நான் மன்னன், இல்லாது போனால் நாடோடி" என்று எம்.ஜி.ஆர். கூறியதாகச் சொல்வார்கள். ஆனால், 'நாடோடி மன்னன்' படம் வெளிவந்த 1958ஆம் ஆண்டில் இப்படம் வெளிவந்தேயாக வேண்டும் என்ற நிர்ப்பந்தத்தை ஏற்படுத்தியது அதே ஆண்டில் வெளியான சிவாஜி கணேசன் நடித்த 'உத்தம புத்திரன்'. எம்.ஜி.ஆரும் 'உத்தமபுத்திரனை' எடுப்ப தாகத்தான் முதலில் விளம்பரம் செய்திருந்தார். ஆனால், வீனஸ் பிக்சர்ஸார் முந்திக்கொண்டார்கள்.

இரட்டை வேடக் கத்திச்சண்டைப் படங்களுக்கு அன்று இருந்த முன்மாதிரிகள் மூன்று. ஒன்று 'கார்சிகன் பிரதர்ஸ்' என்ற படம். இதை ஜெமினி ஸ்டூடியோஸ் எம்.கே. ராதாவைக் கதாநாயகனாக வைத்து 1949ஆம் ஆண்டு 'அபூர்வ சகோதரர்கள்' என்று வெளியிட்டு நல்ல வெற்றி கண்டிருந்தது. இரண்டாவது 'மேன் இன் தி ஐர்ன் மாஸ்க்'. அதன் தமிழ்த் தழுவல் 'உத்தமபுத்திரன்'. மூன்றாவது 'தி பிரிஸனர் ஆஃப் ஜெண்டா'. அதற்கு அந்நாள்வரை தமிழ்த் தழுவல் வரவில்லை. 'உத்தமபுத்திரன்' கைவிட்டுப் போகவே எம்.ஜி.ஆர். 'தி பிரிஸனர் ஆஃப் ஜெண்டா' படத்தைத் தழுவி தமிழில் 'நாடோடி மன்னன்' எனத் தயாரிக்கும் முயற்சியில் தீவிரமாக இறங்கினார்.

முதல் இரண்டு கதைகளும் பிரான்ஸ் நாட்டு எழுத்தாளர்கள் எழுதியது. அலெக்ஸாண்டர் டூமாவும் அவருடைய மகனும் அவ்விரண்டு

நாவல்களை எழுதினார்கள். ஆனால், 'தி பிரிஸனர்' ஆங்கில நாவல். ஆந்தோனி ஹோப் என்ற வக்கீல் 1894இல் எழுதி வெளியிட்டபோது அந்த நாவல் அமோக வரவேற்புப் பெற்றது. இதர இரு நாவல்களிலிருந்து இது சில விஷயங்களில் மாறுபட்டது. அந்த நாவல்களில் கதாநாயகனின் அச்சாக இன்னொருவர் இருப்பதன் முக்கியக் காரணம் அவர்கள் இரட்டையர்கள். ஆனால், 'பிரிஸன'ரில் இருவரும் வேறுவேறு குடும்பத்தைச் சேர்ந்தவர்கள். இன்னும் சொல்லப் போனால் வேறுவேறு நாடுகளைச் சேர்ந்தவர்கள்.

இன்னொரு தகவலிலும் இந்த நாவல் மாறுபட்டது. முந்தைய இரண்டிலும் காதல் நிறைவேறும். ஆனால், 'பிரிஸன'ரில் உண்மையாகக் காதல் கொண்டவர்கள் மணந்துகொள்ள முடியாது. ராஜ கௌரவத்துக்காகவும் நாட்டு நலனுக்காகவும் காதலர்கள் தங்கள் காதலைத் தியாகம் செய்துவிடுவார்கள்.

மற்றுமொரு தகவலிலும் 'பிரிஸனர்' மாறுபட்டது. அதில் வரும் ஒரு முக்கிய வில்லன் முடிவில் சாக மாட்டான். எங்கோ ஓடி மறைந்துவிடுவான். அவனை வில்லன் என்பதைவிட ஓர் அதீத சுதந்திர மனப்பான்மை கொண்டவன் என்றும் கூறலாம். தன் சித்தம்போல நடக்க அவனுக்குக் கடமை, நன்றியுணர்ச்சி, மனித தர்மம், மரபு இவை ஏதும் தடைசெய்யாது. அவனுக்கு அவை ஒரு பொருட்டே இல்லை.

இந்த நாவலைத்தான் ஹாலிவுட்டின் சிறப்பான தயாரிப்பாளரில் ஒருவரான டேவிட் ஓ ஸெல்ஸ்னிக் என்பவர் மிகப்பெரிய அளவில் தயாரித்து 1937ஆம் ஆண்டில் வெளியிட்டார். (ஸெல்ஸ்னிக்தான் 'கான் வித் தி விண்ட்' படத்தையும் தயாரித்தவர்.) அதற்கு முந்தைய ஆண்டுதான் ஒரு புது பிரிட்டிஷ் மன்னர் மகுடம் சூட்டிக்கொண்டார். அந்த நிகழ்ச்சியில் காதலுக்கு இடம் உண்டு. ஐந்தாம் ஜார்ஜ் இறந்த பிறகு பட்டத்துக்கு வந்த அவருடைய மூத்த மகன் எட்வர்டு, வாலி சிம்ஸன் என்ற ஓர் அமெரிக்க மாதை மணக்க விரும்பினார். ஒருமுறை மணந்து விவாகரத்து செய்திருந்த அவளை ராணியாக ஏற்க பிரிட்டிஷ் உயர்குடியினர் விரும்பவில்லை. காதலுக்காக எட்வர்டு பட்டத்தைத் துறக்க, அவருடைய இளைய சகோதரர் ஆறாம் ஜார்ஜ் பட்டம் தரித்தார்.

அன்று உலகமெலாம் விவாதித்துவந்த பிரிட்டிஷ் அரச வம்சத்துக்கு வணக்கத்தைத் தெரிவிக்கும் எண்ணத்தில்தான் 'பிரிஸனர்' திரைப்படம் எடுக்கப்பட்டது என்று கூறுவார்கள். 'பிரிஸனர்' படத்தின் ஒரு சிறப்பான காட்சி புது அரசர் மகுடம் தரிப்பது. அந்த நாளில் இது கறுப்பு – வெள்ளைப் படமாகத்தான்

உருவானாலும் அதில் காட்சி ஜோடனைகள் மிகவும் விசேஷமாக இருந்தன. பதினாறு ஆண்டுகளுக்குப் பிறகு இன்னொரு பிரிட்டிஷ் முடி சூட்டு விழா நடந்தது. அப்போதும் இன்னொரு புது 'பிரிஸனர் ஆஃப் ஜெண்டா' படம் வண்ணத்தில் வந்தது. இரண்டுமே நட்சத்திரக் குவியல்கள் கொண்ட படங்கள்.

இரு படங்களும் பெரிய வெற்றி அடையவில்லை. நான் இரண்டையும் பார்த்திருக்கிறேன். இரண்டுமே மிகவும் திறமையாக எடுக்கப்பட்ட படங்கள். நாவலில் உள்ள பல அபத்தங்கள் வெகு நேர்த்தியாக உருமாற்றப்பட்டு, சில இடங்கள் உருக்கமாகக்கூட இருக்கும். இரண்டிலும் அந்த விசேஷ வில்லன் வேடத்தில் நடித்தவர்கள் நிறைய கவனம் பெற்றார்கள். முன்னதில் டக்ளஸ் ஃபேர்பாங்க்ஸ் ஜூனியர். இரண்டாவதில் ஜேம்ஸ் மேஸன். இருவரும் அப்படத்திற்கு முன்னர் வில்லன் வேடத்தில் நடித்ததில்லை.

இந்தியிலும் 'பிரிஸனர் ஆஃப் ஜெண்டா' திரைப்படமாக வெளிவந்தது. 'கைதி' என்ற தலைப்பில் வந்த அப்படம் உப்புச் சப்பில்லாமல் இருந்தது. ஆனால், அது பத்மினியின் முதல் 'அசல்' இந்திப் படம். அவருடைய பங்கும் அதில் உப்புச்சப்பற்றுதான் இருந்தது. 'நாடோடி மன்னன்' படமே இந்தியிலும் 'டப்' செய்யப்பட்டு வெளியிடப்பட்டது. இந்தியில் அது குறிப்பிடத்தக்க கவனம் பெறவில்லை. இந்தி ரசிகர்கள் 'அசல்' இந்திப் படம், டப்பிங் இந்திப் படம் இரண்டிற்கும் ஒரே மாதிரி வரவேற்புதான் தந்தார்கள்.

ஆந்தோனி ஹோப் தன் வக்கீல் தொழிலை விட்டுவிட்டு முழு நேர நாவலாசிரியராக மாறினார். 'பிரிஸனர் ஆஃப் ஜெண்டா' நாவலுக்குத் தொடர்ச்சியாக 'ரூபர்ட் ஆஃப் ஹெண்ட்ஜவ்' என்றொரு நாவல் எழுதினார். ரூபர்ட்தான் 'பிரிஸனர்' நாவலின் விசேஷ வில்லன். அதுகூடத் திரைப்படமாக எடுக்கப்பட்டது.

ஒரு மோசமான நாவல்கூட ஓரளவு சுவாரசியமான திரைப்படமாக மாற்றப்படலாம் என்பதற்கு 'பிரிஸனர் ஆஃப் ஜெண்டா' ஒரு சிறந்த எடுத்துக்காட்டு.

திரைக்குப் பின்

'உத்தமபுத்திரன்'

ஹாலிவுட் படங்கள் எனும் அமெரிக்கப் படங்களுக்கு 1930 தொடங்கி 1955வரை பொற்காலம் என்று கூற வேண்டும். இந்த ஆண்டுகளில் அவை சினிமாவின் பல்வேறு பிரிவுகளில் பெரும் சிறப்பும் செழிப்பும் அடைந்தன. உயர் ரகப் படங்களையே தயாரிக்கும் என அறியப்படும் பல ஐரோப்பிய நாடுகளில்கூட ஹாலிவுட் படங்களுக்காக சினிமா ரசிகர்கள் காத்துக் கிடந்தார்கள். ஹாலிவுட் நடிகர்கள்தான் உலக நட்சத்திரங்களாகத் திகழ்ந்தார்கள். இந்தியாவில்கூட.

எட்வர்ட் ஸ்மால் என்ற ஹாலிவுட் தயாரிப்பாளர் அந்த நாளில் ஒரு குறிப்பிட்ட பிரிவுப் படங்களை மட்டுமே தயாரித்துப் பெயர் பெற்றார். பத்தொன்பதாம் நூற்றாண்டின் புகழ்பெற்ற பிரெஞ்சு நாவலாசிரியர் அலெக்ஸாண்டர் டூமாவின் சாகச நாவல்களுக்குத் திரை வடிவம் கொடுத்தார். டூமா சரித்திர நாவல் நிபுணர். ஐரோப்பிய நாடுகளில் வரலாற்றுப் புகழ்பெற்ற மனிதர்களையும் சம்பவங் களையும் கொண்டு சுவாரசியமான கதைகள் புனைவதில் ஈடிணையற்று இருந்தார். நான் டூமாவின் நாவல்களைத் தேடித்தேடிப் படித்திருக்கிறேன். தொடர் நாவல்கள் என்றால் அவற்றைத்தான் சொல்ல வேண்டும். எண்ணூறு பக்க நாவல் ஒன்றைப் படித்து முடித்தால் அக்கதைக்குத் தொடர்ச்சியாக இன்னும் பல நாவல்கள் இருக்கும். அவை எல்லாமே ஒரே நூலகத்தில் கிடைக்கும் என்று கூற முடியாது.

இரண்டாம் உலக யுத்தம் கொழுந்துவிட்டெரிந்த அந்த நாளில்தான் நான் எங்களூரில் ‘உத்தமபுத்திரன்’ என்ற தமிழ்ப் படம் பார்த்தேன். பி.யூ. சின்னப்பா, எம்.வி. ராஜம்மா நடித்த மாடர்ன் தியேட்டர்ஸ் படம். ஒரு ராஜா. அவனுக்குப் பிறக்கும் இரட்டைப் பிள்ளைகளில் ஒருவன் கெட்ட மந்திரியால் தத்தாரியாக அரண்மனையில் வளர்க்கப்படுகிறான். இன்னொருவன் ராஜவிசுவாசமுள்ள ஊழியன் ஒருவனால் வீரதீர சன்மார்க்கச் சீலனாகக் காட்டில் வளர்க்கப்படுகிறான். இருவரின் உருவ ஒற்றுமை விளைவிக்கக்கூடிய அபாயத்தை நன்குணரும் கெட்ட மந்திரி நல்லவனை இரும்பு முகமூடியணிவித்துச் சிறையில் தள்ளி விடுகிறான். ஆனால், கெட்டவர்கள் தோல்வியடைகிறார்கள். நல்லவன் அரசனாகிறான். தத்தாரி சகோதரன் இரும்பு முகமூடியோடு கொடூர முடிவடைகிறான்.

நாற்பதாண்டுகள் முன்பு இதைப் பார்த்தபோது நான் அடைந்த பரவசம் சொல்லி முடியாது. பி.யூ. சின்னப்பாவின் இரட்டை வேட நடிப்போடு எவ்வளவு அருமையான பாத்திர வார்ப்பு, சம்பவப் பின்னல். நடுநடுவில் சில தமிழ்ப் பாட்டுகளும் காமெடிக் காட்சிகளும் வராதிருந்தால் அதையே ஆங்கிலப்படம் என்று கூறிவிடலாம் போலிருந்தது.

ஆனால், சில மாதங்களுக்குப் பிறகு எங்களூருக்கு வந்த ஒரு பழைய ஆங்கிலப் படத்தைப் பார்த்த பிறகு என் பரவசம் சற்றுக் குறைந்தது. ‘மேன் இன் தி ஐர்ன் மாஸ்க்’. அதாவது இரும்பு முகமூடி மனிதன். அதே வீர இளவரசன், உருவத்தில் அவனையொத்த தத்தாரிச் சகோதரன், கெட்ட மந்திரி, தத்தாரிச் சகோதரனின் கொடூர முடிவு.

அப்படத்தில் இன்னொன்றும் கவனித்தேன். அலெக்சாண்டர் டூமா எழுதிய ‘தி மேன் இன் தி ஐர்ன் மாஸ்க்’ என்ற நாவலைத் தழுவி எடுக்கப்பட்டது என்று கண்டிருந்தது. உடனே அந்த நாவலுக்காகத் தேட ஆரம்பித்தேன். பல வருடங்கள் கழித்து, நான் வேறு ஊருக்குக் குடிபோன பிறகே அது கிடைத்தது. வழக்கம்போல எண்ணூறு பக்கங்கள். தன்னுடைய அன்னையாலும் ராஜகுருவாலும் அடக்கி ஆளப்பட்ட பதினான்காம் லூயி பட்டமடைகிறான். இளம் பிராய அதீதக் கட்டுப்பாடு அவனைச் சிற்றின்பப் பிரியனாக்கிவிடுகிறது. அவனுடைய கேளிக்கைகளுக்கு நிதி மந்திரியிடம் அசாத்திய அளவு நிதி கேட்கிறான். அவர் கௌரவத்தை விட்டுக் கொடுக்காமல், தன்னுடைய சொந்த சொத்துகளை எல்லாம் விற்றும் இளம் அரசனுக்கு அவன் கேட்ட நிதியைத் தருகிறார். இடையில் போர் வீரன் உடையில் ஒரு ஜெசுவட் பாதிரி. குழந்தைப் பருவத்திலிருந்து என்ன காரணத்தினாலோ

பாரிஸ் நகரத்தின் கற்சிறையாகிய பாஸ்டீலில் இருக்கும் ஓர் இளைஞனைத் தந்திரமாகச் சென்று பார்க்கிறார். அவன் இளம் அரசனைப் போலவே இருக்கிறான். அவன் மகாராணிக்கு ரகசியமாகப் பிறந்தவனாக இருக்கக்கூடும். அவனைக் கொல்ல மனமில்லாமல் அவளோ வேறு மூத்தவர்களோ அக்குழந்தையை ஆயுட் பரியந்தம் சிறையில் கிடக்க ஏற்பாடு செய்திருக்க வேண்டும். ஜெசுவட் பாதிரி சிறையில் இருக்கும் இளைஞனை அரசனாக மாற்றிவிடலாமா என்று திட்டமிடுகிறார். ஆனால், அது நடப்பதில்லை. பாவம் அந்த இளைஞன், அதன் பிறகு இரும்பு முகமூடியோடு சிறைவாசம் புரிய வேண்டியதாகிறது. இதெல்லாம் கேளிக்கையில் மூழ்கியிருக்கும் இளம் அரசனுக்குச் சரியாகப் புரியக்கூட இல்லை.

இந்த நாவலைத்தான் எட்வர்டு ஸ்மால் விறுவிறுப்பான கத்திச்சண்டை சினிமாவாக மாற்றினார். நிதி மந்திரியைக் கெட்ட மந்திரியாக்கினார். சகோதரர்கள் இருவரும் சந்திப்பது போலவும், ஒரே பெண் மீது ஆசைகொள்வது போலவும் செய்தார். இறுதியில் முகத்தில் இரும்பு முகமூடியோடு கெட்ட சகோதரன் குதிரை வண்டியோடு மலைப்பாதையில் உருண்டோடி விழுந்து இறக்கிறான். நல்லவன் பட்டமேறி அவன் விரும்பிய பெண்ணையும் மணக்கிறான்.

தமிழில் இரண்டாவது 'உத்தம புத்திரன்' எம்.ஜி.ஆர். நடித்து வெளிவருவதாகத்தான் இருந்தது. ஆனால், அதே சமயத்தில் வீனஸ் பிக்சர்ஸ் என்பாரும் தங்கள் தயாரிப்பைத் தொடங்கினார்கள். அந்த 'உத்தமபுத்திரன்' 1958இல் சிவாஜி கணேசன், பத்மினி ஜோடியோடு வெளிவந்தது. பதினெட்டு ஆண்டுகள் முன்பு எடுக்கப்பட்ட முதல் 'உத்தமபுத்திரனை'விடத் தொழில்முறைத் தேர்ச்சிக் கூடியதாக இருந்தது. இசை மிகவும் சிறப்பாக இருந்தது.

இன்னொரு பிரபல இரட்டை வேடக் கதையை எம்.ஜி.ஆர். 'நாடோடி மன்னன்' என்ற திரைப்படமாக எடுத்து அதே 1958இல் வெளியிட்டார். இதைப்பற்றி எழுதவும் நிறைய விஷயமிருக்கிறது.

எழுத்தாளருக்குப் பிடித்த ஐந்து படங்கள்

பிடித்த சினிமாப் படங்கள் என்றதும் குறைந்தது ஐம்பது படங்களுக்கு மேல் நினைவுக்கு வருகின்றன. எல்லாவற்றுக்கும் மேலாக 'மின்னல் கொடி' என்றொரு மிகப் பழைய படம். அது பிடித்ததோ இல்லையோ, அது நடந்த மூன்று மணி நேரமும் நான் நாற்காலி மீது எகிறிக் குதித்து, கைதட்டி, கூச்சல் போட்டு, அழுது சிரித்து உண்மையில் அட்டகாசம் புரிந்திருக்கிறேன். எனக்கு அப்போது ஆறு வயது முடிந்திருக்கவில்லை. இப்போது, அறுபத்தைந்து தாண்டிவிட்டது. இன்னும் 'மின்னல் கொடி' பற்றிப் பேசத் தோன்றுகிறது.

எனக்குப் புதிராகவும் பரவசமாகவும் இருப்பது, நான் பதினைந்து வயதில் பார்த்த 'ஷாஜகான்' என்ற இந்திப் படம். இதைக் கர்தார் என்பவர் தயாரித்து இயக்கியிருக்கிறார். நௌஷாத் அவர்களின் இசை. அன்றைய பிரபல பாடகர் சைகல் கவிஞன் பாத்திரமேற்று நடித்திருந்தார். அற்பாயுளில் மறைந்துபோன சைகலைத் தான்சேனின் மறுபிறவி என்று இன்றும் நம்புபவர்கள் இருக்கிறார்கள். தாஜ்மகால் கட்டப்படுவது படத்தில் ஒரு பகுதி தான். முக்கிய இழை அந்தக் கவிஞன் பற்றியது. ஆயிரக்கணக்கில் கதைகளுக்கான சூழ்நிலைகளையும் சந்தர்ப்பங்களையும் நான் கற்பனை செய்து பார்த்திருக்கிறேன். ஆனால், இந்த 'ஷாஜகான்'

திரைப்படக் கதையை எனக்கு ஊகிக்க முடியவில்லை. ஆக்ரா அரண்மனையின் பொதுமக்கள் மண்டபத்தில் ஷாஜகானுக்கும் அக்கவிஞனுக்கும் எதுபற்றி விவாதம் நடந்தது? கவிஞனின் பாட்டை ஏன் அரசன் நடுவில் தடுத்து நிறுத்தினான்? ரூஹி என்பவள் யார்? 'ரூஹி என் கனவுராணி' என்ற பாட்டை ஏன் நாடு முழுக்கப் பாடுகிறது? அப்படம் மிகவும் தெளிவாக நினைவில் இருப்பது போலவும் தோன்றுகிறது. அதே நேரத்தில் புரியாத தருணங்களும் நிறைய இருக்கின்றன. எப்பேர்ப்பட்ட இசை. ஒவ்வொரு பாத்திரமும் எவ்வளவு கம்பீரம்.

இந்த கம்பீரத்தை மீண்டும் 'மொகல் – ஏ – ஆஜம்' என்ற இன்னொரு இந்திப் படத்தில் பார்த்தேன். அப்போது என் வயது நாற்பதை எட்டியிருந்தது. அதற்குப் பிறகு சுமார் பதினைந்து ஆண்டுகள் கழித்து அப்படத்தைத் தொலைக்காட்சியில் காட்டினார்கள். நான் அப்போது டில்லியில் தங்கியிருந்த வீட்டில் படத்தையும், அதில் ஆர்வம் காட்டிய என்னையும் விசித்திரமாகப் பார்த்தார்கள். ஆனால் அரை மணி நேரத்துக்குள் அவர்களால் படத்தைக் கவனிப்பதைத் தவிர வேறெதையும் செய்ய முடியவில்லை. 'மொகல் – ஏ – ஆஜம்' படத்துக்குத் தமிழ் வடிவமும் உண்டு. இந்தி வரிகளைத் தழுவித்தான் கம்பதாசன் பாடல்களை எழுதினார். அப்பாடல்கள் தமிழ்த் திரைப்பாடல்களில் மிகச் சிறந்தவைகளில் அடங்கும்.

மிகவும் காலம் தாழ்த்தி 'அசோக்குமார்' என்ற படத்தைப் பார்த்தபோது எனக்கு வயது ஐம்பதைத் தாண்டிவிட்டது. அந்த நாளில் சென்னை கலைவாணர் அரங்கில் பழைய திரைப்படங்களைக் காட்டுவார்கள். கட்டணம் குறைவு. கூட்டம் மிகமிகக் குறைவு. இரண்டாம் உலக யுத்த காலத்தில் 'அதாவது ஐம்பது ஆண்டுகளுக்கு முன்பு' தமிழ்ப்பட இயக்குநர்களும் வசனம் எழுதுபவர்களும் நடிகர்களும் எவ்வளவு கலைத்திறனும் பக்குவமும் நிறைந்தவர்களாக இருந்திருக்கிறார்கள். 'அசோக் குமார்' படத்தில் யாருடைய பங்கைத் தனித்துக் கூற முடியும்? அது ஓர் இந்திப் படத்தின் தழுவல் என்றால்கூடத் தமிழ் ரசிகனுக்கு எவ்வளவு எளிய, அதே நேரத்தில் உயரிய தளத்தில் ஒரு திரைப்பட அனுபவத்தை அத்தயாரிப்பாளர்களால் அளிக்க முடிந்தது. கிரேக்க நாடக சோகத்துக்கு இணையான அப்படத்தின் இறுதிக் காட்சியில் புத்தர் சிலை கண்ணீர் வடிக்கும். படம் பார்ப்பவர்களுக்கு அந்த அனுபவத்தை மறுக்கவியலாது.

அறுபது வயதில் 'சோஃபியுடைய தேர்வு' *(Sophie's Choice)* என்றொரு அமெரிக்கப் படம் பார்த்தேன். அந்த நாவலை எழுதிய வில்லியம் ஸ்டைரான் சற்றுக் கடினமான எழுத்தாளர்.

கதைச்சுருக்கமே கூற இயலாத, சிக்கல் மிகுந்த அறுநூறு பக்க நாவல். நாவலின் நுட்பத்தையும் திரைப்படத்துக்குரிய தோற்றக் கோர்வையையும் தெளிவையும் இழக்காமல் படம் உருவாகி யிருந்தது. யூதர்கள் எந்த நாட்டினவரானாலும் அவர்களை நாஜி ஜெர்மானியர் வேட்டையாடிக் கொன்று குவித்தார்கள். சோஃபி போலந்து நாட்டுக்காரி என்பதற்காக அவளுக்குக் கைதி முகாம். அவளுடைய இரு குழந்தைகளில் யாரை உயிரோடு விட்டு வைப்பது என்று நாஜிகள் வஞ்சகமாகக் கேட்கிறார்கள். 'என் மகனை விட்டுவிடுங்கள்' என்று சோஃபீ கெஞ்சுகிறாள். ஆனால், இரு குழந்தைகளுமே கொல்லப்படுகின்றன. ஆனால், ஒரு நெருக்கடியில் அவள் செய்ய வேண்டியிருந்த தேர்வு அவளை எப்படி வாட்டி வதைக்கிறது?

ஐம்பதென்ன, நூற்றைம்பது படங்கள்கூட எனக்குப் பிடித்தவையாகத் தேர்ந்தெடுக்க முடியும். ஐந்து மட்டுமே எனும் போது ஒருவிதத்தில் எனக்கும் சோஃபியின் குற்ற உணர்வுதான் மிஞ்சுகிறது. இப்போது மீண்டும் 'மின்னல் கொடி' பற்றிப் பார்ப்போம். அந்த நாளில், அதை ஸ்டண்ட் படம் என்றுதான் இளப்பமாகப் பேசுவார்கள். சில ஆயிரம் ரூபாய்களில் ஸ்டண்ட் படங்கள் எடுத்துவிடுவார்கள். கதாநாயகன் அல்லது கதாநாயகி பத்துப் பேருடன் தன்னந்தனியாகச் சண்டையிட்டு வென்றாலும் அப்படங்கள் நாம் இன்று 'நேர்மை' என்று உணருவதைத்தான் அடிப்படைச் செய்தியாகக் கொண்டிருக்கும்.

இன்று கோடிக்கணக்கில் பணத்தை வாரியிறைத்து ஸ்டண்ட் படங்களைத்தான் எடுக்கிறோம். இவற்றைக் குறை கூறினால் ரசிகர் மன்றங்கள் எச்சரிக்கைகள் விடுகின்றன. தமிழ்நாட்டில் இப்படங்களுக்கும் இப்படங்களைச் சார்ந்தோருக்கும்தான் எவ்வளவு செல்வாக்கு.

(1996)

ஆவணப்படங்கள்!

ராபர்ட் ஃப்ளஹர்ட்டி என்பவரை ஆவணப்படங்களின் தந்தை என்று அழைக்கிறார்கள். சுமார் நூறாண்டுக்கு முன்னால் இரு பெரிய கேமராக்களுடன் அவர் எஸ்கிமோக்களுடன் மாதக்கணக்கில் வாழ்ந்து 'நனூக் ஆஃப் தி நார்த்' என்ற ஆவணப்படத்தை எடுத்தார். அந்தப் படத்தின் தரத்தினால் கவரப்பட்ட அலெக்ஸாண்டர் கார்டா என்ற பிரிட்டிஷ்காரர் ஃப்ளஹர்ட்டியை ருட்யார்ட் கிப்லிங்க் என்ற எழுத்தாளரின் ஒரு சிறுகதையைப் படம் எடுக்க ஏற்பாடுசெய்தார். அதை இந்தியாவில் 'யானைப் பையன்' என்ற பெயரில் படமெடுக்கும் வேலை தொடங்கியது.

ஃப்ளஹர்ட்டி 'யானைப் பையன்' பற்றி அக்கறை காட்டாமல் யானைகள், யானைப் பாகர்கள் பற்றி ஆவணப்படம் எடுத்துக்கொண்டிருந்ததை அறிந்த கார்டா, அவரை நீக்கிவிட்டு வேறொருவர் உதவிகொண்டு படத்தை முடித்து வெளியிட்டார். படம் வெற்றி அடைந்ததில் அதில் யானைப் பையனாக நடித்த சாபு அமெரிக்கா சென்றான். ஏறக்குறைய நட்சத்திர அந்தஸ்து அடைந்தான். ஆனால், அற்பாயுளில் இறந்தான்.

ஆவணப்படங்கள் எடுத்து அதில் ருசி கண்டவர்கள் வேறு சாதனத்துக்குச் செல்வது கடினம். ஆவணப்படங்களில் மனதுக்கு நிறைவு தரும் அம்சங்கள் நிறைய உள்ளன.

இந்தியாவில் யுத்த காலத்தில்தான் பெருமளவில் ஆவணப் படங்கள், குறும்படங்கள் பழக்கமாயின. 1939–1945 வரை ஆறு ஆண்டுகள் ஏராளமான செய்திப் படங்கள், குறும்படங்கள் பிரிட்டிஷ் அரசால் நடத்தும் யுத்தத்துக்கு ஆதரவு பெறுவதற்காக இந்தியத் திரைப்படக் கொட்டகைகளில் வலுக்கட்டாயமாகக் காட்டப்பட்டன. ஆனால், இவற்றில் பல படங்கள் நடிக, நடிகையர் நடித்த முழுநீளப் படங்களைவிட நன்றாக இருந்தன. இந்திய சுதந்திரத்துக்குப் பிறகு செய்தி மற்றும் ஆவணப்படங்கள் உருவாக்கத்துக்கு என ஃபிலிம் டிவிஷன் உருவானது.

ஃபிளஹார்ட்டியின் உதவியாளராகப் பணியாற்றிய டி.எம்.யு. பதியின் இரு படங்களைப் பார்த்திருக்கிறேன். பொன்னியாறு பற்றி 'தி கோல்டன் ரிவெர்', தென்னைமரம் பற்றி 'தி ட்ரீ ஆஃப் வெல்த்' என்ற படங்கள் ஜனரஞ்சகமாகவும் கலாபூர்வமாகவும் பெரும் வெற்றிபெற்றவை. அந்தக் காலப் புகைப்படச் சுருள்களில் எடுக்கப்பட்டவை. இன்று அவற்றின் பிரதிகள் இருக்குமா என்பது சந்தேகமே. ஃபிலிம் டிவிஷன் 'தஞ்சாவூர் நாயக்கர்கள்' (தி நாயக்ஸ் ஆஃப் டேஞ்சூர்) என்றொரு படம் எடுத்தது. வீரசாவர்க்கர் பற்றி ஒரு படம். அவர் ராஜ துரோகக் குற்றத்துக்காக 13 ஆண்டுகள் கை, கால் சங்கிலியுடன் இருந்த அந்தமான் சிறையைப் பார்க்கும்போது மனித இயல்பின்மீது நம்பிக்கையே கலைந்துவிடும்.

எழுத்தாளர்கள் பற்றிச் சில ஆவணப்படங்கள் பார்க்க வாய்ப்புக் கிடைத்தது. முதல் படம் அலெக்ஸ் ஹெய்லி. அதில் பெரும்பாலும் அவரே பேசுவதாக முடிந்துவிடும். ஆனால், கவிஞர் ராபர்ட் ஃபிராஸ்ட், வில்லியம் ஃபாக்னர், சில்வியா பிளாத் போன்றோர் படங்கள் ஆவணப்படத் துறையின் நல்ல உதாரணங்களாக இருக்கும்.

சில ஆண்டுகள் முன்பு சாகித்திய அகாதெமியில் ஒரு சுறுசுறுப்பான செயலர் ஏற்படுத்திய திட்டத்தின்கீழ், சில இந்திய எழுத்தாளர்களின் ஆவணப்படங்கள் எடுக்கப்பட்டன. அகில இந்திய அளவில் விருதுகள் விஷயத்தில் மலையாளம், கன்னடம் ஆகிய இரு மொழிகள் ஆதிக்கம் செலுத்துவதாகக் கூறுவார்கள். ஆனால் இந்த மலையாள எழுத்தாளர்களின் படங்களை எடுத்திருக்க வேண்டாம் என்றுதான் தோன்றியது. முதுமை யாரையும் விகாரப்படுத்திவிடும். நான் தகழி, ஓ.வி. விஜயன் இருவரையும் நேரில் பார்த்துப் பேசியிருக்கிறேன். அவர்களுடைய புத்திக்கூர்மையை வியந்திருக்கிறேன். ஆனால், ஆவணப்படத்தில் இருவரும் பரிதாப உணர்ச்சியே அளித்தார்கள். அதிலும் விஜயன் உடல்நிலை, மனநிலை சரியில்லாத நாட்களில் அவரை ஒரு நாற்காலிமீது உட்கார்த்திக் காட்டிய பகுதி மிகவும்

கண்டனத்துக்குரியது. நம் எழுத்தாளர்கள், சிந்தனையாளர்கள், இசைக் கலைஞர்கள், சமூக மாற்றத்துக்காகப் பாடுபட்ட தலைவர்களை நாம் நடிக நடிகையராக்க வேண்டியதில்லை. அதே நேரத்தில் அவர்களைக் குரூபிகளாகவும் கேலிக்கு உரியவர்களாகவும் காட்சிப்படுத்தக் கூடாது.

சாகித்திய அகாதெமி தமிழுக்கும் வாய்ப்புகள் அளித்தது. படம் அரை மணிநேரத்துக்கு மேல் போகக் கூடாது. சில சிறு பேட்டிகள் இருக்க வேண்டும். எனக்குத் தெரிந்து இத்திட்டத்தில் முதலில் மூன்றுக்கு ஒப்புதல் அளிக்கப்பட்டது. இந்திரா பார்த்தசாரதி, ஜெயகாந்தன், நான். இவற்றை முறையே, ரவி சுப்பிரமணியன், சா. கந்தசாமி, அம்ஷன் குமார் ஆகியோர் தயாரித்து இயக்கினார்கள். மூன்றும் தனித்தனி ஆளுமைகளை வெளிப்படுத்தின.

அம்ஷன் குமார் அவர்களைத் திரைப்பட நிபுணராகவும் சிருஷ்டியாளராகவும் நான் முப்பது ஆண்டுகளாக அறிவேன். அவருடைய இலக்குகள் மிக உயர்வானவை. அவர் என்னை எடுத்த ஆவணப்படம் மிக எளிய முறையில் இந்திய எழுத்துத் துறையையே பதிவுசெய்வதாக இருக்கும். ஒரு நேர்க்கோட்டில் என்னுடைய வாழ்க்கையைச் சொல்வது போலத் தொடங்கி அனைத்து இந்திய எழுத்தாளர்களின் வரலாற்றைச் சொல்வதாக அமைந்திருந்தது.

14 ஆண்டுகளுக்கு முன்பு எடுத்த இப்படத்தை 2015 செப்டம்பரில் மீண்டும் பார்த்தேன். நேற்று எடுத்ததுபோல இருந்தது. அது காலத்தால் பழையதாகிவிடவில்லை. சில வாழ்க்கை வரலாற்று ஆவணப்படங்களே எல்லாக் காலத்துக்கும் பொருந்தும்படியாக அமைந்துவிடுகின்றன. பாரதியார், மணக்கால் ரங்கராஜன் என்கிற பாடகர், தவில் மேதையாகக் கருதப்படும் யாழ்ப்பாணம் தெட்சணாமூர்த்தி என அம்ஷன் குமார் பல ஆவணப்படங்கள் எடுத்திருக்கிறார்.

மிகவும் விசேஷமாகக் கூற வேண்டியது சி.வி. ராமன் வரலாறு. நாம் பாடகர்களைப் பாடச்சொல்லிப் பதிவு செய்து விடலாம். ஓர் எழுத்தாளனைப் பற்றி விவரமறிந்தவர்களின் கூற்று மூலம் சொல்லிவிடலாம். ஆனால், ராமனின் விஞ்ஞானக் கண்டுபிடிப்பின் விவரங்கள் பற்றிப் பலரும் பகிர்ந்துகொள்ளும் படி எப்படிக் கூறுவது? இதை அம்ஷன்குமார் அநாயாசமாகச் சாதித்திருப்பார்.

சமீபத்தில் ரவி சுப்பிரமணியன் எடுத்த ‘திருலோகம் என்றொரு கவி ஆளுமை’ என்ற தலைப்பில் திருச்சியில் வாழ்ந்து, ‘சிவாஜி’ என்றொரு இலக்கியப் பத்திரிகையின் ஆசிரியராக இருந்து

மறைந்த திருலோக சீதாராம் பற்றிய ஆவணப்படம். திருலோக சீதாராம் கவிஞர். அத்துடன் கவிதைகளைக் கேட்போர் சிந்தனை சிதறாமல் படிப்பதில் விசேஷ நிபுணர். பாரதியார் அப்படித்தான் தன்னுடைய கவிதைகளைப் பாடியிருப்பார். நான் இருமுறை சீதாராமைச் சந்திக்கும் வாய்ப்புப் பெற்றேன். ஒன்று, அவருடைய 'சிவாஜி' அலுவலகத்தில். இரண்டாம் முறை, வாசகர் வட்டம் அலுவலகத்தில் ஒரு கவிதை வாசிப்பு நிகழ்ச்சியில். சுமார் ஒன்றரை மணி நேரம் அவர் பலருடைய கவிதைகளை ரசம் குன்றாமல் வாசித்தார். எனக்கு அன்று நேர்ந்த அபூர்வ அனுபவத்தை ரவி சுப்பிரமணியனின் ஆவணப்படம் தந்தது. இப்படத்தில் பின்னணி இசையும் பின்னணிக் காட்சிகளும் நுட்பமான திறமையுடன் அமைக்கப்பட்டிருந்தன. மறைந்த கலைஞர் ஒருவரின் வாழ்க்கை வரலாற்றைத் திரைப்படமாக்குவதில் சில பிரச்சினைகள் உண்டு. சவுகரியங்களும் உண்டு.

ரவி சுப்பிரமணியன் தனித்து எடுத்த ஜெயகாந்தன் வரலாற்றைப் பற்றியும் பலர் என்னிடம் புகழ்ந்திருக்கிறார்கள். அனைத்து சாகித்திய அகாதெமிப் படங்களும் சென்னை தேனாம்பேட்டையில் உள்ள குணா கட்டிடத்தில் உள்ள அவர்கள் அலுவலகத்தில் கிடைக்கும். மிக மலிவு. இன்றிருக்கும் பொருளாதார நிலையில் ரவி சுப்பிரமணியன் எடுத்த ஆவணப் படங்களும் விலை அதிகம் எனக் கூற முடியாது.

வனராஜ கார்ஜான்!

வனராஜ கார்ஜான். இது ஒரு படத்தின் தலைப்பு. இப்படம் எடுக்கப்பட்டு, வெளியிடப்பட்ட காலத்தில் தணிக்கை காவல்துறையிடம் இருந்தது. இப்படத்துக்கு எதிர்ப்பு ஏதாவது இருந்தால் அது நடிக, நடிகையர் உடை பற்றித்தான் இருந்திருக்கும்.

கிட்டத்தட்ட அதே காலத்தில் இன்னொரு வனப் படம் வந்தது. . . 'வன மோஹினி'. இதில் எம்.கே. ராதா நடித்திருந்தார். பகவான் என்பவர் டைரக்ட் செய்திருந்தார். அப்போது இவர் பம்பாய்க் காரர் என்று எனக்குத் தெரியாது. என் கணக்கு வாத்தியார் பிரகாஷ் ராவும் இன்னொரு கணக்கு வாத்தியார் வீராசுவாமியும் அவர்களுக்குள் பேசிக் கொண்டிருந்தது என் காதில் விழுந்தது. "ஏமிரா, ஸ்டண்ட் கிங் போதாமா?" (என்னப்பா, ஸ்டண்ட் கிங் போகலாமா?) 'ஸ்டண்ட் கிங்' என்பதும் ஒரு திரைப்படம். டைரக்ஷன் பகவான். இதெல்லாம் நான் ஏழாவது எட்டாவது படிக்கும்போது. இதே பகவான் நான் சென்னை வந்த ஆண்டு நடித்து, டைரக்ட் செய்த 'அல்பேலா' என்ற படம் மாதக் கணக்கில் ஓடியது. அதன் பாட்டுகளைக் கேட்க நான் அந்த சினிமாக் கொட்டகைக்குப் பின்னால் இருந்த சந்தில் காத்திருப்பேன். அதற்கு இசை கொடுத்தவர் சி. ராமச் சந்திரா. இவர் ஒரு தமிழ் ஸ்டண்ட் படத்துக்கும் இசை அமைத்திருக்கிறார். அது 'வனமோர்ஹினி.'

இந்த 'வனமோஹினி' காலத்தில் எங்கள் வீட்டுக்கு இரண்டு மூன்று இதழ்கள் 'சந்திரோதயம்' வந்தது. அன்று எனக்கு அந்த வெளியீட்டின் சிறப்புகள் தெரியாது. அதில் க.நா.சு., சி.சு. செல்லப்பா இருவரும் பணிபுரிந்திருக்கிறார்கள். எனக்கு அந்த இரு இதழ்களில் 'பெரும் பங்கு' வகித்த இலங்கைக் குயில் தவமணிதேவி புகழ்தான் நினைவில் இருக்கிறது. அந்த இலங்கைக் குயில்தான் 'வனமோஹினி' படத்தில் வனமோஹினி!

இந்தப் படத்தையும் நான் பார்க்க முடியவில்லை. நான் வசித்த செகந்திராபாத்தில் இருந்த மூன்று முக்கியத் திரைப்படக் கொட்டைகளில் சித்ரா என்ற கொட்டகையில்தான் தமிழ் சினிமா காட்டப்படும். கொட்டகை சொந்தக்காரர் கரன்சிங் எப்போதும் சிரித்த முகத்துடன் இருப்பார்.

தமிழ்ப் படங்களில் முக்கியமானவை எல்லாம் அவர் தேர்ந்தெடுத்துக் காட்டுவார். நாங்கள் ஒருமுறை டிக்கட் இல்லாமல் போய்விடுவோம். ஆனால் இரண்டாம் முறை, மூன்றாம் முறைக்கெல்லாம் டிக்கட் வாங்கியாக வேண்டும்.

காட்டு மக்களிடையே வளரும் ராணி ஒரு நாள் ஒரு ராஜகுமாரனைச் சந்திக்கிறாள். அவளுக்குக் காட்டு மிருகங்கள் உதவும். தவமணிதேவி 'வனமோஹினி' தவிர எம்.எஸ். நடித்த 'சகுந்தலை' படத்திலும் நடித்திருக்கிறார். வசதியான யாழ்ப்பாணக் குடும்பத்தைச் சேர்ந்தவர். இப்படங்களுக்கு மூலம் ஒரு ஹாலிவுட் படம். அது 'டார்ஜான் தி ஏப்மேன்.' குரங்கு மனிதன் 'டார்ஜான்'. பத்திரிகைகளில் தொடர்படக் கதைக்காக எட்கர் ரைஸ் பர்ரோஸ் என்பவருடைய கற்பனையில் உதித்தவன் 'டார்ஜான்', திரைப்படத்தில் டார்ஜான் தோன்ற ஆரம்பித்தவுடன் பர்ரோஸ் பெரும் பணக்காரராகிவிட்டார். ஹாலிவுட்டுக்கும் அப்போது சண்டைப் படங்களின் தேவை இருந்தது. இப்படங்களின் களம் ஆப்பிரிக்கா என்றாலும் இவை முழுக்க முழுக்க ஹாலிவுட் ஸ்டுடியோவிலேயே எடுக்கப்பட்டவை. ஒரு முக்கியத் தகவல், காட்டிலேயே வளர்ந்து வனவிலங்குகளின் நன்மதிப்பைப் பெறும் 'டார்ஜான்' ஒரு வெள்ளைக்காரன்.

நான் பார்த்த முதல் டார்ஜான் படம், 'டார்ஜான்ஸ் நியூ யார்க் அட்வென்சர்.' இப்படத்தை எம்.ஜி.எம் என்ற பெரிய கம்பெனி தயாரித்திருந்தது. எங்கள் ஊரில் தினம் இரண்டே ஆட்டங்கள். மாலை 6.30, 9.30. வெள்ளி, சனி, ஞாயிறு மட்டும் பகலில் ஒரு கூடுதல் ஆட்டம். 3.30. இந்தப் பகல் ஆட்டத்துக்குப் பாதிக் கட்டணம். ஆங்கிலப் படங்கள் காட்டும் கொட்டகைகளில் பிரிட்டிஷ் பணம். அதாவது ஒரு பிரிட்டிஷ் ரூபாய்க்கு நிஜாம் பணம் ஒரு ரூபாய் பத்தணா. இந்தப் பணமாற்ற விகிதத்தில்

இன்று இங்கு சவரன் விலை ஏறிஇறங்குவதுபோல ஏற்றம் இறக்கம் இருக்கும். எங்கள் கணக்குப் பாடத்தில் இந்த ஹாலி பிஜி (ஹைதராபாத், பிரிட்டிஷ்) நாணய விகிதம் ஒரு முக்கியப் பகுதி. பரீட்சையில் 10 மதிப்பெண்கள் கேள்வி.

எனக்கு வெள்ளி சனி ஞாயிறு கால் ரூபாய் டிக்கட் கிடைக்க வில்லை. ஆனால், நான்கு நாட்களுக்கு அது நீட்டிக்கப்பட்டது. அப்போது பார்த்துவிட்டேன். ஜானி வெயிஸ்மல்லர் என்பவர் டார்ஜான். குழந்தையாக ஆப்பிரிக்கக் காட்டில் கைவிடப் பட்டவர் மிருகங்களின் உதவியால் வளர்கிறார். ஒரு பெண் அவரால் கவரப்பட்டுக் காட்டில் தங்கிவிடுகிறார். அப்புறம் ஒரு மகன். ஒரு சிம்பன்ஸி. விநோத நகைச்சுவையில் அதற்கு 'சீட்டா' என்று பெயர். டார்ஜான் வரிசையில் 30 படங்களாவது வந்திருக்கும். ஜேம்ஸ் பாண்ட் வேஷம் போடுபவர் மாறுவதுபோல, டார்ஜானும் மாறியிருக்கிறார். இவ்வளவு அமெரிக்க டார்ஜான்கள் நடுவில் இந்தியாவில் இரண்டு மூன்றாவது வேண்டாமா?

இந்த டார்ஜான் படங்கள் பொழுதுபோக்கு சாகசப் படங்கள் மட்டும் அல்ல; அவை மனிதனின் ரகசிய அபிலாஷை களைப் பூர்த்திசெய்கின்றன. சில மிருகங்கள் மனிதனுக்கு நகரங்களில் இசைவாக இருப்பதைப் போல நகர நாகரிகம் இல்லாத காட்டிலும் அவன் வாழ முடியும் என்பதுபோலத் தோற்றம் தரும். ருட்யார்ட் கிப்ளிங் என்ற ஆங்கில எழுத்தாளர் இந்தியர்களைக் கதாநாயகர்களாக வைத்து நாவல்கள் எழுதிப் பெரும் பேரும் புகழும் அடைந்துவிட்டார். ஆங்கிலேயர் செய்ய முடிந்ததை இன்னும் விரிவாக்கி, அமெரிக்கனான டார்ஜானை ஒரு குடும்பதோடு காட்டில் வசிப்பவனாகக் காட்ட வேண்டும். காட்டில் ஒரு பெரிய மரத்தின் மீது வீடு அமைத்து டார்ஜான் அவன் குடும்பத்தோடு உணவு அருந்துவான். குச்சிகளை ஸ்பூன் மாதிரி செய்து உணவைக் கையால் தொடாமல் சாப்பிடுவான்.

இப்போது டார்ஜான் இடத்தை இயந்திர மனிதர்கள் பிடித்துவிட்டார்கள். மேலும், ஆப்பிரிக்காவில் பல நாடுகள் மேலைநாடுகள் போல வளர்ந்துவிட்டன. ஆப்பிரிக்கர்கள் இலக்கியத்தில் நோபல் பரிசு பெறும் உயர் நிலையில் இருக்கிறார்கள். இப்போது அவர்களை 'மம்போ ஜம்போ' என நடனம் ஆடுவதாகக் காட்டுவது அபத்தமாக இருக்குமல்லவா?

ஆளுமைகள்

எஸ். எஸ். வாசன்

1967இல் அறுபத்து நான்கு வயது பூர்த்தி பெறும் திருத்துறைப்பூண்டி எஸ்.எஸ். வாசன் அவர்களைத் தமிழகத்தின் ஒரு சிறப்புமிக்க பத்திரிகையாளர், திரைப்படத் தயாரிப்பாளர், தொழிலதிபர், தேச அபிமானி என்று ஒத்துக் கொள்வதற்கு முன் பெரிய அதிர்ஷ்டக்காரர் என்று மேலெழுந்தவாரியாகக் கூறிவிடுவார்கள். ஸ்ரீ வாசனின் எண்ணற்ற சாதனைகள் அவ்வளவு பெரிய அளவிலும் பிரமிப்பூட்டும் வகையிலும் இருந்திருக்கின்றன. ஒருவர் தொடர்ந்து முப்பத்தைந்து ஆண்டுகள் அதிர்ஷ்டத்தை மட்டும் நம்பி வாழ்க்கையைப் பிணைப்பு அறுபடாத ஒரு வெற்றிச் சங்கிலியாக அமைத்துக்காட்ட முடியுமா? ஆனால், ஸ்ரீ வாசனை நன்கும் நாள்படவும் தெரிந்தவர்கள் இதைத்தான் சொல்வார்கள். ஸ்ரீ வாசன் அவருடைய உழைப்புக்கும் துணிச்சலுக்கும் இன்னமும் எவ்வளவோ மகத்தான வெற்றிகளுக்குரியவர். அவருக்கு அதிர்ஷ்டம் போதாது...

நினைவு தெரிவதற்கு முன் தந்தையை இழந்த ஸ்ரீ வாசனின் இளம் நாட்கள் கடும் சோதனைக் காலமாக இருந்தபோதிலும் அவர் இளம் உள்ளத்தில் ஒரு சுதந்திர மனப்பான்மையும், நீடித்த காலத்திட்டம் வகுக்கும் சுபாவத்தையும் வளர்த்தன. ஒருவரிடம் அண்டி ஊதியம் பெறுவதைக் காட்டிலும் தனக்குத் தானே எஜமானனாக இருக்க வேண்டும் என்பது அவருக்கு உறுதிப்பட்டுவிட்டது. தன் அசாதாரண மான தன்னம்பிக்கையும் தன்னுள் பொங்கி எழும்

'வாழ்க்கையில் வெற்றி பெறுவது எப்படி' திட்டங்களும் ஆதாரமுள்ளவைதானா என்று பரீட்சித்துப் பார்க்கக் கல்லூரிப் படிப்பையும் உதறித் தள்ளிவிட்டு இளைஞர் வாசன் தென்னிந்தியாவைத் தனக்கு அவருக்கு உரித்தான பாதையில் களையூட்ட ஆரம்பித்தார். முதல் காரியமாக டி.எஸ். ஸ்ரீனிவாசன் என்றிருந்த தன் பெயரை எஸ்.எஸ். வாசன் என்று குறுக்கிக் கொண்டார்.

நாற்பதாண்டுகளுக்கு முன் தென்னிந்தியாவில் நிலவிய சூழ்நிலையைச் சிறிது பிரயாசைப்பட்டாலொழிய சரியாகக் கற்பனையும் செய்துகொள்ள முடியாது. பொருளாதாரத்தில், சமூக வாழ்க்கையில், அரசியல் துறையில், அன்றாட வாழ்க்கையில் இவையெல்லாவற்றிலும் நல்ல பிள்ளையாக யாருக்கோ அடங்கி ஒடுங்கி இருப்பதே பொருத்தமானது, நியாயமானது என்ற மனப்பான்மை ஊறியிருந்தது. எங்கோ ஒரு மூலையில் ஒரு பாரதியார் தோன்றி, பாடி, ஊர் விட்டு ஊர் வாழ்ந்து செத்தும் போனார். இன்னும் எங்கேயோ ஒரு வ.உ.சி., ஒரு வ.வே.சு. அய்யர். ஆனால், மலையின் அழுத்தத்துடன் தென்னிந்தியாவில் இருந்தது சேவக மனப்பான்மை. அந்த மனப்பான்மையில் கற்பனையில் கூட மகத்தானவை தோன்றாது. பொருள் வறட்சி, சிந்தனை வறட்சி. ஆர்வம்கூட வறட்சிக்குட்பட்டுத்தான் இருந்தது. சென்னை நகரம்தான் ஒரே நகரம். வேறு பெரிய ஊர்களாக இருந்தவை கிராமங்கள் மாதிரிதான் இருந்தன. பணக்காரர்கள் என்று அதிகம் கிடையாது. இருந்த பணக்காரர்களின் வாழ்க்கைத் தரம் எங்கும் நிறைந்து கிடந்த ஏழைகளுடையதைவிட அதிகம் மாறுபட்டதில்லை. பகலில் சீட்டாட்டம், இரவில் வீட்டுக்குத் தெரியாமல் அக்கம்பக்கத்துக்குத் தெரியாமல் பத்து மைல் தள்ளிப்போய் விடிய விடிய நாடகம் பார்த்துவிட்டு வந்தால் அவர்கள் ஆர்வத்தீ சமனமாகிவிடும். கற்பனை வளம் வடிந்துவிடும். எந்தவிதப் படிப்பு மேலும் ஒரு அலட்சியம். 'எங்கள் அப்பாவும் தாத்தாவும் படித்துவிட்டுத்தான் இந்த 60 வேலி நிலத்தை எனக்கு வைத்துவிட்டுப் போனார்களோ?' என்று சொல்லிக்கொண்டு இருப்பதில் ஓர் அசட்டுப் பெருமிதம். ஒரே ஊர்க்காரர்கள் இருவர் சந்தித்துக்கொண்டால் அடுத்த ஊர் வம்பு விஷமங்களைத் தவிர வேறு பேச்சு இருக்காது. சில விதிவிலக்குகள் இல்லாமல் போகவில்லை. ஆனால், பொதுவாகத் தென்னிந்தியாவில் அந்த நாளில் காணக்கூடிய வாழ்க்கை இவ்வளவில்தான் இருந்தது.

துணிச்சல், புத்திக்கூர்மை, தன்னம்பிக்கை இம்மூன்றை மட்டும் மூலதனமாகக் கொண்ட இளைஞர் வாசனுக்கு அக்காலத்தில் எல்லாருக்கும் பழக்கப்பட்ட துறைகளிலெல்லாம் கவனம் செல்லவில்லை. வாத்தியார்கள் இருந்தார்கள்,

குமாஸ்தாக்கள் இருந்தார்கள், வியாபாரிகள் இருந்தார்கள், சிறு சிறு தொழிலதிபர்கள் இருந்தார்கள். இந்தத் துறைகள் எதிலாவது புகுந்து ஆயிரத்தோடு ஆயிரத்தொருவனாக இருந்துகொண்டு இருபது வயதில் பெரிய சம்சாரியாகி, நாற்பது வயதில் எந்த நுண்ணிய சிந்தனைக்கும் உணர்வுக்கும் இடமளிக்காத ஜடத்தன்மை பெற்று, வெள்ளத்தில் அடித்துக்கொண்டு போகும் மரக்கட்டை போல் அவர் தன் வாழ்வை அமைத்துக் கொண்டிருக்கலாம். ஆனால், தான் சுயமாகச் சம்பாதித்து வாழும் வாழ்க்கைக் கட்டத்தைத் தொடங்க அவர் தேர்ந்தெடுத்தது கனமும் உருவமும் பரிமாணமும் இல்லாத ஒன்று. அது யோசனைகள் *(Ideas).*

ஸ்ரீ வாசன் சிறு சிறு புத்தகங்கள் எழுதினார். மொத்தத்தில் முப்பத்தாறு புத்தகங்கள் அவரால் எழுதப்பட்டதாகக் கூறப்படுகிறது. கதைகள் எழுதியிருக்கிறார். 'சதி லீலாவதி' என்ற படத்தின் கதையாசிரியர் வாசன்தான். சத்ரபதி சிவாஜியை ஒரு பாத்திரமாக வைத்துச் சரித்திரக்கதைகூட எழுதியிருக்கிறார். ஆரஞ்சுப் பழ சர்பத், சிவப்பு வர்ணப் பூ மத்தாப்பு, செயற்கைப் பவழம், பாம்புக்கடி மருந்து இதெல்லாம் எப்படித் தயாரிப்பது என்று யோசனைகள் கூறிப் புத்தகங்கள் எழுதியிருக்கிறார். அண்ணன், தம்பி, தகப்பனார், மகள், மாமியார், மருமகள், சிநேகிதன் இவர்களெல்லாம் வாழ்க்கையைச் சீராக, ஜாக்கிரதையாக நடத்த யோசனைகள் கூறி, பாத்திரமறிந்து பிச்சையிடவும் கோத்திரமறிந்து பெண்களைக் கொடுக்கவும் விளக்கம் கொடுத்துக் 'குடும்ப விநோதக் கதைகள்' எழுதி யிருக்கிறார். அந்தச் சிறு வயதில் இவ்வளவு எழுதியது பெரும் உழைப்பு. அவருடைய இளம் வயதுக்கு மீறிய பொருள்களையும் எடுத்துத் திறம்பட எழுதியது, எழுத முற்பட்டதே தன்னம்பிக்கை யினாலும் புத்தி சாதுர்யத்தினாலும். இந்த யோசனைகளைப் பொதுமக்களுக்குச் சிறு சிறு புத்தகங்களாக வழங்கும் நாட்களில் வாசன் அவர்களே புத்தகக் கட்டைக் கையில் எடுத்துக்கொண்டு ரயிலடியில் விற்பனை செய்வாராம். நூறு பக்கங்களுடைய ஒரு புத்தகத்துக்கு விலை ரூ. 0 அணா ஐந்தரை என்றிருக்கும். அவ்வியாபாரத்தில் லாபம் பெறக்கூடிய அளவு எவ்வளவு இருக்க முடியும் என்று கணக்குப் பார்த்துக்கொள்ளலாம். இந்த வியாபாரத்திலும் சில அபாயகரமான உத்திகளுக்குத் தயக்கம் கூடாது. அந்த நாட்களில் வேகமாகப் போகும் இரயில் வண்டியி லிருந்து ஏறுவதிலும் இறங்குவதிலும் ஸ்ரீ வாசன் பார்ப்போருக்குக் குலைநடுக்கம் ஏற்படும் துணிச்சலும் தேர்ச்சியும் பெற்றிருந்தாராம்.

அந்தக் காலத்தில் ஒரு தமிழ் மாதப் பத்திரிகை. பெயர் நல்ல பெயர். ஆனந்த விகடன். ஆனால், எப்போது கடைசி விகடம் சொல்லப்பட வேண்டியிருக்குமோ என்று பயந்துகொண்டே

இருக்கிற நிலவரம். இந்த ஆனந்தமான நிலையில் போட்டிக்கு இன்னொரு ஆனந்தம். ஆனந்தபோதினி. உலகத்தில் எல்லா விதமானவர்களுக்கும் எத்துறையில் ஈடுபாடு உள்ளவர்களுக்கும் தாராளமாகவும் மிகக் குறைந்த விலையிலும் வெற்றியடைய யோசனைகளும் யுக்திகளுமாகப் புத்தகம் போட்டுக் கற்பித்த இளம் வாசன் அவர்கள் அதுவரை யாருக்கும் யோசனை சொல்லாததைச் செய்தார். படு நஷ்டமடைந்துகொண்டிருக்கும் வியாபாரச் சாதனத்தை வலியச் சென்று வாங்கிக்கொண்டார். ஆனந்த விகடன் எஸ்.எஸ். வாசன் வசமாயிற்று.

பலமாக மூச்சு விட்டால் பறந்துபோய்விடக் கூடிய பச்சை அல்லது சிவப்பு நிறக் காகிதத்தாள்தான் மேலட்டை. அதில் பொருளடக்கத்துடன் இரயில், ஏரோப்ளேன் (அக்காலத்து ஏரோப்ளேனுக்கு இரட்டை இறக்கை) இன்னும் என்னென்னவோ சித்திரங்களும் ஜோடனைகளும் இருக்கும். பின்னட்டையில் அநேகமாக 'சர்வ படை சம்மாரன்' அல்லது 'மேக ரோக நாசினி' மருந்தின் விளம்பரம் இருக்கும். இந்த இரு அட்டை (!) உறைத் தாள்களுக்கிடையில் சுமார் அறுபத்தி நான்கு பக்கங்கள். அவை எழுதியவர் மட்டும் 'அச்சில் வந்ததே' என்று மகிழக்கூடிய விஷயங்களாக இருக்கும். அந்தக் காலத்தில் இரண்டணாவுக்குப் படியரிசி கிடைக்குமாம். படி அரிசிக்குப் பதில் ஆனந்தவிகடனை வாங்க அதிகம் பேர் முன்வரவில்லை. ஆனந்த விகடன் விலை இரண்டணா.

படிக்கத் தூண்டும்படியாக இருக்க வேண்டும். படித்தவர்கள் புரிந்துகொள்ளும்படியாக இருக்க வேண்டும். படித்தது மகிழ்ச்சி தர வேண்டும். இந்தக் குறிக்கோளை மனத்தில் வைத்துக்கொண்டு ஸ்ரீ வாசன் ஆனந்த விகடனைச் சிறிது சிறிதாக உருமாற்றினார். நிறையப் படங்கள் வரையச் செய்தார். விகடத் துணுக்குகள் வெளியிட ஆரம்பித்தார். பத்திரிகையைப் பார்ப்பதற்கும் படிப்பதற்கும் கவர்ச்சிகரமாக்க முயலும் அதே சமயத்தில் அதை விற்பனை செய்வதிலும் சில புதுமையான முறைகளைக் கையாண்டார். நிறையப் பரிசுத் திட்டங்கள் கொண்டுவந்தார்.

ஆண்டுச்சந்தா ரூ.1. ஒருவர் மூன்று சந்தாக்கள் சேர்த்தால் ஒரு பரிசு. ஆறு சேர்த்தால் இன்னொரு பரிசு. பத்து சேர்த்தால் இன்னொரு பரிசு. எப்படியாவது பத்திரிகையைத் தமிழ் தெரிந்தவர்கள் கவனத்திற்குக் கொண்டுவர வேண்டுமே. இலக்கிய ஆர்வம் முக்கியம்தான். ஆனால், இனாம் ஆர்வம் உடனடியாகப் பயனளிக்கக்கூடியது என்று வாசன் தெரிந்துகொண்டார். இதனுடைய ஒரு விஸ்தரிப்புதான் சில ஆண்டுகளில் அவர் 'ஆனந்த விகடனி'ல் கொண்டுவந்த பகுத்தறிவுப் போட்டி. 'ஆனந்த விகடன்' முன்னேற ஆரம்பித்தது.

ஸ்ரீ வாசனுடைய சாதனைகளை அலட்சியப்படுத்த அந்த நாளிலேயே இந்தப் போட்டிகளைத் தாக்கிப் பேசியவர்கள் உண்டு. ஸ்ரீ வாசன் போட்டியை ஓர் அம்சமாகத்தான் வைத்திருந்தார். பத்திரிகைக்குப் பளிச்சென்று அட்டை போட ஆரம்பித்தார். உள்விஷயங்களை ஒரு திட்டத்தோடு எளிய தமிழில் சுவாரஸ்யமான முறையில் அமைத்தார். தலையங்கம், உப தலையங்கங்கள், செய்தித் துணுக்குகள், கதை, கட்டுரை, மொழிபெயர்ப்பு, பாலர் மலர், பெண்களுக்கென்று இப்படி யெல்லாம் பகுதிகள் வகுத்து வைத்தார். திவ்யப் பிரபந்தம், 'மகாபாரதக் கதைகள்' என்று ஒவ்வொரு வாரமும் ஒரு காட்சியை அட்டைப் படமாகப் போட்டுத் தொடர் கட்டுரைகள் வெளியிட்டார். (இதற்குள் ஆனந்த விகடன் வாரப் பத்திரிகையாகி விட்டது.) தொடர்கதைகள் வெளியிட்டார். பொது ஜன வாழ்க்கையிலும் அரசியல் வாழ்க்கையிலும் தோன்றும் அன்றாடப் பிரச்சினைகளை வைத்து ஹாஸ்யக் கட்டுரைகளை வெளியிட்டார். பத்திரிகையில் கார்ட்டூன்கள் போட்டார். பிரமுகர்கள் படங்களை 'காரிகேச'ராகப் போட்டார். பத்திரிகை வாரத்துக்கு வாரம் புதுமை தோன்றும்படி ஏதாவது செய்து கொண்டிருந்தார். எதிலும் எதிர்காலத்தில் ஒரு பெரிய வளர்ச்சியை எதிர்பார்த்து அதற்குத் தக்கவாறு திட்டங்கள் வகுத்துக்கொண்டார். அவருடைய பெரிய திட்டங்களை நிறைவேற்றிக்கொள்ள திறமையுள்ள இளைஞர்களைச் சேர்த்துக் கொண்டார். அவர்கள் தங்களை விருத்தி செய்துகொள்கையில் பத்திரிகையையும் விருத்திசெய்யும் வகையில் அவர்களுக்கு நிறைய சந்தர்ப்பங்கள் அளித்தார். வெகு சீக்கிரத்தில் தமிழர்களுக்குப் பல பெயர்கள் பழக்கப்பட்டுவிட்டன. கல்கி, மாலி, மார்கன், சேகர், தேவன், சதாசிவம்... திறமையைப் பொறுக்கி எடுக்கும் திறமை நிறையப் பெற்றிருந்தார் ஸ்ரீ வாசன். (இன்னொரு உதாரணம்: அவர் ஓர் ஆங்கிலப் பத்திரிகைகூட நடத்தினார் என்பது அநேகம் பேருக்குத் தெரிந்திருக்காது. அவர் நடத்திய 'மெர்ரி மாகசீனிலும்' ஒரு சிறுகதைப் போட்டி. அந்தப் போட்டியில் வாசனால் பரிசளிக்கப்பட்டவர் ஆர்.கே. நாராயண்.)

ஆனந்த விகடனில் எஸ்.வி.வி. எழுதினார். பி.ஸ்ரீ. எழுதினார். ய. மஹாலிங்க சாஸ்திரி எழுதினார். உ.வே. சாமிநாதய்யர் எழுதினார். ராகவன் எழுதினார். 'சேவா சதனம்', 'விஷ விருட்சம்' மொழிபெயர்ப்பு வந்தன. ஆர்.கே. நாராயணனின் 'சுவாமியும் சிநேகிதர்களும்' மொழிபெயர்ப்பு வந்தது. கல்கி சங்கீதம் எழுதினார். சினிமா விமர்சனம்கூட எழுதினார். ('இந்தப் படத்தில் நன்றாக நடித்தவர்கள் பின்வருமாறு: 1. தென்னை மரம், 2. குதிரை வண்டி...') சென்னை அரசாங்கம் 'விகடன்' மீது விசேஷக் கவனம் செலுத்த ஆரம்பித்தது. கண்டித்தது. ஜாமீன்

தொகை கேட்டது. ஜாமீன் தொகையைப் பறிமுதல் செய்தது. மாகாண சுயாட்சி இயக்கத்திலும், 1937 காங்கிரஸ் மந்திரி சபைக் காலத்திலும், யுத்த காலத்திலும் யுத்தச் செய்தி விமர்சனங்களை யும் இங்கே இந்தியாவில் ஒத்துழையாமை, 'இந்தியாவை விட்டு வெளியேறு' போராட்டத்திலும் 'விகடன்' தலைவர்களுக்கும் மக்களுக்குமிடையே ஒரு பக்குவமான இணைப்பாகப் பணியாற்றியது. வாசன் ஜெமினி ஸ்டூடியோ நிர்மாணித்தார்.

அசிரத்தை நிறைந்து ஊக்கம் உற்சாகமற்று இருந்த மக்களிடையே ஒரு பத்திரிகையை விறுவிறுப்பானதாகவும் மாற்றிக்கொண்டிருந்த ஓயாத வேலைக்கிடையில் வாசனுக்குக் குதிரைப் பந்தயம் போக எங்கு நேரம் கிடைத்தது? வாசன் அதற்கு நேரம் ஏற்படுத்திக்கொண்டார். பந்தயத்தில்கூட அவர் அதிர்ஷடத்தை நம்பவில்லை, எதிர்பார்க்கவில்லை. குதிரைப் பந்தயத்தின் நுணுக்கங்களைக் கிரகித்தறிந்தார். பந்தயத்தில் பெரிய அளவில் ஈடுபட்டார். ஆயிரக்கணக்கில் தோற்றார், ஜெயித்தார். (அவ்விஷயத்திலும் அவர் அதிர்ஷடக்காரர், குருட்டாம் போக்கில் ஜெயித்தார் என்றவர்கள் உண்டு. உண்மை அதுவல்ல.) அந்தக் காலத்து மகாராஜாக்களுக்கும் பிரபுக்களுக்கும் சமானமாக ஈடுகொடுத்தார். ஜாக்கிகளை நியமித்துக்கொண்டார். குதிரைப் பயிற்சியாளர்களை ஏற்பாடு செய்துகொண்டார். பந்தயக் குதிரைகளை வைத்துக்கொண்டார். இதிலெல்லாம் முழுக்க முழுக்கத் தன் அளவிற்குத் தோன்றுவதையும், தான் மதிப்பிட்டதையுமே ஆதாரமாக வைத்துக்கொண்டு முடிவுகள் எடுத்தார். குதிரைப் பந்தயத் துறை மீது அசாதாரணத் தேர்ச்சி பெற்றிருந்த உச்சநிலையில் அவர் ஒரு கணத்தில் பந்தயத்தை உதறித் தள்ளினார். சினிமாத் தொழிலுக்கு வந்தார்.

சினிமா ஒரு பொழுதுபோக்குச் சாதனம். அந்தப் பணியைச் செம்மையாகப் புரிந்தாலன்றிச் சினிமாவுக்கு வேறு உபயோகங் களையும், பொறுப்புகளையும் கற்பித்துக்கொள்வதில் பயனில்லை என்ற முடிவுக்கு வாசன் வந்தார். ஆனால், அவருக்கு எதிலும் ஒரு வரம்பு விதி உண்டு. எதை எந்த இடத்தில் எந்த அளவுக்குச் சொல்ல வேண்டும், செய்ய வேண்டுமென்பதில் ஒரு பக்குவம் அவருக்கு என்றுமே இருந்தது. ஆழ்ந்த ஆலோசனைகளை நடத்தி, திட்டங்கள் வகுத்த அடிப்படையில் ஜெமினி படங்கள் ஒன்றன்பின் ஒன்றாகத் தமிழ் மக்களிடையே சலசலப்பு நிகழ்த்திக் காட்டிவிட்டன. எங்கோ ஒரு மூலையில் எப்போதோ பளிச்சிட்டு மறைவதைக் காட்டிலும் அமரிக்கையாக நாள்பட நிலைத்து விளங்குவதே வாசன் விரும்பியது. அதற்குத் தக்கவாறு படங்கள் தயாரித்தார். அவர் இன்றுவரை தயாரித்துள்ள நாற்பது ஐம்பது படங்களில் மூன்று நான்கைத் தவிர மற்றவை கலை இலக்கிய

நிபுணர்களின் பரிசையும் பாராட்டையும் பெறவில்லை. அக்குறிப்பிட்ட சிலரை மட்டும் மனதில் வைத்துக்கொண்டு படம் எடுப்பது பொழுதுபோக்குக்காகச் சினிமா பார்க்க வரும் கோடிக்கணக்கான சாமான்ய மக்களை மதிக்காமலிருப்பதற்கு ஒப்பாகும் என்று வாசன் கருதினார். அவருடைய வாழ்க்கை நோக்கின் ஒரு முக்கிய அம்சம் இது. ஒரு பாமரனைத்தான் பயன் படுத்திக்கொள்ள வேண்டும் என்ற நோக்கத்தைக் காட்டிலும் அவனுடைய தேவையை உணர்ந்து மதிப்பதே மக்கள் மத்தியில் நீடித்து வெற்றி காண முடியும் என்பது அவர் ஆய்ந்தறிந்த உண்மை.

'ஆனந்த விகடன்' தன்னுடைய நாற்பத்தி இரண்டாம் வயதை அடைந்திருக்கிறது. ஜெமினி ஸ்டூடியோ இருபத்தியேழு வயது நிரம்பப் பெறுகிறது. கிட்டத்தட்ட ஐம்பது திரைப்படங்களைப் பல கோடி ரூபாய் மூலதனத்தில் தயாரித்தாகி விட்டாயிற்று. நூற்றுக்கும் மேலான புத்தகங்களைப் பதிப்பித்து வெளியிட்டா யிற்று. இந்தியாவின் மிகச் சிறந்த வர்ணத் திரைப்பட லாபரட்டரியை நிர்மாணித்தாகிவிட்டாயிற்று. தென்னிந்தியா இனிக் காண முடியாது என்கிற மாதிரி ஒரு கல்யாணம் நடத்திக் காட்டியாயிற்று. (1950ஆம் வருடம்: லக்ஷ்மி ஜி.எஸ். மணி) ஏராளமான குழுக்களுக்கும் சங்கங்களுக்கும் தலைவராகவும் நிர்மாணகர்த்தாவாகவும் போஷகராகவும் இருந்தாயிற்று. ஆரம்ப முதல் இன்றுவரை ஒரு தலைவரின் கொள்கை, ஒரு கட்சிக்கு விசுவாசமாக இருந்து உறுதியான தன்மைக்கும் அரசியல் நாணயத்திற்கும் ஓர் எடுத்துக்காட்டாக இருந்து காட்டியாயிற்று. நிதானமும் வலிமையும் கொண்ட பிரசாரகனாக குறிப்பாக 1962, 1967 வருடங்களில் இருந்து நிரூபித்துக் காட்டியாயிற்று.

எவ்வளவோ இளைஞர்கள், எழுத்தாளர்கள், பத்திரிகை எழுத்தாளர்கள், சைத்திரிகர்கள், நடிகர்கள், சினிமாத் தொழில் கலைஞர்கள், கவிஞர்கள், சங்கீத வித்துவான்கள், வாத்தியம் இசைப்பவர்கள் மற்றபடி தொழிலாளர்கள் இவர்களுக்கெல்லாம் உத்தியோகம், ஊதியம், விசேஷத் திறமையைக் காட்ட சந்தர்ப்பம், பாராட்டு, அன்பளிப்பு எல்லாம் வாசன் செய்திருக்கிறார். தொழிற்சாலை ஒரு குடும்பம் என்று ஒரு நிலைமை இருந்த காலத்தில் பண்டங்கள் இன்னும் எளிதாகவும் தாராளமாகவும் கிடைத்த காலத்தில் நூற்றுக்கணக்கான தொழிலாளர்களுக்கும் வேளாவேளைக்குச் சுவையான விருந்து படைப்பது ஸ்ரீ வாசன் ஸ்தாபனத்தில் சர்வ சாதாரணமாக இருந்தது. ஜெமினி ஸ்டூடியோவில் அப்போதெல்லாம் காபி போர்டு ஏலத்தில் போய் மொத்தமாகக் காப்பிக்கொட்டை வாங்குவார்கள். வெண்ணெய் வாங்கித்தான் நெய் உருக்குவார்கள். முந்திரிப்பருப்பு மணங்குக் கணக்கில் வாங்கிச் செலவழிக்கப்படும். எஜமானர் வாசன் மீது எவ்வளவோ மனத்தாங்கல் இருக்கலாம். கருத்து வேற்றுமைகள்

ஏற்பட்டிருக்கலாம். ஆனால், அவருடைய மன விலாசத்தை யாரும் மறுதலிக்க முடியாது.

பதினைந்து வருடங்களுக்கு முன்பு வ.ரா. எழுதிய தமிழ்நாட்டுப் பெரியவர்கள் பற்றிய வரலாற்றுப் புத்தகத்தில் வாசனின் வாழ்க்கைக்கு ஒரு முக்கிய இடமிருந்தது. வ.ராவும் வாசனும் நேர்எதிர் நோக்குடைய கட்சிகளைச் சேர்ந்தவர்கள். ஒன்று கலைஞன் உள்ளம். இன்னொன்று படைப்பாளி உலகம். ஒருவர் சிந்தனைச் சிற்பி. இன்னொருவர் பிரமாண்டமான கட்டடங்களை நிர்மாணிப்பவர். முதல்வருடைய உலகத்தில் அவர் மட்டும் இருந்தால்கூடப் போதும். வாசன் உலகத்தில் மேலோர் கீழோர் என்ற பாகுபாடில்லாமல் உலகத்திலுள்ளோர் அத்தனை பேரும் வேண்டும்.

ஆனந்த விகடனை மட்டும் எடுத்துக்கொண்டு 1935, 1945, 1955, 1965 ஆகிய வருடங்களின் நான்கு இதழ்களை எடுத்துப் பார்த்தால் வாசனின் வளர்ச்சி மட்டும் தெரியாது. தமிழ்நாட்டின் முப்பது ஆண்டுக்காலச் சரித்திரமும் தெரியும். பத்திரிகை படிக்கும் பழக்கம், தேசிய விவகாரங்களில் அக்கறை, மற்ற நாடுகளைப் புரிந்துகொள்ள வேண்டும் என்கிற ஆர்வம் இதெல்லாவற்றுடன் 'ஆனந்த விகடன்' வளர்ச்சியோடு தமிழும் படைப்பிலக்கியமும், பத்திரிகையிலக்கியமும் வளர்ந்திருக்கின்றன. சினிமாவும் மற்ற தொழில்களைப் போல் ஒரு துறைதான். இளப்பமாகத் தள்ளி வைப்பது சரியாகாது என்பதைச் சிறிது சிறிதாகச் சமூகத்தில் புகுத்திய பெருமை வாசனைச் சாரும். ஒரு கொள்கைக்காக ஒருமுறை பம்பாய் அரசாங்கத்தை (மொரார்ஜி தேசாயை) நியாயஸ்தல மூலம் ஒப்புக்கொள்ளவைத்த சாதனை வாசனுடையதுதான். இப்போது ஸ்ரீ வாசனே ராஜ்ய சபை அங்கத்தினர். அது அவருக்கு எவ்வளவு திருப்தியளிக்கிறது?

லட்சத்தில் ஒருவன்தான் தலைவனாகிறான். ஸ்ரீ வாசன் தன்னை ஒரு தலைவன் என்று கருதியதில்லை. வாழ்க்கையில் நல்ல சந்தர்ப்பங்களுக்காகப் போராடி அவை கிடைத்தபோது உழைப்பைக் கொண்டு அதன் பயனைப் பெற்றிருக்கிறார். பிரச்சினைகளையும் சிக்கல்களையும் கண்டு தயங்கிவிடாமல் பல புதுப் பாதைகள் வகுத்திருக்கிறார். சரித்திரம் வீரர்களை நன்கு நினைவுறுத்துகிறது. நிர்மாணகர்த்தாக்கள் ஒருமாதிரி ஒதுக்கப்பட்டுவிடுகிறார்கள். சரித்திரத்திற்கு விளைவுகளைத்தான் புரிந்துகொள்ள முடியும். எப்படி விளைவுகள் நிகழ்ந்தன என்பது அதன் உணர்வுக்கு அப்பாற்பட்டது. ஆனால், இன்று நமக்கிடையில் இருக்கும் இந்த மனிதரை நாமாவது நன்கு புரிந்துகொள்வது நல்லது.

(1967)

"அதோ, என் காதலர் அழைக்கிறார்!"

கல்கியின் 'தியாகபூமி' தொடர்கதையை யாரும் மறந்திருக்க மாட்டார்கள். அதில் இடம்பெற்றுள்ள சில அம்சங்கள் தமிழுக்குப் புதியவையாய் இருந்தன. அதில் ஒன்று, கதாநாயகனின் தகப்பனார் கல்கத்தா ராஜமய்யர் என்ற கதாபாத்திரத்திற்கு ஆவியுலகத்துடன் தொடர்புகொள்வதில் இருந்த ஆர்வம்.

பத்தொன்பதாம் நூற்றாண்டின் இறுதிப் பகுதியில் பல மேல்நாடுகளில் ஆவிகள் பற்றித் தீவிர ஆராய்ச்சிகளும் சர்ச்சைகளும் கிளம்பின. 'சூட்சும உலகம் என்று ஒன்றிருக்கிறது, இறந்தவர்கள் கிட்டத்தட்ட பூமியில் வாழ்ந்தபோது கொண்டிருந்த உருவுடன், ஆனால், சாதாரண மனிதப் பார்வைக்குத் தென்படாமல் ஆவியுலகத்தில் உலவிவருவார்கள், சில விசேஷ முயற்சிகளால் அந்த ஆவிகளுடன் தொடர்புகொள்ளலாம்' என்றெல்லாம் வாதப் பிரதிவாதங்கள் எழுந்தன.

பேசாப் படங்கள் மூலம் உலகத்தின் பெண் குலத்தையே பரவசத்தில் ஆழ்த்திய மாபெரும் காதலன் ருடால்ஃப் வாலண்டினோ, அந்த ஆவியுலகில் நம்பிக்கை கொண்டவர்களில் முக்கியமானவர்.

வாலண்டினோ ஓரளவு வெற்றிகரமான நடிகராக வேண்டுமென்று ஆசைப்பட்டார். அவரடைந்த வெற்றி, சூறாவளியைப் போலத் திரைப்பட உலகில் அவரோடிருந்த பலரை இல்லாததுபோலத் தவிடு பொடியாக்கியது.

அவர் நீண்ட காலம் வாழ்ந்து நடிப்புத் துறையை விட்டு நல்ல கலையம்சம் மிகுந்த திரைப்படங்களை டைரக்ட் செய்யத் திட்டமிட்டிருந்தார். ஆனால், அவர் திரைப்பட நடிகராகி ஐந்து வருடங்கள் முடிவதற்குள் அற்பாயுளில் தமது முப்பத்தொன் றாவது வயதில் இறக்க நேர்ந்தது.

வாலண்டினோ இறந்ததும் அமெரிக்காவே ஓர் ஆவியுலக ஆராய்ச்சிக்கூடமாக மாறியது. காரணம், வாலண்டினோ தம் வாழ்நாளில் 'ஆவியுலக நிபுணர்கள்' எனக் கூறிக்கொண்ட பலரோடு நட்புக்கொண்டிருந்தார். அவருடைய இரண்டாம் மனைவியாகிய நடாஷா ராம்பவா ஆவியுலகப் பரிசோதனை களில் தீவிரமாக ஈடுபட்டிருந்தவர்.

வாலண்டினோவின் சமாதி கண்ணீரும் கம்பலையுமான ஆயிரக்கணக்கான பெண்மணிகளுக்குப் புகலிடமாயிற்று. எவ்வளவோ பேர் வாலண்டினோவின் ஆவியே தங்களை அந்த இடத்திற்கு அழைத்துவந்ததாகச் சத்தியம் செய்தனர்.

ஒரு பெண்மணி தான் வாலண்டினோவால் கர்ப்பமுற்றிருப்ப தாகவும், தான் பிரசவிக்கும்வரை வாலண்டினோ சமாதி அருகே ஒரு கட்டில் ஏற்பாடு செய்ய வேண்டும் என்றும் அதிகாரிகளை மன்றாடிக் கேட்டுக்கொண்டார். (இது வாலண்டினோ இறந்து ஒன்றரை ஆண்டுகள் கழித்து.) அவரை அங்கிருந்து பலவந்தமாக வெளியேற்ற முயன்றபோது, "அதோ, அதோ, என் காதலர் வாலண்டினோ அழைக்கிறார்" என்று கூவினார்.

அங்கே நின்றவர்களுக்கு மயிர்க்கூச்சலெடுத்தது. அப்படியே முழந்தாளிட்டுப் பணிந்தார்கள். சமாதிக் கட்டடத்திலிருந்து யாரோ தட்டுவதுபோலச் சப்தம் கேட்டது. வாலண்டினோதான் ஆவியுருவில் சமாதி வாசற்படியைத் தட்டுகிறார். சமாதிக் காப்பாளர் அரை மணிநேரம் எங்கெல்லாமோ தேடிப் பார்த்தார். சமாதியின் ஒரு சிறு துவாரத்தில் குருவி ஒன்று எப்படியோ போய்ச் சிக்கிக்கொண்டிருந்தது. அதை விடுதலை செய்தார். சப்தமும் நின்றது.

இப்படிச் சில ஏமாற்றங்கள் நேர்ந்தாலும் வாலண்டினோ வின் ஆவியுடன் தொடர்புகொள்ளுவதும், அந்த ஆவி கூறியதாகச் செய்திகளும் தொடர்ந்து வெளிவந்துகொண்டிருந்தன.

வாலண்டினோ மறைந்து இரு தலைமுறைகள் முடிந்து விட்டன. அவரால் நாகரிகச் சின்னங்களாக அன்று உலகெங்கும் ஆவேசத்துடன் பின்பற்றப்பட்ட தலைமுடி பாணி, உடுப்புகள், இவையெல்லாம் இன்றைய பள்ளிச் சிறுவனுக்குக்கூடச் சிரிப்பு மூட்டலாம். ஆனால், ஒன்று; வாலண்டினோவின் ஆவி, அவரது ஆத்மா, இன்று உண்மையாகவே சாந்தி அடைந்திருக்கக்கூடும்.

(1970)

டி.எஸ். பாலையா

நடிகர் டி.எஸ். பாலையா சென்ற மாதம் இறந்து போனார். இறக்கும்போது அவருக்கு வயது அறுபது என்றார்கள்.

இந்தப் பத்துப் பதினைந்து ஆண்டுகளாகத் தமிழ் சினிமா பார்ப்பவர்களை இந்தச் செய்தி எவ்வளவு பாதித்திருக்கும் என்று சொல்ல முடிய வில்லை. இப்படிச் சொல்வதே 'பாதிப்பு ஒன்றும் இல்லை' என்று கூறுவதற்குச் சமமோ?

சினிமாவே இருபதாம் நூற்றாண்டின் கண்டு பிடிப்பு என்றாலும் அதன் எழுபதாண்டு காலத்தில் பல நூற்றாண்டுகளின் பதிப்புகள் சினிமாப் படங்களில் தோன்றி மறைந்திருக்கின்றன. இந்தக் 'கணையாழி'யைப் படிக்கும் லட்சக்கணக்கா னோரில் சிலருக்காவது 'சிந்தாமணி' படம் ஞாபகம் இருக்கலாம். அது ஒரு வேசையைப் பற்றிய கதை. வேசை வேடமணிந்தவர் அசுவத்தாமா. 'சிந்தாமணி' படத்தில் அசுவத்தாமா உடுத்திய ஒவ்வொரு புடவையைக் கொண்டும் இன்றைய கதாநாயகிகள் மூவருக்கு உடை தயாரித்துவிடலாம். இவ்வளவு அடக்க ஒடுக்கமாக நடிக-நடிகையர் அந்தக் காலத்தில் திரைப்படத்தில் தோன்றினாலும் நாளாவட்டத்தில் இந்த அடக்க ஒடுக்கம் எவ்வளவு தூரம் உதறித்தள்ளப்படும் என்ற ஊகத்தில்தான் அசுவத்தாமா காலத்திலேயே பல பெரியவர்கள் சினிமாவை அருவருத்து எதிர்த்திருக்கிறார்கள் என்று தோன்றுகிறது. அந்தக் காலத்தில் நடிக-நடிகையர் மட்டுமே ஒரு திரைப்படத்தின்

பெருமையையும் செலவையும் அள்ளிச் செல்வார்கள் என்றில்லை. தயாரிப்பாளர்கள், தயாரிப்பு நிறுவனங்கள், ஸ்டூடியோக்கள், படம் எந்த ஊரில் தயாரிக்கப்பட்டது (பல தமிழ்ப்படங்கள் புனாவிலும் கல்கத்தாவிலும் தயாராயின), துணை நடிகர்கள் இவர்கள் எல்லாரும் ஒரு திரைப்படத்தின் சிறப்பில் பங்குபெற்றார்கள். மக்களின் அங்கீகாரத்தையும் கவனத்தையும் பெற்றார்கள். அப்படிப்பட்ட காலத்தில் வந்தவர்கள்தான் சடகோபன், நாகையா, எம்.கே. ராதா, பாலையா, காளி என். ரத்னம், என்.எஸ். கிருஷ்ணன், தியாகராஜ பாகவதர், ஹொன்னப்ப பாகவதர், கேசவன், பி.எஸ். கோவிந்தன், டி.ஆர். ராஜகுமாரி இப்படி இன்னும் பலர். இவர்களில் இறந்தவர்களை விட்டு இருப்பவர்களைப் பார்த்தால் அவர்கள் இன்றைய சினிமா உலகில் தத்தளித்துக்கொண்டு இருப்பவர்களாகவேதான் காணப்படுகிறார்கள்; அவர்கள் காணப்பட்டால்.

பாலையா தமிழ் சினிமாவின் 'மணிக்கொடி கால'த்தில் தலையெடுத்தவர். பி.எஸ். ராமையா, யோகியார், புதுமைப் பித்தன், கி.ரா., வ.ரா. போன்றவர்கள் சினிமாவோடும் தொடர்பு கொண்டிருந்தார்கள். பாலையா வில்லனாக நடித்த 'ஆர்யமாலா' வெள்ளி விழாக்களைக் கொண்டாடிக் கொண்டிருந்தது. கதாநாயகன் பி.யூ. சின்னப்பா. அவர் உருவத்தில் பாதியாக, மெல்லிய குச்சியாக டி.எஸ். பாலையா சின்னப்பாவைத் தொடர்வார், துரத்துவார், சண்டையிடுவார். காதலுக்குப் போட்டியிடுவார். 'மீரா'வில் எம்.எஸ். சுப்புலட்சுமி பாடிக் கொண்டிருக்கும் கோயிலைப் பீரங்கி கொண்டு இடிக்கத் தயாராவார். ஹொன்னப்பாவைச் சிறையில் அடைப்பார். பாலையாவைக் கதாநாயகனாக வைத்து ஒரு தமிழ்ப்படம் வந்தது. அது மாடர்ன் தியேட்டர்ஸின் 'சித்ரா'. அந்த நாளில் இரண்டாம் உலக யுத்த முயற்சிகளுக்கு ஒத்துழைப்பாக எல்லாப் பெரிய சினிமா நிறுவனங்களும் ஒரு யுத்தப் பிரசாரப் படம் எடுத்தேயாக வேண்டும் என்ற நிர்ப்பந்தம் இருந்தது. கே. சுப்பிரமணியம் 'மான சம்ரக்ஷணம்' என்றொரு படம் எடுத்தார். வாசன் 'கண்ணம்மா என் காதலி' எடுத்தார். மாடர்ன் தியேட்டர்ஸ் 'பர்மா ராணி', 'சித்ரா' என்று இரு படங்களை எடுத்தது. 'சித்ரா'வில் போலீஸ் அதிகாரியாக டி.எஸ். பாலையா சூட் அணிந்துகொண்டு பாட்டுப் பாடிக் கொண்டு ஜப்பானிய ஒற்றர்களைப் பிடிப்பார். அவர் கதாநாயகனாக நடித்த இன்னொரு படம் 'பிரசன்ன'. மலையாளப் படம். கதாநாயகிகளாக நடித்த லலிதா, பத்மினி சகோதரிகளுக்கு அப்போது இருபது வயது நிரம்பவில்லை . எவ்வளவு அபத்தமான சூழ்நிலையில் வில்லன் செயல்பட வேண்டியிருந்தாலும், டி.எஸ். பாலையா அந்த அசட்டுத்தனத்திற்கும் ஒரு

கண்ணியத்தையும் கலையுருவையும் தருவார். வில்லனாக இருந்தவர் அப்படியே மக்கள் கவனத்திலிருந்து மறைந்து போனார்.

பாலையாவின் திரையுலக இரண்டாம் தவணை 'வேலைக்காரி'யில் துவங்கியது. தேசிய எழுச்சிக்குத் தீர்வாக சுதந்திரம் கிடைத்துவிட்டது. இப்போது பிராந்திய எழுச்சிகள் தோன்றின. ஆரியனே வெளியேறு. திராவிட நாடு திராவிடர்க்கே. திராவிடக் கழகம். திராவிட முன்னேற்றக் கழகம். அண்ணாதுரை. இன்று 'வேலைக்காரி' சினிமாவைப் பார்ப்பவர்கள் சிரித்து விடுவார்கள். அந்தப் படத்தை அன்று பார்த்துப் பூரித்தவர்கள் கணக்கற்றவர். ஆசிரியர் 'கல்கி'க்கு அப்படம் மிகவும் பிடித்தது. அதில் இளைய தமிழ் 'பகுத்தறிவாளன்' குறியீடாகப் பாலையாவுக்குப் பாத்திரம். பாலையா அதை மிகச் சிறப்பாகச் செய்தார். அதே பாணியில் கே.ஆர். ராமசாமி, சிவாஜி கணேசன், எம்.ஜி.ஆர்., எஸ்.எஸ்.ஆர். நிறைய ஆண்டுகள் நிறையப் படங்களில் நடித்துத் தள்ளி யிருக்கிறார்கள். 'பராசக்தி' குணசேகரன், ஞானசேகரன் பாத்திரங்களுக்கு பாலையாதான் 'வேலைக்காரி'யில் ஒரு வழி வகுத்துக் கொடுத்தார்.

மீண்டும் பாலையா மறைந்துபோனார். அவருடைய திரையுலக மூன்றாம் தவணை ஒரு காமெடியனாக 'மாமன் மகள்' படத்தில். கதாநாயகன் அல்லது கதாநாயகியின் அறுபது வயது அசட்டு ஆனால், பணக்கார அப்பாவாக வேஷம். பாலையா சதைபோட்டுவிட்டார். ஆனால், அவருக்கு மிகவும் இளைத்த நேரம். இந்த அறுபது வயது அசட்டு ஆனால், பணக்கார அப்பா அபத்த வேஷத்தையும் மனமாரப் பாராட்டும்படிச் செய்தார். அவர் நடித்த 'காதலிக்க நேரமில்லை' படம்கூட அவருக்கு நல்ல காலத்தைத் தோற்றுவித்ததாகத் தெரியவில்லை. அவருடைய கலை காலப்போக்கில் செலாவணிக்கு லாயக்கில்லாததாகப் போய்விட்டது. செலாவணி என்பது மதிப்பைப் பொறுத்ததல்ல, எல்லா நேரத்திலும்.

இன்னொரு சினிமா விஷயம். 'சோதனைப் படங்கள்' என்ற தலைப்பில் சுமார் பதினைந்து சிறு திரைப்படங்களை ஒரு மாலை அமெரிக்கக் கலாசாரக் கேந்திரத்தில் பார்க்க நேர்ந்தது. திரைப்படம் என்ற சாதனத்தைத் திரைப்படச் சாதனமாகவே கொண்டு எடுத்த இப்படங்களை இந்த எழுத்துச் சாதனத்தில் விவரிக்கக்கூட முடியாது. அந்த அனுபவம் அற்புதமானது. அந்த அனுபவத்திற்கு அர்த்தம் என்று நாம் பொதுவாக உலகறிந்த மொழியில் கூற முடியாத போதிலும். இப்படங்களை எடுத்த

கலைஞர்களுக்கு இகழ்ச்சியும் பொருளாதார நஷ்டமும்தான் மிஞ்சியிருக்கக்கூடும். மற்ற துறைகளில் எழுத்து, நாடகம், ஓவியம் இம்மாதிரிப் பரிசோதனைகள் செய்து பார்த்த பல கலைஞர்கள் போல இவர்களும் பேர் ஊர் தெரியாமல் மறைந்து போகக்கூடும்.

ஆனால்... *"The older hack Hollywood directors would never admit it but they will take sneaky looks at these films and take ideas" (News week)*

மேலும், *"Even though many Hollywood directors write off the experimenters as no-talent amateurs, some of their notions are already being absorbed into the visual vocabulary of the media. The men who make commercials... regularly rent big batches of avantgarde films and ransack them for ideas" (Time)*

(1972)

எர்ரால் ஃபிளின்

இன்றைய உலக சினிமாவின் சூரனாக அறியப்படும் சில்வெஸ்டர் ஸ்டலோன் ராம்போ என்ற வேடத்தில் நடித்து வீரம், சாகசம் போன்ற தத்துவங்களுக்கு ஒரு விபரீத வடிவம் கொடுத்து விட்டார் என்றுதான் சொல்ல வேண்டும். மித மிஞ்சிய குரோதம், கொடூரம், வெறி இவை அந்த வடிவத்தின் பிரதான அம்சங்கள். பல இடங்கள் சதை பிய்ந்து தொங்க உடலெல்லாம் இரத்தம் ஒழுகும் பயங்கரக் காயங்களுடன் எதிராளிகளை இன்னும் கொடூரமான வகைகளில் வதை செய்வது இந்த வடிவின் உச்சக்கட்டம்.

இந்தப் பாணி அனுபவத்தை எழுபதுகளில் 'ஹாங்காங் படங்கள்' என்பவை ஆரம்பித்து வைத்தன. இதன் மூலவர்தான் புரூஸ் லீ. இந்தியத் தணிக்கைக் குழுவால் 'மேன் ஃபிரம் ஹாங்காங்' என்ற படத்திலிருந்து வெட்டப்பட்ட காட்சிகளை நான் ஒருமுறை பார்க்க வேண்டியிருந்தது. அதன்பின் பல மணிநேரம் பிரமை பிடித்தவன் போலிருந்தேன்.

புருஸ் லீ சினிமா சாகசச் சின்னமாவதற்கு முன்பு கிளிண்ட் ஈஸ்ட்வுட், ஸ்டீவ் மெக்வீன், பர்ட் லங் காஸ்டர் போன்ற நடிகர்கள் இருந்தார்கள். அதற்கும் முன்பு முப்பதுகளிலும் நாற்பதுகளிலும் வீரம், சமயோசிதம், சாகசம் இவற்றுக்கெல்லாம் உரிய ஒரே நட்சத்திரமாக விளங்கியவர் எர்ரால் ஃபிளின்.

ஆடாது அசையாது சவமாகக் கிடக்கும் வேடம் தான் எர்ரால் ஃபிளின்னுக்கு முதலில் கிடைத்தது.

அடுத்த படமே ஒரு நொடி கண் சிமிட்ட அனுமதிக்காத விறுவிறுப்பு கொண்ட 'காப்டன் பிளட்' என்ற சரித்திரப் படம். இங்கிலாந்து அரசன் இரண்டாம் ஜேம்ஸுக்கு எதிராகக் கலகம் செய்த ஏழைப் பாட்டாளிகளுக்கு வைத்தியம் செய்ததற்காக நூற்றுக்கணக்கானோருடன் பீடர் பிளட் என்ற வைத்தியன் ஒரு மேற்கிந்தியத் தீவுக்கு அடிமையாக நாடு கடத்தப்படுகிறான். அந்தத் தீவின் கவர்னரின் மகளுக்கு பிளட்மீது காதல் பிறக்கிறது. தன் சகாக்களுடன் தப்பிச்சென்று பெரிய கடற் கொள்ளைக்காரனாக மாறுகிறான். ஒரு சந்தர்ப்பத்தில் அவனே பேராபத்திலிருந்து அந்தத் தீவின் கவர்னரைக் காப்பாற்றுகிறான். எங்கோ கேட்ட அல்லது பார்த்த கதை மாதிரி தோன்றினால் வியப்பில்லை. இதுதான் 'ஆயிரத்தில் ஒருவ'னாகத் தமிழில் மறுபிறப்பெடுத்தது. எர்ரால் ஃபிளின்னின் இன்னொரு சிறந்த படம் 'ராபின்ஹூட்'. இது தமிழில் 'மர்மயோகி'யாக மாறியது. இரண்டிலும் கதாநாயகன் எம்.ஜி.ஆர்.

'காப்டன் பிளட்', 'ஆயிரத்தில் ஒருவனா'க மாறச் சுமார் 25 ஆண்டுக்காலம் பிடித்தது. ஆனால், எம்.ஜி.ஆரின் தொடக்க காலக் கத்திச்சண்டைப் படங்களில் அதன் பாதிப்பு உடனே தெரிந்தது. 'ராஜகுமாரி', 'மருதநாட்டு இளவரசி', 'மோகினி', 'மந்திரிகுமாரி', 'சர்வாதிகாரி' எனத் தொடர்ச்சியாக வந்த கத்திச் சண்டைத் தமிழ்ப்படங்களில் எர்ரால் பிளின் நடித்த 'காப்டன் பிளட்' தவிர அவருடைய 'ராபின்ஹூட்', 'ஸீ ஹாக்', 'எலிசபெத் அண்ட் எஸ்ஸெக்ஸ்', 'அட்வென்சர்ஸ் ஆஃப் டான் உவான்', 'பிரின்ஸ் அண்ட் தி பாப்பர்' ஆகிய படங்களின் கத்திச் சண்டைகள் உடனுக்குடனே தமிழ்ப் படங்களில் அதிலும் குறிப்பாக எம்.ஜி.ஆர். படங்களில் இடம்பெற்றுவிடும். தொடையோடு ஒட்டிய கால்சராய், கோண வகிடெடுத்த பாகவதர் கிராப், இடுப்பு பெல்ட், தோள்பட்டைகளில் சிறு இறக்கைகள் போலத் தோன்றும் கோட் இதெல்லாம் எர்ரால் ஃபிளின் தமிழ் சினிமாவுக்கு அளித்த அம்சங்கள்.

தமிழில் கத்திச்சண்டை சினிமா எனும்போது இச்சண்டைகளை இங்கு அமைத்துப் பயிலுவித்தவரை நாம் மறக்க முடியாது. அவர் ஸ்டண்ட் சோமு.

எர்ரால் ஃபிளின்னின் படங்களை அந்த நாளில் கத்திச் சண்டைப் படம் என்றுதான் நாங்கள் அழைப்போம். அவர் படங்களுக்கும் சரித்திரத்துக்கும் ஏதாவது சிறு இழை சம்பந்தம் இருக்கும். நான் அவர் படங்களால் தூண்டப்பட்டு இங்கிலாந்து, பிரான்ஸ், ஸ்பெயின், ஹாலந்து முதலிய நாடுகளின் வரலாறை மிகுந்த ஆர்வத்துடன் படித்தேன். இந்தக் கத்திச்சண்டைப் படங்களில் பரபரப்பு, கத்தி வீச்சு, ஆற்றல், அழகிய காட்சிகள்,

சிறந்த பின்னணி இசை எல்லாம் இருக்கும். ஆனால், குரூரம், வெறி இருக்காது. படம் பார்த்துவிட்டு வரும்போது, உற்சாகமும் மகிழ்ச்சியும் இருக்கும். ஆர்வமுடையவர்களுக்கு இவை வரலாற்றுப் பரிச்சயம் அளிக்கக்கூடியவை. இன்று இத்தகைய படங்கள் சுத்தமாக மறைந்துவிட்டன.

எர்ரால் ஃபிளின்தான் அந்த நாள் கவர்ச்சி நடிகராகவும் கருதப்பட்டார். அவரோடு நடிக்கப் பெரிய நடிகைகள் காத்துக் கிடப்பார்கள் என்று கூறுவார்கள். இதெல்லாம் அந்த நாளைய பரபரப்புக்காகவும், விளம்பரத்துக்காகவும் சற்று மிகைப் படுத்தியே பத்திரிகைகள் வெளியிட்டாலும் முற்றிலும் உண்மையில்லை என்று கூறிவிட முடியாது. எர்ரால் ஃபிளின் எழுதிய சுயசரிதத்தின் பெயரே 'மை விக்கெட், விக்கெட் டேஸ்' *(My Wicked, Wicked Days)*. மேல்நாட்டு மதிப்பீடுகளின்படியே சீரழிந்த நடிகன் என்பதற்கு எர்ரால் ஃபிளின்னைத்தான் உதாரணமாகக் கூறுவார்கள்.

எர்ரால் ஃபிளின் ஒரு பெரிய நட்சத்திரமாக ஆன பத்தே ஆண்டுகளில் சிதறிப்போக ஆரம்பித்தார். ஒரு சந்தர்ப்பத்தில் பெரிய நட்சத்திரங்களைக் கொண்டு பெரிய தயாரிப்பாக எம்.ஜி.எம். அமைத்த 'தட் ஃபார்ஸைட் வுமன்' *(That Forsyte Woman)* படத்தில் அவருக்குப் பிரதான வேடம் தரப்பட்டது. ஆனால், படம் ஓடவில்லை. ஸ்விட்சர்லாந்து நாட்டின் கட்டபொம்மன் என்று அறியப்படும் வில்லியம் டெல் என்ற வீரனின் கதையை எர்ரால் ஃபிளின்னே சொந்தப் படமாக எடுக்க ஆரம்பித்தார். அதற்காக ஒரு பிரமாண்டமான கோட்டை ஒன்றை செட்டாக அமைத்தார். ஆனால், அவரால் ஒழுங்காகப் படப்பிடிப்பு நடத்த முடியவில்லை. பனியிலும், மழையிலும் கிடந்தே அந்தக் கோட்டையும் எர்ரால் ஃபிளின்னின் எதிர்காலமும் தூசாகத் தூள்தூளாக மறைந்துபோயின.

இந்தியாவில் எர்ரால் ஃபிளின்னுக்கு ஏராளமான விசிறிகள் இருந்தார்கள். கத்திச்சண்டைப் படங்களுக்கெல்லாம் அவரே ஆதரிசம். அவர் படங்களை இன்றைய ரசிகர்கள் பார்க்க முடியாதுபோனாலும் 'ஆயிரத்தில் ஒருவன்', 'மர்மயோகி' இருக்கின்றன அல்லவா?

ரஞ்சன்

நடிகர் ரஞ்சன் அமெரிக்காவில் மரண மடைந்தார் என்பதைத் தவிர அதிகம் செய்திகள் கிடைக்கவில்லை. சுமார் 25 ஆண்டுகளுக்கு முன்பு ஒரு முறை பம்பாயில் அவர் வீட்டு மாடியிலிருந்து கீழே விழுந்ததே விபத்தில்லை என்பார்கள். கணக்கற்ற இந்திய சினிமா ரசிகர்களின் பழைய நினைவில் அவர் இருந்தாலும் பொதுஜன கவனத்தி லிருந்து அவர் விலகிப் போய் வெகுநாட்கள் ஆகிவிட்டன.

எம்.கே. தியாகராஜ பாகவதரும், பி.யூ. சின்னப்பாவும் கொடிகட்டிப் பறந்த 1940களில் ரஞ்சனின் சினிமாப் பிரவேசம் நிகழ்ந்தது. அவருடைய ஆரம்பப் படங்கள் 'ரிஸ்யசிருங்கர்', 'பக்த நாரதர்'. புராணப் படங்கள் போல் இருந்தாலும் திரைப்பட சாதனத்தை மிக வெற்றிகரமாகப் பயன்படுத்திய படங்கள் அவை. குறிப்பாக 'ரிஸ்யசிருங்கர்' படத்தில் மாயா என்ற கணிகை காட்டில் உலக விவரம் தெரியாமல் வளர்ந்த ரிஷிகுமாரன் ரிஸ்யசிருங்கரை மயக்குவாள். அந்த அரைமணிக் காட்சி எடுக்கப்பட்ட விதம் இன்றைக்கும் ஓர் எடுத்துக்காட்டு. இதில் மாயாவாக நடித்தவர் அகில இந்திய நட்சத்திரம் வைஜயந்தி மாலாவின் அம்மா வசுந்தரா தேவி.

ரிஸ்யசிருங்கராக ரஞ்சன். ரஞ்சனின் முதல் வசூல் வெற்றிப்படம் 'மங்கம்மா சபதம்'. இப்படத்திலும் ரஞ்சனை மயக்குபவர் வசுந்தரா தேவிதான். 'மங்கம்மா சபதம்' வெள்ளிவிழா,

பொன்விழா கொண்டாடினாலும் ரஞ்சனுக்குப் பெயர் 'வாங்கித் தந்தது என்று சொல்ல முடியாது. கூச்சம் மிகுந்த ஓர் அப்பாவி இளைஞனை பலவந்தமாக மேடை ஏற்றிய மாதிரி அவர் காட்சி தந்தார்.

ஏப்ரல் 1948இல் வெளியான 'சந்திரலேகா' ரஞ்சனுக்கு முற்றிலும் மாறுபட்ட தோற்றம் தந்தது. முரடன், பிடிவாதக் காரன், அஞ்சாநெஞ்சன், தன் இலட்சியத்தை அடையத் தாய் தந்தையரைக் கூட சிறையில் அடைக்கக்கூடியவன். பெரிய கட்டங்களுடைய அவருடைய ஷர்ட், அகலமான பெல்ட், இரு முரட்டு நாய்கள், ஒரு வினோதமான டோப்பா, பயங்கரத் தோற்றமுடைய அடியாட்கள், தடால் படால் என்ற நடை இதெல்லாம் அதுவரை தமிழர் ஏன் இந்தியரே அறியாத ஒரு சினிமா நாயகனாக அவரை உருவாக்கின. அதன் விளைவு ரஞ்சன் பல காலம் சம்பிரதாய முறைகளில் நன்கு நடித்து வந்த நடிகர்களைவிடக் கவனமும் புகழும் பெற்றார்.

சந்திரலேகாவை அடுத்து வெளியான 'நிஷான்' (இந்தி 'அபூர்வ சகோதரர்கள்') ரஞ்சனின் சினிமாக் கவர்ச்சியை இன்னும் உயர்த்தியது. முதன் முறையாக ஒரு தென்னிந்திய நடிகர் அசலான அகில இந்திய நட்சத்திரமாகக் கருதப்பட்டார்.

ரஞ்சனின் நடிப்புத் திறமையின் சாத்தியக்கூறுகளை நன்கு உணர்ந்தபடிதான் வட இந்தியத் தயாரிப்பாளர்கள் அவருக்கு சாகஸக்கார பாத்திரமாகவே தந்தார்கள். 'ஷாஹின்ஷா', 'பாகி சிப்பாஹி', சிந்த்பாத்', 'ஷன்ஷினாகி பூப்லபூ' ஆகியவை அவர் நடித்த சில படங்கள். ஏகப்பட்ட ஹ, ஷ. ஆனால், அதற்குள் ஜனங்களுக்கு கத்தி, கபடா படங்கள் அலுத்துப்போக ஆரம்பித்தன. உண்மையாகவே நன்கு நடிக்கத் தெரிந்த திலீப்குமார், அசோக்குமார், ராஜ்கபூர், பிரேம்நாத் போன்றவர்கள் கத்தி, கபடா எடுத்து வீச ஆரம்பித்தார்கள். 'சந்திரலேகா', 'நிஷான்' படங்களுக்குப் பிறகு ரஞ்சன் நடித்த எந்த இந்திப் படமும் வெற்றி என்ற அந்தஸ்தை அடையவில்லை.

இடையில் தமிழில் ஓரிரு படங்கள் 'மின்னல் வீரன்', 'நீலமலைத் திருடன்', 'காப்டன் ரஞ்சன்', 'ராஜா மலையசிம்மன்'. இதில் 'நீலமலைத் திருடன்' சுமாராக ஓடியது. தேவரின் இரண்டாவது படம் இது. ஒரு குதிரை, ஒரு நாய், அஞ்சலிதேவி, தங்கவேலு நகைச்சுவைப் பகுதிகள் படத்தை ஓரளவு காப்பாற்றின.

ஒரு நாற்பதாண்டு காலத்தை எண்ணிப் பார்க்கும்போது ரஞ்சனின் சினிமா நடிப்பு அனுபவம் ஒரு சோகக் கதையாகத்

தான் தோன்றுகிறது. அவருக்கும் அவரை அமர்த்திய தயாரிப்பாளர்கள், டைரக்டர்களுக்கும் சிறிது நிராசை உணர்வுதான் ஏற்பட்டிருக்கும். 'சந்திரலேகா' ரஞ்சனைப் பற்றி யதார்த்தத்திற்கு ஒவ்வாத பல எதிர்பார்ப்புகளை உண்டு பண்ணிவிட்டது.

ஆனால், ரஞ்சன் வேறு துறைகளில் மிகுந்த மனநிறைவு பெற்றிருக்கக்கூடும். சங்கீதம், நடனம், இலக்கியம். சிறிது காலம் ஒரு தங்கு விடுதிகூட நடத்தினார். சினிமா நடிகராய் இருந்து விமானம் ஓட்டும் லைசென்ஸ் பெற்றவர் அவர் ஒருவர்தான். அதுவும் முப்பது ஆண்டுகளுக்கு முன்பாகவே.

எங்கோ கண்காணாத நாட்டில் அவருடைய கடைசி நாட்கள் இருக்க நேர்ந்துவிட்டதே என்று ஒரு வருத்தம் சிலருக்கு ஏற்படலாம். தமிழ் சினிமாவையும் இந்திய சினிமாவையும் விட்டு விலகிச் செல்ல அமெரிக்காவைக் காட்டிலும் இன்னும் அதிக தூரம் போக முடியாது. ஆனால், ஒருவிதத்தில் அது ரஞ்சனுடைய ஆத்மாவுக்குச் சாந்தி அளிக்கக்கூடியதுதான் என்று தோன்றுகிறது.

(1984)

பி.எஸ். ராமையா

பி.எஸ். ராமையாவை நன்கு தெரிந்தவர்களுக்கு அவரையும் சினிமாவையும் இணைத்துப் பார்ப்பது அவ்வளவு எளிதல்ல. ஒவ்வொரு துறையும் ஒருவிதப் போக்கை நிர்ப்பந்தப்படுத்துகிறது. ராமையா ஓர் எழுத்தாளனாகத் தவிர வேறெதுவாகவும் இருந்திருக்க முடியாது. அவர் சினிமாத் துறையில் பெரிய வெற்றிகளைப் பெறவில்லை என்பது வருந்தத்தக்கது அல்ல. முழுக்க முழுக்க சினிமாக்காரர்கள் பலரே அவர் அளவுக்குச் சாதிக்கவில்லை.

நான் அவர் பங்குபெற்ற 'குபேரா குசேலா' படத்தைப் பார்த்திருக்கிறேன். அந்த நாளில் கொடிகட்டிப் பறந்த பி.யூ. சின்னப்பா அதில் இளமை திரும்பிய குசேலனாக நடித்திருக்கிறார். வயோதிகனாக, குசேலர் கதையறிந்த எல்லாரும் உருவகப்படுத்தக்கூடிய குசேலராக பாபநாசம் சிவன் நடித்தார். யாதவ கிருஷ்ணன் அருளால் பெரும் செல்வம் பெற்ற குசேலனிடமிருந்து தொடக்கம். செல்வம் வந்த குபேரனான குசேலனுக்கு இளமையும் பெற்றால் என்ன என்று தோன்றுகிறது. இயற்கை மீறிய இளமை பெற்ற குசேலன் இறுதியில் அந்த இளமையைத் துறக்க ஏங்குகிறார். அதற்குள்தான் எவ்வளவு சீரழிய வேண்டியிருக்கிறது.

அப்புறம் 'மதன காமராஜன்'. எனக்கு இன்னும் இப்படம் பல சிறப்புகளைக் கொண்டதாகத்தான் நினைக்கத் தோன்றுகிறது. தட்டுத் தடங்கல் இல்லாத கதைப்போக்கு ராமையாவுக்குக் கைவந்த கலை. மதன காமராஜனாக நடித்த வி.வி. சடகோபன் மோகன ராகத்தில் பாடிய, "பிரேமா பிரேமா. . ." பாடல் தமிழ் சினிமாப் பாடல்களுக்கு ஓர் உச்ச எல்லையைக் காட்டுவது.

ராமையாவின் சினிமாப் பணிக்குச் சிறந்த மதிப்பும் ஊதியமும் அளித்தவர் பம்பாயில் இந்திப் படத் தயாரிப்பாளர் மெஹ்பூப். இந்தியாவின் முதல் டெக்னிக் கலர் படமாகிய ஆன் படம் தமிழ், இந்தி என இரு மொழிகளிலும் ஒரே நேரத்தில் தயாரிக்கப்பட்டது. தமிழாக்கத்துக்காகச் சென்ற ராமையா வெறும் வசனம் எழுதுபவராக மட்டும் கருதப்படவில்லை. இந்த 'ஆன்' படத்தைத் தொடர்ந்து மெஹ்பூப் 'அமர்' என்று ஒரு படம் எடுத்தார். அப்படத்தின் கதை அமைப்பிலும் ராமையாவுக்குக் கணிசமான பங்கு உண்டு.

ஆனால், இந்த சினிமாப் படங்களைக் காட்டிலும் ராமையாவுக்கு மனத்திருப்தி அளித்திருக்கக்கூடியது அவருடைய நாடகங்கள்தான். ஒரு முக்கியக் காரணம் அவர் பங்கு பெற்ற எந்த சினிமாப் படத்திற்கும் அவரே முழுப் பொறுப்பு என்று நேர்ந்ததில்லை. ஆனால், அவர் சேவா ஸ்டேஜ் குழுவினருக்காக எழுதிய நாடகங்கள் அப்படி இல்லை. 'பிரசிடெண்ட் பஞ்சாட்சரம்' 'தேரோட்டி மகன்', 'மல்லியம் மங்களம்', 'போலீஸ் காரன் மகள்' ஆகிய நாடகங்கள் அந்த நாளைய சூழ்நிலையில் நல்ல நாடகங்கள். முத்துராமன், வீ. கோபாலகிருஷ்ணன் போன்ற நடிகர்களுக்கு இவை நல்ல வாய்ப்புகள் அளித்தன. 'தேரோட்டி மகன்' தவிர இதர நாடகங்கள் சினிமா உருவம் பெற்றன. 'மல்லியம் மங்களம்' எஸ்.எஸ். வாசனால் இந்தியிலும் எடுக்கப்பட்டது. இந்தப்படம் பல இடங்களில் வெள்ளி விழா கொண்டாடியது.

சினிமாத் துறை பற்றி தமிழில் முதலில் நூல் எழுதிய பெருமை ராமையாவுக்கே உண்டு. புதுத் தமிழ் இலக்கியத்தின் தலைவரில் ஒருவரான க.நா.சு. அவர்களே இந்த நூலைப் பாராட்டியிருக்கிறார்.

உற்சாகமும் உத்வேகமும் கொண்டவராகத்தான் கடைசி வரை ராமையா இருந்திருக்கிறார். திரைப்படம் அவருக்குப் பெரிதாகக் கைகொடுக்காமல் இருந்திருக்கலாம். ஆனால், தோல்விக்குக் காரணமாக அவரை யாரும் சுட்டிக்காட்டவில்லை. மாறாக, அவரை எல்லாரும் அன்போடுதான் வரவேற்றார்கள். ஒரு மாபெரும் இந்திப் படத் தயாரிப்பாளருக்குக் கதைத் துறையில் ஆலோசகராக இருந்த முதல் தமிழர் என்பதும் ஒரு

திரைப்படத்திற்காக லண்டன் சென்ற கதாசிரியர் என்ற தகவலும் பலருக்குத் தெரியாமல் இருக்கலாம். இதெல்லாம் பெரிதாகப் பெருமைப்படக்கூடியதா என்று இன்று பலர் நினைக்கலாம். 30 ஆண்டுகளுக்கு முன்பு 'இந்திய சினிமா என்றால் இந்தி சினிமாதான்' என்ற எண்ணம் நிலவியது.

அந்த நாளிலேயே தமிழ் மூளை வடநாட்டு மூளைக்கு எந்த விதத்திலும் குறைந்ததல்ல என்ற உணர்வை உலகுக்குப் பரப்பியதில் ராமையாவுக்கு அவசியம் இடம் உண்டு.

(1984)

ஐ.எஸ். ஜோஹர்

அற்புதமானது என்பது காலப்போக்கில் புதுமை இழந்து அழிந்துவிடுகிறது. சர்வ சாதாரண மானது பிறக்கும்போதே மறையத் தொடங்கி விடுகிறது. ஆனால், சராசரியானது வெவ்வேறு சிறு மாற்றங்களுடன் நீடித்து நிலைத்து விடுகிறது. ஐ.எஸ்.ஜோஹர் என்பவரின் முப்பத்தைந்து ஆண்டு கால (சினிமா) கலை வாழ்க்கையைப் பின்னோக்கிப் பார்க்க வியக்கத்தான் தோன்றுகிறது.

இரண்டாம் உலக யுத்தம் முடிந்து உலகெங்கும் சினிமாத் துறை தலைதெறிக்கும் அவசரத்துடன் வீங்கத் தொடங்கிய நாளில்தான் ஜோஹரின் சினிமாப் பிரவேசம் வட இந்தியாவில் நிகழ்ந்தது. நினைத்தவர்கள் நினைக்காதவர்கள் யாவரும் பம்பாயில் இந்தி சினிமா எடுக்க முற்பட்டார்கள். இன்றுபோல அன்றும் சினிமாவுக்குக் கதையைவிட 'சப்ஜெக்ட்'தான் உடனடித் தேவை.

சாதாரண நகைச்சுவை நடிகராக இருந்த ஜோஹர் அன்று இந்தியாவில் வெற்றிகரமாக ஓடிய ஆங்கிலப் படங்களை உடனே இந்தியப்படுத்தி 'சப்ஜெக்ட்' தயாரித்து இரு கைகளாலும் படத் தயாரிப்பாளர்களுக்கு வாரி வழங்கினார்.

பெரும் நகரங்களில் மட்டுமே ஆங்கில சினிமா ரசிகர்கள் பார்த்திடக்கூடிய படங்கள் இந்தி மொழியில் இந்திப்பட ரசிகர்கள் நன்கு அறிந்த நடிக நடிகையருடன் படங்களாக வெளியாயின. அதில் ஓரிரண்டு படங்கள் நன்றாக இருந்தன.

ஹிட்ச்காக் எடுத்த 'ஸ்ட்ரேஞ்சர்ஸ் ஆன் தி ட்ரெயின்' ஜோஹரின் கைவண்ணத்தில் 'ஷரத்' என்று ஒரு தயாரிப்பாக வெளிவந்தபோது மிகுந்த பரபரப்பை உண்டுபண்ணியது.

ஓர் ஆங்கிலப்படம் பம்பாயில் நான்கு வாரம் ஓடினால் அதன் இந்தி மயமாக்கப்பட்ட சப்ஜெக்ட்டுக்கு தயாரிப்பாளர்கள் ஜோஹரிடம் வந்து காத்திருப்பது சகஜம் ஆகிவிட்டது. ஆனால், நல்ல காலம் வெகு நாட்களுக்கு நீடிப்பதில்லை .

'டானி கே' என்ற நகைச்சுவை நடிகர் நடித்த 'நாக் ஆன் உட்' என்ற ஹாலிவுட் படம். அது ஓடிக்கொண்டிருக்கும்போதே கிஷோர் குமார் கதாநாயகனாக நடிக்க இந்தியில் வெளிவந்து விட்டது. ஹாலிவுட்காரர்களுக்கு இது பொறுக்கவில்லை. உடனே கோர்ட்டுக்குப் போய் அந்த இந்திப் படத்தைத் திரும்ப வாங்கும்படி செய்துவிட்டார்கள்.

ஜோஹரின் செல்வாக்கு அத்தோடு மறைந்திருக்க வேண்டும். ஆனால், சராசரித்தனத்தின் சாசுவதத் தன்மையை நன்கு உணர்ந்தவர்கள் அவ்வளவு எளிதில் தோல்வியை ஒப்புக்கொள்வதில்லை. ஜோஹர் வாழ்க்கையிலும் சில புது அத்தியாயங்கள் தொடங்கப்பட்டன.

மெஹ்மூத் என்ற நகைச்சுவை நடிகருடன் இணைந்து 'ஜோஹர்மெஹ்மூத் இன் கோவா', 'ஜோஹர்மெஹ்மூத் இன் காஷ்மீர்' என்று புது வரிசைப் படங்கள் வெளிவரத் தொடங்கின. பட் ஆபட், லூ காஸ்டலோ என்ற சிரிப்பு ஜோடி படங்களைப் பார்த்தவர்களுக்கு ஜோஹரின் படங்களின் மூலத்தை பற்றிச் சந்தேகம் இருக்காது.

ஆனால், ஜோஹர் வேறு சில பரிமாணங்களும் கொண்டவராய் இருந்தார். ஃபிலிம்ஃபேர் பத்திரிகை அதன் கேள்வி–பதில் பகுதியை ஜோஹரிடம் ஒப்படைத்திருந்தது. விரசம் கலந்த நகைச்சுவைக்கு இந்தியப் புராதனக் கலாசாரத்தில் ஓரிடம் உண்டு. ஜோஹர் இதைத்தான் இந்த கேள்வி–பதில் பகுதியில் ஆங்கில வடிவத்தில் கடைப்பிடித்து வந்தார். இதையே குஷ்வந்த்சிங் 'இல்லஸ்ட்ரேட்டட் வீக்லி' பத்திரிகைக்கு ஆசிரியரானபோது பின்பற்றிப் பெருவெற்றி படைத்தார் என்று சொல்வது தவறாகாது.

ஜோஹர் இதே பாணி நகைச்சுவையைத் தன் சொந்த வாழ்க்கையிலும் கடைப்பிடித்தார் என்றும் கூறலாம். அவர் சாமியாராக வேஷம் தரித்தது, மிக இளம் பெண்களை மணமுடிக்க முயன்றது எல்லாம் பத்திரிகைகளின் வம்பு வதந்திப் பகுதிகளுக்குச் சூடான பக்கங்கள் ஆயின. முதிர்ச்சி அடையா

மனங்களுக்கு ஜோஹர் ஒரு புரட்சி வீரராகக்கூடத் தோற்றம் தந்திருக்கக்கூடும்.

தென்னிந்தியாவின் முதல் கலர் படம் என்று ‘அலிபாபாவும் நாற்பது திருடர்களும்’ பெயரைத்தான் கூறுவார்கள். ஆனால், அதே மாடர்ன் தியேட்டர்ஸ்காரரர்கள் முதல் தென்னிந்தியக் கலர் இந்திப் படத்தை எடுத்தார்கள். அதுவும் ஜோஹரின் உபயம். ‘செவன் பிரைட்ஸ் ஃபார் செவன் பிரதர்ஸ்’ கோவா கலரில் சேலத்தில் ‘கித்னா பதல் கயா இன்ஸான்’ என்ற தலைப்பில் இந்தி இந்தியமாக்கப்பட்டது. படம் வெற்றி அடையாதது நல்லதுக்கே என்று சிலர் நினைக்கக்கூடும்.

சினிமாவில் குறிப்பிடத்தக்க பெரும் வெற்றி என்று எந்தப் பிரிவிலும் (நடிகர், கதாசிரியர், டைரக்டர்) ஜோஹர் அடையா விட்டாலும் பத்திரிகைச் செய்திகளில் அடிக்கடி தோன்றிக் கொண்டிருப்பதில் பெரும் வெற்றிபெற்றார்.

தூக்கிலிடப்பட்ட பாகிஸ்தான் பிரதமர் பூட்டோவுக்கு மேடை சினிமா துறைகளில் ஒரு வடிவம் அமைக்க ஜோஹர் எடுத்துக்கொண்ட முயற்சிகள் உண்மையிலேயே அந்தரங்கப் பூர்வமானதுதானா அல்லது ஃபிலிம்ஃபேர் கேள்வி–பதில் உணர்வில் தோன்றிய பொறிகளா என்று உறுதியாகக் காண முடியாது.

விரும்பியோ விரும்பாமலோ இந்தியப் பத்திரிகைகள் ஜோஹருக்குத் தொடர்ந்து கவனம் தராதிருந்தால் அவருடைய சமீபத்திய மறைவு ரேடியோ, டி.வி. ‘இந்து’ பத்திரிகை முதற் கொண்டு இன்று எல்லாச் சாதனங்களிலும் இடம் பெற்றிருக்க முடியுமா என்பது சந்தேகமே. இதைச் சராசரியின் வெற்றி என்று கூறலாம் அல்லது இன்றைய தகவல் ஒலிபரப்புச் சாதனங்களின் வெற்றி என்றும் கூறலாம். ஜோஹரின் ஆத்மா சாந்தி அடைவதாக.

(1984)

சென்னைத் தொலைக்காட்சியில் ஒரு ஜெர்மன் யுத்தக் கைதி

இரண்டாம் உலக யுத்தம் 1945இல் முடிவுற்ற போது ஜெர்மன் படையினர் ஆயிரக்கணக்கில் யுத்தக் கைதிகள் ஆயினர். இருபது வயதுகூட நிரம்பாத ரைன் ஹார்ட் பிரீன்பெல்ஸ் பிரிட்டிஷ் ராணுவம் பிரான்சில் அமைத்திருந்த காவல் முகாமில் கைதியாக இருந்தார். முகாமில் அவரிருந்த பிரிவுக்குக் காவலனாக இருந்த ஆங்கிலேய சார்ஜெண்டுக்கு அவரை மிகவும் பிடித்துப்போய் விட்டது. ரைன் ஹார்ட்டுக்கு ஆங்கிலம் சரளமாகப் பேசத் தெரிந்திருந்தது. அத்துடன் அந்தப் பிரிவு தஸ்தாவேஜுக்களையும் கணக்கு வழக்குகளையும் சரிபார்த்துக் கோப்புகள் அமைப்பதற்கு அவர் மிகவும் உதவியாயிருந்தார். அந்த சார்ஜெண்டுக்கு ஒரு பிரெஞ்ச் காதலி. அவளைப் பார்ப்பதற்கு அடிக்கடி 'பிரெஞ்சு லீவு' எடுத்துக்கொண்டு போய் விடுவான். (சொல்லாமல் கொள்ளாமல் போய் விடுவதற்கு 'பிரெஞ்சு லீவு' என்றொரு பெயர் உண்டு.) அவன் வெளியே போயிருக்கும்போதெல்லாம் ரைன் ஹார்ட்தான் அலுவலக அறையில் உட்கார்ந்திருப்பார்.

அன்று சார்ஜெண்ட் பிரெஞ்ச் லீவு எடுத்துக் கொண்டு போயிருந்த வேளையில் முகாமின் தலைமை அதிகாரி அடித்துப் பிடித்துக்கொண்டு வந்தார். ரைன் ஹார்ட்டிடம், "எங்கே உங்கள்

சார்ஜெண்ட்?" என்று கேட்டார். ரைன் ஹார்ட் மழுப்பினார். முகாம் அதிகாரி தவித்தார். "இன்னும் அரை மணியில் பெரிய தளபதி முகாமுக்கு வருகிறார். அவர் கோப்பு தஸ்தாவேஜு ஏதாவது பார்க்க வேண்டுமென்று சொன்னால் என்ன செய்வேன்?" என்று துடித்தார்.

"நான் எடுத்துத் தருகிறேன்" என்று ரைன் ஹார்ட் சொன்னார்.

"உரத்துப் பேசாதே. ஒரு கைதிதான் இங்கே கோப்புகளைக் கவனித்துக்கொள்கிறான் என்று வெளியே தெரிந்தால் நாங்கள் தொலைந்தோம்."

அரை மணிநேரம் பொறுத்து மீண்டும் அதிகாரி வந்தார். "அந்த சார்ஜெண்ட் எங்கே போய்த் தொலைந்திருக்கிறான் என்றாவது உனக்குத் தெரியுமா? போய் இழுத்துக்கொண்டு வரலாம்" என்றார்.

ரைன் ஹார்ட்டுக்கு விஷயம் தெரியும். இடம் தெரியாது.

"பாவி, இன்னும் சிறிது நேரத்தில் தளபதி வந்துவிடுவாரே" என்று அதிகாரி தவித்தார். திடீரென்று ஓர் யோசனை தோன்றி, ரைன் ஹார்ட்டை முறைத்துப் பார்த்தார். "உனக்கு இந்தப் பிரிவு காகிதம், கணக்கு வழக்கு எல்லாம் எங்கெங்கே இருக்கிறது என்று நன்றாகத் தெரியுமல்லவா?" என்று கேட்டார்.

"எது வேண்டுமோ உடனே எடுத்துத் தருகிறேன்."

"அதைப் பிறகு பார்ப்போம். முதலில் உங்கள் சார்ஜெண்டின் சீருடை ஒரு செட் எடுத்து வா."

ரைன் ஹார்ட் சலவை செய்து வைத்திருந்த சீருடை ஒன்றை சார்ஜெண்டின் அலமாரியிலிருந்து எடுத்து வந்து அதிகாரியிடம் நீட்டினார். அதிகாரி மீண்டும் ஒருமுறை ரைன் ஹார்ட்டை முறைத்துப் பார்த்தார். "உம், சீக்கிரம் இதை உடுத்திக்கொள்" என்றார்.

"நானா?"

"ஆமாம், சீக்கிரம், பேசிக்கொண்டிருக்க நேரமில்லை."

ரைன் ஹார்ட் சார்ஜெண்டின் உடைக்குள் தன்னை நுழைத்துக்கொண்டார். கொஞ்சம் தொளதொளவென்றுதான் இருந்தது.

அதிகாரி சொன்னார். "இதோ பார், தளபதி வந்து போகும் வரை நீதான் இங்கே சார்ஜெண்ட். தளபதி வந்தவுடன் சல்யூட் செய்து விறைப்பாக நில். எங்கே, சல்யூட் செய்."

திரைக்குப் பின்

ரைன் ஹார்ட் அவருக்குத் தெரிந்த ஜெர்மன் சல்யூட் செய்தார். "நாசமாகப்போயிற்று" என்று அதிகாரி தலையில் அடித்துக்கொண்டார். பிறகு பிரிட்டிஷ் முறை சல்யூட் செய்து காண்பித்தார். அவர் போன பிறகும் ரைன் ஹார்ட் திரும்பத் திரும்ப சல்யூட் செய்தவண்ணமே இருந்தார்.

தளபதி வந்தார். ரைன் ஹார்ட் துளியும் பிசகாமல் பிரிட்டிஷ் சல்யூட் செய்தார். தளபதி ஒரு கணம் அந்தப் பிரிவின் முன் நின்றார். பிறகு கேள்வி ஏதும் கேட்காமல் அடுத்த பிரிவுக்குப் போய்விட்டார். ஒரு பெரிய இக்கட்டிலிருந்து காப்பாற்றியதற்காக ரைன் ஹார்ட்டுக்கு முகாம் அதிகாரி திரும்பத் திரும்ப நன்றி தெரிவித்தார். தன் ஜீப்பிலேயே பாரிஸ் நகரம் முழுதும் சுற்றிக் காண்பித்தார்.

சில மாதங்களுக்குப் பிறகு இதர ஜெர்மன் கைதிகளுடன் ரைன் ஹார்ட்டும் விடுவிக்கப்பட்டார். கல்லூரியில் சேர்ந்து இலக்கியத்தில் டாக்டர் பட்டம் பெற்றார். சிறிது காலம் நடிகனாக மேடை நாடகங்களில் நடித்தார். தொலைக்காட்சித் தயாரிப்பாளரானார். ஸ்லோவோமிர் முரோஜக், சாமுவேல் பெக்கட், பிரடெரிக் டுயூரன்மா போன்ற ஐரோப்பிய இலக்கிய மேதைகளுடன் இணைந்து அவர்களுடைய பல படைப்புகளை ஜெர்மன் தொலைக்காட்சியில் விசேஷ நாடகங்களாகத் தயாரித்தார். சென்ற ஆண்டு அவர் ஓய்வு பெற்றபோது 250க்கும் மேற்பட்ட தொலைக்காட்சித் தயாரிப்புகள் அவருடைய சாதனையாக விளங்கிக்கொண்டிருந்தன.

சமீபத்தில் ரைன் ஹார்ட் சென்னைக்கு வந்திருந்தார். அவரும் சீக்பிரீட் பிரவுன் என்ற இன்னொரு ஜெர்மன் தொலைக்காட்சித் தயாரிப்பாளரும் இணைந்து சென்னைத் தொலைக்காட்சிச் சாலையில் ஒரு பயிற்சி முகாம் நடத்தினார்கள். இந்தியாவெங்கிலிருந்தும் பல தொலைக்காட்சித் தயாரிப்பாளர்கள் முகாமில் பங்குபெற்றார்கள். பிரவுனும் இலக்கியத்தில் டாக்டர் பட்டம் பெற்றவர்.

தொழில்நுட்ப வசதிகள் தவிர நடிப்பு, டைரக்ஷன் போன்ற அம்சங்களில் ஜெர்மன் தொலைக்காட்சி மிகவும் மாறுபட்டது. சென்னைப் பயிற்சி முகாம் இந்த இரு ஜெர்மானியருக்கும்கூடப் பல புதுப்பாடங்களைக் கற்றுத் தந்திருக்கும்.

(1987)

வசுந்தரா தேவி

ஐம்பது வயதைத் தாண்டிய தமிழர் அனைவருக்கும் சில வாரங்கள் முன்பு சில பத்திரிகைகளில் ஒரு மூலையில் 'வசுந்தரா மறைவு' அல்லது 'வைஜெயந்திமாலா பாலியின் தாயார் மரணம்' என்று வெளிவந்த செய்தி ஒருகணம் சுவாசத்தைத் தட்டுப்பட வைத்திருக்கும். ஆயிரத்துத் தொள்ளாயிரத்தி நாற்பத்து மூன்று முதல் நான்கைந்து ஆண்டுகளுக்குத் தமிழர் இதயத்தைப் படபடக்கச் செய்த நடிகைகள் இருவர். முதல்வர் டி.ஆர். ராஜகுமாரி, இரண்டாவது வசுந்தரா தேவி. ராஜகுமாரியாவது ஒரு டஜன் படங்களிலாவது நடித்து அந்த அந்தஸ்தைப் பெற்றார். வசுந்தரா தேவி பிரதான வேடத்தில் நடித்தது ஒரே ஒரு படம். ஒரே ஒரு படத்தின் மூலம் இத்தகைய செல்வாக்கு பெற்ற நடிகை உலகிலேயே இவர் ஒருவராகத்தான் இருக்க முடியும். அந்தப் படமாகிய 'மங்கம்மா சபதம்' சில வாரங்கள் முன்பு சென்னைத் தொலைக்காட்சியில் ஒளிபரப்பப் பட்டது அபூர்வமான தற்செயல் நிகழ்ச்சியாகும்.

நான் வசுந்தரா தேவி பற்றிக் கேள்விப்பட்டது கிராமபோன் இசைத்தட்டு மூலம். ஒரு பக்கத்துக்கு மூன்று நிமிடங்கள் ஓடும் அரக்கு இசைத்தட்டுகள் தான் அன்று புழக்கத்தில் இருந்தன. அன்று சினிமாக்கள் மிகக் குறைவு. இந்த இசைத்தட்டுகளில் தேர்தல் பிரச்சார உரைமுதல் இறந்தவருக்கு ஒப்பாரிவரை தனிப்பட்ட ஒலிப்பதிவுதான் நிறைய இருக்கும். ஐந்து அல்லது ஆறு தட்டுகள் (அதாவது

பத்து அல்லது பன்னிரெண்டு பக்கங்கள்) கொண்ட நாடக செட் என்று பல வெளிவந்தன. அதாவது முப்பது அல்லது முப்பத்தாறு நிமிடங்களுக்கு ரேடியோ நாடகம்போல இசைத் தட்டு நாடகம். இத்தகைய நாடகம் 'மீரா' இசைத்தட்டின் காகித உறைகளில் பெரிதாக வசுந்தரா தேவி நடித்தது என்றிருக்கும். மீராவாக வசுந்தரா தேவி பேசி, பாடி, கொஞ்சி, கெஞ்சி, அழுது முடிவில் முக்தியும் அடைந்திருப்பார். அந்த நாளில், அதாவது இரண்டாம் உலக யுத்தம் தொடங்கிய ஆண்டில் 'மீரா' என்றொரு தமிழ்ப்படம் வந்தது. ஒரு சிறுவனாலேயே சாத்தியமான பிடிவாதத்துடன் அப்படத்திற்கு என்னை அழைத்துப்போகும்படி வற்புறுத்தினேன். அதிலும் வசுந்தரா என்றுதான் போட்டிருந்தது. ஆனால், அது இசைத்தட்டு வசுந்தரா தேவி இல்லை. படமும் சகிக்க முடியாததாக இருந்தது.

சில நாட்கள் கழித்து ஒரு சிறப்பு மலர். அதில் மைசூர் இளையராஜாவுடன் சென்ற இசை நாட்டியக் குழுவின் ஐரோப்பிய விஜயம் பற்றியதொரு கட்டுரை. எழுதியவர் வசுந்தரா ராமன். அதில் புகைப்படங்களில் வசுந்தராவுடன் ஒரு சிறு பெண்ணும் இருப்பார். அவர்தான் பிற்காலத்தில வைஜெயந்திமாலா.

இதன் பிறகு சில மாதங்கள் கழித்து வெளிவந்த 'ரிஸ்யசிருங்கர்' என்ற படத்தில்தான் வசுந்தரா தேவி அறிமுக மானார். பெண்பித்து கண்டு ஆண்கள் அலைவதைப் பார்த்து மனம் வெறுத்து விபாண்டகர் என்ற முனிவர் தன் மகன் ரிஸ்யசிருங்கரைக் காட்டின் நடுவில் பெண் வாசனையே படாமல் வளர்க்கிறார். ரிஸ்யசிருங்கரின் உள்ளங்காலில் ஓர் அபூர்வ ரேகை ஓடுகிறது. அந்த ரேகையுள்ள கால் பட்ட இடத்தில் மழை பெய்யும். வறட்சியால் திண்டாடும் ஒரு நாட்டின் அரசன் இதையறிந்து ஒரு கணிகையைக் காட்டுக்கு அனுப்பி ரிஸ்யசிருங்கரை மயக்கி அரண்மனைக்கு அழைத்து வர வைக்கிறான். தன் மகளையே மணமுடித்துவைக்கிறான். ரிஸ்யசிருங்கர் தனக்கே என்று நினைத்த கணிகை ஏங்கி நிற்கிறாள்.

இதில் கணிகை வேடம் வசுந்தரா. அவர் ரிஸ்யசிருங்கரை மட்டும் மயக்கவில்லை. படம் பார்த்த அனைவரும் மயங்கிய நிலையில்தான் இருந்தார்கள்.

வசுந்தரா தேவியின் மயக்க நடிப்புக்கென்றே உருவானது போல 'மங்கம்மா சபதம்'. அவர் பூரணமான கதாநாயகியாக நடித்த ஒரே படம் இது ஒன்றுதான். மங்கம்மாவாக வசுந்தரா தேவியின் நடிப்பும் நடனமும் பாட்டும் தமிழ்ப் படங்களில் ஒரு புதிய பரிமாணத்தைத் தந்தன. யுத்தம் உச்சகட்டத்தில் இருந்தது.

தமிழ்நாடெங்கும் ஜப்பானிய குண்டுவீச்சை எதிர்பார்த்துத் தெரு விளக்குகளை உறையிட்டு இருட்டில் பதுங்கிக்கொண்டிருந்த நேரம். அந்த நாளிலும் 'மங்கம்மா சபதம்' சிறப்பாக ஓடியது.

'மங்கம்மா சபதம்' ஓடியதற்கு வசுந்தரா மட்டும் காரணமல்ல. ஒவ்வொரு துணை நடிக நடிகையரும் படத்தின் சிறப்பைக் கூட்டினார்கள். பாபநாசன் சிவனின் மணியான பாடல்கள் அப்படியே மேடையிலும் பாடக்கூடிய கலை சுத்தம் கொண்டவை. கே.ராம்நாத் என்னும் தென்னிந்தியத் திரைத் தொழில் நுணுக்க மேதையின் படப்பிடிப்பு. படத்தின் ஒலிப்பதிவு இந்தியாவில் செய்யப்பட்டது என்று அப்போது சென்னை வந்திருந்த ஓர் அமெரிக்கக் குழு நம்ப மறுத்தது. இதெல்லாம் இணைந்து 'மங்கம்மா சபத'த்தை ஓர் அபூர்வமான திரைப்படப் படைப்பாக்கின. துரதிர்ஷ்டவசமாக இதன் சிறந்த பாடல்கள் அனைத்தும் சமீபத்திய தொலைக்காட்சி ஒளிபரப்பில் வெட்டப்பட்டுவிட்டன.

'மங்கம்மா சபதம்' படத்திற்குப் பிறகு வசுந்தரா பற்றி நிறையச் செய்திகள் வந்தன. ஆனால், படமேதும் வரவில்லை. ஒரு பெரிய படைப்பாகத் திட்டமிடப்பட்ட 'நாட்டிய ராணி' என்றொரு படம் வருடக்கணக்கில் திண்டாட்டம் கண்டு ஏதோ பெயருக்கு முடிக்கப்பட்டு வெளியிடப்பட்டது. இதற்குள் 1948இல் வைஜெயந்திமாலா திரைப்படப் பிரவேசம். தாய்–மகள் பிரிவு. அதன்பிறகு வசுந்தரா தேவியின் வாழ்க்கையை நினைத்து யாரும் பொறாமைகொள்ள முடியாது.

பல ஆண்டுகள் கழித்து ஜெமினி ஸ்டூடியோதான் வசுந்தரா தேவியை மீண்டும் நடிக்க வைத்தது. 'இரும்புத் திரை' என்ற படத்தில் வைஜெயந்திமாலாவின் அம்மாவாக ஒரு சிறு வேடம். முன்பு 'மங்கம்மா சபத'த்தில் வசுந்தரா தேவி மிக வெற்றிகரமாகப் பாடிய அதே கரகரப்ரியா ராகத்தில் ஒரு பாட்டு. ஆனால், இம்முறை பாடியது எம்.எல். வசந்தகுமாரி.

நாற்பதுகளில் வசுந்தரா தேவியின் புகழும் ஆற்றலும் அறிந்திருந்தவர்கள் எவ்வகைத் தொடர்ச்சியும் இல்லாமல் அவரால் இப்படி மக்கள் கவனத்திலிருந்து மறைந்து போய்விட முடியும் என்று கற்பனைகூடச் செய்து பார்த்திருக்க முடியாது. உதிர்ந்த நினைவுகளே வருத்தமூட்டுபவைதான். அதிலும் வசுந்தரா தேவியின் நினைவு மிகுந்த சோகத்துக்குரியது.

(1988)

ரீடா ஹேவொர்த்

இரண்டாம் உலக யுத்தம் முடிந்து சுமார் ஐந்தாறு ஆண்டுகளுக்கு ஆங்கில மொழிப் படங்கள் காட்டப்படும் நாடுகள் அனைவற்றிலும், ‘எந்த நடிகை உங்களைச் செயலிழக்கச் செய்யும்படி மயக்குகிறார்?’ என்று கேள்வி கேட்டால் நூற்றுக்குத் தொண்ணூறு நபர்கள் ஒரு பெயரைத்தான் சொல்வார்கள். ரீடா ஹேவொர்த். இந்தியாவில்கூட ஒரு பத்தாண்டுகளுக்கு ரீடா ஹேவொர்த்தின் ஆதிக்கம் பூடகமாகவும் வெளிப்படையாகவும் இருந்தது.

அந்த நாளில் நாடோடிக் குறத்திகளைப் பாத்திரங்களாக அமைத்து நிறையப் படங்கள் வந்தன. அத்தனைக் குறத்திக் கதாநாயகிகளின் ஆதரிசம் ரீடா ஹேவொர்த்தான். பானுமதி, வி.என். ஜானகி, மாதுரிதேவி, பத்மினி, (ஹிந்தியில்) காமினி கௌஷல், மதுபாலா, நளினி ஜெய்வந்த் எனப் பட்டியல் நீண்டுகொண்டே போகும். இவர்கள் அனைவருமே சிறந்த நடிகைகள். ஆனால், ஜிப்ஸியாக ரீடா ஹேவொர்த் அளித்த அனுபவத்தை மிஞ்ச முடிந்ததா என்பது சந்தேகம் தான். உண்மையில் ரீடா ஹேவொர்த் நல்ல நடிகையே இல்லை. ஆனால், ஜிப்ஸியாக அவளிடம் ஜ்வலித்த ஒருவிதமான ஒயிலை வேறு யாராலும் வெளிப்படுத்த முடியவில்லை.

ரீடா ஹேவொர்த்தின் புகழ்பெற்ற படங்கள் என்று மூன்று நான்குகூட இருக்காது. ஆனால், அந்த நாளில் ஒரு ஹாலிவுட் படம் வெற்றிகரமாக

அமைந்துவிட்டால்கூட அதன் பாதிப்பு உலகெங்கும் இருக்கும். ரீடா ஹேவொர்த்துக்கு 'கில்டா', 'லவ்ஸ் ஆஃப் கார்மன்' என இரு படங்கள் அவ்வாறு வெற்றிபெற்றன. இரு படங்களிலும் கதாநாயகனாக கிளென் ஃபோர்டு என்பவர் நடித்தார். ரீடா ஹேவொர்த் திரைப்படங்களிலிருந்து விலகிப் போனபிறகுகூட கிளென் ஃபோர்டு நடித்துக்கொண்டிருந்தார்.

'கில்டா', 'லவ்ஸ் ஆஃப் கார்மன்' இரு படங்களிலும் ரீடா ஹேவொர்த்துக்கு ஒரு சாகசக்காரியின் வேடம். கில்டாவில் இறுதியில் அவர் கதாநாயகனோடு மணந்து வாழப்போவதாக இருக்கும். ஆனால், கார்மன் படத்தில் எந்த ஆணுக்கும் விசுவாசமாக இருக்க முடியாத தன்னிச்சையாக வாழும் நாடோடி ஜிப்ஸியுடைய பாத்திரம் அவளுடையது. விசுவாமித்திரர் – மேனகை போல கார்மனின் கதையும் பல கவிதை முயற்சிகளுக்கும் நாடகத்திற்கும் பயன்படுத்தப்பட்டிருக்கிறது.

வசதி படைத்த குடும்பத்தில் பிறந்து அந்த நாளைய வழக்கப்படி போர் வீரனான கதாநாயகன் கார்மனால் கவரப் பட்டு அவள் அந்த ஊரில் தங்கியிருக்கும் இடத்திற்குச் செல்கிறான். கார்மனுடன் பேசிக்கொண்டிருக்கும்போது அவனுடைய மேலதிகாரி அங்கு வந்துவிடுகிறான். அவன் கார்மனின் முந்தைய நாள் காதலன். மேலதிகாரிக்கே உரிய குரோதத்துடன் கதாநாயகனைக் கத்தி கொண்டு சீண்டும் அந்த அதிகாரி தற்செயலாகக் கத்திமீது தடுக்கி விழுந்து உயிரிழக்கிறான். ஜிப்ஸியை நாடிப் போனதிற்கே கடும் தண்டனை உண்டு. மேலதிகாரியைக் கொலை செய்த குற்றமும் சேர்ந்தால் அவன் மீளுவதற்கு வழியே இல்லை.

கதாநாயகன் தன் குடும்பம், பணம், பதவி அனைத்தையும் துறந்து தலைமறைவாகிக் கார்மனோடு சேர்ந்து ஜிப்ஸியாக ஊர் ஊராகச் செல்கிறான். அவனுடைய வர்க்கத்துக்குப் பழக்கமான நெறியை கார்மனிடம் காண முடியவில்லை. அவளுக்குக் கதாநாயகன் ஒரு வளர்ப்புப் பிராணிபோல. பார்க்கப் போனால் அவன் மனதைத் துன்புறுத்த வேண்டுமென்றே அவனெதிரேயே இதர ஆண்களை அவள் சுண்டி இழுக்கிறாள். ஸ்பெயினின் தலைநகரமாகிய மேட்ரிட் நகரத்தில் அவளை ஒரு காளைச் சண்டைக்காரன் சந்தித்துக் கொஞ்சுகிறான். அன்று பிற்பகல் விளையாட்டு அரங்கத்தில் நடக்கும் காளைச் சண்டைக்கு அவளை அழைக்கிறான். கதாநாயகன் இதற்குப் பெரிதாகக் கவலைப்பட்டிருக்க வேண்டியதில்லை. அந்தக் காளைச் சண்டைக்காரனையும் கார்மன் கைவிடத்தான் போகிறாள். ஆனால், அந்த நேரத்தில் ஆற்றாமை தாங்காமல் கதாநாயகன் விளையாட்டு அரங்கத்திற்குச் சென்று கார்மனைக்

குத்திவிடுகிறான். அதே நேரத்தில் கதாநாயகனை அடையாளம் கண்டுகொண்ட ஒரு போர்வீரன் கதாநாயகனைச் சுடுகிறான். காளைச் சண்டைக்காரன் பெரிய வெற்றிகள் அடைந்து பலத்த கரகோஷம் பெற, அந்த இரைச்சலுக்கிடையில் கார்மனும் கதாநாயகனும் கவனிப்பாரற்று உயிர் விடுகிறார்கள்.

கார்மனின் கதை பல்வேறு கலாசாரங்களில் ஒருசில மாற்றங்களுடன் தென்படுகிறது. உலக இலக்கியத்தில் ஊழ்வினைத் தத்துவம் காவியங்களுக்கு எவ்வளவுதான் பயன்பட்டிருக்கிறது. ரீடா ஹேவோர்த் கார்மன் பாத்திரத்தை மிகச் சிறப்பாக வெளிப்படுத்தினார் என்றுதான் அன்று நினைத்தேன். ஆனால், பெரிய விமரிசகர்கள் யாரும் ரீடா ஹேவொர்த்தையோ 'லவ்ஸ் ஆஃப் கார்மனை'யோ கவனத்துக் குரிய பொருளாகவே எடுத்துக்கொள்ளவில்லை.

இருந்தாலும் அந்த நேரத்தில் ரீடா ஹேவொர்த் பற்றிய செய்திகள் மட்டும் கொட்டை எழுத்தில் தவறாமல் வந்து கொண்டிருந்தன. உலகத்தின் மிகப்பெரிய பணக்காரர்களில் ஒருவரான அலி கானை அவள் மணக்கப்போவது பெரிய பரபரப்பை எழுப்பியது. அலி கானும் அவருடைய தந்தையான ஆகா கானும் ஒரு முஸ்லிம் பிரிவின் மதத் தலைவர்கள். ஆனால், விசேஷம் என்னவென்றால் இருவரும் பெரும் செல்வம் மட்டுமே பெற்றுத்தரக்கூடிய எல்லாக் கேளிக்கைகளையும் தங்கு தடை யின்றி அனுபவிப்பவர்கள். இருவரும் வெள்ளைக்காரிகளைத் தான் நாடிப் போனார்கள்.

ரீடா ஹேவொர்த் தன்னுடைய முதல் கணவராகிய ஆர்ஸன் வெல்ஸை விவாகரத்து செய்துவிட்டு அலி கானை மணந்துகொண்டார். உலகத் திரைப்படத்தின் மகா கலைஞன் எனப்படும் ஆர்ஸன் வெல்ஸ் பற்றி அவள் கூறியது, "ஒரு மேதையை யாரும் மணந்துகொள்ளக் கூடாது."

அலி கானை மணக்க ரீடா ஹேவொர்த் முஸ்லிமாக மாற வேண்டியிருந்தது. அலி கானுக்குப் பிறந்த பெண் குழந்தைக்கு யாஸ்மின் என்றுதான் பெயரிட வேண்டியிருந்தது. ஆனால், திடீரென்று ஒருநாள் அலி கான் கார் விபத்தில் உயிரிழந்தார்.

'லவ்ஸ் ஆஃப் கார்மன்' படத்தைத் தழுவி இந்தியாவில் இரு படங்கள் எடுக்கப்பட்டன. இந்தியில் கர்தார் என்பவர் 'ஜாதூ' என்ற தலைப்பில் தயாரித்தார். அதன் உண்மையான சிறப்பம்சம் நவுஷத் தந்த இசை. இன்றும் 'ஜாதூ'வில் முகம்மது ரபி பாடிய பாட்டு அடிக்கடி நேயர் விருப்பத்தில் இடம் பெறுகிறது. தமிழில் பானுமதியைக் கதாநாயகியாக அமர்த்தி ஜுபிடர் பிக்சர்ஸார் 'ராணி' என்று படமெடுத்தார்கள். இரு படங்களிலும்

முக்கியப் பாத்திரத்தை இந்திய மரபுக்கேற்றபடி மாற்றியதில் மூலக்கதையின் வலு பூரணமாக வெளிப்படவில்லை. முற்றிலும் முழுவதுமாக ஒரு சுதந்திரப்பெண் இந்தியாவில் கற்பனையில் கூடச் சாத்தியம் இல்லை.

கார்மன் போலவே ரீடா ஹேவொர்த்தும் மறைந்து போனார். இவ்வளவு புகழ் பெற்றவர் இவ்வளவு சீக்கிரமாகவும் பூரணமாகவும் மக்கள் கவனத்திலிருந்து மறைந்துபோய் விட்டதை எண்ணும்போது ஆச்சரியமாக இருக்கிறது.

(1988)

கே.டி. ருக்மணி

எஸ்.வி. சகஸ்ரநாமம் வீட்டில் பழைய கலைஞர்கள், வயதான நடிகர்கள் காணப்படுவதில் வியப்பே இல்லை. அவர்களில் பலர் நிராதரவான நிலையில் இருப்பவர்கள். ஆனால், அனைவரிடத்திலும் அவர் ஒரே மாதிரியாக அன்பும் அக்கறையும் காட்டித் தன்னால் இயன்ற உதவி புரிவார். இதில் முக்கியமானது பலர் தங்களுடைய மிக அந்தரங்கமான பிரச்சினைகளுக்கும் சங்கடங்களுக்கும் அவருடைய ஆலோசனையைக் கேட்க வருவார்கள்.

நான் அன்று போயிருந்தபோது மிகவும் துயரத்தோடு பேசிக்கொண்டிருந்த அந்த அம்மாளுக்கும் பெரிய பிரச்சினை ஏதோ எழுந்திருக்க வேண்டும்.

ஆமாம், அப்படித்தான். அது இலேசில் தீர்த்து வைக்கக்கூடியதில்லை. ஊசி குத்துமளவுக்குச் சொத்து இருந்தால்கூட விதவிதமான சூழ்நிலைகள் உருவாகும். ஊசி குத்துமளவு சொத்தை வைத்துக் கொண்டு தன்னந்தனியாக அந்த அம்மாள் மிகவும் சிரமப்பட்டுக்கொண்டிருந்தார்.

ஆனால், அதே அம்மாள் வீரமும் சாகசமும் நிறைந்து வழியும் விதத்தில் சினிமாவுக்கு உரிய சிக்கல்களை சினிமாப் படங்களுக்கே உரிய முறையில் தீர்த்துக்கட்ட, நான் குதியாகக் குதித்துக் கைதட்டியிருக்கிறேன். அந்த அம்மாள் கே.டி. ருக்மணி என்று என்னிடம் சொல்லப்பட்ட போது அதைக் கிரகித்துக்கொள்ளச் சற்று நேரமாயிற்று.

நான் நினைவு தெரிந்து முதன்முதலாகப் பார்த்த சினிமாப் படம் 'மின்னல் கொடி'. எனக்கு நான்கு வயது இருக்கும். நாங்கள் அப்போதிருந்த ஊரில் எப்போதோ ஒருமுறைதான் தமிழ்ப் படம் வரும். அது என்ன படமாக இருந்தாலும் நாங்கள் எல்லாரும் பார்த்துவிடுவோம். 'மின்னல் கொடி' படத்துக்கும் அப்படித்தான் நாங்கள் போயிருக்க வேண்டும். எனக்குப் படத்தின் கதை, அதில் பேசப்பட்ட வசனம் ஏதும் புரியவில்லை. ஆனால், நிமிஷத்துக்கு நிமிஷம் நான் பெஞ்சு மீது ஏறிக் குதித்து கைதட்டிக் கொட்டகையிலேயே அமளி செய்துவிட்டேன்.

யார் யாரோ என் அம்மாவைத் திட்டுகிறார்கள், பையனை ஒரே இடத்தில் உட்கார வை என்று. ஆனால், அன்று என்னை யாருமே கட்டுப்படுத்தியிருக்க முடியாது. கே.டி. ருக்மணி மின்னல் கொடி வேஷத்தில் முகமூடியணிந்து குதிரைச் சவாரி செய்து ஒரு பெரிய போலீஸ் படைக்குப் பாச்சா காட்டிக்கொண்டிருந்தாள். அதில் ஒரு காட்சி வரும். மின்னல் கொடி என்ற முகமூடித் திருடனாக வேடமணிவதற்கு முன்பு சாதுப்பெண்ணாக இருந்த அவளை ஐந்தாறு பேர் மோசடி செய்கிறார்கள். பெரும் துன்பத்துக்கு ஆட்படுத்துகிறார்கள்.

மின்னல் கொடி என்ற ஒரு பக்காத் திருடனின் வாரிசாக அவளே மின்னல் கொடி ஆனபிறகு அவள் அந்த நபர்கள் முன்னால் போய் நிற்கிறாள். 'நான் யார்?' என்று கேட்பாள். அவர்கள் 'மின்னல் கொடி' என்று நடுநடுங்கிக்கொண்டு பதில் தருவார்கள். அவள் சிரித்துவிட்டு முகமூடியை விலக்குவாள். 'மின்னல் கொடியல்ல' என்று சொல்லிவிட்டு அவர்களைச் சுட்டு வீழ்த்துவாள். நான் வருடக்கணக்கில் இந்த 'நான் யார்– மின்னல் கொடி. மின்னல் கொடியல்ல' வசனத்தைக் கனவிலும் நனவிலும் திருப்பித் திருப்பிச் சொல்லிக்கொண்டிருந்தேன்.

கே.டி. ருக்மணிக்குப் பெரிய ஆகிருதி இருந்திருக்க முடியாது. ஆனால், ஜாக்கி போல பேண்ட் அணிந்துகொண்டு, தலையில் கருப்புத் தொப்பி அணிந்துகொண்டு காமிரா முன்பு நின்றால் ஒரு கனவுலக வீராங்கனையாகத்தான் காட்சி தந்தாள். அதற்கடுத்த படம் 'வீரமணி'. இந்தப் படத்தில் ஏதோ கடற்படை அதிகாரி போலத் தொப்பி அணிந்துகொண்டு கே.டி. ருக்மணி 3.5 ஹார்ஸ்பவர் மோட்டார் சைக்கிளில் பாய்ந்து போவாள். கே.டி. ருக்மணிக்கு சைக்கிளாவது ஒழுங்காக விடத் தெரியுமா என்று தெரியாது. ஆனால், அந்த நாளில் ஸ்டண்ட் படம் என்றால் உடனே, தமிழ் சினிமாவரை முதலில் கே.டி. ருக்மணி நினைவுதான் வரும். ஓரிரண்டு ஸ்டண்டு படங்களில் ஆர்.பி. லட்சுமிதேவி என்பவரும் நடித்திருக்கிறார். உண்மையில் லட்சுமிதேவி நேரில்கூடக் கொஞ்சம் ஸ்டண்ட் பெண்மணி

மாதிரி 'டை' என்றிருப்பார். ஆனால், கே.டி. ருக்மணிக்குத்தான் முதலிடம்.

எந்தவித ஸ்டண்டும் இல்லாமல் ஒரு மகா தேசபக்திப் படத்திலும் கே.டி. ருக்மணி நடித்திருக்கிறாள். 'பாக்யலட்சுமி' என்ற அந்தப் படத்தைப் பார்க்க நான் எவ்வளவு ஆவலுடன் கொட்டகைக்குச் சென்றேன்? ஆனால், துப்பாக்கியோ, சாட்டையோ பிடிக்காமல் அதில் கே.டி. ருக்மணி சர்க்கா சுழற்றினாள். எனக்குப் பெருத்த ஏமாற்றம். அதன்பிறகு 'திருமங்கை ஆழ்வார்' என்ற படம். ஒரு பக்திப் படத்தில் கே.டி. ருக்மணி. எனக்கு கே.டி. ருக்மணியைச் சுத்தமாகப் பிடிக்காமல்போய்விட்டது.

உடல் சுருங்கித் தளர்ந்து, மனதில் வேதனையும், திகிலும் கொண்ட மூதாட்டியாக சகஸ்ரநாமம் வீட்டில் நான் பார்த்தவரை என்னால் கே.டி. ருக்மணியாக ஏற்றுக்கொள்ள முடியவில்லை. ஐம்பது வருடங்களுக்கு மேலாகிவிட்டது. ஆனால், இன்னமும் அவர் ஆண் உடை தரித்து முகமூடி அணிந்துகொண்டு 'இண்டியன் ஸ்கவுட்' ராட்சத மோட்டார் சைக்கிளில் போவதுதான் என் மனதில் தோன்றுகிறது.

(1988)

இன்கிரிட் பெர்க்மன்

என்றுமே அமெரிக்காவுக்கும் ஐரோப்பிய நாடுகளுக்கும் இடையே ஒரு விநோத உறவு இருந்து வந்திருக்கிறது. உள்ளூர ஒருவருக்கொருவருக்கு வியப்பும் மதிப்பும் இருந்திருக்கிறது. அதே நேரத்தில் வெளிப்படையாக இகழ்ச்சியும் ஏளனமும் நிறையவே தொடர்ந்து இருந்திருக்கிறது. இது மிக நுண்ணிய தத்துவ விசாரங்களிலிருந்து மிகச் சாதாரணமான உணவு உண்ணும் பழக்கங்கள் வரை பரவி யிருக்கிறது. முள் கரண்டி என்னும் ஃபோர்க்கை ஓர் ஐரோப்பியன் இடது கையில் பிடித்து உணவுத் துண்டங்களைக் குத்தி எடுத்து வாயில் போட்டுக் கொள்வான். அமெரிக்கர்களோ இதே முள் கரண்டியை வலது கையில் வைத்துக்கொண்டு சில தருணங்களில் ஸ்பூன் போலவும் பயன் படுத்துவார்கள். ஒரு காலத்தில் உயர் குடும்ப ஐரோப்பியர்கள் இதைக் கண்டு திகைத்துப்போய் நின்றதுண்டு. ஆனால், இப்போது இது பழக்கமாகி விட்டது. எனினும் ஓர் ஐரோப்பியனுக்குப் பண்பாட்டு விஷயங்களில் அமெரிக்கர்கள், மட்டமானவர்களே.

திரைப்படத் துறையிலும் இந்தக் கலாசார மேல்-கீழ் ஜாதி இருந்திருக்கிறது. இன்னும் இருந்து வருகிறது. பணச் செலவைப் பொருட்படுத்தாமல் தொழில்முறைச் சிறப்பை அடைவதிலும் திரைப் படத்தை மிக எளிதாக அனைத்துப் பார்வை யாளரும் உணர்ந்துகொள்ளும்படி அமைப்பதிலும் அமெரிக்கர்களுக்கு உள்ள தேர்ச்சியைக் கண்டு

ஐரோப்பிய திரைப்படத் தயாரிப்பாளர்கள் நிறைய ஏக்கப் பட்டிருக்கிறார்கள். நடிப்பிலும் பாரம்பரியச் சாயங்கள் அளிப்பதிலும் ஐரோப்பியத் திரைப்படங்களின் சாதனைகளைக் கண்டு அமெரிக்கர்கள் பொறாமைப்பட்டிருக்கிறார்கள்.

அதற்காகச் சமயம் கிடைத்தபோதெல்லாம் ஐரோப்பிய நடிக நடிகையரையும் டைரக்டர்களையும் ஹாலிவுட்டுக்கு அழைத்துச் சென்றிருக்கிறார்கள். இந்த நூற்றாண்டின் முற்பகுதியில் அமெரிக்கப் படத்துறையில் மிகப் பிரபலமான பல நடிக நடிகையர்கள் ஐரோப்பியர்களே.

. ஒரு ஸ்வீடிஷ் படத்தின் ஆங்கில வடிவம் தயாரிக்கவெனத் தான் நடிகை இன்கிரிட் பெர்க்மன் அமெரிக்காவுக்கு அழைத்துச் செல்லப்பட்டார். ‘இண்டெர்மெஜோ’ என்ற அந்தப் படம் பெரிய வெற்றி எனக் கூற முடியாது. ஆனால், இன்கிரிட் பெர்க்மனின் நடிப்பில் இருந்த எளிமையும் பண்பாடும் நீண்ட காலத் தேர்ச்சியும் ஆத்மார்த்தமான ஈடுபாடும் அமெரிக்காவின் ‘பணப்பிசாசுகள்’ எனப்படும் அமெரிக்கத் திரைப்படத் தயாரிப்பாளர்களையும் கவர்ந்திருக்கிறது. ஐந்து, ஆறு ஆண்டுகளுக்குள் ஓர் உன்னத தேவதை என்கிற அளவுக்கு அமெரிக்கர் அனைவரின் மத்தியிலும் இன்கிரிட் பெர்க்மன் கருதப்பட்டார். அவர் அப்போது நடித்திருந்த அமெரிக்கப் படங்கள் பத்துதான்.

இந்தப் பத்துப் படங்களில் ‘காஸாபிளாங்கா’ என்பதைத் தவிர இதர படங்கள் மிகச் சிறப்பானதாக இன்று கருதப்படவில்லை. சராசரிக்குச் சற்று உயர்ந்தவை என்றுதான் கூற முடியும். ஆனால், அப்படங்களில் இன்கிரிட் பெர்க்மனின் பங்கும் பாதிப்பும் விசேஷமானதாகத்தான் இன்றும் காணப்படுகின்றன.

நடிப்புக்கு இன்கிரிட் பெர்க்மன் தன் சொந்த ஆற்றலோடு மட்டும் திருப்தியடைந்திருக்கவில்லை. புகழ்பெற்ற ஸ்வீடிஷ் அகாடமியில் நடிப்புத் துறையில் சேர்ந்து பல ஆண்டுகள் பயிற்சி பெற்றார். இந்த அகாடமியின் தேர்வு முறை மிகவும் கண்டிப்பானது. பயிற்சிக்கு ஏற்கப்படுவது கடுமையான பல சோதனைகளுக்குப் பிறகுதான். உண்மையில், ஒரு தருணத்தில் இன்கிரிட் பெர்க்மன் தான் தோல்வி அடைந்ததாகத்தான் நினைத்தார். தற்கொலை செய்துகொள்ளக்கூட எண்ணினார்.

ஸ்வீடிஷ் அகாடமிப் பயிற்சி பிரதானமாக நாடக நடிப்புக்குத்தான். அகாடமிக்காரர்களுக்கு இன்கிரிட் பெர்க்மன் திரைப்படத்தில் நடிக்கச் சென்றது குறித்துச் சிறிது வருத்தந்தான். இதில் இரு அபிப்பிராயங்கள் இருக்க வழியுண்டு. மேடை நடிப்பே உயர்ந்தது, இதர துறைகள் அனைத்தும் அதற்குப் பிறகுதான் என்று நினைப்போர் உண்டு. மனித நாகரிகமும் கலை வெளிப்பாடும்

மாறிக்கொண்டும் வளர்ந்துகொண்டும் இருப்பவை. அதனால் புதிய வடிவங்கள், துறைகள் வரவேற்கத்தக்கவையே என்று எண்ணுபவர்களும் உண்டு. இன்கிரிட் பெர்க்மன் நடிப்புக்கு வந்த 1930களில் திரைப்படம் வெகு விரைவாக மாற்றங்கள் அடைந்துகொண்டிருந்தது. பாமரர்கள் துறை என்று உதறித் தள்ளிவிடக் கூடாது என பல உயரிய எழுத்தாளர்களும் கலைஞர்களும் திரைப்படத்தில் பங்கேற்க முன்வந்தார்கள். முக்கியமாக ஐரோப்பாவின் முன்னணி நாடுகள் அனைத்திலும் சினிமா ஒரு புதிய கலையாகக்கூடக் கருதப்பட்டது.

நல்ல நடிப்பு என்று கூறும்போது இதை நடிகருக்கு நடிகர் என வேறுபடுத்திக் கூற இயலுவதில்லை. ஒவ்வொரு நடிப்புக் கலைஞரும் ஒரு பாத்திரத்தின் வரையறைகளைப் பூர்த்தி செய்யும் அதே நேரத்தில் எளிதில் விவரிக்க முடியாதது. ஆனால், பார்வைக்குப் பிரத்யட்சமாக ஒரு தனித்தன்மையை அந்த நடிப்புக்கு அளிக்கிறார். இன்கிரிட் பெர்க்மன் நடிப்பு 'கிளாசிகல்' நடிப்பு வகையைச் சேர்ந்தது. மிகுந்த கட்டுத் திட்டங்கள் இந்த வகை நடிப்புக்கு உண்டு. 1930களில் அவர் நடித்த 'இண்டர்மெஜோ'விலிருந்து 1978இல் வெளியான அவருடைய இறுதித் திரைப்படமாகிய 'ஆட்டம் ஸொனாட்டா'வரை இந்தக் கட்டுப்பாடான நடிப்பு ஓரிடத்திலும் தவறுவதில்லை. அவருக்கு மும்முறை நடிப்புக்காக ஆஸ்கர் விருது கொடுக்கப்பட்டது. அந்த மூன்று படங்களும் முறையே, 'காஸ் லைட்', 'அனஸ்தேஸியா', 'மர்டர் ஆன் தி ஓரியண்ட் எக்ஸ்பிரஸ்'. ஆனால், இதே தரத்திற்கு அவர் எல்லாப் படங்களிலும் நடித்திருக்கிறார். 'டாக்டர் ஜைகல் அண்ட் மிஸ்டர் ஹைட்' என்னும் படத்தில் அவர் நடிப்பைச் சிலர் உன்னதமானதாகக் கருதுவர். 'ஜோன் ஆஃப் ஆர்க்' என்ற படத்தில்தான் அவருடைய நடிப்பு ஈடிணையற்றதாக இருந்தது என்று சிலர் கூறுவார்கள்.

நடிப்பு என்று தனித்துக் கூறும்போது ஒருசில பாத்திரங்கள் இயல்பாகவே நடிப்பைத் தூக்கலாகத் தோன்றும்படி செய்துவிடும். இத்தகைய பாத்திரங்களில் சிறந்து விளங்குவதற்கு ஆற்றல் வேண்டும் என்பதில்லை. ஆனால், சாதாரண, சுவையற்ற பாத்திரத்தைப் பிரதிபலித்து, அந்தப் பிரதிபலிப்பு சிறப்பான நடிப்பாகத் தனித்துத் தோன்றும்படி செய்வதற்கு மிக உயரிய நடிப்பாற்றல் வேண்டும். இன்கிரிட் பெர்க்மனின் பாத்திரங்கள் அநேகமாக எல்லாமே சாதாரணப் பாத்திரங்களை உள்ளடக்கி யவை. 'ஜோன் ஆஃப் ஆர்க்' படத்தில்கூட அவர் வீராவேச சாகசங்களைத் துணைக்கு அழைக்கவில்லை. ஒரு நாட்டின் தலைவிதியை நிர்ணயிக்கத் தெய்வமாகத் தேர்ந்தெடுக்கப் பட்டதோர் இளம் பெண் என்று, தெய்வக் கட்டளைக்குரிய

அடக்கத்தோடுதான் அப்பாத்திரத்தை அவர் பிரதிபலித்திருந்தார். இப்பிரதிபலிப்போடு இன்று தமிழில் ஒரு சம்பிரதாயமாகிவிட்ட கட்டபொம்மன் பாத்திரத்தை இணைத்துப் பார்ப்பது ரசமாக இருக்கும். போர்க்களத்தில் ஜோன் ஆஃப் ஆர்க் நிகழ்த்திய சாதனைகள் கட்டபொம்மனின் சாதனைகளுக்குச் சிறிதும் குறைந்ததல்ல. கட்டபொம்மனுக்குப் பாளையக்காரராகப் பாரம்பரிய அந்தஸ்து உண்டு. ஜோன் ஓர் எளிமையான குடியானவப் பெண்.

இன்கிரிட் பெர்க்மன் முழுக்க முழுக்க 'கிளாசிகல்' பாணி நடிப்பையே பின்பற்றினாலும் அவரால் இதர வகை நடிப்புப் பிரதிபலிப்புகளைப் போற்ற முடியாது என்பதில்லை. அமெரிக்காவின் செல்லக் குழந்தையாகவும் பரிசுத்தத் தேவதையாகவும் கொண்டாடப்பட்ட அவர் ஓர் இத்தாலிய 'நியோரியலிசம்' டைரக்டருக்காகத் தன் கணவன், மகள், புகழ், அந்தஸ்து அத்தனையும் துறந்தார். ராபர்டோ ரோஸலினி ஒரு கத்தோலிக்கர். ஏற்கெனவே மணமானவர். அவரைப் பின்பற்றி இன்கிரிட் பெர்க்மன் இத்தாலி சென்றதை முறையான செய்கையாக அன்று யாராலும் ஏற்க முடியவில்லை. சுமார் எட்டாண்டுகள் இன்கிரிட் பெர்க்மன் தன் வாழ்க்கையை ரோஸலினியோடு இணைத்துக்கொண்டார்.

அவருடைய கலை வாழ்க்கையை இனி மீண்டும் தொடரவே முடியாது என்று தோன்றியது. ஆனால், அவருடைய மறுபிரவேசம் பல புதிய மைல்கல்களைத் தோற்றுவித்தது. இளமையிலும் முதிர்ந்த வயதிலும் இன்கிரிட் பெர்க்மனின் இயல்பான ஆற்றலும் கடுமையான பயிற்சியும் அவரைக் கைவிடவில்லை.

திரைப்படத்தின் வடிவம் மட்டுமல்லாமல் திரைப்படத் தயாரிப்பைச் சார்ந்த பல அம்சங்களும் மாறிவிட்டன. திரைப்படம் தரும் அனுபவமும் இன்று மிகவும் மாறிவிட்டது. இந்தச் சூழ்நிலையிலும் இன்கிரிட் பெர்க்மனை நினைவுகூர்பவர்களும் போற்றுபவர்களும் இருப்பது அந்தரங்க சுத்தியுடன் பணியாற்றிய கலைஞரின் பணி ஏதோ ஒருவகையில் நிலைத்து இருப்பதைத் தான் குறிக்கிறது.

(1988)

குருதத் – சில நினைவுகள்

ஆயிரத்துத் தொள்ளாயிரத்து எண்பத்தைந்தில் பிரான்ஸ் நாட்டில் அம்யே (Amie) என்ற நகரில் குருதத்தின் படங்கள் சில காட்டப்பட்டிருக்கின்றன. கடந்த இருபது ஆண்டுகளில் அயல்நாடுகளில் ஒரு தொகுப்பாக இந்தியப் படங்கள் காட்டப்படுவது வியப்புக்குரியது அல்ல. சினிமா தீவிர ஆராய்ச்சிக்குரியது என்று கருதுபவர்கள் தவிர சினிமா முற்றிலும் முதலுமாகப் பொழுதுபோக்கு அனுபவம் என்ற மனோபாவம் கொண்ட இந்தியர்கள் பலர் அயல்நாடுகளில் பரவியிருக்கிறார்கள். இந்தியாவில் மிகவும் சாதாரணமானது என்று நிபுணர்கள், பார்வையாளர்கள் இருவரும் ஒதுக்கி வைத்த படம்கூட இந்த அயல்நாட்டுக் காட்சிகளில் விசேஷமான நிகழ்ச்சியாக அனுபவிக்கப்படும். ஒரு சராசரி இந்தியப் படம் ஒரு சராசரி இந்தியக் கொட்டகையில் காட்டப்படும் போது உள்ள சூழ்நிலையும் மனோபாவமும் இந்த அயல்நாட்டுக் காட்சியில் நிலவுவதை நேரில் காண வாய்ப்புக் கிடைக்கிறது. இவ்வளவு பரபரப்புக்கு இதில் என்னதான் இருக்கிறது என்று வந்து உட்காரும் ஓரிரு அயல்நாட்டு அன்பர்கள் படம் நடக்கும்போது திகைப்பிலும் படம் முடிந்த பின் இந்திய நண்பர்கள் இருக்கும் பரவச நிலை கண்டு இன்னும் அதிக திகைப்பிலும் ஆழ்வதைக் காணவும் வாய்ப்புக் கிடைத்திருக்கிறது. அவர்கள் 'எதுவுமே புரியவில்லை' என்று கூறுவது அந்த மொத்த அனுபவத்தையும் மனதில் வைத்துத்தான்.

ஆனால், மேற்குறிப்பிட்ட விழாவில் குருதத் படங்கள் ஒரு கண்டுபிடிப்பாக இருந்திருக்கின்றன. அது இந்தியர்கள் குருதத்தை அடையாளம் கண்டுகொள்வதற்கும் உதவியாக இருந்திருக்கிறது. சில கலைப் படைப்புகள் பிரெஞ்சு மக்கள் மத்தியில் முதலில் அங்கீகாரம் பெற்று அதன் பின்னர் உலக அங்கீகாரம் பெற முடிந்தது திரும்பத் திரும்ப நிகழ்ந்திருக்கிறது. நவீனச் சிறுகதையின் முதல் நபர் என இன்று வணங்கப்படும் எட்கர் ஆலன் போ அவர் நாட்டு மக்கள்வரை ஒரு சராசரி வெகுஜனக் கதாசிரியராகத்தான் இருந்தார். அவருடைய படைப்பின் அசாதாரணத் தன்மையை முதலில் கண்டறிந்து உலகத்துக்குத் தெரிவித்தவர்கள் பிரெஞ்சுக்காரர்கள். இது வேறு கலைச் சாதனங்கள் விஷயத்திலும் நிகழ்ந்திருக்கிறது. சாதாரண 'அசெம்பளி லைன்' (அல்லது தொழிற்சாலைப் பணியாளர் போன்ற) நபர்கள் என்று அதிகம் சட்டை செய்யப்படாத ஹாலிவுட் டைரக்டர்கள் பலர் அவர்களுடைய பெயருக்கும் புகழுக்கும் பிரெஞ்சு சினிமா நிபுணர்களுக்குக் கடமைப் பட்டிருக்கிறார்கள்.

குருதத் ஒரு டைரக்டராகப் பரிணமித்த காலம் இந்தித் திரைப்படத்தின் பொற்காலம் என்று பலர் கருதும் காலகட்டம். சுதந்திரம் அடைந்த பின் 1948இலிருந்து பத்தாண்டுக் காலத்தில் அன்று இந்தியர்கள் பரிச்சயமடைந்திருந்த ஒருவகை சினிமாவாகிய வெகுஜன வகையிலேயே நடிப்பு, இசை, தயாரிப்பு, போட்டோகிராபி, ஒலிப்பதிவு, படத்தொகுப்பு ஆகிய பல அம்சங்களில் பக்குவமான பரிசோதனைகளும் வெற்றிகரமான புதுமைகளும் காணப்பட்டன. நல்ல டைரக்டர்கள் என்று இனம் காணச் சுமார் பத்துப் பதினைந்து பேர் இருந்தார்கள். குருதத் அந்தக் காலகட்டத்தில் இயங்கியவர். நல்ல டைரக்டர் என்று அடையாளம் காணப்பட்டாலும் பிமல் ராய், ரிஷிகேஷ் முகர்ஜி, அமியா சக்கரவர்த்தி போன்றவர்களுக்குக் கிடைத்த கௌரவம், மரியாதை அவருக்குக் கிடைக்கவில்லை. ஆனால், அந்தக் காலத்தில் பத்துப் பதினைந்து முன்னணி டைரக்டர்களிடையே (மேற்கூறிய மூவர் தவிர ராஜ்கபூர், மெஹ்பூப், சத்யன் போஸ், பானி மஜும்தார், கர்தார், கியான் முகர்ஜி, கிஷோர் சாஹு, நந்தலால் ஜஸ்வந்த் லால், ஜியா ஸர்ஹாதி, எம். சாதிக், சாந்தாராம்) இடைவெளி குறைவு. கலைப்படம், வணிகப்படம் என்று திட்டவட்டமான பிரிவுகள் நேராத காலம் அது. படம் பொதுக் கொட்டகைகளில் பொதுமக்கள் பார்க்கப்போகும் இந்தியத் திரைப்படத்தின் அடையாளங்கள் கொண்டிருக்கத்தான் வேண்டும். (அதாவது பாடல்கள், தனியாக ஒரு நகைச்சுவை நடிகன், அவனுக்கு ஜோடி, கதாநாயகி தனியாக மகிழ்ச்சியில் பாடும் பாட்டு, சோகத்தில் பாடும் பாட்டு, கதாநாயகன் கதாநாயகி

ஒரு பாட்டைத் தனித்தனியாக எதிர்எதிர் மனநிலையில் பாடுவது, நற்பண்புகள் நிரம்பிய ஒன்று அல்லது இரண்டு வயோதிகப் பாத்திரங்கள், ஒரு தெருப் பிச்சைக்காரன் பாட்டு எனப் பல அம்சங்கள் அன்றைய இந்திய சினிமாவின் அடையாளங்களாக நிலைபெற்றிருந்தன. ஒரு நல்ல படம் மேற்கூறிய அந்த அடையாளங்களுடன் விளங்கி, அதே நேரத்தில் ஒரு புதிய விரும்பத்தக்க அனுபவமாகவும் அமைய வேண்டும்.)

குருதத் இயங்கிய காலம் அதிகம் போனால் பன்னிரண்டு ஆண்டுகள். அவர் டைரக்ட் செய்த முதல் படம் 'பாஜி' 1951இல் சேத்தன் ஆனந்த், தேவ் ஆனந்த் சகோதரர்கள் தயாரித்தது. அன்றைய முன் மாதிரிகளும் இலக்குகளும் ஹாலிவுட் படங்கள்தான். இந்த இலக்குகளோடு சில இலட்சியங்களும் இந்த சகோதரர்களுக்கு இருந்தன. சினிமாவுக்குப் பயிற்சிக்கூடம்கூட நடத்த முயன்றார்கள். இவர்களுக்குப் பின்னர் எஸ்.முகர்ஜி என்பவர் பிலிமாலயா என்ற பெயரில் ஒரு பயிற்சிக்கூடம் நடத்தினார். ஆனந்த் சகோதரர்களுக்குச் சர்வதேச அளவில் கவனம் பெற வேண்டும் என்ற விருப்பமும் இருந்திருக்கிறது. ஆனால், ஒரு நடிகனை மையமாகக் கொண்டு அவர்கள் இயங்கியதால் சில வரையறைகளை வகுத்துக்கொள்ள வேண்டியிருந்தது. இந்தி உலகில் அந்த நாளில் நட்சத்திர நடிகர்களில் இரு துருவமாக திலீப்குமாரும் ராஜ்குமாரும் தங்களை அமைத்துக்கொண்டிருந்தார்கள். முதலவர் சோகத்தின் சின்னம். இரண்டாமவர் கோமாளிக் கூத்தன். இதற்கு இடைப்பட்ட தோற்றத்திற்கு தேவ் ஆனந்த் தன்னைத் தயார்படுத்திக் கொண்டார். 'பாஜி' படத்தில் இயல்பாகவே சூதாட்டத்தில் திறமை கொண்டதோர் இளைஞன் அவன்மீது காதல் கொண்ட தூய்மையான பெண்ணின் அன்புக்குப் பாத்திரமானவனாக மாறுவதற்குத் தீயவர்களிடமிருந்து விடுவித்துக்கொள்ள முயற்சி செய்கிறான். பலருடைய இதயம், எலும்பு, உயிர் முதலியன முறிகின்றன. பறி போகின்றன. ஹாலிவுட் படங்களிலிருந்து பல சிறுசிறு காட்சிகள், வரிகள் முதலியன பொருத்தப்பட்டு குருதத் முதல்முதலாக டைரக்ட் செய்த இப்படத்தின் திரைக்கதையை எழுதியவர் பால்ராஜ் சாஹ்னி. முறையான கல்வி பெற்று, சிந்திக்கத் தெரிந்தவர்கள் தயாரித்தது என்று படத்தின் சிறந்த தன்மையிலிருந்து பளிச்சென்று தெரிந்தது. இதே நாகரிகத்தன்மை குருதத் டைரக்ட் செய்த இரண்டாவது படமாகிய 'ஜால்' தயாரிப்பிலும் இருந்தது. இரண்டாம் உலக யுத்தம் முடிந்து இந்தியா வந்த சில ஐரோப்பியப் படங்களில் 'கசந்த சோறு' (Bitter Rice) பலதரப்பட்ட காரணங்களுக்காகச் சற்று அதிக்மாகவே கவனம் பெற்றது. அதில் கதாநாயகியாக நடித்த அழகி சில்வானே மங்கானோ வெளிக்காட்டிய

சுதந்திரத்தன்மை ஒரு முக்கியக் காரணம். நான் முதலில் 'ஜால்' படந்தான் பார்த்தேன். கோவா பிரதேசத்தில் மீன் வியாபாரத்தை ஜீவனமாகக் கொண்ட கத்தோலிக்கக் குடும்பத்தைச் சார்ந்த ஒரு பெண் கள்ளக் கடத்தலில் ஈடுபடும் வெளியூர் இளைஞனிடம் மனத்தைப் பறிகொடுத்து தர்மசங்கடத்தால் அல்லலுற்று இறுதியில் அந்த இளைஞனைத் திருந்தியவனாக்கி விடுவாள். அன்று காமிரா நிபுணர்களில் ஒருவராக இருந்த ஜால் மிஸ்திரி படத்துக்கு ஒரு தனிப் பரிமாணம் அளித்திருந்தார். கடற்கரையில் கடத்தல் இளைஞன் கிதார் வாசித்துக் காதல் பாட்டுப் பாட, தூக்கம் வராமல் வீட்டில் படுக்கையில் கிடக்கும் கதாநாயகி மனம் மயங்குவார். எஸ்.டி. பர்மன் இசையில் ஹேமந்த் குமார் பாடிய அப்பாட்டு இந்தியத் திரைப்படப் பாட்டுகளில் மறக்க முடியாததொன்றாக அமைந்திருந்தது. கதாநாயகன் தேவ் ஆனந்த். கதாநாயகி கீதா பாலி.

'ஜால்' படம் பார்த்து ஓராண்டு கழித்துத்தான் நான் 'பிட்டர் ரைஸ்' பார்த்தேன். 'ஜால்' தயாரிப்பாளர்கள் காபிரைட் பற்றிக் கவலையே இல்லாமல் இயங்கியிருக்கிறார்கள் என்று தெரிந்தது. 'ஜால்' படத்திலும் ஒரு நாகரிகத்தன்மை இருந்தது. இத்தாலியப் படம் நேரிடையாக ஒரு நிகழ்கால நிர்ப்பந்தத்தைச் சித்திரித்திருக்கிறது. அதன் முடிவு கோரச் சாவு. மனம் திருந்துவது அல்ல. இந்தியப் படத்தில் ஓர் அரைக்கனவுச் சூழ்நிலை டைரக்‌ஷனாலும் காமிராவினாலும் விசேஷமாக உருவாகி யிருந்தது. அந்த நாளைய வழக்கத்தின்படி மிகச்சில இடங்கள் தவிரப் பெரும்பாலும் ஸ்டூடியோவில் எடுக்கப்பட்டன. *Atmosphere* மற்றும் *mood* அம்சங்கள் ஸ்டூடியோ உட்புறப் படமெடுப்பில் அதுவும் கறுப்பு வெள்ளையில் சாத்தியமாகும் அளவுக்கு வெளிப்புறப் படமெடுப்பில் முடியாது என்றே கூறிவிடலாம்.

'பாஜி', 'ஜால்' ஆகிய படங்களை அடுத்து குருதத் சொந்தப் படங்கள் எடுக்க ஆரம்பித்தார். அப்போதுதான் நடிக்கவும் தொடங்கினார். முதல் படம் 'பாஜ்' என்ற ஒரு கொங்கண் 'பீரியட்' படம். பதினேழாம் நூற்றாண்டில் கரையோரம் செயல்பட்ட கடல் கொள்ளைக்காரர்கள் பற்றிய கதை. இதையடுத்து 'ஆர்பார்' என்ற பணக்காரப் பெண் மோட்டார் டிரைவர் படம். இப்படம் ஓரளவு லாபகரமாக ஓடியதற்கு அன்று புகழ் உச்சத்தில் இருந்த இசை அமைப்பாளர் ஓ.பி. நய்யார் காரணம் என்றும் எண்ண இடமிருக்கிறது. குருதத்தின் தனித்துவம் 'மிஸ்டர் அண்ட் மிஸஸ் 55' என்ற படத்தில் வெளிப்பட்டது. வேகமாக மாறிவரும் சமுதாயச் சூழ்நிலையில் சம்பிரதாயக் கணவன் மனைவியாகவும் அதே நேரத்தில் இருவரின் சுயகௌரவம் மற்றும் அபிலாஷைகள் சிதைவுபடாமல் வாழ்க்கையை அமைத்துக்கொள்ள இயலுமா?

இப்படத்தில் குருதத் அளித்த இளைஞனின் தோற்றம் அன்று ஏராளமான ரசிகர்களைக் கொண்டிருந்த திலீப்குமார், ராஜ்கபூர், தேவ் ஆனந்த் தோற்றங்களிலிருந்து மாறுபட்டிருந்தது. கழிவிரக்கத்திலும் அசட்டையிலும் மூழ்கிவிடாமல் பக்குவமும் தெளிவும் ஆழமும் கொண்டதொரு ஆண்மகனை குருதத்தால் பிரதிபலிக்க இயன்றது. இவருக்கு ஜோடியாக நடித்த மதுபாலாவின் சித்தரிப்பையும் கண்ணியம், பரிவு, சுயமாக முடிவெடுக்கும் திறமை கொண்டதொரு பெண்ணாக அளிக்க முடிந்தது. 'பியாஸா' உட்பட குருதத்தின் எந்தப் படமும் பெரும் வெகுஜன வெற்றி என்று கூற முடியாது. பரவலாக ஓடி, பரவலாகக் கவனம் பெற்றன என்று மட்டும் கூறலாம். அவரை மதிக்கக்கூடிய டைரக்டராக வெளிக்காட்டிய 'மிஸ்டர் அண்ட் மிஸஸ் 55' படத்திலும் பாட்டுகள், தனியாக நகைச்சுவைப் பாத்திரம் அவருக்கு ஜோடி என இருந்தன. ஒரு சராசரி இந்தியப் படத்தின் அடையாளங்களைக் கைவிடாமல் அதே நேரத்தில் படத்தின் மொத்த அனுபவத்தைத் தனித்துவமிக்க, சுயத்திருப்தியளிக்கக்கூடியதாக உருவாக்கும் விசேஷ ஆற்றல் குருதத்திடம் இருந்தது.

குருதத்தின் சொந்த வாழ்க்கையும் ஒரு சராசரி வெகுஜனத் திரைப்படத்திலுள்ள மிகை உணர்ச்சிகளையும் அனுபவங்களையும் கொண்டதாகத்தான் நாம் அறிய முடிகிறது. அவர் டைரக்டராக மட்டுமல்லாமல் வெறும் நடிகனாகப் பல படங்களில் பங்கெடுத்திருக்கிறார். இப்பணியில் பலவகை மனித இயல்புகளைப் பிரதிபலித்திருக்கக்கூடியவர். அதிகம் கவனிப்புப் பெறாமல் போனதொரு பாத்திரம் 'சௌதேலா பாய்' என்ற படத்தின் பிரதான பாத்திரம். சரத் சந்திர சட்டர்ஜியின் 'வைகுந்தன் உயில்' இப்படத்தின் மூலம். விதவையான தன்னுடைய இளைய தாயாரின் மகனைப் படித்துப் பட்டம் பெற்றுப் பெரிய மனிதனாக்க வேண்டுமென தன் வாழ்க்கையையும் ஓரளவு சுயகௌரவத்தையும் விட்டுக் கொடுக்கும் மூத்தாள் மகனின் பாத்திரம் குருதத் நடித்தது. இப்பாத்திரத்துடன் ஒன்றி நடிக்கக்கூடிய கற்பனையுடைய ஒருவர் தன் பிரச்சினைக்கு முடிவுபெறத் தன்னையே மாய்த்துக்கொள்ள இயலுமா? மனித இயல்பு மனித அறிவுக்கு முற்றிலும் எட்டி விடுவதில்லை. குருதத் 1964இல் மறைந்தது அவசியம்தானா?

குருதத் கடைசியாகத் தயாரித்து டைரக்டும் செய்த படம் 'காகஸ் கே பூல்'. தொலைக்காட்சியின் பிரவேசத்தில் கலங்கிப் போன அமெரிக்கத் திரைப்படத் தயாரிப்பாளர்கள் குறைந்து கொண்டேவரும் ரசிகர்களை மீண்டும் கொட்டகைக்குக் கவர மிக மிகப் பெரிய திரை, பல திசை ஒலிப்பெருக்கிகளை

அறிமுகப்படுத்தினார்கள். அப்படி உருவான சினிமாஸ்கோப் என்ற அகலத் திரை வடிவத்தில் 'காகஸ் கே பூல்' எடுக்கப் பட்டாலும் கறுப்பு–வெள்ளைப் படமாகவே எடுக்கப்பட்டது. குருதத் படங்களில் பாத்திரங்கள் வெளிச்சத்திலிருந்து இருளுக்குப் போவதாகவும் இருளிலிருந்து வெளிச்சத்துக்கு வருவதாகவும் அடிக்கடி நிகழும். இந்த உத்திக்குத் திட்டவட்டமான செய்தி இருந்ததாகத் தெரியவில்லை. பொதுப்படையாக மனிதன் இருட்டிலும் வெளிச்சத்திலும் மாறி மாறி இருக்க நேரிடும் என்று வேண்டுமானால் கூறலாம். குருதத்தின் மனத்திலும் இருண்ட சோர்வும் உற்சாக ஒளியும் மாறி மாறித் தோன்றிக்கொண்டிருக்க வேண்டும். அந்த நேரத்தில் செயல்கள் முழுப் பிரச்சினையோடு புரியப்படாவிடினும் விளைவுகளை முழுவதுமாகத்தான் ஏற்க வேண்டி வரும். குருதத்தின் மரணம் அப்படி நிகழ்ந்ததாகத்தான் இருக்க வேண்டும். அவர் சாவதற்கு ஓராண்டு முன்பு 1963இல் 'சாஹிப் பீபி குலாம்' எடுக்கப்பட்டது. இதற்கு டைரக்டராக அப்ரார் அல்வி என்பவர் அமர்த்தப்பட்டார். குருதத் படைப்புகளில் இரு எழுத்தாளர்கள், சாஹிர் லூதியான்வி மற்றும் அப்ரார் அல்வி, முக்கியப் பங்கேற்றார்கள். குருதத்திடம் அவரறிந்தவர்கள் பால் மிகுந்த விசுவாசம் இருந்தது. சிறுசிறு பாத்திரங்களில் நடிப்பவர்கள்கூட அவரிடம் தொடர்ச்சியாக வாய்ப்புகள் பெற்றார்கள். விசுவாசம் என்ற தன்மைக்கு விரிவான இயல்புகள் உண்டு. அவருடைய மரணத்துக்குக்கூட இந்த விசுவாசம் ஓரளவு காரணமாய் இருந்திருக்க வேண்டும்.

(1992)

தேவிகா ராணியுடன் இரு சந்திப்புகள்

தேவிகா ராணியின் இறுதி நாட்களை நினைத்துப் பார்க்கும்போது மிகவும் வருத்தமாக இருக்கிறது. கை, கால், பேச்சு எல்லாம் பாதிக்கப் பட்டு, சொந்த வீட்டில் கவனித்துக்கொள்ளச் சரியான ஏற்பாடு இல்லாமல் அவர் ஒரு ஹோட்டலில் தங்கவேண்டியிருந்திருக்கிறது. அவரும் அவருடைய கணவரும் சேர்த்து வைத்த கலைப்பொருள்களும், ஓவியங்களும் எங்கு, எவ்வளவு என்ற கணக்கு இல்லாமல் சிதறி, தொலைந்துபோயிருக்கின்றன. அவரிடம் பணி யாளாக இருந்த மிஸஸ் பூனாச்சா என்ற அம்மாள், 'எல்லாச் சொத்துக்கும் நான்தான் வாரிசு, இதோ உயில்' என்றாள். சினிமா என்ற கலை வடிவத்தின் இந்திய முன்னோடிகளில் ஒருவரின் வாழ்க்கை, சாதனை, குடும்பம், சமூக உறவு எல்லாமே ஏதோ மயக்கத்தில் வரைந்த கோலம் போலாகிவிட்டது.

நான் தேவிகா ராணியை 1964இலும் 1980இலும் சந்திக்க நேர்ந்தது. முதலில் இரண்டாவது சந்திப்பை முடித்துவிடுவோம்.

பெங்களூரில் சர்வதேசத் திரைப்பட விழா. ஃபிலிமோத்ஸவ். இந்தியாவெங்கும் லோக்சபா தேர்தல்கள். மூன்றாண்டுகள் முன்பு 'இனி எழ முடியாது' என அடித்துப் போடப்பட்ட இந்திரா காந்தி இன்று எதிர்ப்புகளைத் தவிடுபொடி யாக்கிக் கொண்டிருக்கிறார். இன்னும் முடிவுகள்

முழுவதுமாக வரவில்லை. ஆனால், என்ன வடிவத்தில் இருக்கப் போகின்றன என்று தெரிகிறது. திரைப்பட விழாத் துவக்கத்தில் முற்றும் முழுவதுமாக அதிகாரிகள் மட்டுமே. ஓர் அமைச்சர் இல்லை – உள்ளூரிலிருந்தோ, டில்லியிலிருந்தோ, விழாவைத் துவக்க தேவிகா ராணி. அப்போது குத்துவிளக்கு கண்டு பிடிக்கவில்லை. அவர் மேடை மீதேறிச் சில வார்த்தைகள் பேசிவிட்டு, “இதோ விழாவைத் துவக்குகிறேன்” என்றால் போதுமானது.

விழாவைத் துவக்க தேவிகா ராணி வந்துவிட்டார். அப்போது கொட்டகைக்கு வெளியே கூச்சல், கோஷம். அப்புறம் தடியடி. பத்து நிமிடத்தில் சகஜ நிலை திரும்பி விட்டது. விஷயம் இதுதான்: தேவிகா ராணியின் எஸ்டேட்டில் வேலை பார்க்கிறவர்கள் அவர்களின் மேற்பார்வையாளர்களிடம் பலமுறை குறைகளைத் தெரிவித்திருக்கிறார்கள். ஒன்றும் நடக்கவில்லை . பெரிய அளவில் அவர்கள் கோரிக்கைகள் கவனம் பெற வேண்டுமெனத் திரைப்பட விழா துவங்கப்படும் ‘கபாலி’ கொட்டகை முன் ஆர்ப்பாட்டம். என்னுடைய சந்தேகம் இந்த ஆர்ப்பாட்டம், தடியடி நடந்தது தேவிகா ராணிக்குத் தெரியுமா என்று. அவருடைய துவக்க உரை முன்னோடிக் கலைஞர்களுக்கு அஞ்சலி செலுத்துவதாக இருந்தது. அதே நேரத்தில் அவருக்கு மனதில் அப்போது தோன்றும் கருத்துகளைக் கூறுவதுபோலவும் இருந்தது. அந்த விழாவில் ஒரு பகுதி ஜான் ஃபோர்டு என்ற அமெரிக்க டைரக்டரின் படங்களை விசேஷமாகத் திரையிடுவது. தேவிகா ராணி ஜான் ஃபோர்டு அங்கு வரப்போவதாக நினைத்துவிட்டார். “எவ்வளவு மகத்தான கலைஞன். அவர் வருவது மிகவும் குறிப்பிடத்தக்கது” என்றார். அந்த நாளின் திரைப்பட விழாக்களை ரைனா என்ற அதிகாரி நிர்வகித்துவந்தார். அவருடைய தலை வழுக்கையை அவருடைய மீசை சமன் செய்தது. அவர் குறுக்கிட்டு, “ஃபோர்டு வரவில்லை. அவருடைய படங்கள்தான் வந்திருக்கின்றன” என்றார். “இதை ஏன் முன்னமேயே சொல்லவில்லை?” என்று தேவிகா ராணி மேடையிலேயே கேட்டார். “விழா நடத்துகிறவர்கள் விருந்தாளிகளை இன்னும் சிறிது அக்கறையுடன் கவனிக்க வேண்டும்” என்றார்.

இப்படி ஏதேதோ காரணங்களால் அன்று தேவிகா ராணிக்கு நல்ல பொழுதாகச் செல்லவில்லை. கபாலி கொட்டகை உள்ள தெரு நெரிசல் மிகுந்தது. துவக்க விழா முடிந்த பின் அவர் வீடு திரும்பக் கொட்டகைக்கு வெளியே வந்துவிட்டார். ஆனால், அவருடைய வண்டியை அவரருகில் கொண்டுவர இயல வில்லை.

தேவிகா ராணியைத் தனியாக விட்டுவிட்டார்கள் என்றுதான் எனக்குத் தோன்றியது. கொட்டகையிலிருந்து வெளியேறிக் கொண்டிருந்த சிலரில் நானும் ஒருவன். நாங்கள் ஒருவரை ஒருவர் பார்த்துவிட்டோம். எனக்கு அவரைத் தொந்தரவு செய்ய விருப்பமில்லை. அதே நேரத்தில் அவரைப் பாராதது போலச் செல்லவும் பிடிக்கவில்லை. பலவீனமாகப் புன்னகை புரிந்தேன். அவர் ஏதோ என்னைக் கேட்பது போலப் பார்த்தார். நான் அருகே சென்றேன். "நன்றாகப் பேசினீர்கள்" என்றேன். "அப்படியா?" என்றார். இதற்குள் அவர் வண்டி வந்துவிட்டது. அவர் கையசைக்க நானும் கையசைத்தேன். அவருக்கு என்னை ஞாபகம் இல்லை. பதினைந்து ஆண்டுகள் முன்னால் பார்த்தது.

பதினைந்து ஆண்டுகள் நீண்ட காலம். நான் அப்போது பணிபுரிந்த ஜெமினி நிறுவனம் 'ஜிந்தகி' என்ற இந்திப் படத்தைத் தயாரித்து வெளியிட்டது. பெங்களூருக்கு முதல்நாள் ஆட்டத்திற்கு ஏழெட்டுப் பேர் சென்றிருந்தோம். யாருடைய யோசனை, யாருடைய அழைப்பு என்று தெரியவில்லை. தேவிகா ராணியை அவருடைய தடாகுனி எஸ்டேட்டில் பார்க்கச் சென்றோம். அப்போது அது ஒரு சிறு காடு போல இருந்தது. பழங்கால ஆங்கிலேய பாணி பங்களா. நாற்புறமும் விசாலமான வராந்தா. ஒரு விசாலமான, இருட்டான அறையில் உட்கார்ந்தோம். அறையினுள் விதவிதமான மேஜைகள். சில இரண்டே கால்களில் சுவரோடு ஒட்டியபடி நின்றன.

அறைக்குள்ளேயே சில செடிகள் வேறு. தேவிகா ராணிக்கு அப்போது ஐம்பது வயதிருக்கும். எங்கள் குழுவில் இருந்த ஓர் ஒலிப்பதிவு இஞ்ஜினியரின் சகோதரர் பம்பாய் மெஹ்பூப் ஸ்டூடியோவில் நிர்வாகியாக இருந்தார். பேச்சு ஒரு நிமிடம் பம்பாய் பற்றி இருந்தது. அப்புறம் மௌனம். நீடித்த மௌனம்.

டீ வந்தது. "உங்கள் படத்தில் பாட்டு ஏதாவது பிரபலமடையுமா?" என்று தேவிகா ராணி கேட்டார். ஆளுக்கொரு மாதிரி பதில் கொடுத்தோம். முதல் நாள் ஆட்டத்தில் படத்தின் எந்த அம்சமுமே எடுபட்டதாகத் தெரியவில்லை. ஆனால், முதல்நாள் ஆட்டத்தை முழுதும் நம்பக் கூடாது. படம் மகத்தான வெற்றியடையாவிட்டாலும் பின்னர் நிறைய இடங்களில் நிறைய நாட்கள் ஓடிற்று.

"அந்த நாட்களில் பாட்டுக்காகப் படம் ஓடிற்றா, படம் ஓடியதால் பாட்டு பிரபலமானதா என்று சொல்ல முடியாது. பெரிய பாடகர்கள் பாடாது போனால்கூடப் பாட்டு பிரபலமாகி விடும். உதாரணத்துக்கு..." இங்கு அவர் தயங்கினார். "சல் சல்ரே நவ்ஜவான்" என்று சொன்னேன்.

சுரங்கம் போன்று இருட்டிக் கிடந்த அந்த அறை உயிர் பெற்றது. ஜோராபாய், சைகல், பங்கஜ் மல்லிக், கே.சி. டே ஆகிய பாடகர்களைப் பற்றி அவரும் நானும் பரிமாறிக்கொண்டோம். "இந்தி சினிமாவில் ஒன்று பஞ்சாபி இசையாக இருக்கும். இல்லாது போனால் வங்காள இசையாக இருக்கும்" என்றார். எனக்கு அந்த நாளில் சைகல், பங்கஜ் மல்லிக் இருவர் பாடுவதையும் அடையாளம்கூடக் கண்டுகொள்ள முடியாது.

என் சகாக்கள் களைத்துப் போய்விட்டார்கள். அன்று அந்தக் குழுவில் எல்லாருக்கும் சீனியர் எம்.எஸ். ஜானகிராமன் என்ற பெயருடைய ஆர்ட் டைரக்டர். அவர் எழுந்து நின்று, "போகலாம். உடனே தியேட்டருக்குப் போய்ப் பார்க்க வேண்டும்" என்றார். நாங்கள் போய்ப் பார்த்துச் செய்யக்கூடியது ஒன்றும் இல்லை. பால்கனியில் ஒழுங்காக உட்காராமல் அங்குமிங்கும் அலைந்துகொண்டிருப்போம். காசு கொடுத்துப் படம் பார்க்க வந்தவர்கள் அவதியுறுவார்கள். மெஹ்பூப் ஸ்டூடியோ நிர்வாகி யின் சகோதரர், "நாங்கள் போய்விட்டு வருகிறோம்" என்று அனைவரையும் பிடித்துத் தள்ளாத குறையாகத் தள்ளினார். நாங்கள் வெளி வராந்தாவுக்கு வந்துவிட்டோம். அப்போது தேவிகா ராணி, "ஒரு நிமிடம்" என்றார். வராந்தாவில் இருந்த பூந்தொட்டியிலிருந்து ஒரு மலரைப் பறித்தார். மிகுந்த மகிழ்வைப் பிரதிபலிக்கும் புன்னகையுடன் அந்தப் பூவை என்னிடம் கொடுத்தார். பூ என்று பார்த்தால் அது விசேஷமானது அல்ல. எனக்கு நிறைய இருமல் வந்தது. பூ விரைவிலேயே உதிர்ந்து விட்டது.

தேவிகா ராணி ஏன் முற்றும் முழுவதுமாகத் 'தன்னை ஒரு பணியாளரிடம் ஒப்படைத்துக்கொண்டார்? மிஸஸ் பூனாச்சாவுக்குச் 'சல் சல்ரே நவ்ஜவான்' பாடத் தெரியுமோ?

(1995)

வில்லாதி வில்லன் பி.எஸ். வீரப்பா
[1911-1998]

பேசாப் படங்கள் காலத்தில் பார்த்த மாத்திரத்தில் ஒரு பாத்திரத்தின் தன்மையைத் தெரிவித்துவிடும் உத்தியாக வில்லன் பாத்திரத்துக்கு அமெரிக்கர்கள் ஓர் அடையாளம் வைத்திருந்தார்கள். வீட்டுக்குள் எல்லாரும் தொப்பியைக் கழட்டியபடி இருந்தால் வில்லன் மட்டும் அதை அணிந்தபடியே இருப்பான். அந்தச் சிறு இங்கிதம் கூட இல்லாதவன் பரம அயோக்கியனாகத்தானே இருக்க வேண்டும்.

பி.எஸ். வீரப்பா தொப்பி தலைப்பாகை அணிந்திருந்தாலும் அணியாதிருந்தாலும் மொட்டைத் தலையாக இருந்தாலும்கூடப் படம் பார்ப்போர் வயிற்றைக் கலக்கக்கூடிய ஒரு தோற்றத்தைத் தந்தார். 'சொர்க்க வாசல்' (1954) படத்தில் கதாநாயகன் கே.ஆர்.ராமசாமியின் தங்கையாக நடித்த அஞ்சலி தேவியைக் கதறக் கதறச் சின்னாபின்னப்படுத்துவார். அந்த நாளில் அவரால் இம்சைப்படுத்தப்படாத கதாநாயகிகளே கிடையாது. ஒரு கலைஞனின் வெற்றி அவன் படைப்பில் தீமையை உருவகப்படுத்துவதில்தான் அளவிடப்படும் என்பார்கள். பி.எஸ்.வீரப்பா அவருடைய பாஸ்போர்ட் புகைப்படத்தில்கூட பயத்தை உண்டுபண்ணியிருப்பார். இவ்வளவுக்கும் அவருடைய முகம் லட்சணமானது.

அவருடைய திரை அறிமுகம் 'மணிமேகலை' (1940) படத்திலேயே நிகழ்ந்துவிட்டது என்றாலும்

அவருடைய மகோன்னத காலம் 1950களில்தான் இருந்தது. அன்று அவர் பேசிய ஒரு வரி வசனங்களையும் அவரது சிரிப்பையும் நினைவில் வைத்திருப்பவர்கள் இன்றும் நிறையப் பேர் இருக்கிறார்கள். ஜெமினி ஸ்டுடியோ 1955ஆம் ஆண்டில் 'இன்ஸானியத்' என்றதொரு இந்திப் படத்தையடுத்துப் பல மாதங்கள் படமெடுப்பதை நிறுத்திவைத்திருந்தது. திடீரென்று எப்போதோ பகுதி பகுதியாக எடுத்து மூலையில் போட்டிருந்ததை அசுர வேகத்தில் முழுமையாக்கி 1958இல் 'வஞ்சிக்கோட்டை வாலிபன்' என்ற பெயரில் வெளியிட்டது. அந்தப் படத்தில் வீரப்பாதான் வில்லன். வழக்கம் போலக் கதாநாயகனின் தங்கையைச் சிதைத்து அவள் சாவதற்கும் காரணமாகியிருக்கிறார்.

பின்பு கதாநாயகன் மாறுவேடத்தில் அவரைப் பழிவாங்க வரும்போது அவன் திட்டத்தைச் சிக்கல்படுத்துவதே தங்கள் லட்சியம் என்பது போல இரு பெண்கள் போட்டி போடுவார்கள், நடனமாடுவார்கள். "சபாஷ், சரியான போட்டி" என்று அப்போது வீரப்பா பேசிய ஒரு வரி நேற்று அண்ணா பிறந்த நாள் கொண்டாட்டங்களின்போதுகூடத் தமிழ் மக்களால் நினைவுகூரப்பட்டது.

கேட்போர் முதுகுத் தண்டு சில்லிட்டுப் போகும்படியான ஒரு பயங்கரச் சிரிப்பை ஆரம்பத்திலிருந்தே வீரப்பா தன் தனி முத்திரையாகப் பயன்படுத்தி வந்தார். ஏனோ 'வஞ்சிக் கோட்டை வாலிபன்' படத்தில் முதலில் அது கிடையாது. ஆனால் படத்தின் இறுதிக் காட்சியில் மட்டும் கதாநாயகனோடு போரிடும்போது ஒரே ஒரு முறை சிரிப்பார். கொட்டகை கதிகலங்கிக் கைதட்டும்.

பக்கம் பக்கமாகக் கதாநாயகன் வசனம் கொட்டித் தீர்த்த நாள்களில் வீரப்பா ஒரு வரி அல்லது இரு வரிகள் மட்டுமே பேசுவார். அவை இன்றும் படம் பார்த்தோர் மனத்தில் மாறாத நினைவாக இருக்கின்றன.

நடிகை சாவித்திரியின் உச்சக்கட்ட நடிப்புக்குச் சரியான போட்டியாக வீரப்பாவின் கடும் நெஞ்சத்தனம் 'மகாதேவி' (1957) என்ற படத்தில் இருந்தது. "அடைந்தால் மகாதேவி, இல்லையேல் மரணதேவி" என்று வீரப்பா அதில் கூறியது தமிழ்த் திரைப்பட வரலாற்றில் மறக்க முடியாத கணங்களில் ஒன்று. அதேபோல கலைஞர் கருணாநிதி – எம்.ஜி.ஆர். – வீரப்பா – காசிலிங்கம் கூட்டில் தோன்றிய மேகலா பிக்சர்ஸின் 'நாம்' (1953) படத்தில் எம்.ஜி.ஆரை வாட்டி வதைத்துக் குத்துச்சண்டை கோதாவில் புரட்டி எடுத்தவர் வீரப்பாதான். கறுப்பு – வெளுப்புப் படப்பிடிப்பில் அந்தக் காட்சிகள் ஒரு சாதனையாக விளங்கியதற்கு வீரப்பாவின் தோற்றமும் நடிப்பும் முக்கியக் காரணங்கள்.

மிகவும் எளிய சூழ்நிலையில் பிறந்து வளர்ந்தவர் வீரப்பா. அவருடைய 87 ஆண்டு வாழ்க்கையில் ஒரு கடுஞ்சொல்கூடக் கூறியிருக்க மாட்டார் என்று நம்பிக்கை கொள்ளக்கூடிய எளிய மனிதராகப் பழகினார். இருந்தாலும் அவரே தயாரித்த தமிழ்ப் படங்களில் சிவாஜி கணேசன், எம்.ஜி.ஆர். ஜெயலலிதா போன்ற நட்சத்திரங்களைப் பங்குபெற வைக்கும் செல்வாக்கும் தன்னம்பிக்கையும் அவருக்கு இருந்திருக்கிறது. இந்தியத் திரைப்படத்தில் அன்று உச்சத்தில் இருந்த திலீப்குமாரை அமர்த்தி 'ஆத்மி' (1964) என்றொரு இந்திப் படம்கூட எடுத்தார் வீரப்பா. ஆனால் கால வெள்ளமும் மாறிவரும் சினிமா எதிர்பார்ப்புகளும் வீரப்பாவை ஒதுக்கி வைத்துவிட்டன.

இந்த ஆண்டு செப்டம்பர் 13ஆம் தேதி பி.எஸ். வீரப்பா மறைந்துவிட்டார் என்ற செய்தி வந்ததும் அவர் படங்களைப் பார்த்திருந்தவர்களுக்கு அவருடைய சிரிப்புதான் முதலில் நினைவுக்கு வந்திருக்கும்.

(1998)

மார்லன் பிராண்டோ:
மகத்தான தருணங்கள்

'அன்னையின் ஆணை' என்ற படத்தைப் பார்த்தபின் சிவாஜி கணேசனை 'தமிழ்நாட்டு மார்லன் பிராண்டோ' என்று அறிஞர் அண்ணா பாராட்டியதாகச் சொல்வார்கள். 'அன்னையின் ஆணை' 1958இல் வெளிவந்தது. அது வெளிவந்த போது அண்ணா மட்டுமல்ல, ஆங்கில மொழிப் படங்களைக் கரைத்துக் குடிக்கும் என் நண்பர் ஒருவர்கூட அப்படத்தைப் பாராட்டியதோடு என்னையும் கட்டாயம் போய்ப் பார் என்றார். அப்படத்தைப் பார்த்தபின் என் நண்பரின் சிபாரிசுகளை ஏற்பதில் எனக்குத் தயக்கம் ஏற்பட்டது.

அந்த 1958ஆம் ஆண்டு மார்லன் பிராண்டோ நடிப்பின் சிகரமாகக் கருதப்பட்டதற்குக் காரணம் அதற்கு முந்தைய ஆண்டுகளில் அவர் நடித்த 'ஆன் தி வாட்டர் ஃபிரண்ட்' என்ற கறுப்பு – வெளுப்புப் படம் மாதக் கணக்கில் சென்னையில் ஓடியதுதான். இந்த 2004ஆம் ஆண்டிலும் ஒரு திரைப்படத்தின் கதாநாயகனின் நடிப்பைப் பற்றித்தான் கவனம் செலுத்துகிறார்கள். ஆனால் துணைப் பாத்திரங் களை அசகாய சூர நடிகர்கள் ஏற்றிருப்பார்கள். 'ஆன் தி வாட்டர் ஃபிரண்ட்' படத்தில் மார்லன் பிராண்டோ பாத்திரத்தின் முக்கியத்துவத்துக்கு எந்த அளவிலும் குறையாத இருவேறு பாத்திரங்கள் லீ ஜே. காப் (Lee J. Cobb), ராட் ஸ்டைகர் (Rod Steiger) என்ற நடிகர்களால் நடிக்கப்பட்டது. இவர்கள் நடுவில்

குத்துச் சண்டையில் திரும்பத்திரும்பத் தலையில் அடிபட்டதால் மூளை சற்று மந்தித்துவிட்ட பாத்திரத்தில் பிராண்டோ நடித்தார். பொதுவாகவே பிராண்டோவின் வசனங்களை நாம் ஊகித்துக் கொண்டுதான் சமாளிக்க வேண்டும். இந்த 'மெதட்' *(method)* நடிப்பு அன்று (அதாவது ஐம்பது ஆண்டுகளுக்கு முன்பு) செல்வாக்கோடு இருந்த ஆட்லர் *(Adler)* நடிப்புப் பள்ளி கற்றுக் கொடுத்தது. பிராண்டோவின் ஒரு முன்னோடியான மாண்ட்காமரி கிளிஃப்ட் *(Montgomary Clift)* என்ற நடிகரும் வசனங்களை முணுமுணுப்பார். ஆனால் முழுப்படத்திலும் இரண்டு அல்லது மூன்று சூட்சும இடங்கள் இருக்கும். அந்த இடங்களில் இந்த 'மெதட்' நடிகர்களான கிளிஃப்ட், ஜேம்ஸ் டீன், பிராண்டோ எல்லோரும் ஓர் எழுத்துப் பிசக மாட்டார்கள். 'ஆன் தி வாட்டர் ஃபிரண்ட்' படத்தில் புகழ்பெற்றது, கதாநாயகனும் அவனுடைய அண்ணனும் காரில் போகும்போது பேசிக்கொள்வது. ஓர் ஈவு இரக்கமற்ற தாதாவின் கையாளாகவும் வக்கீலாகவும் அண்ணன் இருக்கிறான். தாதாவின் ஆட்கள் செய்த ஒரு கொலையைத் தம்பி பார்த்துவிட்டான். அவன் சாட்சியம் சொல்லப்போகிறான்.

அண்ணாவால் தம்பியின் மனத்தை மாற்ற முடியவில்லை. தம்பி எதிர்த்துப் பேசுவதில்லை. ஆனால் தம்பியை எப்படி எல்லாம் பயன்படுத்தியிருக்கிறான். ஒன்றுக்கும் உதவாதவனாகச் செய்திருக்கிறான் என்று மட்டும் சொல்வான். எல்லாம் ஒன்றரை அல்லது இரு நிமிடங்கள்தான். அந்த ஆண்டு பிராண்டோவுக்கு ஆஸ்கார். ஸ்டைகர் இன்னும் பத்தாண்டுகள் காத்திருக்க வேண்டியிருந்தது.

மார்லன் பிராண்டோவுக்கும் சிவாஜி கணேசனுக்கும் பொருத்தம் மிகக் குறைவு. நடிப்பில் எது முக்கியம் என்பதில் இருவரையும் சம்பந்தப்படுத்தவே முடியாது. இருவர் ரசிகர்களும் மிகவும் வேறுபட்டவர்கள்.

மார்லன் பிராண்டோவின் ஆரம்பநாள் வாழ்க்கையில் டென்னஸி வில்லியம்ஸ் என்ற நாடக ஆசிரியரும் எலியா கஜான் என்ற டைரக்டரும் பெரும்பங்கு வகித்தார்கள். வில்லியம்ஸ் எழுதிய 'எ ஸ்ட்ரீட் கார் நேம்ட் டிஸைர்' என்ற நாடகத்தில் நடித்துப் பெயர் பெற்றுத் திரைப்படத்திலும் பிராண்டோ நடித்துப் பாராட்டுப் பெற்றார். முக்கி முனகுவது, கொலை, பலாத்காரம் என்றில்லாமல், சிரித்த முகமாகவும் அவர் இரு படங்களில் நடித்திருக்கிறார். ஒன்று 'கைஸ் அண்ட் டால்ஸ்' *(Guys and Dolls)*. இரண்டாவது 'கவுண்டஸ் ஃபிரம் ஹாங்காங் *(Countess from Hongkong)*. இந்த இரண்டாவது படம் சார்லி சாப்ளின் எடுத்தது. கதாநாயகி வேடத்தில் சோபியா லாரன். படம் மிகவும் நன்றாக இருந்தது. சினிமாவுக்கே உரிய முறையில், காரணமே சொல்ல

முடியாத வகையில், இப்படம் தோல்வியடைந்தது. இதுவரை ஆங்கில மொழிப் பத்திரிகைகள் பதினைந்தில் பிராண்டோ பற்றி இரங்கல் படித்தேன். ஒருவருக்குக்கூட இந்தச் சாப்ளின் படம் நினைவுகூர்வதற்கு உரியதாகத் தோன்றவில்லை.

'காட் ஃபாதர்' மாதிரியான வேடங்களில் நடித்துப் பெயர் வாங்கிவிடுவது கடினமல்ல. அந்த மாதிரி நாவல்களும் திரைப்படங்களும் வெகுஜன வெற்றியை அடையத் திட்டமிட்டுப் படைக்கப்படுபவை. சில வெற்றி பெறுகின்றன. பல ஏமாற்றி விடுகின்றன. ஆர்ஸன் வெல்ஸ் என்ற ஒரு திரைப்படக் கலைஞனும் ஏராளமான எதிர்பார்ப்புகளைத் தந்தார். அவரும் நிறைவை எட்டினார் என்று கூற முடியாது. மார்லன் பிராண்டோவைப் போல அவரும் நீண்ட நாள் வாழ்ந்தார். மகத்தான தருணங்கள் என இருவருக்கும் பல இருந்தும் இன்று இருவரும் வேறொரு உலகில் சந்தித்துக்கொள்ளும்போது, "நாம் எதையோ தவறவிட்டோம் இல்லையா?" என்றே கூறிக் கொள்வார்கள் என்று தோன்றுகிறது.

(2004)

இங்க்மார் பெர்க்மன்

இங்க்மார் பெர்க்மனின் சில குறிப்பிடத்தக்க படங்கள்:

1. வெர்ஜின் ஸ்பிரிங் (ஆஸ்கார் பரிசு பெற்றது)

2. தி செவன்த் சீல் (பல பரிசுகள்)

3. கிரைஸ் அண்ட் விஸ்பர்ஸ்

4. வைல்ட் ஸ்ட்ராபெரீஸ்

5. ஸ்மைல்ஸ் ஆஃப் ஏ சம்மர் நைட்

6. சைலன்ஸ்

7. ஆடம் சொனாட்டா

(நடிகை இன்கிரிட் பெர்க்மன் 1950 அளவிலேயே பெர்க்மனின் படம் ஒன்றில் நடிக்க வேண்டும் என்று விருப்பப்பட்டார். ஏதோ காரணம், பெர்க்மன் அவரைப் பயன்படுத்திக்கொள்ளவில்லை. ஆனால், இருபது வருடங்கள் கழித்து இன்கிரிட் பெர்க்மனைக் கூப்பிட்டார். ஒரு தாயின் பாத்திரத்தில் நடிப்பதற்காக. அவளுடைய மகளாக லிவ் உல்மன்! அப்போது பெர்க்மனும் லிவ் உல்மனும் ஒரு கூரையடியே வாழ்ந்துவந்தார்கள். இன்கிரிட் பெர்க்மன் மகிழ்ச்சியோடு அம்மா வேடத்தில் நடித்தார். படம் 1978இல் வெளியானது. அது வெளிவந்த சில நாள்களுக்குள் இன்கிரிட் பெர்க்மன் இறந்துவிட்டார்.)

திரைப்படத் துறையில் கவிஞராகவும் மேதை யாகவும் விளங்கிய இங்க்மார் பெர்க்மன் தன்

தாய்நாடாகிய ஸ்வீடனில் ஜூலை 30ஆம் தேதி காலமானார். அப்போது அவர் வயது 89. ஐந்து திருமணங்கள். அவருக்குப் பிடித்தமான நடிகைகளோடு வாழ்க்கை, அதிக உபாதைகளற்ற உடல்நிலை என்று கூறினாலும் மரணம் அவருக்கு விடுதலையாக இருந்திருக்க வேண்டும். சென்னையின் மூன்று முக்கிய ஆங்கிலப் பத்திரிகைகளும் அவரைப் பற்றி விரிவாகவே கட்டுரைகள் வெளியிட்டன. அநேகமாகக் கடைசிவரை படைப்பில் ஈடுபட்டிருந்தாலும் அவர் உற்சாகமாக இருந்த நாள்கள் மிகவும் குறைவாகத்தான் இருந்திருக்க வேண்டும்.

இந்தியாவில் 1952இல் திரையிடப்பட்ட சைக்கிள் திருடர்கள், ரோஷமான் போன்ற அயல்நாட்டுப் படங்கள் இந்தியத் திரைப்படத் துறையை மிகவும் பாதித்தன. ஒரு முக்கியக் காரணம் அப்படங்கள் பின்பற்றக்கூடியவையாக இருந்தன. ஆனால், பெர்க்மனின் திரைப்படங்கள் 1960 அளவில் இந்தியாவில் காணக் கிடைத்தபோது அசாத்தியப் பிரமிப்பை ஏற்படுத்தின. அந்தப் பிரமிப்புக்கு மேல் அதிகம் விளைவுகள் இல்லை. டிசீகா, குரோசோவா போன்றோர் எட்டிப் பிடிக்கக்கூடிய உயரத்தில் இருந்தனர். பெர்க்மன் எட்டாத உயரத்தில் மின்னுபவராக இருந்தார்.

பெர்க்மனின் படங்களில் எளிதானது என்று ஒன்றும் கிடையாது. தீவிரத்தன்மை அவருடைய இயல்பு. அந்த இயல்பின் பரிமாணங்கள் தேர்ந்த விமரிசகர்களால்கூடப் பூரணமாக உணரப்பட்டதாகத் தெரியவில்லை. அவருடைய படங்களில் மிகவும் புகழ்பெற்ற தி செவன்த் சீல் என்பதைப் பற்றிக் குறிப்பிட்டிருக்கும் நிபுணர்கள் அனைவரும் ஒரு காட்சியை மட்டும் குறிப்பிடுகிறார்கள்; முழுப்படமோ அதன் கருத்து பற்றியோ அல்ல. இந்தியாவில் ஒரு காலத்தில் அவருடைய படம் ஒன்றைப் பார்க்க எங்கோ நிகழும் திரைப்பட விழாவைத் தேடிப் போக வேண்டும். ஆனால், சுமார் பத்தாண்டுக் காலத்தில் அவருடைய முக்கியமான படங்கள் அனேகமாக எல்லாவற்றை யும் தமிழ்நாட்டில் பார்க்க வாய்ப்புக் கிடைத்தது.

பெர்க்மனைப் பொருத்தவரை முக்கியமல்லாத படம் என்று ஒன்றிருக்க முடியாது. சிறிது நகைச்சுவை இடம் பெற்றிருக்கும் படங்கள்கூடப் பார்வையாளர்களைத் தீவிரமான மன நிலையில்தான் வைத்திருக்கும். அவருக்கு வாழ்க்கை சில சந்தர்ப்பங்களில் சலிப்புத் தந்திருக்கலாம். அவர் பலமுறை ஓய்வு பெறுவதாகக் கூறி மீண்டும் திரைப்படம், நாடகம் அல்லது தொலைக்காட்சி முயற்சிகளில் ஈடுபடுவார். இது சமீப காலம் வரை நடந்திருக்கிறது.

இன்று அவருடைய படங்களை மொத்தமாக எடுத்து அவருடைய வெளிப்பாட்டில் எது முக்கியமாக இருந்திருக்கிறது என்று பார்க்கும்போது இரு இழைகள் தெரிகின்றன. ஒன்று சகோதரிகளிடையே கொலை வெறிக்குச் சமானமான துவேஷம். இரண்டு, கணவன் மனைவியிடையே நாம் சம்பிரதாயமாக அறியும் விசுவாசம் சாத்தியமல்ல என்னும் முடிவு. அதிலும் கிரைஸ் அண்ட் விஸ்பர்ஸ், சைலன்ஸ், ஆடம் சொனாட்டா போன்ற படங்களில் ஒரு பெண்மணியும் இன்னொரு பெண்மணியிடம் அன்பு தோன்ற இருக்க மாட்டாள். படுத்த படுக்கையாக இருக்கும் ஒரு நோயாளிப் பெண்மணி மட்டும் தனக்கு உதவியாக இருக்கும் பணிமாதிடம் நெருக்கமாக இருப்பதுபோலத் தோன்றும்.

பெர்க்மன் பார்வையாளர்களைச் சஞ்சலத்தில் ஆழ்த்தி விடுவதில் ஈடிணையற்றவர் என்று கூறிவிடலாம். இதற்கென அவருடைய படங்களில் பார்வையாளர்களை ஸ்தம்பிக்க வைக்கும் காட்சி ஒன்றிரண்டு இருக்கும். தி செவன்த் சீல் படத்தில் கடற்கரையில் அரையிருட்டில் (மத்திய காலப்) போர்வீரன் ஒருவன், மனித உருவில் வந்த மரணத்திடம் சதுரங்கம் ஆடுவது. அந்தப் போர்வீரன் பல ஆயிரம் மைல்களுக்கு அப்பால் தன்னுடைய மத நம்பிக்கைகளைப் பாதுகாப்பதற்காக என்று போரிட்டு நாடு திரும்பும்போது அவனுடைய குடும்பம், தாய், தந்தையர் எல்லாரையும் இழந்துவிட்டிருப்பதை உணர்வான். இந்தப் படம் இறையுணர்வு அல்லது வாழ்க்கை மீட்சியைத் தேடுவதா அல்லது மத நம்பிக்கைகளைச் சமூகத்திடம் திடப்படுத்தும் முயற்சியா என்று தெரியாது. அவன் எங்கோ செய்த புனிதப் போர் எந்தக் குறிக்கோளுக்காக என்று தெரியாது. நடுவில் மரணம், மனித உருவில். அதேபோல, இன்னொரு படத்தில் ஒரு கணவன் மனைவி காட்சி. கணவன் மீது அசாத்தியக் கோபம் கொண்டு மனைவி உடைந்த கண்ணாடிப் புட்டியால் தன் அடிவயிற்றில் குத்திக்கொண்டு தொடையெல்லாம் ரத்தம் பெருகக் கணவனிடம் சீறுவாள். அடுத்த நாள் காலை உணவு சம்பிரதாய ஒழுங்கோடு நடைபெறும்!

மகத்தான கலைஞன் என்று தயங்காமல் ஒத்துக்கொள்ளும் போது, பலருக்கும் பெர்க்மன் வெளிக்காட்டும் வெறி உண்மை தானா என்றும் தோன்றும். அவருடைய பாத்திரங்கள் அநேகமாக எல்லாருமே மேல்தட்டு மாந்தர்கள். ஆனால், அவருடைய படங்கள் வர்க்க விமரிசனமல்ல. அவரே ஒருமுறை கூறியபடி அவருடைய நாட்டிலேயே அவை நன்கு ஓடவில்லை.

அவருடைய படங்களில் மிக அழகான ஒன்று வைல்ட் ஸ்ட்ராபெரீஸ். இந்தப் படத்தில் ஒரு குடும்பத்தின் வெவ்வேறு

தலைமுறையினர் பிரதிபலிக்கப்படுவார்கள். இதில் வெறி கிடையாது. ஆனால், மறுபடியும் மரணம் ஒரு கருத்துருவாகச் செயல்படும். ஆபிரகாம் லிங்கனுக்கு அவருடைய சாவுக்குச் சில மாதங்கள் முன்பு ஒரு கனவு. அது வெள்ளை மாளிகை. அங்கே லிங்கன் அவருடைய பிணம் கிடத்தப்பட்டிருக்கிறதைக் காண்கிறார். வைல்ட் ஸ்ட்ராபெரீஸ் படத்திலும் அப்படியொரு காட்சி.

பெர்க்மனின் படங்கள் தத்துவ விசாரம் கொண்டவை, இருத்தலின் உண்மையறியும் தேடல் என்கிறார்கள். இதுபற்றி உறுதியாகக் கூற முடியாது. ஆனால், பார்ப்போர் மூச்சே நின்றுபோகும் அளவுக்குத் தீவிரமான திரைப்படக் காட்சிகளை அவர் படைத்தார் என்பதில் விவாதம் இருக்க முடியாது.

(2007)

ஸ்ரீதர்

இந்த ஆண்டு அக்டோபர் 20ஆம் தேதி காலமான ஸ்ரீதர் பலவிதங்களில் கே. பாலச்சந்தரின் திரைப்பட வரலாற்றை நினைவுபடுத்துகிறார். இருவரும் அரசு 'வெள்ளைக் காலர்' ஊழியர்கள். நாடகம் எழுதி, அது இன்னொருவரால் திரைப் படமாக்கப்பட்டதில் திரைப்படப் பிரவேசம் சாத்தியமாகிப் பத்துப் பதினைந்து ஆண்டுகளில் தயாரிப்பாளர்களாகவும் இயக்குநர்களாகவும் புகழ் பெற்றார்கள். வசனம் எழுதுவதுதான் இருவருக்கும் முதற்படி.

வசைபாடுதல், அடுக்குமொழி ஒருபுறமிருக்க அந்த இயக்கத்துக்கு இணைகோடுகளாக இருவரும் செயலாற்றினார்கள். இருவரில் பாலச்சந்தர் அடுக்குமொழியில்லாவிட்டாலும் 'ஃபைல், லைஃப்', 'பெண் கர்வமாயிருக்கலாம், கர்ப்பமாக இருக்கக் கூடாது' போன்ற சொல் விளையாட்டுகளைப் பயன்படுத்தியிருக்கிறார். அதுகூட இல்லாமல் ஸ்ரீதர் பெயர் பதித்தார். ஸ்ரீதர் கதாநாயகியைப் புடவை கட்டியவளாகக் காட்டினால், பாலச்சந்தர் அவள் புடவை கட்டுவதைக் காட்டினார்.

ஸ்ரீதரின் தொடக்கம் நாடகத்தில் இருந்தாலும், அவர் வெகுசீக்கிரமே திரைப்படம் நாடகமல்ல என்று கண்டுகொண்டுவிட்டார்.

அவருடைய திரையுலக ஆரம்ப நாட்களில் அவர் வசனம் எழுதிய திரைப்படங்கள் தேர்ந்த இயக்குநர்களால் கையாளப்பட்டன. இதில் 'அமர

தீபம்', 'உத்தம புத்திரன்' ஆகிய படங்களை இயக்கிய டி. பிரகாஷ் ராவ் இந்தியாவின் மிக உன்னத இயக்குநர்களில் ஒருவர். அவர் இந்தியாவுக்கேயுரிய திரைப்படமொழியின் சாத்தியங்களை, மிகத் திறம்படப் பயன்படுத்தினார். 'மெயின்ஸ்ட்ரீம்' திரைப்படம் என்று விமர்சகர்கள் இளப்பமாகக் கருதினாலும் இப்படங்கள் கோடானு கோடி மக்களைப் பங்குபெறவைத்தன. இந்தியத் திரைப்படமொழியில் பாடல்களுக்குத் தனியிடம் உண்டு. இந்தியத் திரைப்படங்களில் பாடல்கள் கதையை எடுத்துச் செல்லும் முக்கிய வாகனங்கள். ஒரு பாத்திரத்தின் தன்மையை விளக்கி அதன் மனப்போக்கையும் உணர்த்தக்கூடியவை. திரைக்கதையில் ஆண்டுகள் பல கடந்திருப்பதைக் காட்டும் உத்தி.

ஸ்ரீதர் பாடல்களைச் சூழ்நிலையின் இறுக்கம் அல்லது முரண்பாட்டைக் காட்டப் பயன்படுத்தினார். முக்கோணக் காதல் கதைகளுக்காகவே பாடல்கள் கண்டுபிடிக்கப்பட்டனவோ என்றுகூடத் தோன்றும். ஸ்ரீதருக்கு முக்கோணக் காதல் கதைகள் கடைசிவரை அலுத்ததாகத் தெரியவில்லை. ஒரு சமயத்தில், கமலஹாசன், ரஜினிகாந்த், ஸ்ரீபிரியா நடித்த இரு படங்கள் அடுத்தடுத்து வந்தன. ஒன்று, ருத்ரையா எடுத்த 'அவள் அப்படித்தான்'. ஸ்ரீதருடையது 'இளமை ஊஞ்சலாடுகிறது.' முன்னது கறுப்பு – வெள்ளைப் படம். இரண்டாவது வண்ணம்.

ஆனால், ஸ்ரீதரின் மகத்தான படங்கள் என்று கருதப் படுபவை பெரும்பான்மை கறுப்பு வெள்ளைப் படங்கள். இதில் 'நெஞ்சில் ஓர் ஆலயம்' முதலிடம் வகிக்கும். இரண்டாவது 'கல்யாண பரிசு.' (எட்டு எழுத்துகளைத் தவிர்க்கத் தலைப்பை இப்படிப் பிழையுடன் ஸ்ரீதர் அமைத்தார் என்பார்கள்.) மூன்றாவது 'நெஞ்சிருக்கும் வரை'.

'நெஞ்சில் ஓர் ஆலயம்' 1962இல் வெளியான முதல் வாரம், அது தொடர்ந்து ஓடாது என்றுதான் எதிர்பார்க்கப்பட்டது. ஆனால், ஸ்ரீதர் படங்களில் அதுதான் மிகப் பெரிய வெற்றியாக விளங்கியது. அதற்கு முன் (ஸ்ரீதர் சம்பந்தமில்லாத) 'மலைக்கள்ளன்' என்ற படம்தான் எந்த மொழியில் எடுத்தாலும் வெற்றிகரமாக ஓடியது. 'நெஞ்சில் ஓர் ஆலயம்' படமும் தமிழ், தெலுங்கு, கன்னடம், இந்தி என எல்லா மொழிகளிலும் வெற்றி கண்டது. காதல் முக்கோணம் என்பதைத் தவிர அதிலுள்ள பல செய்திகள் கேள்விக்குரியவை. அபத்தம் என்றுகூடக் கூறலாம். தீவிர சிகிச்சைக்காக ஒரு நோயாளியை அழைத்து வருபவர்கள் மருத்துவர் பற்றியும் மருத்துவமனை பற்றியும் நன்கு விசாரிக்காமல் வருவார்களா? அதைவிடப் பெரிய புதிர், அந்த நோயாளிக்கு அறுவை சிகிச்சை வெற்றிகரமாகச் செய்த அந்த மருத்துவர்

அசோகமித்திரன்

உயிரைவிடுவார்! அதுதான் 'நெஞ்சில் ஓர் ஆலயம்'. இந்தப் படம் இந்தியிலும் மாபெரும் வெற்றியடைந்தது!

ஸ்ரீதருடைய முப்பதாண்டுத் திரைப்பட வாழ்க்கையில் எல்லாமே வெற்றி என்று கூறிவிட முடியாது. 'சுமைதாங்கி,' 'கலைக்கோயில்,' 'சிவந்த மண்' போன்ற படங்கள் மக்களின் ஆதரவைப் பெறவில்லை. 'போலீஸ்காரன் மகள்' படத்தை அவர் மிகுந்த ஆர்வத்தோடு தயாரித்தார். பி.எஸ். ராமையா என்ற 'மணிக்கொடி' எழுத்தாளர் எழுதிய அந்த நாடகத்தை சகஸ்ரநாமம் நாடகமாகப் போட்டபோது நல்ல பெயர் கிடைத்தது. ஆனால், பொதுமக்கள் ஆதரவு என்று பார்க்கும்போது பெரிய வெற்றியல்ல. ஸ்ரீதர் எடுத்த திரைப்படத்துக்கும் நல்ல மதிப்புரைகள் வந்தன. ஆனால், படம் ஓடவில்லை.

ஒன்று கூற வேண்டும். ஸ்ரீதர் எதை முயன்றாலும் அதை முழு மனத்தோடும் சிரத்தையோடும் செய்தார். அவருடைய எந்தவொரு திரைப்படத்திலும் தயாரிப்பாளர், இயக்குநர் கவனம் போதாமை என்றிருக்காது. சுமார் பத்தாண்டுகள் வெளிவந்த சினிமாப் பத்திரிகையான 'சித்திராலயா' அவரால் அக்கறையோடு நடத்தப்பட்டது. ஸ்ரீதர் பரந்த கல்வியறிவுடைய இளந்தொழிலாளிகளையும் தொழில்நுட்பக் கலைஞர்களையும் ஊக்குவித்தார். அவருடைய திரைப்படங்களில் சமூகச் சீர்திருத்தம், முன்னேற்றம் போன்றவை அழுத்தம் பெறாத போதிலும் பொதுவான நட்பும் மரியாதையும் பண்பும் இருக்கும். அவருடைய ஆரம்பப் படங்களில் தீய பாத்திரமே இருக்காது.

பாரதிராஜாவின் தயாரிப்புகளில் அவருடன் பாக்கியராஜ் இருந்தவரை நகைச்சுவை ஒரு முக்கிய இழையாக இருந்தது. ஸ்ரீதருக்குக் கோபு என்பவரின் ஒத்துழைப்பு இருந்தது. ஆனால், ஸ்ரீதருக்கு இயல்பாகவே நகைச்சுவை உணர்வு இருந்திருக்கிறது. படக் காட்சிகளையும் நடிகர்களையும் குறைந்தபட்சக் கண்ணியம் தவறாது பார்வையாளர்களுக்கு அளித்தார். பெரிய நட்சத்திரங்களை அமர்த்திப் படமெடுக்க நேர்ந்தபோது இது சிறிது தவறியிருக்கக்கூடும். அவருக்கே கட்டுப்பாட்டின் மீதும், கண்ணியமான நடத்தைமீதும் உறுதியான நம்பிக்கை இருந்திருக்கிறது. அவர் சம்பிரதாய மதிப்பீடுகளைச் சார்ந்திருந் தாலும் இன்றைய மெயின்ஸ்ட்ரீம் தமிழ்ப் படங்களைப் போலப் பெண்களை இழிவுபடுத்திக் காட்டியதில்லை.

கிட்டத்தட்ட ஆடையேயில்லாமல் அசாத்தியமான இடுப்பு, மார்பு அசைவுகளைப் பெண்களே தயக்கமின்றிக் காட்டுவது போலவும் எடுத்ததற்கெல்லாம் ஆண்கள் அரிவாளைத் தூக்குவதாகவும் ஸ்ரீதர் காட்டியதில்லை.

நாம் எல்லோருமே ஒரு காலத்தில் கற்கால மனித வாழ்க்கை நடத்தியிருக்கிறோம். அந்தக் கற்கால வாழ்க்கைத் தன்மைகளை இன்றைய மனிதனிடம் காட்டுவதோடு அவற்றில் அவன் பெருமை கொள்வதாகவும் காட்டுவது பெருமைக்குரியதல்ல. ஸ்ரீதர் காலத்திலும் பெரிய அரசியல் மாற்றங்களும் நெருக்கடிகளும் நேர்ந்திருக்கின்றன. அவர் சமூகத்திலிருந்து விலகியில்லாமல் அதே நேரத்தில் முழக்கமிடுவதிலும் அரசியல் தலைவர்களை முகத்துதிபாடுவதிலும் ஈடுபட்டதில்லை. அவருக்கான துறை யாகிய திரைப்படத்தை, அச்சாதனத்தை விளக்கவும் விரிவு படுத்தவும் ஒரு மாதமிருமுறைப் பத்திரிகையைத் தமிழில் சுமார் பத்தாண்டுகள் நடத்தியிருக்கிறார். முகத்துதியில் ஈடுபடாமல், முன்னோடிகளையும் சக திரைப்படக் கலைஞர்களையும் போற்றியிருக்கிறார்.

ஸ்ரீதர் மகத்தான திரைப்படங்களை உருவாக்கியிருக்கிறார் எனக் கருத முடியாது. ஆனால், திரைப்படத் துறையிலும் ஒருவர் ஜனரஞ்சகமாக இருந்துகொண்டே கண்ணியத்தையும் கடைப்பிடிக்க முடியும் என்பதை நிரூபித்திருக்கிறார் என்று தயக்கமின்றிக் கூற முடியும்.

(2008)

அசோகமித்திரன்

நாகேஷ்

நான் ஜெமினி ஸ்டுடியோவில் 1952இல் சேர்ந்தபோது எனக்கு மோட்டார் கம்பெனி களோடு தொடர்பு ஏற்படும் என்று நினைத்த தில்லை. என் முதலாளி வண்டி மாரிஸ் மைனர் அல்லது மாரிஸ் டென், ஒரு செவரலே ஸ்டேஷன் வாகன், இதர வண்டிகள் ஃபியட். இவற்றை உரிய காலத்தில் முழுப் பரிசோதனை புரியவும் பழுது ஏற்பட்டால் சரிபார்க்கவும் உரிமை பெற்றவர்கள் சுந்தரம் மோட்டார்ஸ். அப்படித்தான் அந்த நிறுவனத்தின் பல பணியாளர்கள் எனக்குத் தெரிந்தவர்களானார்கள். பலர் ஓரளவு பெரிய அளவில் கிரிக்கெட் விளையாடியிருக்கிறார்கள். ஒருவர் தி.நகர் பர்கிட் சாலையில் பெற்றோருடன் வசித்தார். அந்தக் குடும்பத்தார் அனைவரும் எனக்குத் தெரிந்தவர்களானார்கள். என் நண்பர் மூலம் நாகேஷும் தெரியவந்தார்.

அன்று சிவாவிஷ்ணு ஆலயத்தின் எதிரில் தனி நபர்கள் வாடகைக்குத் தங்கக்கூடிய கிளப் ஹவுஸ் என்று ஓர் அமைப்பு இருந்தது. அந்த கிளப் ஹவுஸில் ஒரு பெரிய அறையில் டேபிள் டென்னிஸ் விளையாட வசதி இருந்தது. இப்போது கபில்தேவ் கால்ஃப் ஆடுவதுபோல ரஞ்சி டிராபி பந்தயங்களில் ஆடிய நண்பர் கிளப் ஹவுஸில் டேபிள் டென்னிஸ் ஆடத் தொடங்கினார். அந்த ஆட்டமும் நான் சுமாராக ஆடுவேன். நாகேஷும் ஸ்ரீதருக்கு உதவியாளராக இருந்த ஓர் இளைஞரும் அங்கு டேபிள் டென்னிஸ் ஆடும் சாக்கில் மணிக்கணக்கில் நண்பர்களுடன் பேச வருவார்கள்.

அப்போது நாகேஷ் மேற்கு மாம்பலம் ஸ்டேஷன் சாலையில் ஒரு வீட்டில் இருந்தார். நான் அவர் வீட்டுக்கு ஒருமுறை சென்றிருந்தாலும், அவருடன் வசித்தவர்கள் பற்றி அதிகம் தெரிந்துகொள்ள முடியவில்லை. நாகேஷ் ஓரிரு நாடகங்களில் சிறிய வேடங்களில் நடித்திருந்தார். பொதுவாக நடிப்பைப் பற்றி நாங்கள் விவாதித்துக்கொண்டிருந்தாலும் அன்று தமிழ் நடிகர்களில் நகைச்சுவையில் யார் சிறந்தவர் என்று விவாதம் வந்தது. அப்போது சந்திரபாபு நட்சத்திரமாக ஆகவில்லை. ஆனால், டி.ஆர். ராமச்சந்திரன் கல்யாணம் பண்ணியும் பிரம்மச்சாரி (1954) படத்தில் சிவாஜி கணேசனுக்குச் சரிசமமானவராகவும் பின்னர் அடுத்த வீட்டுப் பெண் (1960) படத்தில் நகைச்சுவை நடிகர்கள் தங்கவேலு, கருணாநிதி ஆகியோரை விஞ்சும் விதத்திலும் நடித்திருந்தார். எல்லாப் படங்களிலும் டி.ஆர். ராமச்சந்திரன் ஏதோ ஒரு கட்டத்தில் ஒரு முகபாவமும் தெரியாதபடி பார்ப்பார். இந்த *blank stare* நடிப்பில் சார்லி சாப்ளினும் பஸ்டர் கீட்டனும் மிகச் சிறந்தவர்கள். நாகேஷுக்கும் இந்த *blank stare* பயன்படுத்த வேண்டும் என்று விருப்பம். அவருக்கு முதன் முதலாகத் திரைப்பட வாய்ப்புக் கிடைத்த தாமரைக் குளம் படத்தில், ஏழை படும்பாடு படத்திற்குப் பிறகு ஒரு பெரிய வேடமாக வி. கோபால கிருஷ்ணனுக்குக் கிடைத்தது. படம் ஓடவில்லை. அதற்கு ஒரு காரணத்தையும் உறுதியாகக் கூற முடியாது. ஆனால், அதில் நடித்தவர்கள் 'ராசியில்லாதவர்கள்' என்று தீண்டப்படாதவர்களாகிவிட்டார்கள். அதன் பிறகு வி. கோபால கிருஷ்ணன் சிறிது காலம் சகஸ்ரநாமம் நாடகங்களில் நடித்தார். பின்னர் அவருடைய வாழ்க்கை மாறிமாறி சிவாஜி கணேசன் அல்லது எம்.ஜி.ஆர். அவர்களின் செயலராக இருப்பதில் கழிந்தது. கிடைத்த தொலைக்காட்சி, திரைப்பட வாய்ப்புகள் விசேஷமாக அமையவில்லை.

என்வரை நாகேஷ் தொலைந்து போய்விட்டார். ஆனால், கே. பாலச்சந்தரின் சர்வர் சுந்தரம் அவருக்குப் புது வாழ்வு அளித்தது. அவருக்கு *'Silent' or 'blank stare'* சரிப்படாது எனத் தோன்றியிருக்க வேண்டும். தமிழ் சினிமா என்றால் பேச்சு – அதுவும் உரத்தக் குரலில் என்று அர்த்தப்படுத்திக்கொண்டார். அவருடைய மகத்தான படங்கள் என்று தேர்ந்தெடுக்கப்படுவதில் எல்லாம் அவர் கத்தியிருப்பார். அதுதான் வெற்றிக்குச் சூத்திரமாக இருந்திருக்கிறது. அவருடைய உற்ற போஷகர்களாகப் பாலச்சந்தரும் ஸ்ரீதரும் இருந்தார்கள். ஸ்ரீதர் அவருடைய கண்டுபிடிப்புகளில் எவரையும் கைவிட்டதில்லை. உண்மையில் அன்று கிளப் ஹவுஸில் எங்களுடன் மணிக்கணக்கில் பேசிக் கொண்டிருந்த ஸ்ரீதர் உதவியாளருக்கு ஒரு திரைப்படத்தை

இயக்கக்கூட ஏற்பாடு செய்தார். ஆனால், சக்கரவர்த்திகள் மகுடங்களை இழந்துவிடும் காலம் வந்துவிட்டது.

நாகேஷின் அபாரத் தன்னம்பிக்கை அவருக்கு வாய்ப்புத் தேடித்தந்தது. ஆனால், வாய்ப்பைப் பூரணப் பயனுள்ளதாக மாற்ற நாகேஷுடைய கற்பனை தேவைப்பட்டது. அவர் மனத்தில் ஏராளமான சூழ்நிலைகள், முன்மாதிரிகள் உண்டு. சிறிது காலம் ஜெர்ரி லூயிஸ் என்னும் ஹாலிவுட் நடிகனை இலக்காகக் கொண்டார். விரைவிலேயே சற்றே மிகையான உடல் அசைவுகளுடன் சொல்லும் வசனம் அனைவர் காதையும் எட்டிவிட வேண்டுமென்பதில் முனைப்பாக இருந்தார். இது அன்றைய கதாநாயக நட்சத்திரங்களாக இருந்த இருவருக்கும் பொருந்திப்போய்விட்டது.

நாகேஷுக்கு ஒரு வரப்பிரசாதமாக வந்தது காதலிக்க நேர மில்லை (1964). அதில் இரு கதாநாயகர்கள், இரு கதாநாயகிகள், வண்ணத்தில் அழகிய வெளிப்புறக் காட்சிகள் இருந்தும் படத்தின் அபார வெற்றிக்குக் காரணம் நாகேஷா, பாலையாவா என்று இன்றுகூடக் கூறுவது கடினம். பாலையாவின் எதிர்வினை யில்லாவிட்டால் நாகேஷின் வசனமும் நடிப்பும் கவனம் பெற்றிருக்குமா என்பதும் சந்தேகமே. இது வெளிவந்து பத்து மாதங்களில் சர்வர் சுந்தரம், ஓராண்டுக்குள் திருவிளையாடல் (1965). இதில் சிவாஜி கணேசன், சாவித்திரி, பாலையா போன்ற நட்சத்திரங்கள் பங்குபெற்றிருந்தாலும் சிவனிடமே ஒரு கவிதை பெற்று அதை மன்னன் சபையில் பாடிப் பொற்கிழி பெற முயன்ற ஏழைக் கவிஞனாகத் தோன்றிய நாகேஷ், படத்தில் பத்து நிமிடங்கள்தான் தோன்றினார். ஆனால், படத்தின் மகத்தான வெற்றிக்கு அவர் முக்கிய, ஒருவேளை முதல் காரணமாயிருந்தாரோ என்று யாரையும் நினைக்கவைக்கும்.

அதேபோலப் பாமா விஜயம் என்ற படம் (1967). எனக்குத் தெரிந்து இப்படத்தில் நாகேஷுக்குத் தனிக் கனவுக் காட்சிகூட இருந்தது. கே. பாலச்சந்தரின் வெற்றிப் படங்களில் இது ஒன்று. இது தெலுங்கு, இந்தியில்கூட எடுக்கப்பட்டது. அதற்கு ஓராண்டு முன்புதான் ஒரு படத்தில் சிவாஜி கணேசனை முதலில் நடிக்க வைத்தாலும், அதன் கதாசிரியர் ஜெயகாந்தன் நடிகை, நடிகையர்களை மாற்றி நாகேஷுக்குத் தலைப்பு வேடம் கொடுத்துப் படத்தை முடித்தார். 'யாருக்காக அழுதான்' (1966) படத்தில் நாகேஷுக்குப் பார்ப்போர் பரிதாபம் கொள்ளும் பாத்திரம். என்னைப் பார்த்து 'ஐயோ, பாவம்' என்று சொல்லுங்கள் என்ற செய்தி சற்று மிகையாக இருந்தது. ஆதலால் கலைப்படமாகக்கூட இதை ஒரு சாதனை என்று

கூற முடியாதபடி போயிற்று. திருமணம் என்று உறுதியளித்துக் கைவிடப்பட்ட பெண்ணாக வரும் கே.ஆர். விஜயா 'நான் இழந்ததையெல்லாம் திருப்பித் தர முடியுமா?' என்று ஒரு வரி கூறிப் படத்தையே தன்வசமாக்கிக்கொண்டார். திருவிளையாடல் படத்தை நினைவுபடுத்தும் வகையில், 'தில்லானா மோகனாம்பாள்' (1968) படத்தில் ஏகப்பட்ட நட்சத்திர நடிகர்கள் மத்தியில் ஒரு சிறு வேடத்தில் வந்த நாகேஷ் படத்தை ஒரு கலக்குக் கலக்கினார். பலர் அந்த வேடத்திற்குக் கதாசிரியர் கொத்தமங்கலம் சுப்புதான் சரியான பொருத்தம் என்று கூறினாலும் நாகேஷ் அப்பாத்திரத்தின் விசேஷப் பரிமாணங்கள் எதையும் இழக்காமல் பங்குபெற்றார்.

நாகேஷ் நானூறு ஐந்நூறு படங்களில் நடித்துள்ளார் என்று கூறுகிறார்கள். நான் எண்ணிப் பார்க்கவில்லை. நாகேஷின் பரபரப்பான ஆண்டுகள் 1980 அளவில் முடிந்துவிட்டன. அப்போதிலிருந்து அடிக்கத் தொடங்கிய அலையில் நாகேஷ், டில்லி கணேஷ், வி.கோபாலகிருஷ்ணன் போன்றவர்கள் தேவையில்லாதவர்களாகிவிட்டார்கள். ஏழை படும்பாடு படத்திற்குப் பிறகு கோபாலகிருஷ்ணனை நாடிப் பல தயாரிப்பாளர்கள் வந்தபோது அவருடைய தகப்பனார் எம்.ஏ. முடித்த பிறகுதான் என்று கூறிவிட்டார். அந்த இடைவெளி அவருடைய திரைப்பட வாழ்க்கையை மிகவும் பாதித்துவிட்டது. நாகேஷும் ஒரு காலகட்டத்தில் மரணத்தின் விளிம்பில் இருந்தார். ஆனால், தப்பிய பின் பெரிய வேடங்கள் கிடைக்கவில்லை. ஆனால், கமல்ஹாசன் தயாரிப்பாளராக இருந்த படங்களில் நாகேஷுக்குத் தவறாது ஒரு வேடம் இருந்தது. நாகேஷுக்கும் அந்த வேடங்கள் பொருந்திப்போய்விட்டன. உதாரணமாக மைக்கேல் மதன காமராஜன் படத்தில் பல லட்சங்கள் கையாண்ட கணக்கராக இருப்பார். அபூர்வ சகோதரர்கள் படத்தில் ஓர் இரக்கமற்ற தீயவனாக இருப்பார். தசாவதாரம் படத்தில்கூட ஒரு சிறிய வேடத்தில் நடித்திருக்கிறார். எப்போதுமே கமல்ஹாசன் படங்கள் வித்தியாசமாகவும் சிறந்த தொழில்நுட்பமும் கொண்டவையாக இருக்கும். தவறாது நகைச்சுவை இருக்கும். 'ஓடுவது துரத்துவது' மௌனப் படங்களிலிருந்து இன்றும் சற்றும் அலுக்காத அம்சம். தசாவதாரம் படம்கூட இந்தப் பிரிவைச் சேர்ந்ததுதான். இம்மாதிரிப் படங்களில் எந்த இடத்திலும் 'ஓடுவது துரத்துவது' தளர்ச்சி அடையக் கூடாது. அதற்கு தசாவதாரம் ஒரு சிறந்த எடுத்துக்காட்டு. மைக்கேல் மதன காமராஜனிலும் இந்த அம்சம் படம் முழுவதிலும் இருக்கும்; நாகேஷ் மிகச் சிறப்பாக நடித்திருப்பார். குழந்தையில் ஆண், பெண் வித்தியாசம் பார்க்கக் கூடாது என்பார்கள், ரொம்பச் சரி. குழந்தையாக இருக்கும் போது பெண் குழந்தையை விதவிதமாக உடுத்தி அலங்கரித்து

மகிழலாம். ஆனால், இன்றும் பெற்றோர் பெண்ணுக்குத் திருமணம் செய்யும்போது மிகச் சாதாரண மணமகன் என்றால்கூட நிறையச் செலவாகிறது. அந்தக் கவலை தெரிய நாகேஷ் அப்படத்தில் தெரிவார். அவருக்குப் பெண்ணே கிடையாது என்று அஞ்சலிக் குறிப்புகளிலிருந்து தெரிகிறது. ஆதலால் கற்பனை மூலம்தான் வயது வந்த பெண்ணின் தகப்பனாக அவர் தன்னை வருத்திக்கொண்டிருப்பார். இப்படிப்பட்ட கலைஞன் திரைப்படத் துறையால் ஒதுக்கி வைக்கப்பட்டிருந்தான்!

பத்ம விருதுகளில் பத்மஸ்ரீதான் முக்கியத்துவம் குறைந்தது. இதற்குக்கூட நாகேஷ் சிபாரிசு செய்யப்படவில்லை என்று தினமணி பத்திரிகையில் கலாரசிகன் என்பவர் சற்றுக் கோபமாகவே எழுதியிருப்பார். இந்தப் பத்ம விருதுகளைப் பெரிதாக நினைக்கக் கூடாது. தமிழ் மொழி என்றில்லை, இதர மொழிகளிலும் பல பெயர்கள் வியப்பையே தரும். இந்தப் பத்ம விருதுகளைக் கேலி செய்வதுபோல யாரோ காஷ்மீர் எழுத்தாளர் என்று சிபாரிசு செய்து அவருக்கு விருதும் அறிவிக்கப் பட்டது. அப்படி ஒரு எழுத்தாளரே கிடையாது என்று பின்னர் தெரிந்தது. இந்திரா பார்த்தசாரதி 'கலைமாமணி' விருது தனக்கு வேண்டாமென்று அது அறிவிக்கப்பட்டபோதே திருப்பி அனுப்பிவிட்டார். நம் மரபுப்படி கௌரவிக்க வந்தவர்களைச் சங்கடப்படுத்துவது சரியல்ல. ஆதலால் 'இல்லாத' அந்த எழுத்தாளரும் பத்மஸ்ரீ விருதை ஏற்றுக்கொண்டு பத்ம விருதுகளைக் கவுரவிப்பதுதான் சரி. தனியார் நிறுவனப் பரிசுகளும் விருதுகளும் இதே ரகம்தான். நாகேஷுக்குக் கிடைத்த ஓரிரு விருதுகள்கூட அவர் கலைஞன் என்றில்லாமல் புகழ்பெற்றவர் என்பதால் இருக்கக்கூடும்.

எனக்கு இன்னும் நினைவில் இருப்பது அவர் டி.ஆர். ராமச்சந்திரனின் *Blank Stare* பற்றி அவ்வளவு தெளிவாகக் கூறியது. அது நாகேஷுக்குச் சாத்தியமாக இருந்ததா? இருந்திருக்கலாம்.

(2009)

வைஜயந்திமாலா

ஒரு தமிழ் நட்சத்திர நடிகையாக வைஜயந்திமாலா அதிகம் எழுதப்படவில்லை. அவருடைய சமகாலத்திய நடிகைகளாக லலிதா, பத்மினி, ராகினி, பானுமதி, சாவித்திரி போன்றவர்களைக் கூறலாம். ஒரு வியக்கத்தக்க தகவல், வைஜயந்திமாலா ஒருத்திதான் தமிழ்ப் பெண். மற்றவர்கள் வேற்று மொழிக்காரர்கள். இன்றும் தமிழ்ப் படங்களில் கதாநாயகிகளாக நடிப்பவர்கள், அநேகமாக நூற்றுக்கு நூறு சதவிகிதம் வேறு மொழிக்காரர்கள். இன்று குரல் கொடுப்பது சர்வசாதாரணமாகிவிட்டது. ஆனால், பானுமதியும் பத்மினியும் சாவித்திரியும் பக்கம் பக்கமாகத் தமிழ் வசனங்களைத் தத்தமது மொழியில் எழுதி மனப்பாடம் செய்தார்கள். மிக நன்றாகவே நடித்தார்கள். சில ஆண்டுகளுக்கு முன்பு உச்சத்தில் இருந்த ஒரு தமிழ் டைரக்டர் தமிழ் மூச்சு, தமிழ் உயிர், தமிழ் மண் என்று ஒரு திரைப்படத்தில் அவராகவே பேசியிருக்கிறார். ஆனால், அவருடைய கதா நாயகிகள் பெரும்பாலும் வேறு மொழிக்காரர்கள். அவருடைய கதாநாயகர்களில் ஒருவர் தெலுங்கர், இன்னொருவர் மலையாளம்.

இந்தச் சூழ்நிலையில் வைஜயந்திமாலா தமிழ்ப் பெண்ணாக இருந்தும் அதிகத் தமிழ்ப் படங்களில் நடிக்கவில்லை. அவரை அணுகவே பயப்படுவது போலத் தமிழ்த் தயாரிப்பாளர்கள் அவரை அமர்த்தவில்லை. ஏவிஎம், ஜெமினி தவிர்த்து மூன்று வேறு படங்களில் மட்டும் நடித்தார். ஒன்று, 'பாக்தாத்

திருடன்', இன்னொன்று 'பார்த்திபன் கனவு'. ஜெமினியுடன் 'தேன் நிலவு'. 'பாக்தாத் திருடன்' படத்தில் எம்.ஜி.ஆர். நடித்தார். ஏன் அது இன்று யார் நினைவிலும் இல்லை? எம்.ஜி.ஆர். நடித்த சுவடே இல்லாமல்போன வேறு படங்களும் உள்ளன. அதில் ஒன்று கண்ணாம்பா எடுத்தது. 'தாலி பாக்கியம்.' கண்ணாம்பா அவர்களுக்குத் தாலி, வீடு, வாசல் எல்லாம் போய் திடீரென்று இறந்தும்விட்டார்.

என்னுடைய நண்பர் 'பாக்தாத் திருடன்' படத்தில் இணை இயக்குநராகப் பணியாற்றினார். திரைப்படச் சாதனத்தின் எல்லாப் பிரிவுகள் பற்றியும் மிகத் தெளிவாக அறிந்தவர். அவர் 'திருடன்' பற்றியும் பேச மாட்டார். கதாநாயகி வைஜயந்திமாலா பற்றியும் பேசமாட்டார்.

வைஜயந்திமாலா இன்று எழுபது வயதைத் தாண்டியும் ஆண்டுக்கு ஒரு நடன நிகழ்ச்சியாவது அவரே பங்குபெற்று நடத்திவருகிறார். அவர் வேறு மொழிகளில் நடித்த ஒரு படமும் சோடை போகவில்லை. திலீப்குமார், ராஜ்கபூர், தேவ்ஆனந்த், ராஜேந்திரகுமார், பிரதீப் குமார், பால்ராஜ் சகானி, அசோக் குமார் எனப் பலதரப்பட்ட நட்சத்திர நடிகர்களோடு நடித்து அப்படங்களில் முக்கியத்துவமும் பெற்றார். ஒரு கட்டத்தில் கதாநாயகியாக நடிக்க முடியாது என்று ஏற்பட்டவுடன் அவர் நடிப்பிலிருந்து விலகி, நாட்டிய நிகழ்ச்சிகளை மட்டும் அவ்வப்போது நடத்தினார்.

வைஜயந்திமாலா தோற்றம், நடன ஆற்றல் ஆகியவற்றுக்கே முன்னணி நடிகையாக இருந்தார். இந்தியில் அவருடைய சமகாலத்து நடிகைகளாக விளங்கிய நர்கிஸ், மதுபாலா, வஹிதா ரஹ்மான், நூதன் போன்றோர் பலமுறை ஆண்டின் சிறந்த நடிகையாக முன்மொழியப்பட்டு இருமுறை மூன்று முறை தேர்வும் பெற்றார்கள். வைஜயந்திமாலா ஒரே ஒருமுறை துணைக் கதாநாயகி விருதுக்காக முன்மொழியப்பட்டுத் தேர்வும் பெற்றார். ஆனால், அவர் அவ்விருதை ஏற்கவில்லை. (ஆனால், 'சாதனா', 'கங்கா ஜமுனா' ஆகிய படங்களுக்கு அவருக்கு விருது கிடைத்ததாகத் தெரிகிறது.) 'தேவதாஸ்' படத்தில் சந்திரமுகி வேடத்தில் நடித்த அவர், தானே கதாநாயகி என்று வலியுறுத்தினார். ஆனால், நடுவர்கள் அப்படிக் கருதவில்லை. சங்கடந்தான். தமிழ் 'தேவதாஸ்' படத்தில்கூடப் பார்வதி வேடத்தில் நடித்த சாவித்திரியைத்தான் அனைவரும் கதாநாயகியாக ஏற்றுக்கொண்டார்கள். சந்திரமுகி வேடத்தில் நடித்த லலிதாவை அல்ல.

தமிழ்வரையில் 'வாழ்க்கை' என்ற படம் அடைந்த வெற்றியை 'பெண்', 'அதியசப் பெண்' ஆகிய படங்கள் பெறவில்லை.

'வாழ்க்கை' படத்தில் பலர் சிறப்பாக நடித்திருந்தார்கள். டி.ஆர். ராமச்சந்திரன், சகஸ்ரநாமம், சாரங்கபாணி தவிர மிகச்சிறிய பாத்திரங்களில் நடித்தவர்களும் விசேஷக் கவனம் பெற்றார்கள். இசை இன்னொரு வெற்றி அம்சம். பல பாடல்கள் இந்திப் பாடல்களின் கலப்படமற்ற பிரதிகள். ஆனால், அந்தப் பாடல்களுக்காக ரசிகர்கள் பலமுறை படத்தைப் பார்த்தார்கள். அந்த நாளில் (1949இல்) பாடல்கள் திரைப்படம் வெளியாகிச் சில காலம் கழித்தே வெளியிடப்படும். இசைத்தட்டுத் துறையிலும் ஏவிஎம் முதன்மை நிறுவனமாக இருந்தது. வர்த்தகரீதியாக அவர்கள் ஏகபோகமாக நடந்துகொண்டார்கள் என்று சில இசைத்தட்டு நிறுவனங்கள் கூறின. ஆனால், திரைப்படங்களில் பல வெவ்வேறு அம்சங்களை இணைத்து வெற்றி 'ஃபார்முலா' கண்ட ஏவிஎம் சட்டரீதியாக இசைத்தட்டு வெளியிடுதலிலும் நல்ல திறமையை வெளிக்காட்டியது.

வைஜயந்திமாலா தமிழ் நட்சத்திர நடிகையாக விளங்காததற்கு ஒரு காரணம் பம்பாய்த் திரைப்படத் துறை அவருக்குக் கொடுத்த முக்கியத்துவம் தெற்கே கிடைக்க வில்லை. பத்மினி ஓரிரு இந்திப் படங்களில் நடித்தாலும் பிரதானமாகத் தமிழில்தான் இயங்கினார். சரோஜாதேவி, ஜமுனா போன்றோர்கூடச் சென்னையில் தயாரிக்கப்பட்ட ஓரிரு இந்திப் படங்களில் நடித்திருக்கிறார்கள். ஜெமினி ஸ்டூடியோ வைஜயந்திமாலாவுக்கென்றே விசேஷ நடனக் காட்சிகளை 'வஞ்சிக் கோட்டை வாலிபன்' படத்தில் சேர்த்திருந்தது. 'ஜிந்தகி' என்ற இந்திப் படத்தில் கதாநாயகிப் பாத்திரமே ஒரு நடன நாடகப் பெண்தான். இப்படம் தமிழில் 'வாழ்க்கைப் படகு' என்ற தலைப்பில் வேறு நடிக நடிகையரோடு தயாரிக்கப்பட்டது. இந்திப் படத்தில் வைஜயந்திமாலா சிறப்பாக நடித்திருந்தாலும், படம் வெற்றியடையாததால் வைஜயந்திமாலாவுக்குப் பாராட்டுகள் கிட்டவில்லை. அவருடைய நடிப்புக்கென்று விருதும் பாராட்டும் கிடைத்தது பிமல்ராய் டைரக்ட் செய்த 'தேவதாஸ்' படத்துக்குத்தான். அதை அவர் ஏற்றுக்கொள்ளவில்லை.

வைஜயந்திமாலாவின் இளமைப் பருவம் அவ்வளவு மகிழ்ச்சிகரமாக அமையவில்லை. தாய், தந்தையர் பிரிந்து விட்டனர். வைஜயந்திமாலாவின் பாட்டியாகிய யதுகிரி அம்மாள்தான் அவரை வளர்த்து, நடனம் பயிற்றுவித்து, முதல் திரைப்படப் பிரவேசமே கதாநாயகியாக நடிக்க வழி செய்தவர் என்பார்கள். வைஜயந்திமாலாவின் காவலராக யதுகிரி அம்மாளைத்தான் பலகாலம் மக்கள் அறிந்தார்கள்.

ஆனால், ஒருகட்டத்தில் வைஜயந்திமாலா தன்னுடைய பாட்டியையும் பிரிய நேர்ந்தது. அதன் பின்னர்தான் அவருடைய திருமணம் நடந்தது. மணமகன் ஒரு மருத்துவர். டாக்டர் பாலி. அந்நிய மொழிக்காரர். முதல் மனைவி இறந்து போனதாகக் கூறுவார்கள். வைஜயந்திமாலா – பாலி திருமண வாழ்க்கை மகிழ்ச்சிகரமாகவே இருந்திருக்க வேண்டும். பாலி மறைந்துவிட்டார். ஒரு மகன் இருக்கிறான். எம்.ஜி.ஆரைக் கடைசி வரை கதாநாயகனாகவே விளங்கியவர் என்று கூறுவார்கள். வைஜயந்திமாலா கதாநாயகியாகவே திரையில் பிரவேசித்து கதாநாயகியாகவே இறுதிப்படம்வரை தோன்றினார்.

திரைப்படங்கள்போல மனித அனுபவத்தில் வேறெதுவும் பரபரப்பூட்டுவதில்லை. அதேபோல நினைவிலிருந்து விலகி விடுவதும் இல்லை. இன்று பழைய படங்களைப் பார்க்க நிறைய வசதி இருக்கிறது. ஆனால், பழைய படங்களைப் பார்ப்பவர்கள் தங்கள் இளமைக் காலத்தில் அப்படங்களைப் பார்த்துப் பரவசமடைந்தவர்கள். இது நடிக நடிகைகளுக்கும் பொருந்தும். வைஜயந்திமாலா தன்னுடைய தமிழ்த் திரைப் படங்களைவிட ஒரே ஒரு நடன நிகழ்ச்சிக்காகச் சிறிது காலம் நினைவில் இருப்பார். அது ‘வஞ்சிக்கோட்டை வாலிபன்’ என்ற படத்தில் அமைந்த போட்டி நடனம். அதில் பத்மினி அவர்கள் தோற்றுப்போகும் நிலையில் இருக்கும்போது போட்டி தடைபடுகிறது. போட்டியில் வைஜயந்திமாலா சிறப்பாகத்தான் நடனமாடினார். அப்படத்தில் அவருடைய நடிப்பும் வசன உச்சரிப்பும் மிகவும் விசேஷமாக இருக்கும்.

சமீபத்தில் வைஜயந்திமாலா தன் மகனுடன் முதலமைச்சர் அவர்களைச் சந்தித்தது புகைப்படத்துடன் கூடிய செய்தியாக வந்தது. முதலமைச்சரும் நடனமாடியபடிதான் திரைப்படத்தில் கதாநாயகியாகப் பிரவேசித்துக் கதாநாயகியாகவே விலகினார். இருவரின் சந்திப்பு மரியாதை நிமித்தம் என்றாலும், இருவருக்கும் பல பழைய நினைவுகள் வந்திருக்கும். அவர்களுடைய இளமைக் காலத் திரைப்படங்களைப் பார்த்தவர்களுக்கும் பல நினைவுகள் தோன்றியிருக்கும்.

(2011)

தேவ் ஆனந்த்

நான் கைந்து ஆண்டுகளுக்கு முன்பு தேவ் ஆனந்த் சென்னை வந்திருந்தார். இரு கூட்டங்கள். ஒன்று சினிமாத் துறையினர் நடத்தியது. இரண்டாவது, கிட்டத்தட்ட பொதுக்கூட்டம்போல. அன்றுதான் சென்னையில் அவரால் படைக்கப்பட்ட ரொமான்சிங் வித் லைஃப் (வாழ்க்கையோடு விளையாடியபடி) நூல் வெளியிடப்பட்டது. அதில் புகைப்படங்கள் இருந்தன. முன்னூறு பக்கப் புத்தகத்தில் இருபது படங்கள்; மிகுந்த கவனத்துடன் எழுதப்பட்ட குறிப்புகள். நூலே பொறுப்போடு எழுதப்பட்டிருந்தது. தேவ் ஆனந்தின் நீண்ட வாழ்க்கையில் பல ஏமாற்றங்கள் இருந்திருக்கும். வாக்குக் கொடுத்தவர்கள் மீறியிருப்பார்கள். முப்பது முப்பத்தைந்து ஆண்டுகளாக அவருடைய எந்தப் புதுப்படமும் ஒழுங்காக ஓடவில்லை. ஆனால், புத்தகத்தில் ஓரிடத்தில்கூட கசப்பு இல்லை. குறைகூறல் இல்லை. அவருடைய இயல்பில் அவற்றுக்கு இடமில்லை.

அவரை 1955இல் நான் பார்த்துச் சில வார்த்தைகள் பரிமாறிக்கொள்ள நேர்ந்த தருணங்களிலும் அவர் அதே பண்புடன்தான் இருந்தார். நான் பணிபுரிந்த ஜெமினி ஸ்டுடியோ வுக்கு இருந்த மூன்று தொலைபேசி இணைப்புகளில் ஒன்று என்னிடம் இருந்தது. ஒரு மேடைமீது என் மேஜை நாற்காலி இருந்ததால் தொலைபேசியைப் பயன்படுத்த வருபவர்கள் நின்றுகொண்டுதான் பேச வேண்டும். அவர் வந்தது ஜெமினியின் பெரிய

படமான இன்ஸானியத்துக்காக. அது ஷெரிடன் எழுதிய நாடகத்திலிருந்து பெறப்பட்டது என்றாலும் நான்கு மணிநேர பல்லடூரி பில்லா என்ற தெலுங்குப் படத்தின் பிரதி அது. தெலுங்குப் படத்தில் நாகேஸ்வர ராவ், என்.டி. ராமராவ் என்ற நட்சத்திரங்கள். இந்தியில் அவர்களுக்கு இணையாகத் திலீப் குமார், தேவ் ஆனந்த். அந்த இரு நட்சத்திரங்களும் சேர்த்து நடித்த ஒரே படம் இன்ஸானியத்தான். திலீப்குமாரின் வசதிக்காக தேவ் ஆனந்த் வேறு பல படப்பிடிப்புகளை ஒத்திப்போட்டதாகத் திலீப்குமார் கூறியிருக்கிறார். போட்டா போட்டி நிலவும் துறையில் தேவ் ஆனந்த் பல தியாகங்கள் செய்திருக்கக்கூடும்.

இருபத்தைந்து வயது இளைஞனாக இருந்தபோது அவர் மனதார மணக்க விரும்பிய பெண் ஒரு முஸ்லிம். பெண்ணின் பாட்டி முடியவே முடியாது என்று கூறிவிட்டார். தேவ் ஆனந்த் குடும்பமே துளசி ராமாயணத்தைத் தெய்வமாக வணங்குவது. மேலும் அந்தப் பாட்டி முஸ்லிம் பெற்றோருக்குப் பிறந்தவன்தான் வீட்டு மருமகனாக வர முடியுமென்றும் கூறிவிட்டார். இந்த மாதிரிச் சங்கடம் கிஷோர் குமாருக்கும் நேர்ந்தது. அவர் மதம் மாறினால் போதும் என்று கூறிவிட்டார்கள். ஆனால், அப்துல்லா வும் மதுபாலாவும் ஐந்து ஆண்டுகள்கூடச் சேர்ந்து வாழவில்லை.

தமிழில் எம்.ஜி.ஆர்., சிவாஜி கணேசன், ஜெமினி கணேசன் என மூன்று நட்சத்திரங்கள் இருந்ததுபோல இந்தியிலும் இருபத்தைந்து ஆண்டுகளுக்கு முன் மூவர்: திலீப்குமார், ராஜ்கபூர், தேவ் ஆனந்த். மூவருக்கும் கிட்டத்தட்ட ஒரே காலகட்டத்தில் தான் தொடக்கம். ஆனந்த் சகோதரர்கள் இலட்சியங்களோடு சினிமா வாழ்க்கையைத் தொடங்கினார்கள். அன்று முற்போக்கு அணியின் கலை அமைப்புக்கு 'இப்டா' அல்லது இந்தியன் பீப்பில்ஸ் தியேட்டர் அசோஸியேஷன் என்று பெயர். இந்த அமைப்பு நூற்றுக்கணக்கில் நாடகங்களை அரங்கேற்றியது. வட இந்தியாவின் முக்கியமான கவிஞர்கள், எழுத்தாளர்கள் 'இப்டா'வில் அங்கத்தினர்கள். இந்த அமைப்பு சென்னைக்கு ஒருமுறை வந்தது. மிகக் குறைந்த அரங்க ஏற்பாட்டுடன் அவர்கள் ஏராளமான சூழ்நிலைகளை ஏற்படுத்திக் காட்டுவார்கள். இவர்களுடைய பாணி சேவா ஸ்டேஜ் குழுவினரால் பின்பற்றப் பட்டாலும் தமிழ் நாடகங்கள் பொதுவாக 'மேடைப் பொருள்க'ளை நிறையப் பயன்படுத்தின. 'இப்டா' ஒரே ஒரு திரைப்படத்தை எடுத்தது. அதில்தான் தேவ் ஆனந்தின் திரைப்பட வாழ்க்கை தொடங்கியது.

தேவ் ஆனந்துக்கு உண்மையான வாய்ப்பை அசோக் குமார்தான் அளித்ததாகக் கூறுகிறார்கள். 'ஜித்தி' என்ற அந்தப் படத்தை நான் பார்த்திருக்கிறேன். அன்றைய இந்தி சினிமாவின்

தியாகய்யா என்று சொல்லக்கூடிய கேம்சந்த் பிரகாஷ் என்பவர் இசை அமைத்திருந்தார். சைகல் நடித்த தான்சேன், மதுபாலா ஒரு நட்சத்திரமான மஹல் முதலிய படங்களுக்குக் கேம்சந்த் பிரகாஷ்தான் இசை. ஆனால், ஆனந்த் சகோதரர்கள் தொடங்கிய நவ்கேதன் என்ற அமைப்புதான் தேவ் ஆனந்துக்கு பாஜி என்னும் படத்தின் மூலம் மிக முக்கியமான வாய்ப்பைத் தந்தது.

ஆனந்த் சகோதரர்களுக்குப் பெரிய நடிகர்களைவிடத் துணைப்பாத்திரங்களில் நடிப்பவர்களுக்குத் தொடர்ந்து வாய்ப்புத் தர வேண்டும் என்ற கொள்கை. அந்த விசுவாசம் கடைசிவரை இருந்தது. இந்தியாவில் முதல் திரைப்படப் பயிற்சிப் பள்ளியை இவர்கள் நடத்தினார்கள். சீனப் படையெடுப்பைப் பின்னணியாக வைத்துச் சேதன் ஆனந்த் ஹக்கீகத் என்னும் படம் எடுத்தார். இதற்குப் பெரிய வரவேற்பு கிடைக்காவிட்டாலும் இந்தித் திரைப்படத் துறையினர் இன்றும் பெயர் சொல்லியே இப்படத்தை நினைவுபடுத்திக் கொண்டிருக்கிறார்கள்.

தேவ் ஆனந்தின் புகழ்பெற்ற ஹம் தோனோ படமும் போர்ப்படை வீரர்கள் இருவரின் கதையைச் சொல்வதுதான். இரண்டாம் உலக யுத்தத்தின்போது இப்படி ஒரு சிக்கல் இங்கிலாந்தின் பல சிற்றூர்களில் நடந்தது. நண்பர்களாக இருந்தவர்கள் தங்களுடைய அந்தரங்கங்களை எல்லாம் ஒருவருக்கொருவர் பரிமாறிக்கொள்வார்கள். உயிருடன் ஊர் திரும்புபவன் இந்த அந்தரங்கங்களைத் தவறாகப் பயன்படுத்த மாட்டான் என்பது என்ன நிச்சயம்? ஒருவன் இறந்துவிட்டான் என்ற அடிப்படையில் இன்னொருவன் ஏதேதோ குழப்பங்களை ஏற்படுத்திவிடுவான். ஹம் தோனோ படத்தில் உருவ ஒற்றுமை யுடைய இருவர்களுக்கு நேர்வது ஒழுக்க நெருக்கடி. ஆனந்த் சகோதரர்கள் பிறந்த மண்ணைவிட்டு வேறிடத்தில் குடியேற வேண்டிய நிர்ப்பந்தத்தைச் சந்தித்தவர்கள். இழந்தவற்றின் மதிப்பை லேசில் அளவிட முடியாது. இப்படிப்பட்ட விபத்துக்குப் பிறகு எப்படி இவர்களுக்குத் தெய்வ நம்பிக்கையும் தர்ம வாழ்க்கையில் உறுதியும் இருக்க முடியும்? ஹம் தோனோ இது சாத்தியம் என நிரூபிப்பது போன்ற படம்.

அசோக்குமார் ஏராளமான படங்களில் நடித்திருக்கிறார்; தயாரிப்புகளுக்கு உதவியிருக்கிறார். அவரைச் சூழ்ச்சிக்கார னாகவும் நிராதரவான பெண்ணை வாட்டி வதைப்பவனாகவும் ஆள் மாறாட்டம் செய்து திருடுபவனாகவும் பாத்திரமேற்க வைத்தது ஆனந்த் சகோதரர்களின் ஜுவல் தீஃப் (நகைத் திருடன்). சாதாரண நகையல்ல. அரச குடும்பத்தினரின் நகைகள். இப்படத்தில் அந்தப் பாத்திரம் எந்தளவு கயமை கொண்டது என்பது கடைசி ஐந்து நிமிடங்களில்தான் தெரியவரும். இதுவும்

தேவ் ஆனந்தின் புகழ்பெற்ற படங்களில் ஒன்று. முகத்தோடு ஒட்டி ஆள் மாறாட்டம் செய்யக்கூடிய முகமூடி இந்தியப் படங்களில் முதன்முதலில் பயன்படுத்தப்பட்டது இதில்தான். இதில் பூடான் அரசவையில் வைஜயந்திமாலா ஆடும் நடனம் புகழ்பெற்றது. சுமார் நூறுபேர் ஆடுவார்கள். ஒரு மேதையின் ஓவியம்போல இருக்கும். 45 ஆண்டுகளுக்கு முன்பு எடுத்த இத்திரைப்படம் இசையிலும் நடனத்திலும் திரைக்கதை சொல்வதிலும் நாம் இன்று எவ்வளவு இழந்துவிட்டோம் என்பதை விளக்கும்.

கடைசிவரை நம்பிக்கையையும் உற்சாகத்தையும் பண்பையும் இழக்காமல் தேவ் ஆனந்த் 2011 டிசம்பர் 4 அதிகாலை லண்டனில் உயிரை விட்டிருக்கிறார். உயிரற்ற தன் முகத்தைப் புகைப்படம் எடுக்கக் கூடாது என அவர் முதலிலேயே கூறியிருக்கிறார். இருக்கும்போதுதான் தோற்றம் தேவை, இறந்த பிறகு என்ன என்று கேட்கலாம். ஆனால், பொதுவாழ்க்கையில் அரை நூற்றாண்டு காலத்துக்கு ஓர் உணர்வை நினைவுபடுத்திய கலைஞனை நாம் கௌரவிப்பது அந்தத் தோற்றத்தைப் போற்றுவதுதான்.

என்னதான் சிறந்த திரைப்படங்கள் என்றாலும் அவை போல முதுமையடைவதும் வேறெதுவும் கிடையாது. தேவ் ஆனந்துடைய படங்களும் இந்த விதிக்குட்பட்டவைதான். அவர் இலக்கியத்தில் பட்டம் பெற்றவர். ஆனந்த் சகோதரர்களும் இலக்கியம் பயின்றிருக்கிறார்கள். மூத்த, இளைய சகோதரர்கள் எல்லோரும் பல ஆண்டுகளுக்கு முன்பே மறைந்துவிட்டார்கள். தேவ் ஆனந்த் ஒருவர்தான் சுயசரிதம் நூலை எழுதியவர். நூல் என்று விசேஷமாக அதிகம் சொல்வதற்கில்லை. ஆனால், நூலாசிரியர் எந்தவிதமான மனக்கசப்பும் இல்லாமல் எழுதியிருப்பதை உணரலாம். ரஜினிகாந்த் தன்னுடைய பாபா படம் சரியாக ஓடாதிருக்க முயற்சி எடுத்த ஓர் அரசியல் கட்சியின் தலைவர் பெயரைச் சொல்லி, “நான் உங்களுக்கு என்ன தீங்கு செய்தேன்? ஏன் என் படத்தின் வாய்ப்பைப் பறித்தீர்கள்?” என்று பகிரங்கமாகக் கேட்டார்.

கைடு என்ற படத்துக்குத் தேவ் ஆனந்துக்கு அத்தகைய சூழ்நிலை ஏற்பட்டது. அப்படத்தின் அடிப்படையாக அமைந்த நூலின் ஆசிரியர் அத்திரைப்படம் பற்றி எழுதிய கட்டுரைகளால் கைடு ஆங்கில மொழிப் படம் பெரும் தோல்வி அடைந்தது. தேவ் ஆனந்த் மிகுந்த ஆர்வத்துடன் அந்த நூலின் உரிமைகளை வாங்கி ஆங்கிலம், இந்தி ஆகிய இரு மொழிகளில் தயாரித்தார். ஆங்கில மொழிப் படத்துக்கு இணையாசிரியராக அவர் அமர்த்தியவர் நோபல் பரிசு பெற்ற ஆசிரியை பெர்ல்பக். கைடு இந்திப் படம் கடந்த ஐம்பது ஆண்டுகளில் சிறந்த ஐந்து இந்திப் படங்களில் ஒன்றாக இன்றும் கருதப்படுகிறது. ஆனால், தேவ் ஆனந்த் ஆங்கில

வடிவத்தை முற்றிலுமாகப் 'புதைத்து' விட்டார். அவருக்கு அந்த அனுபவம் பொருளிழப்புடன் மனவருத்தத்தையும் தந்திருக்கும். ஆனால், அதைப் பற்றிக்கூடத் தன்னுடைய சுயசரிதையில் குறைகூறாமல் எழுதியிருக்கிறார்.

இந்தியத் திரைப்படங்கள் பேச ஆரம்பித்த நாளிலிருந்தே தனிப் பாணியை உருவாக்கின. அதில் பாடல்களுக்கு இடம் உண்டு. சில அயல் படங்கள் இசைப்படங்கள் என்ற பெயரில் தயாரிக்கப்பட்டவை. அவற்றில் பாடல்கள் உண்டு. ஆனால், அவை திரைக்கதையை எடுத்துச் செல்ல மாட்டா. இந்தியப் படங்களில் 'மாண்டேஜ்' காட்சிகளில் பாடல்களைப் பயன் படுத்துவதில் இந்திய டைரக்டர்கள் சிறந்தவர்கள். கைடு படத்திலும் அப்படியொரு 'மாண்டேஜ்' உண்டு. தேவ் ஆனந்த் படங்களில் பாடல்கள் சிறப்பாக இருக்கும். எந்தப் பாடலும் சோடைபோகாது. ஓர் அடிப்படைக் காரணம், போலி உணர்வுகள், அதாவது நாட்டைச் சீர்ப்படுத்துகிறேன், சாஸ்திரிய இசையை அல்லது நடனத்தை நிலைநாட்டுகிறேன் என்பது போன்ற பாவனைகள் கிடையாது.

கதை, நாவல் முதலியவற்றைத் திரைப்படமாக எடுக்கும் போது சில மாற்றங்கள் தவிர்க்க முடியாதவை. கைடு படத்தில் தேவ் ஆனந்த் அதைத்தான் செய்திருந்தார். நூல்களை விமர்சிப்பதுபோலத் திரைப்படங்களை மதிப்பிடக் கூடாது.

தேவ் ஆனந்த் காலப்போக்கில் மறந்துவிடப்படுவாராயினும் அவருடைய 65 ஆண்டுத் திரைவாழ்க்கை பல நுண்ணிய விவாதங்களுக்கு இடமளிக்கும். தனிப்பட்ட நடிகனாக அவர் இந்திரா காந்தியின் 'எமர்ஜன்சி'யை எதிர்த்தார். விளைவு தூர்தர்ஷன் அவருடைய படங்களைத் தடைசெய்தது.

இந்திய வெகுஜனப் படங்களைக் கடுமையாக விமர்சிக்கும் நடிகர் நஸிருத்தீன் ஷா. தேவ் ஆனந்த் மறைவுக்கு இரங்கல் தெரிவித்திருக்கிறார்! 'அவருடைய படங்களைப் பார்த்தும் பாடல்களைக் கேட்டும்தான் நான் வளர்ந்தேன்' என்று கூறியிருக்கிறார். நஸிருத்தீன் ஷாவின் நடிப்புத் திறனுக்கு ஏராளமான எடுத்துக்காட்டுத் திரைப்படங்கள் உள்ளன. மேடை நடிப்பிலும் அவர் விசேஷத் திறமை படைத்தவர். காந்திக்கு எதிராகக் காந்தி என்ற நாடகம் சென்னையில் நடத்தப்பட்ட போது அதில் நஸிருத்தீன் ஷா காந்தியாக நடித்தார். அநேகமாக இரண்டு மணிநேரமும் மேடையில் காந்தியாகக் காட்சியளித்தபடி இருந்தார். பன்றி மேய்ப்பவனாக, 1857 புரட்சியில் ஆங்கிலேயர்களைக் கொன்று குவிப்பவனாக, காவல்

அதிகாரியாக, ஆயுள் கைதியாக நஸிருத்தீன் நடித்திருக்கிறார். இவருக்கு தேவ் ஆனந்த் ஆதர்சமாக இருந்திருக்கிறார்!

தான் முதலில் மணக்க விரும்பிய பெண் 2004இல் இறந்த போது தேவ் ஆனந்த் இரங்கல் தெரிவித்தார். அந்தப் பெண் மணமே புரிந்துகொள்ளவில்லை. அவருடைய பாட்டி, அம்மா, அத்தை எல்லோரும் போயாயிற்று. தன்னந்தனியாக மாளிகையில் காலம் கடத்திய அவள் இறந்ததே ஒரு நாள் கழித்துத்தான் தெரிந்தது.

சுரையா என்னும் பெயரில் ஒரு காலத்தில் கோடிக் கணக்கான சினிமா ரசிகர்களின் செல்லப் பெண்ணாக இருந்த அவளுடைய உடலைத் தேவ் ஆனந்த் பார்க்க விரும்பவில்லை.

தன்னுடைய உடலையும் யாரும் பார்க்க முடியாதபடி தேவ் ஆனந்த் வெளிநாட்டில் உயிரைவிட்டார். இறுதிச் சடங்குகள் லண்டன் நகரிலேயே நடத்தப்பட்டுவிட்டன. அவருடைய திரைப்படங்களில் கூசவைக்கும் விரசம் இருக்காது. சாவிலும் தன் இந்திய ரசிகர்களை மனம் கூசவைக்காது தன் மரணத்தை அமைத்துக்கொண்டுவிட்டார்.

(2011)

என் கதை

(இன்கிரிட் பெர்க்மனும் எழுத்தாளர் ஆலன் பர்ஜஸும் இணைந்து எழுதிய வாழ்க்கை வரலாற்று நூலைத் தழுவிச் சில பகுதிகள்)

காஸபிளாங்கா, ஃபார் ஹூம் தி பெல் டால்ஸ், காஸ்லைட், அனஸ்டேசியா, தி இன் ஆஃப் சிக்ஸ்த் ஹாப்பினஸ் முதலிய படங்களில் நடித்துப் பெரும் புகழ்பெற்ற ஹாலிவுட் நடிகை இன்கிரிட் பெர்க்மன் தன் வாழ்க்கை வரலாறைப் புகழ்பெற்ற நாவலாசிரியர் ஆலன் பர்ஜஸ் துணையுடன் எழுதி, அந்நூல் 1980ஆம் ஆண்டு வெளிவந்தது. சுமார் 600 பக்கங்கள் கொண்ட இந்த நூலின் சில பகுதிகள் இன்கிரிட் பெர்க்மன் எழுதியதாகவும் சில ஆலன் பர்ஜஸ் எழுதியதாகவும் அமைந்திருக்கின்றன. அதே வடிவத்தில் இக்கட்டுரையும் அமைக்கப்பட்டிருக்கிறது.

◯

இருபது ஆண்டுகளாகச் சொல்லிவந்ததைத்தான் அன்றும் சொன்னேன்: "நான் சுயசரிதம் எழுத மாட்டேன்."

டெலிபோனைக் கீழே வைத்த என்னை ராபர்டினோ கவலையோடு பார்த்தான். "அம்மா" என்றான். "நீ மறைந்த பிறகு எவ்வளவு பேர் அவர்கள் அரையும்குறையுமாக அறிந்துள்ள வம்பு வதந்திகளை வைத்து உன்னைக் குத்திக் குதறிப்போடப்போகிறார்கள். தெரியுமா? உன் குழந்தைகளாயிருந்தும் எங்களால் உன்னைப்

அசோகமித்திரன்

பாதுகாக்க முடியாது. ஏனென்றால் எங்களுக்கே அரையும் குறையுமாகத்தான் தெரியும். நீ மட்டும் நடந்தது எல்லாவற்றையும் குறித்துவைத்தால் எவ்வளவு நன்றாக இருக்கும்."

இது என்னை வெகு நேரம் சிந்திக்கவைத்தது. என் செல்வங்களே... பியா, ராபர்டினோ, இஸபெல்லா, இன்கிரிட். இதோ நடந்தது நடந்தபடியே.

○

அவர்கள் சினிமாக் கொட்டகையை விட்டு வெளியே வந்தார்கள். ஹாலிவுட்டுக்கு வழக்கமான மாலை மென்காற்று வீசிக்கொண்டிருந்தது. அவள் மனம் இன்னும் பிரமிப்பில் ஆழ்ந்திருந்தது. கணவன் கையைப் பிடித்திடித்துச் சொன்னாள்: "பீடர், நாம் எப்படியும் இந்த டைரக்டரைப் பற்றிய விவரம் எல்லாம் தெரிந்துகொள்ள வேண்டும். ஒரு திரைப்படத்தில் இவ்வளவு சாதிக்கக்கூடுமானால் அவன் சாதாரண மனிதனல்ல.

அந்தச் சினிமா சுவரொட்டியில் 'இசை: ரோஸலினி' என்றும் ஒரு வரி இருந்தது. "அடேயப்பா! இந்தப் படத்தின் இசையைக் கூடவா அவனே சிருஷ்டித்திருக்கிறான்" என்றாள்.

இத்தாலியில் தயாரிக்கப்பட்ட 'ரோம் திறந்த நகரம்' என்ற அந்தப் படம் அந்தக் கணம் இன்கிரிட் பெர்க்மனின் வாழ்க்கையை மாற்றிவிட்டது. அந்தப் படத்தின் டைரக்டர் ராபர்டோ ரோஸலினியின் வாழ்க்கையை மாற்றிவிட்டது. இன்கிரிடின் கணவன் டாக்டர் பீடர் லிண்ட்ஸ்டாமின் வாழ்க்கையை மாற்றிவிட்டது. மூன்று புது ஜீவன்கள் உலகத்தில் உதிக்க ஏதுவாயிற்று.

○

என்னுடைய மூன்றாம் வயதில் இறந்துவிட்ட அம்மாவும் என் பதிமூன்றாவது வயதில் இறந்துபோன தந்தையும் மறுப்புக் கூறாமல் இருந்திருக்கலாம். ஆனால், என்னை வளர்த்துவந்த பெரியப்பா சீறினார்: "நடிக்கப் போவதா? இதோ பாரடி, பெண்ணே, நடிகைகளுக்கும் வேசிகளுக்கும் வித்தியாசம் கிடையாது. அவர்கள் மேடையிலும் திரையிலும் நடிக்கும் காதல் காட்சிகள் பிற நேரங்களிலும் நீடிக்காது என்று யாரால் கூற முடியும்?"

ஆனால், அவரே ஒருநாள், "சரி, சரி. ராயல் நாடக அகாடமியில் சேர்ந்துகொள். ஆனால், நுழைவுப் பரீட்சை உண்டு. அதில் உன்னை அவர்கள் நிராகரித்துவிட்டால் அப்புறம் நடிப்பு நாடகம் என்று மூச்சுவிடக் கூடாது."

திரைக்குப் பின்

நுழைவுப் பரீட்சையில் ஒரு காட்சி நடித்துக் காட்ட வேண்டும். தங்கள் திறமையை எல்லாம் காட்டிவிட வேண்டும் என்று பிற மாணவ மாணவிகள் பெரும் காவியங்களின் முக்கியக் காட்சிகளாக நடித்துக் காட்டினார்கள். நான் ஒரு கிராமத்துப் பெண் அவளுடைய நண்பனோடு விளையாடுவது போன்ற காட்சிக்காகத் தாவிக் குதித்து மேடையில் பிரவேசித்தேன். தேர்வு செய்கிறவர்கள் உடனே, "போதும், போதும், அடுத்த நபர்" என்றார்கள்.

எனக்கு அழுகை பொங்கிக்கொண்டு வந்தது. ராயல் அகாடமியிலிருந்து வெளியே ஓடினேன். வழியில் பாலத்துக் கைப்பிடிச் சுவர் மீது சாய்ந்து ஆற்று நீரை உற்றுப் பார்த்தேன். எனக்கு நிரந்தர ஆறுதலளிக்கக்கூடியது அதுதான். ஆனால், ஆறு ஏன் கலங்கலாயிருக்கிறது? மிகவும் அசுத்தமாக வேறு இருக்கிறதே..? என் சடலத்தை இந்தக் கழுநீரிலிருந்துதான் வெளியே எடுத்துப் போடுவார்கள்.

ஹாம்லெட் நாடகத்துக் கதாநாயகி ஒபீலியாவின் தற்கொலைக்குக் கிடைத்த தெள்ளத் தெளிவான ஓடை எனக்கில்லை. போதாதற்கு இந்தத் தண்ணீரை வேறு நான் விழுங்க வேண்டியிருக்கும். நான் பேசாமல் வீடு திரும்பினேன்.

வீடு திரும்பியதும்தான் செய்தி தெரிந்தது. என்னை அகாடமியில் தேர்ந்தெடுத்துவிட்டார்கள். பல ஆண்டுகள் கழித்து, நான் பேரும் புகழும் பெற்ற நடிகையான பிறகு அவர்களைக் கேட்டேன். அன்று ஏன் என்னிடம் அவ்வளவு அலட்சியமாக இருந்தீர்கள்?

அலட்சியமா? நீ மேடைக்கு வந்த கணமே உன்னைச் சேர்த்துக்கொள்வது என்று முடிவு செய்துவிட்டோம். ஏன் இவ்வளவு இயல்பான திறமையுள்ள உன்னைப் பரீட்சித்து நேரத்தை வீணாக்க வேண்டும்?

பதினெட்டு வயதில் என்னையொத்த பிற பெண்களைப் போல் நான் இளைஞர்களிடம் செல்வாக்குப் பெறவில்லை. அவர்கள் ஜோடி ஜோடியாக நடனத்திற்குப் போனார்கள். எனக்குத் தனிமையும் நாடக அகாடமியும் போக்கிடமாயின.

நான் ஒரு தோல்வி என்று எண்ணிக்கொண்டிருந்த நாளில் தான் உறவினர் ஏற்பாடு செய்திருந்த ஒரு சிறு விருந்தில் பீடர் லிண்ட்ஸ்டாமைச் சந்தித்தேன். பல் வைத்தியத் துறையில் இருந்தார். இருபத்தைந்தே வயது ஆன அவர் என்னைச் சந்தித்ததும் முதலில் சொன்னது. "உன் தலைமயிர் மிகவும் நன்றாக இருக்கிறது."

சில நாட்கள் கழித்து அவர் மீண்டும் என்னைச் சந்திக்க விரும்புவதாகத் தெரிவித்தார். என் பெரியப்பா, அத்தை

முதலானோருக்குச் சம்மதம். பீடர் ஒழுங்கானவர், வைத்தியத் துறையில் முன்னேறக்கூடியவர்... நான்காண்டுகள் கழித்து எங்கள் திருமணம் நடந்தது.

○

ராயல் நாடக அகாடமியில் சேர்ந்த மூன்றே மாதங்களுக்குள் அகாடமியின் விதிமுறைகளையும் மீறி ஒரு டைரக்டர் இன்கிரிட் பெர்க்மனுக்கு ஒரு நாடகத்தில் முக்கியப் பாத்திரம் அளிக்க முன்வந்தார். ஆண்டுக்கணக்கில் அகாடமியில் பயின்றுவந்தும் இன்னும் மேடையேறாத மாணவிகள் மனம் புழுங்கினர். அவதூறுகள் பரப்பினர். ஒருமுறை ஒரு பெண் இன்கிரிடைக் கீழே தள்ளி உதைக்க இன்னொருத்தி இன்கிரிட் தலையில் மாறிமாறிக் குத்தினாள். இன்கிரிட்டின் அரங்கேற்றம் காலவரையின்றி ஒத்திப்போடப்பட்டது.

நாடகப் பயிற்சி ஓராண்டு முடிவதற்குள் இன்கிரிட் பிடிவாதம் பிடித்து ஸ்வீடிஷ் சினிமாவில் நடிக்கச் சென்றாள். இருபதாவது வயதில் அவள் நடித்த 'இண்டர்மெஜோ' ரசிகர்கள், விமரிசகர்கள் எல்லாருடைய பாராட்டையும் பெற்றது.

○

நிச்சயதார்த்தம் முடிந்து ஏழாம் மாதம் ஏழாம் தேதியன்று மணம் புரிந்துகொள்ளலாம் என்று நினைத்திருந்தேன். ஆனால், அன்று நான் நடித்து வந்த படம் முடியவில்லை. இறுதியில் ஜூலை 10, 1937 அன்று லூதரன் சர்ச்சில் எங்கள் திருமணம் நடந்தது.

சர்ச்சிலிருந்து பீடர் வீட்டுக்குப் போய்ச் சேர்ந்தோம். எங்களைப் புகைப்படம் எடுத்துக் கட்டுரை எழுத வந்த சினிமாப் பத்திரிகை நிருபர் ஒருவன் மீது பீடர் பாய்ந்தான். அவன் அப்பாதான் அவனைச் சமாதானப்படுத்தினார். நாங்கள் ஸ்டாக்ஹோம் நகரில் ஒரு சிறு வீட்டில் குடிபோனோம். பீடர் மேற்கொண்டு டாக்டர் பட்டப்படிப்புக்குப் படித்துவந்தான். நான் திரைப்பட நடிகையாகத் தொடர்ந்து பணியாற்றினேன். குழந்தை பிறக்கப் போகிறது என்று தெரிந்தபோதுகூட என் திரைப்பட வாழ்க்கையை முடித்துவிட வேண்டும் என்று எனக்குத் தோன்றவில்லை.

அப்போதுதான் பெரிய வாய்ப்பாக பெர்லின் யூஃபா ஸ்டூடியோவிலிருந்து அழைப்பு வந்தது.

○

அன்று ஜெர்மனி முழுதும் ஹிட்லர் வெறியில் முழுகியிருந்தது. ஹிட்லர் என்றாலே தரையில் விழுந்து வணங்குபவர்கள்

இருந்தார்கள். பெருத்த கிலியும் வெறுப்புக் கொள்பவர்களும் இருந்தார்கள்.

இன்கிரிட் நடிக்க அழைக்கப்பட்ட படத்தின் டைரக்டர் கார்ல் பிராலிக். அவளை ஒரு நாஜிப் பேரணிக்கு அழைத்துச் சென்றார். எல்லாரும் ஹிட்லருக்குக் கை உயர்த்தி 'ஸல்யூட்' செய்தார்கள். இன்கிரிட் மட்டும் அப்படிச் செய்ய மறுத்து விட்டாள். "இது வேடிக்கை அல்ல. நம்மை யாராவது கண்காணித்துக்கொண்டே இருப்பார்கள்" என்று கார்ல் பயந்த படியே கூறினார். "நான் ஸ்வீடன் நாட்டைச் சேர்ந்தவள். அதுவும் சில நாட்கள் மட்டுமே இங்கு தங்கி நடிக்க வந்திருக்கிறேன்..."

"இதெல்லாம் உன்னை அதிகாரிகள் பிடித்துப்போய் விட்டால் வாதாட முடியாது. நீ தாய் வழியில் ஜெர்மனியைச் சேர்ந்தவள். எச்சரிக்கையாகவே இரு. அத்துடன் டாக்டர் கொயபல்ஸ் உன்னை ஏதாவது விருந்துக்கு அழைக்கக்கூடும். முடியாது என்று சொல்லிவிடாதே. அவருக்கு நடிகைகள் என்றால் மிகவும் விருப்பம்."

"யார் கொயபல்ஸ்? உங்கள் பிரசார மந்திரியா? நான் யார் விருந்துக்கும் போக இஷ்டப்படவில்லை."

கார்லுக்குப் பயம் பிடித்துக்கொண்டுவிட்டது. இல்லை, முடியாது என்ற சொற்களுக்குக் கொயபல்ஸ் பழக்கப்பட்டவ ரல்ல. திடீர் திடீரென்று நிறையப் பேர் காணாமல் போய்க் கொண்டிருந்தார்கள். காவல் முகாம்கள் பற்றியும் பேச்சு உலவியது. மேற்பூச்சான உற்சாகத்துக்கு அடியில் எல்லாரிடமும் திகிலும் பய உணர்ச்சியும் கூடவே நிழலாடின.

பிரசவக் காலம் நெருங்க நெருங்க இன்கிரிட்டின் உடுப்புகளில் தையல்கள் தெறிக்க ஆரம்பித்தன. அவளுடைய படம் அவசரமாக முடிக்கப்பட்டது. கார்ல் அவ்வளவு பயந்திருக்க வேண்டியதில்லை. கொயபல்ஸின் கண்ணில் இன்கிரிட் படவில்லை. யூஃபா கம்பெனிப் படம் முடிந்து இன்கிரிட்டை அவளுடைய கணவன் ஒரு சிறு காரில் ஐரோப்பிய உல்லாசப் பயணத்துக்கு அழைத்துப் போனபோது அவள் எட்டு மாத கர்ப்பம். பிரசவத்திற்கு சுவீடன் போய்விட்டார்கள். "இப்படி முட்டாள்தனமாகக் குழந்தை பெற்றுக்கொண்டாயே, உன் உடல் கட்டு போயே போய்விட்டது. ஒரு அம்மாவைக் கதாநாயகியாகப் போட எந்தத் திரைப்படத் தயாரிப்பாளருக்குத் தைரியம் இருக்கும்?" இப்படி நிறையப் பேர் சொன்னார்கள். ஆனால், முதல் பெண் பியா பிறந்தபோதுதான் இன்கிரிட் நடித்த 'இன்டெர்மெஜோ' ஹாலிவுட் சென்றடைந்தது. அதுவே இன்கிரிட் ஹாலிவுட் நட்சத்திரமாக வழி செய்தது.

நான் ஹாலிவுட் சென்றடைந்த கணத்திலிருந்து ‘எங்கே மிஸ்டர் டேவிட் செல்ஸ்னிக்?’ என்று கேட்டுக்கொண்டிருந்தேன். எங்கோ கண்காணாத தூரத்திலிருந்து அழைத்துத் தருவித்த பின் என்னை அவர் இன்னும் பார்க்கவரவில்லை. கடைசியாக மிரியம் ஹாப்கின்ஸ் என்ற நடிகை வீட்டில் எங்கள் சந்திப்பு நடந்தது. நான் அறையுள் நுழைந்தவுடனேயே என் உயரத்தைக் கண்டு அதிர்ச்சியுற்றவராக, “அடக் கடவுளே, உன் காலணியைக் கழட்டு” என்றார்.

“அதனால் பிரயோசனமிராது. மிக மெல்லிய காலணிதான்” என்றேன்.

“முதலில் உன் பெயரை மாற்ற வேண்டும். உச்சரிப்பதற்குக் கஷ்டமாயிருக்கிறதுடன் ஜெர்மன் பெயர் போலவும் இருக்கிறது. உன் கணவன் பெயர் பரவாயில்லை. லிண்ட்ஸ்டாம். இங்கே சார்லஸ் லிண்ட்பெர்க் என்ற விமானியை எல்லாருக்கும் பிடிக்கும். உன் பெயரைக்கூட லிண்டி என்று வைத்துவிடலாம்...”

“மிஸ்டர் செல்ஸ்னிக், எனக்கு யாருடைய பெயரும் வேண்டியதில்லை. உச்சரிப்பதற்குக் கஷ்டமாயிருந்தால் எல்லாரும் சிறிது பயிற்சி எடுத்துக்கொள்ளட்டும். என் பெயரையும் மாற்றிக்கொண்டு இங்கு யாருக்கும் என்னைப் பிடிக்காது போனால் நான் எந்த முகத்தோடும் பெயரோடும் என் ஊர் திரும்புவேன்?”

“சரி, அதைப் பிற்பாடு கவனித்துக்கொள்வோம். உன் புருவம் மிகவும் தடிமனாக இருக்கிறது. அதைச் சரிசெய்ய வேண்டும். அப்புறம் உன் மேக்கப்... உன் பல்லையும் மாற்ற வேண்டும். இன்னும் சிலவற்றையும் கவனிக்க வேண்டியிருக்கிறது...”

“இதோ பாருங்கள், மிஸ்டர் செல்ஸ்னிக். இந்த மாதிரி எல்லாம் உங்கள் எண்ணம் இருந்தால் முதலில் என்னை இங்கு தருவித்திருக்கக் கூடாது. என் படம் ‘இன்டெர்மெஜோ’வைப் பார்த்துவிட்டுத்தான் உங்கள் பிரதிநிதி கே. பிரவுனை என்னை அழைத்துவர ஸ்வீடனுக்கு அனுப்பினீர்கள் என்று நினைத்துக் கொண்டிருக்கிறேன். உங்களுக்கு நான் இருப்பது இருக்கிறபடி பிடித்தமில்லை என்றால் பரவாயில்லை. நான் எதையும் மாற்றத் தயாராக இல்லாததால் அடுத்த வண்டியில் ஊர் போய்ச் சேருகிறேன்.”

அவர் மறுபடியும் பத்திரிகைக்காரர்கள், விளம்பரம் என்று பேச ஆரம்பித்தார். “விளம்பரம் ஒன்றும் வேண்டாம், மிஸ்டர் செல்ஸ்னிக். அது என் வழியல்ல” என்று கடுமையாகச் சொன்னேன்.

அவர் சாப்பிடுவதை நிறுத்திவிட்டு என்னையே முறைத்துப் பார்த்தார்.

○

ஸ்வீடிஷ் மொழியில் தயாரிக்கப்பட்ட 'இன்டெர்மெஜோ' மீண்டும் ஒருமுறை ஆங்கிலத்தில் எடுக்கப்பட்டது. அதுவே இன்கிரிட் பெர்க்மெனின் முதல் ஹாலிவுட் படமாயிற்று. அதைத் தொடர்ந்து இன்கிரிட் பெர்க்மன் 'ஜோன் ஆஃப் ஆர்க்' படத்தில் நடிப்பாள் என்ற அறிவிப்பு வந்தது. ஆனால், அறிவித்தபடி 1939இல் அப்படம் எடுக்கப்படவில்லை. யுத்தம் ஆரம்பித்து விட்டது. இங்கிலாந்தும் பிரான்சும் சேர்ந்து ஜெர்மனியோடு போரிடும் வேளையில் இங்கிலாந்து, பிரான்சு இரு நாடுகளுக்கும் பெருமை தர முடியாத ஒரு வரலாறைப் படமெடுப்பது உசிதமாகப் படவில்லை.

இன்கிரிட் பெர்க்மன் ஜோன் பாத்திரத்தில் நடிக்க இன்னும் ஆறாண்டுக் காலம் காத்திருக்க வேண்டியிருந்தது. முதலில் 1946ஆம் ஆண்டில் நாடகமாக அமெரிக்காவில் அரங்கேற்றம். இரு ஆண்டுகள் கழித்து ஆங்கிலத் திரைப்படமாக. அவள் வாழ்க்கையில் பெரும் திருப்பம் ஏற்பட்டு அமெரிக்காவை விட்டு வெளியேறி இத்தாலியில் குடிபோன பிறகு 1953ஆம் ஆண்டில் ராபர்டோ ரோஸலினியின் டைரக்ஷனில் ஒரு புதிய நாடகமாக. அதுவே அடுத்த ஆண்டு திரைப்படமாக. இன்கிரிட் பெர்க்மன் காவியகால தெய்வீகப் பெண்களை ஒத்தவள் என்ற பொதுஜன அபிப்பிராயம் மாறி எல்லாருடைய வசைக்கும் வெறுப்புக்கும் பாத்திரமான நாளில்தான் அவள் ஜோன் வேடம் தரித்து நடிக்கவும், அப்படங்களும் நாடகங்களும் மக்கள் பார்க்கக் கிடைத்தன. ராபர்டோ ரோஸலினியுடன் அவள் 'ஓடிப்போன' பிறகு உலகமே அவளை ஒரு புழு பூச்சி போலத்தான் நினைத்தது. ஒரு சந்தர்ப்பத்தில் அவளுடைய மகள் பியாவே தன் தாயாருடன் சேர்ந்து வாழ விரும்பவில்லை என்று நீதிமன்றத்தில் வாக்குமூலம் கொடுத்தாள்.

எந்த ராபர்டோ ரோஸலினிக்காக இன்கிரிட் பெர்க்மன் கணவன், மகள், ஹாலிவுட் நட்சத்திர அந்தஸ்து, பொது மக்களிடம் பெரும் புகழ், மதிப்பு, வசதியான வாழ்க்கை எல்லாவற்றையும் துறந்து ஓர் அயல்நாட்டில் தான் சரளமாகப் பேச முடியாத வேற்று மொழிச் சமூகத்தில் உலகளாவிய அவப்பெயருக்கும் நிந்தனைக்குமிடையில் தன் வாழ்வின் ஒரு காலகட்டத்தைத் துவக்கினாளோ அதே ராபர்டோ ரோஸலினி எட்டாண்டுகளுக்குள் இன்னொரு மணமான பெண்மணியை இன்கிரிட் பெர்க்மனைப் போலவே குடும்பம், குழந்தை, கணவன், தாய்நாடு, தாய்மொழி அனைத்தையும் துறந்து

வந்தவள் – தன்னுடன் அழைத்து வந்துவிட்டான். இன்கிரிட் பெர்க்மனும் அந்த (இந்தியப்) பெண்மணியான ஸோனாலி தாஸ் குப்தாவும் பாரிஸ் நகரத்தில் சந்தித்தார்கள். இருவருக்கும் ஒரு வித்தியாசம். இன்கிரிட் பெர்க்மன் புகழேணியின் உச்சியிலிருந்து பத்திரிகைகளாலும் தகவல் பரப்புச் சாதனங்களாலும் கீழே தள்ளப்பட்டாள். யாருமறியாது ஒரு மூலையில் இருந்த ஸோனாலி அதே சாதனங்களால் வம்பு வதந்திகளுக்காகவே உலகத்துக்கெல்லாம் அறிமுகப்படுத்தப்பட்டாள்.

இன்னொரு விநோதம் இவ்வளவு இழப்புகளுக்குப் பிறகு தன் வாழ்க்கையைப் பிணைத்துக்கொண்ட அந்த மனிதன் இப்போது இன்னொரு, மணமான பெண்ணோடு பகிரங்கமாக உலவுகிறான்.

தொழில்முறையில் பெரிய சங்கடத்தில் சிக்கிக்கொண்டு இப்போது அவள் உதவியை நாடுகிறான். நள்ளிரவில் இன்கிரிட் பெர்க்மனுக்கு இந்தியாவிலிருந்து தொலைபேசி வருகிறது. அங்கிருந்து ராபர்டோ ரோஸிலினி பேசுகிறான்: "நான் காதலிப்பதாகக் கூறப்படும் அந்தப் பெண்ணின் கணவன் இங்கு என்னவெல்லாமோ செய்து நான் எடுத்துவந்த படத்தைப் பாதியில் நிறுத்தும்படிச் செய்துவிட்டான். எடுத்தவரை படத்தைப் பறிமுதல் செய்யவும் ஏற்பாடு செய்துவிட்டான். இந்த நேரத்தில் எனக்கு உதவக்கூடியவர் இந்தியப் பிரதமர் நேருதான். அவர் இப்போது லண்டன் சென்றிருக்கிறார். உனக்குத்தான் நிறையப் பேரைத் தெரியுமே. நீ எப்படியாவது என் சார்பில் அவரிடம்..."

இன்கிரிட் பெர்க்மன் லண்டனில் ஆன் டாட் என்ற நடிகையோடு இந்த விஷயம் பற்றிப் பேசினார். ஆன் டாடுக்கு நேருஜியின் சகோதரியைத் தெரியும். அடுத்த நாள் பாரிஸில் பகல் போஜனத்துக்கு என நேருஜியுடன் சந்திப்புக்கு ஆன் டாட் ஏற்பாடு செய்தாள். இன்கிரிட் பெர்க்மனும் ஆன் டாடும் விமான மூலம் பாரிஸ் சென்று நேருஜியையும் அவர் சகோதரியையும் சந்தித்தனர்.

உணவு முடித்து நேருஜியும் இன்கிரிட் பெர்க்மனும் தோட்டத்தில் உலவும்போது நேருஜியின் உன்னதத் தன்மை கண்டு இன்கிரிட் பெர்க்மனுக்குப் பெரும் வியப்பு. "உங்கள் நாட்டில் என் கணவர் ராபர்டோ ரோஸலினி பெரும் சிக்கலில் மாட்டிக்கொண்டு அவதிப்படுகிறார்."

"அப்படித்தான் கேள்விப்படுகிறேன். ஆனால், எப்படியும் அவர் இத்தாலி திரும்ப அனுமதிக்கப்படுவார்."

"ஆனால், அவர் தயாரித்த படத்தைக் கையோடு எடுத்து வராமல் அவர் திரும்ப மாட்டார். அவருடைய வாழ்வே படமெடுப்பதுதான்."

நேருஜி இன்னும் சிறிது தூரம் சென்றார். "உன் கணவன் மீது நிறையப் புகார்களும் இருக்கின்றன போலிருக்கிறதே? பண விஷயத்தில் வேறு சிக்கலாம்."

"நான் ஒப்புக்கொள்கிறேன். அவருக்கு எப்போதுமே சிக்கல்கள்தான். ஆனால், அவர் மிகவும் நல்லவர். மிகச் சிறந்த கலைஞன். அந்த மாதிரி மனிதர்கள் எப்போதும் வம்பில் மாட்டிக்கொள்வார்கள். அவர் எடுத்த படத்துடன் அவரைப் போக அனுமதித்தால் மிகவும் பெருந்தன்மையான செயலாக இருக்கும்."

"அப்படியா?"

"ஒரு ஸ்வீடிஷ் பழமொழி இருக்கிறது. புல் நன்றாக விளைந்திருக்கும் போதுதான் பசு மாடும் சாகிறது. அவரை நீங்கள் நெடுநாள் இந்தியாவிலேயே முடக்கிப்போடுமாறு செய்து விடக் கூடாது. அவரைப் பாழடித்துவிடக் கூடாது. என்ன தவறு செய்திருந்தாலும் அவர் படம் எடுத்திருக்கிறார். அத்துடன் அவர் ஊர் திரும்ப நீங்கள் அனுமதிக்க வேண்டும்."

இம்முறை நேருஜி வெறும் புன்னகை செய்துவிட்டு நகர்ந்து விட்டார். ஆனால், அடுத்த நாளே ராபர்டோ ரோஸிலினி இந்தியாவில் எடுத்த படச்சுருள்களோடு ஊர் திரும்ப அனுமதி வழங்கப்பட்டுவிட்டது.

○

ராபர்டோ ரோஸலினி விமானத்திலிருந்து இறங்கி விமான நிலையத்தினுள் வந்தவுடன் நான் அவனை அணைத்துக் கட்டிக் கொண்டபோது ஏராளமான காமிராக்கள் கண் சிமிட்டின. அந்தப் புகைப்படம் உலகெங்கும் எல்லாப் பத்திரிகைகளிலும் வெளியாகிற்று. நாங்கள் இருவரும் ஒருவரையொருவர் பார்த்து ஒன்பது மாதங்களாகியிருந்தன. "நீ இன்னும் அந்த அசட்டு நாடகத்தில் நடித்துவருகிறாயா?" என்று அவன் கேட்டான். எங்களுக்குள் பெருத்த மன வேற்றுமை உண்டு என்பதை வெளிப்படுத்திய அந்த நாடகம் 'டீ அண்ட் சிம்பதி.'

"ஆமாம், அது பிரமாதமாகப் போய்க்கொண்டிருக்கிறது. ஒருநாள்கூட ஒரு காலியிடம்கூடக் கிடையாது. ஆனால், நீ பார்க்க விரும்பினால் ஏற்பாடு செய்கிறேன்."

"வேண்டாம்."

நாங்கள் ராஃபயேல் ஹோட்டலில் அவன் தங்கவிருந்த அறையை அடைந்தோம். அவன் தலைமயிரை விரலால் சுருட்டிப் புரட்டிக்கொண்டிருந்தான். நான் மெதுவாகக் கேட்டேன், "உனக்கு விவாகரத்து வேண்டுமல்லவா?"

அவன் பதில் தரவில்லை. நான் மீண்டும் கேட்டேன், "உனக்கு என்னிடமிருந்து விவாகரத்து வேண்டுமல்லவா?"

மூன்றாம் முறையாகவும் அதே கேள்வியைக் கேட்டேன். இம்முறை அவன் தணிந்த குரலில் பதில் தந்தான்: "ஆமாம், எனக்கு மிஸ்டர் பெர்க்மனாக இருந்து அலுத்துப்போய்விட்டது."

எனக்கு ஆச்சரியமாக இருந்தது. ரோஸலினியைத்தான் என்னைவிடப் புகழ் படைத்தவனாகவும் மதிப்பு உடையவனாகவும் நான் நினைத்திருந்தேன்.

நான் ஸோனாலியைச் சந்தித்ததைப் பற்றிக் கூறினேன். அவர்கள் இருவரும் சந்தோஷமாக இருக்க வாழ்த்துகள் தெரிவித்தேன்.

"குழந்தைகள் உன்னிடமே இருக்கட்டும். குழந்தைகள் தாயாரிடத்தில்தான் இருக்க வேண்டும்." (இன்கிரிட்டுக்கும் ரோஸலினிக்கும் ஒரு மகன் – ராபர்டினோ; இரட்டைப் பெண்கள் – இஸபெல்லாவும் இன்கிரிடும்.)

"சரி."

"இரு நிபந்தனைகள்."

"என்ன?"

"குழந்தைகள் அமெரிக்காவுக்கே போகக் கூடாது."

"அது எப்படி முடியும்? அவர்கள் படிப்பை வேண்டுமானால் ஐரோப்பாவிலேயே ஏற்பாடு செய்யலாம். ஆனால், பதினெட்டு வயதுக்குப் பிறகு அவர்கள் இஷ்டப்படிதானே விட வேண்டும்?"

"சரி, பதினெட்டு வயதுவரை அவர்கள் அமெரிக்கா போகக்கூடாது."

"அடுத்த நிபந்தனை?"

"நீ மறுபடியும் மணந்துகொள்ளக் கூடாது."

"ஏன்?"

"இந்த வயதில் மறுபடியும்..."

"என்னைவிடப் பத்து வயதுப் பெரியவன் நீ. நீ ஒரு இளம் இந்திய அழகியோடு சுற்றுகிறாய். நான் மட்டும் மறுமணம் செய்துகொள்ளக் கூடாது."

"உனக்கு நான்கு குழந்தைகள் இருக்கின்றனவே. அதற்கு மேல் என்ன?"

நான் சிரித்தேன். அவன் மாறவே இல்லை.

விவாகரத்து முடிவானபிறகு 'டீ அண்ட் சிம்பதி' நாடகத் தயாரிப்பாளராகிய லார்ஸ் ஷ்மிட் நீண்ட காலம் என்னை வேண்டிக் கேட்டுக்கொண்டதற்கு இணங்க இன்னொரு மணத்திற்குச் 'சரி' என்றேன்.

○

ஹாலிவுட் சென்றடைந்த எட்டாண்டுகளுக்குள் ஸ்பென்சர் டிரேசி, காரி கூப்பர், ஹம்ஃப்ரி போகார்ட், சார்லஸ் போயா, காரி கிராண்ட், கிரகிரி பெக், ராபர்ட் மண்ட்காமரி, பங் கிராஸ்பி, ஜோஸி ஃபெரர் போன்ற தலைசிறந்த, பிரபலமான நடிகர்களுடன் நடித்து, அப்படங்களும் திரைக் காவியங்கள் என்று பேரும் புகழும் பெற்றுவிட்டன. இதெல்லாவற்றுக்கும் பிறகு 'நியோ ரியலிஸம்' என்ற புது திரைப்பட உத்தியை உலகத்துக்கு அளித்த ராபர்டோ ரோஸலினி என்கிற மேதையை இன்கிரிட் சந்தித்தாள். அவனோ மனித உறவு அம்சத்தில் மண் குதிரையை ஒத்தவன். சொக்குப்பொடி உண்டவள் போல இன்கிரிட் அவனுடைய நிழலானாள். இன்கிரிட் பெர்க்மனை முக்கிய நடிகையாக அமர்த்தி ஆறு படங்கள் எடுத்தான். அந்த ஆண்டுகளில் அவ்னுடைய திரைப்பட வாழ்க்கை குறிப்பிடத் தகுந்தபடி வெற்றிகரமாக அமையவில்லை. தன்னால்தான் அவன் சீரழிந்துபோகிறானோ என்ற உணர்வு இன்கிரிட் பெர்க்மனுக்குச் சங்கடமளிக்கும். புகழேணியின் உச்சியில் இருந்த அவளுடைய ஹாலிவுட் திரைப்பட வாழ்க்கை அவனால்தான் பாழானது என்ற உணர்வு ரோஸலினியைத் தொந்தரவு படுத்தியிருக்க வேண்டும். அவனுக்காக அவள் நடித்த முதல் படமாகிய 'ஸ்ட்ராம்போலி'யின் போதே ரோஸலினியின் திரைப்பட பாணி தன்னுடைய பயிற்சிக்கு மிகவும் முரண்பட்டது என்பதை அவள் அறிந்துகொண்டாள். அவனுக்கு நடிகர்கள் ஒரு பொருட்டில்லை. அவன் கண்ணுக்குத் தென்படுகிறவர்களை நடிக்கச் சொல்லிவிடுவான். அதேபோல வசனமும் ஒரு பொருட்டில்லை. ஒரு திட்டமேயில்லாமல் படப்பிடிப்பு நடக்கும். சில நாட்களில் ஒரு வேலையும் உருப்படியாக இராது. "நீயும் உன் நியோரியலிஸமும்" என்று ஒருமுறை இன்கிரிட் கத்திவிட்டாள். வழியில் தென்படும் கிராமத்தார்களை ரோஸலினி காமிரா முன் நிறுத்தி, 'இவர்கள் அமெச்சூர் நடிகர்கள்' என்பான். மிகுந்த தாராள மனமிருந்தால்தான் அவர்களை அப்படி அழைக்க முடியும் என்று இன்கிரிட்டுக்குத் தோன்றியது. ஆனால், ரோஸலினி மீதுள்ள அன்போ மதிப்போ சிறிதளவும் குறையவில்லை .

"யாருக்கும் ஒரு நாடகப் பள்ளியிலோ பயிற்சிக் கூடத்திலோ நடிப்புக் கற்றுக்கொள்ளத் தேவையில்லை. எல்லாரும் இயல்பாகவே நடிகர்கள்தாம். நியோரியலிஸம் வெறும்

மேற்பூச்சோடு நிற்பதில்லை. அது ஆன்மாவை எட்டுவது. எனக்கு எதிலும் தோல்வியோ வீழ்ச்சியோ கிடையாது. ஆனந்தமான உலகத்தை நான் படமெடுக்கத் தயார். ஆனால், முதலில் அத்தகைய உலகத்தை நாம் படைக்க வேண்டும். தீமையின் நடுவிலும் பணிவிலும் சேவையிலும் பிறர் காணாத இடங்களில் மகிழ்ச்சியைக் கண்ட செயிண்ட் பிரான்சிஸின் உலகத்தை நான் நாடுவதன் காரணம் அதுதான். . .” என்று அவன் கூறுவான்.

1940களில் எழுத்துலகின் சிகரத்திலிருந்த எர்னஸ்ட் ஹெமிங்வே தன்னுடைய நாவல் ‘ஃபார் ஹூம் தி பெல் டால்ஸ்’ திரைப்படமாக்கப்பட்டால் கதாநாயகி மரியாவாக இன்கிரிட் பெர்க்மன் நடிப்பதையே விரும்புவதாகக் கூறியது இன்கிரிடின் புகழையும் செல்வாக்கையும் மிகவும் உயர்த்தியது. சில ஆண்டுகளுக்குப் பிறகு மேற்கத்தியப் பத்திரிகைகள் அனைத்தும் ஒரு குரலாக இன்கிரிடை வசை பாடியபோதும் ஹெமிங்வே உற்சாகமூட்டும்படியாகவே அவளுக்குக் கடிதம் எழுதினார். “நமக்கிருப்பது ஒரு வாழ்க்கையே. யாருமே முழுப் புகழ் அல்லது இகழ்ச்சிகொண்டவர்களில்லை. நீ ஒரு மகத்தான நடிகை. அப்படிப்பட்டவர்கள் தொல்லைப்படாமல் முடியாது. நீ ரோஸலினி மீது அவ்வளவு அன்பு கொண்டிருந்தால் அவனை உன்னிடம் சரியாக நடந்துகொள்ளச் சொல். இல்லாதுபோனால் நான் அவனைச் சுட்டுக் கொன்றுவிடுவேன். . .”

ஷாவின் ‘காப்டன் பிராஸ்பௌண்ட்ஸ் கன்வெர்ஷன்’ நாடகத்தில் நடிக்க இன்கிரிட் பெர்க்மனும் இதர நடிகர்களும் குழுமினார்கள். இன்னும் சில நகரங்களில் நடத்திய பிறகு அந்த நாடகம் இறுதியாக நியூயார்க் பிராட்வேயைச் சென்றடைந்தது. விமரிசகர்கள் பெர்னார்ட் ஷாவின் எழுத்தில் குறை கண்டாலும் இன்கிரிட் பெர்க்மனின் நடிப்பு ஒரு புதுச் சாதனை என்றார்கள். பிராட்வேயில் அந்த ஆண்டு மேடை யேறிய ஐம்பத்தாறு நாடகங்களில் ‘காப்டன் பிராஸ்பௌண்ட்’ ஒன்றுதான் இலாபம் கண்டது.

வாஷிங்டனில் நேஷனல் பிரஸ் அசோசியேஷன் (தேசியப் பத்திரிகையாளர் சங்கம்) இன்கிரிட் பெர்க்மனுக்கு ஒரு தனிக்கூட்டம் ஏற்பாடு செய்து கௌரவித்தது. அதே நகரில் இருபத்திரண்டு ஆண்டுகளுக்கு முன்பு அமெரிக்க மக்கள் சபையில் செனட்டர் ஜான்ஸன் என்பவர் இன்கிரிட் பெர்க்மனைப் பகிரங்கமாக இகழ்ந்து உரையாற்றியிருந்தார். ‘ஸ்ட்ராம்போலி’ என்னும் ஆபாசத்தில் ஹாலிவுட் ஒரு பாடம் கற்றுக்கொள்ளுமானால், இன்கிரிட் பெர்க்மன் என்னும் ஆபாசத்தில் ஹாலிவுட் ஒரு பாடம் கற்றுக்கொள்ளுமானால், இன்கிரிட் பெர்க்மன் என்னும் நடிகை படுநாசமடைவது

வீணாகாது. அவளுடைய சாம்பலிலிருந்து ஒரு மகத்தான ஹாலிவுட் உருவாகும்." இது இன்கிரிடுக்கு மாறாத வடு உண்டுபண்ணியிருந்தது. பத்திரிகைகளின் இயல்பு வம்பும் வதந்தியும் வசையுமாக இருக்கலாம். ஆனால், நீதி, தர்மம், மனித உரிமை, சுதந்திரம் என்னும் இலட்சியங்களின் உறைவிடமான பாராளுமன்றம் ஒரு தனி நபரை இவ்வளவு தீவிரமாக இகழ்ந்திருக்க வேண்டுமா?

ஆனால், அவள் சாம்பலாகவில்லை. அவள் நடித்த நாடகங்களும் திரைப்படங்களும் தொடர்ந்து புகழும் மதிப்பும் பெற்றன. ரோஸலினிக்காக அவள் நடித்த படங்கள் வெகுஜன ரீதியில் வெற்றி பெறாவிட்டாலும் நேர்மையிலும் நோக்கத்திலும் அப்பழுக்கற்றவை. இருபத்திரண்டு ஆண்டுகள் காத்திருந்து அதைத்தான் அவள் அந்தத் தேசியப் பத்திரிகையாளர் சங்கத்தின் விசேஷச் சந்திப்பில் எடுத்துக் கூற நினைத்தாள். ஆனால், ஒரு சிறு தவறு ஏற்பட்டுவிட்டது. அந்த செனட்டர் உரையைப் பத்திரிகையாளருக்கு எடுத்துரைக்கையில் 'இன்கிரிட் பெர்க்மனின் சாம்பலிலிருந்து' என்பதற்குப் பதிலாக வாய்தவறி 'ஹாலிவுட்டின் சாம்பலிலிருந்து' என்று சொன்னாள். அந்தக் கூட்டத்தில் அது எந்த சலசலப்பும் ஏற்படுத்தவில்லை. ஏனெனில் அந்த இருபத்திரண்டு ஆண்டுகளில் ஹாலிவுட் உண்மையாகவே சாம்பலாகிவிட்டிருந்தது.

○

1975ஆம் ஆண்டு ஆஸ்கார் விழாவில் டைரக்டர் ஜான் ரென்வாருக்கு ஒரு சிறப்புப் பரிசு அளிக்கப்போவதாக அறிவிப்பு வந்தது. நான் அவருடைய படம் ஒன்றில் நடித்திருக்கிறேன். ரோஸலினி பெரிதும் மதித்த டைரக்டர்களில் ரென்வாரும் ஒருவர்.

ரென்வார் அப்போது அமெரிக்காவில்தான் இருந்தார். உடல்நிலை அவ்வளவு சரியில்லை. விழாவுக்கு நானும் வந்து பரிசை அவர் கையில் வாங்கிக்கொடுக்க வேண்டும் என்று கேட்டுக்கொண்டார். அது இயலாதெனில் பரிசையே மறுத்து விடுவதாகக் கூறினார். நான் அப்போது லார்ஸ் ஷ்மிட் தயாரிப்பான 'கான்ஸ்டண்ட் வைஃப்' நாடகத்தில் பாஸ்டன் நகரில் நடித்து வந்தேன். நானும் லார்ஸும் ஹாலிவுட் செல்வதற்கென்றே நாடகம் சில நாட்களுக்கு நிறுத்திவைக்கப் பட்டது. ரென்வாருக்கு ஆஸ்கார் சிலையைப் பரிசாகத் தரும் போது நான் ஒரு சிறு பிரசங்கம் செய்தேன். ரென்வாருடைய தீவிரம், தனித்துவம், கவித்துவப் பார்வை, கருணை பற்றிக் கூறி, "எண்ணற்ற ரசிகர்கள், இளம் டைரக்டர்களின் நன்றியின் சின்னமாக இதைக் கருதுகிறேன்" என்றேன்.

எல்லாரும் கரகோஷம் செய்தார்கள். நான் என் இடத்தில் போய் உட்கார்ந்தேன். ஆனால், நானே ஓர் ஆஸ்கார் பரிசு வெல்வேன் என்று நினைக்கவில்லை. 'மர்டர் ஆன் தி ஓரியண்ட் எக்ஸ்பிரஸ்' படத்தில் ஒரு சிறு பாத்திரத்தில் நடித்த என் பெயரும் பரிசுக்கு முன்மொழியப்பட்டிருந்தது. நான் இதற்கு முன்னர் ஐந்து முறை முன்மொழியப்பட்டு இருமுறை ('காஸ்லைட' – 1944, 'அனஸ்டேசியா' – 1956) சிறந்த நடிகை பரிசை வென்றிருக்கிறேன். ஆனால், இம்முறை என் பாத்திரம் மிகமிகச் சிறியது. மேலும் 'டே ஃபார் நைட்' என்ற படத்தில் வாலண்டீனா கார்டீஸா அற்புதமாக நடித்திருந்தாள். அவளையன்றி வேறு யாருக்கும் சந்தர்ப்பமே இல்லை என்றுதான் நான் நினைத்திருந்தேன். ஆனால், திடீரென்று என் பெயரைச் சொல்லிப் பரிசு எனக்கு என்று அறிவித்தார்கள். நான் மேடைக்கு ஓடினேன். "எனக்குப் பரிசு கொடுத்திருக்கிறீர்கள். ஆனால், இது வாலண்டீனா கார்டீஸாவுக்கு நியாயம் செய்வதாகாது" என்று பகிரங்கமாக ஒலிபெருக்கியில் சொன்னேன். வாலண்டீனா கார்டீஸா என்னை மிகுந்த நன்றியுடன் பார்த்தாள். ஆனால், பிற்பாடுதான் என் முட்டாள்தனத்தை உணர்ந்தேன். சிறந்த நடிகை பரிசுக்காக இன்னும் மூன்று பேர் முன்மொழியப்பட்டிருந்தார்கள். அவர்களும் மிகச் சிறப்பாக நடித்திருந்தார்கள். நான் வாலண்டீனாவை மட்டும் தனித்துக் கூறியதற்காக அவர்கள் என்மீது மிகவும் கோபமாக இருந்தார்கள். நான் வாயை மூடிக்கொண்டு இருந்திருக்கலாம்.

அந்த விழாவுக்குப் பிறகுதான் நானும் லார்ஸ் ஷமிட்டும் விவாகரத்து செய்துகொண்டோம். நாங்கள் கணவன் மனைவியாகவே வாழ்ந்ததில்லை. லார்ஸுக்குக் குழந்தை வேண்டுமென விருப்பம் இருந்தது. அவருடன் எனக்குக் கல்யாணம் ஆகும்போதே எனக்கு வயதாகிவிட்டது. ஒரு குழந்தையைச் சுவீகாரம் எடுத்துக் கொள்ளலாம் என்று அவர் அபிப்பிராயப்பட்டார். ஆனால், எனக்கு நான்கு குழந்தைகளுக்குப் பிறகு இன்னொரு குழந்தையை வளர்க்கத் தயக்கமாயிருந்தது. என் மண வாழ்க்கை இறுதியாக முற்றுப்பெற்றது.

தற்செயலாக மே மாதம் 1976ஆம் ஆண்டில் ராபர்டோ ரோஸலினியின் பிறந்த தினத்தன்று நான் ரோம் நகரத்தில் இருந்தேன். அதற்கு முந்தைய தினம் கிளம்பியிருக்க வேண்டும். அவன்தான் கேட்டான், "என் பிறந்த நாளன்றா? எனக்கு எழுபது வயது முடிகிறது தெரியுமா?"

நான் அன்று தயங்கியதோடு அல்லாமல் ஒரு சிறு விருந்துக்கும் ஹோட்டலில் ஏற்பாடு செய்திருந்தேன் அவனுக்கு மகிழ்ச்சியளிக்கும் வண்ணம். பத்திரிகைகள் அவனுடைய சாதனைகளை விவரித்து நிறையக் கட்டுரைகள்

வெளியிட்டிருந்தன. எங்களிருவருக்கும் பிறந்த இரட்டைப் பெண்களையும் விருந்துக்கு அழைத்துச் சென்றேன். அவர்கள் ஒரு வாழ்த்துரை எழுதியிருந்தார்கள். அதில் அவன் அடிக்கடி கூறும் பழமொழிகளையும் கோபத்தில் கத்தும் சொற்களையும் பயன்படுத்தி எழுதியிருந்தார்கள். ஆனால், அவர்களுக்குப் பயம், எங்கே அப்பா கோபித்துக்கொள்வாரோ என்று, நான்தான் தைரிய மூட்டினேன். முடிவில் அந்த வாழ்த்துரை படிக்கப்பட்டபோது ராபர்டோ விழுந்து விழுந்து சிரித்தான். அதை இன்னொரு முறை படிக்கச் சொல்லிக் கேட்டு மகிழ்ந்தான். அப்போது ஹோட்டல் சிப்பந்தி ஒருவன் உணவுப் பட்டியலை ராபர்டோவிடம் நீட்டினான். அவனைச் சற்றும் கவனியாமல் பட்டியலை மட்டும் ராபர்டோ படிக்க ஆரம்பித்தான். அந்தச் சிப்பந்தி, "அப்பா, என்னைத் தெரியவில்லையா? நான்தான் ராபர்டினோ" என்றான். இந்த மாறுவேடமும் என் ஏற்பாடு. ராபர்டோ குதித்து எழுந்தான். மகனை இறுகத் தழுவிக்கொண்டான்.

அடுத்த ஆண்டு எனக்கு இங்கிலாந்தில் நாடகம். 'வாடர்ஸ் ஆஃப் தி மூன்.' ஜூன் மாதம் 3ஆம் தேதி ரோம் நகரிலிருந்து அவசர அழைப்பு. நான் டெலிபோனில் பேசினேன். ராபர்டோ ரோஸலினிக்கு மாரடைப்பு ஏற்பட்டிருக்கிறது. அவனிருந்த தெருவில் எதிர்சாரியில் முதல் மனைவி வீட்டிற்குத் தகவல் அனுப்பியிருக்கிறான். ஆனால், அவள் வந்து சேருவதற்குள் அவன் உயிர் பிரிந்துவிட்டது.

ராபர்டினோ மிகவும் அழுதான்.

○

ஒரு விருந்தின்போது இன்கிரிட் பெர்க்மனிடம் சுவீடன் நாட்டுத் திரைப்பட மேதை இங்க்மார் பெர்க்மன், "என் படம் ஒன்றில் நடிக்க வேண்டும்" என்றார். ஹியல்மார்க் பெர்க்மன் என்பவர் எழுதிய நூலைப் படமெடுப்பது பற்றி அபிப்பிராயமும் கேட்டார். ஒரே திரைப்படத்தில் மூன்று பெர்க்மன்கள். ஆனால், ஒருவருக்கும் இன்னொருவருக்கும் எந்த உறவு முறையும் கிடையாது.

தொடர்ந்து கடிதப் போக்குவரத்து இருந்தது. ஆனால், படம் உடனடியாக எடுக்கப்படவில்லை. பல ஆண்டுகள் கழித்து ஒரு திரைப்பட விழாவில் இன்கிரிட் பெர்க்மன் மீண்டும் இங்க்மார் பெர்க்மனைச் சந்தித்தாள். "உங்கள் பையில் ஒரு கடிதத்தைப் போட்டிருக்கிறேன்" என்றாள். அவர் சிரித்து, "இப்போதே எடுத்துப் பார்க்கலாமா?" என்று கேட்டார்.

"வேண்டாம். மெதுவாக வீடு திரும்பிய பிறகு படியுங்கள்."

"இதைக் கோபத்தில் செய்யவில்லை. காலம் எப்படிப் பறந்துபோய்விடுகிறது என்பதைக் காட்டத்தான்" என்று அதில்

எழுதியிருந்தது. இங்க்மார் பெர்க்மன் அவளுக்கு எழுதிய கடிதத்தையே திருப்பி அனுப்பியிருந்தாள்.

இதற்கும் இரண்டு வருடங்கள் கழித்து இங்க்மார் பெர்க்மனிடமிருந்து டெலிபோன் வந்தது. "உனக்காகக் கதை வைத்திருக்கிறேன். அம்மா மகள் பற்றிய கதை. . ."

"ரொம்பச் சரி."

"ஆனால், ஒரு விஷயம். நீ லிவ் உல்மனுக்கு அம்மாவாக நடிப்பாயா?"

"நிச்சயமாக."

"நீ மறுப்பாய் என்று நண்பர்கள் கூறினார்கள், லிவ் உல்மன் உனக்கு மகளாக நடிக்கும் வயதைத் தாண்டியவள் என்றார்கள்."

"இல்லை. எனக்கு அவள் வயதில் ஒரு மகள் இருக்கிறாள்."

"நீ ஸ்வீடிஷ் மொழியில் நடிப்பாயா? நண்பர்கள் நீ ஆங்கிலத்தில் நடிப்பதைத்தான் விரும்புவாய் என்றார்கள்."

"உங்கள் நண்பர்கள் முற்றிலும் கோணல். நான் ஸ்வீடிஷ் மொழியில் நடிப்பதையே விரும்புகிறேன்." இன்கிரிட் அந்த ஸ்வீடிஷ் படத்தில் நடிக்க ஒப்புக்கொண்டாள். அதுவே அவளுடைய கடைசிப் படமாக அமைந்தது. படத்தின் பெயர் 'ஆட்டம் ஸொனாடா'. வெளியான ஆண்டு 1978.

இன்கிரிட் பெக்மன் தன்னுடைய ஐம்பத்தெட்டாம் வயதில் ஒரு சந்தேகத்தின் பெயரில் ஒரு புற்று நோய் நிபுணரைப் போய்ப் பார்த்தாள். அவளுக்கு மார்பகத்தில் நோய் கண்டுவிட்டது என்று அவர் உறுதி செய்தார்.

இன்கிரிட் பெர்க்மன் மனம் தளரவில்லை. சிகிச்சையி னூடேதான் பல முக்கியமான, கடினமான நாடக பாத்திரங்கள், திரைப்படங்கள். ராபர்டோவின் மரணம். இன்னொரு ஆஸ்கார் விருது. எல்லாவற்றுக்கும் மேலாக இங்க்மார் பெர்க்மன் படத்தில் நடித்து ஏகோபித்த பாராட்டும் பெற்றாகிவிட்டது.

ஒன்பதாண்டுகள் அறுவைச் சிகிச்சை, கதிரியக்கச் சிகிச்சை என நோயுடன் போராடியது 1982ஆம் ஆண்டு ஆகஸ்டு 29ஆம் தேதியோடு முடிந்தது. இன்கிரிட் பெர்க்மன் லண்டனில் இறுதியாகக் கண்களை மூடியபோது அவளுக்கு அறுபத்தேழு வயதாகியிருந்தது.

◯

டி.எம்.எஸ்.ஸின் சங்கீதம்
(1922–2013)

'பாகவதர் போலவே பாடுகிறவர் ஒருவர் மதுரையில் தோன்றியிருக்கிறார்' என்று ஒரு செய்தி அப்போது பரவிக்கொண்டிருந்தது. நான் கேட்ட ஒன்றிரண்டு பாட்டுகள் எனக்கு பாகவதரை நினைவூட்டவில்லை. 'தூக்குத்தூக்கி' என்ற படம் 1954இல் வந்தது. அப்படம்தான் தமிழகம் டி.எம்.எஸ். என்ற பாடகரைக் கவனிக்க வைத்தது. அப்படமும் அதன் கதையும் மிகவும் ஆட்சேபகரமானவை. ஆனால், அது ஓடுஓடுவென்று ஓடியது. அந்த ஆண்டில் பாட்டுக்காகவென்று ஓடிய ஒன்றிரண்டு படங்களில் அது ஒன்று. (என் கணிப்பு டி.எம்.எஸ். பாடிய பாடல்களைவிட அப்படத்தின் 'சுந்தரி சௌந்தரி நிரந்தரியே' என்ற பாடல்தான் பல விதங்களில் உயர்ந்தது, மக்களைக் கவர்ந்தது.) சிவாஜி கணேசனோடு பாடகரும் சேர்ந்து உரத்துப் பாடுவார். ஆனால், அன்று அந்த உரத்தப் பாடல்கள் மிகவும் ரசிக்கப்பட்டன. பின்னர் 'சாரங்கதாரா' என்ற படம் நான்காண்டுகள் கழித்து வந்தது. நாடகமாகப் பிரபலமான இதுவும் முறையான கதையல்ல. அந்த நாளில் பெண்கள் நாடகத்திற்கே வரக் கூடாது, வர வேண்டாம் என்று நினைத்துவிட்டார்கள் போலிருக்கிறது. சினிமா இரவுக்காட்சிக்கே பெண்கள் வர மாட்டார்கள். சினிமாக் கொட்டகையிலாவது ஓரளவு பாதுகாப்பு உண்டு. ஆனால், இரவு பத்து மணிக்கு ஆரம்பமாகும் பழைய நாடகங்களில் நாடகக் கொட்டகை ஒரு சந்தையை ஒத்ததாக

இருக்கும். பச்சையான வசனங்கள், பாடல்கள் சதா கலகலப்பு ஏற்படுத்திக்கொண்டிருக்கும். பெண்மையைக் கேலி செய்வதே அங்கு நகைச்சுவை.

இந்த ஆண்டு மே மாதம் தனது தொண்ணூறாவது வயதில் மறைந்த டி.எம்.சவுந்திரராஜனை ஒரு நட்சத்திரமாக்கியது எம்.ஜி.ஆர். படங்கள். 'விவசாயி' என்ற படத்தில் எம்.ஜி.ஆர். பாடும்போது யார் முன் நிற்கிறார் டி.எம்.எஸ்.ஸா எம்.ஜி.ஆரா என்று சந்தேகமாக இருக்கும். எல்லாப் பாட்டுகளிலும் ஒரே குரல்தான் இருக்கும். இதில் ஒரு சிறிய ரகசியம். எம்.ஜி.ஆர். சிவாஜி இருவரும் நன்றாக வாய் விட்டுப் பாடுவார்கள். ஆதலால் யார் பின்னணி பாடினாலும் பாத்திரம் பாடியது போல இருக்கும். ஜெய்சங்கரோ ரவிச்சந்திரனோ நடித்த படங்களில் இது வெற்றிகரமாக அமையவில்லை. தியாகராஜ பாகவதர் திரைப்படங்கள் தவிர வேறு இசை நிகழ்ச்சிகளிலும் கலந்துகொள்வார். தனியாகப் பல பாடல்களை ஒலிப்பதிவு செய்திருக்கிறார். அதாவது, அவர்களுடைய சமூக வாழ்க்கை திரைப்படத்தோடு நின்றுவிடவில்லை. சத்தியமூர்த்தி சொன்னார் என்று பாகவதர் பிரிட்டிஷ் யுத்த நிதிக்குப் பாடுவதை நிறுத்தினார். உயர் ரக உடைகளைத் துறந்து கதரையே உடுத்தினார்.

டி.எம்.எஸ். திடீரென்று அரிதாகத் தொடங்கினார். அன்று ஒரு புரட்சி என்று கருதப்பட்ட 'ஒரு தலை ராகம்' என்ற படத்தின் ஆறு பாடல்களில் அவர் இரண்டு பாடல்கள்தான் பாடினார். தனியாக இசைக் கச்சேரிகள் பாடக்கூடிய யேசுதாஸ், உன்னிகிருஷ்ணன் போன்றோர் திரைப்படப் பின்னணி பாட வந்தபோது கதாநாயகன் வாய்விட்டுப் பாடுவது நின்றுவிட்டது.

'தூக்குத்தூக்கி', 'சாரங்கதாரா' தவிர 'புதிய பறவை' (குறிப்பாக 'எங்கே நிம்மதி' என்ற பாட்டு) 'மன்னாதி மன்னன்' போன்ற எண்ணற்ற படங்களில் டி.எம்.எஸ். பாடியிருக்கிறார். தனிப்பாடலாகக் 'கற்பக வல்லி நின் பொற்பதங்கள்...' உருக்கமாக இருக்கும். அவரே சில படங்களில் நடித்தார். குறிப்பிடும்படியான படங்களாக அவை அமையவில்லை.

ஒரு கட்டத்தில் அவர் குரல் பாதிக்கப்பட்டது என்று கூறப்பட்டது. நாடகப்பாணி பாட்டுக்குப் பாடகர் கொடுக்கும் விலை அது. கிட்டப்பா வாய் அண்ணாந்து, பாத்திரத்தைத் துணிகொண்டு பிடித்துக்கொண்டு கொதிக்கக் கொதிக்கச் சுடுதண்ணீரைத் தொண்டையில் விட்டுக்கொள்வார் என்பார்கள்.

இன்றைய திரைப்படங்களில் டி.எம்.எஸ். போன்றோரின் பாட்டுக்கு இடம் இருப்பதாகத் தெரியவில்லை.

திரைக்குப் பின்

ஒருகாலத்தில் தமிழ்ப்படங்களுக்கு சுப்பராமன், சிவன், விஸ்வநாதன் ஆகிய சிறப்பான இசை அமைப்பாளர்கள் இருந்தது போல இந்திப் படங்களுக்கு நவ்ஷாத் என்றொருவர் இருந்தார். அவர் இசை அமைத்துக் கடைசியாக வந்த படம் 'தாஜ்மஹால்.' இது பிரதீப் குமார், பீனா ராய் படமல்ல. ஆறு ஆண்டுகளுக்கு முன்பு பெருத்த செலவில் இது எடுக்கப்பட்டது. இன்று இப்படி ஒரு படம் வந்தது என்றுகூடப் பலருக்குத் தெரியாது. நவ்ஷாத்துக்கு தாதா சாஹேப் விருதுகூடக் கிடைத்திருக்கிறது!

ஆனால், டி.எம்.எஸ். அவர்களுக்கு அப்படி நேராது. சிவாஜி, எம்.ஜி.ஆர். நினைவில் உள்ளவரை தமிழர் மனதில் அவர் இருப்பார்.

(2013)

அசோகமித்திரன்

ருத்ரையா

இன்று பலர் கூறுவதுபோல ருத்ரையா எனக்கும் நண்பர். எனக்கு அவரை முதலில் சந்தித்தது எப்போது, எப்படி என்று சரியாக நினைவில்லை. ஆனால் 1973 அக்டோபரில் என்னை ஊருக்கு அனுப்ப வந்த குழுவில் அவர் இருந்தார். அதன் பின் நடுநடுவில் பார்த்திருக்கலாம்.

புகழ்பெற்ற சோழ மன்னனின் பெயர் கொண்ட நண்பர் மூலம் பல சினிமாத் துறைக்காரர்களைச் சந்தித்திருக்கிறேன். ஒருமுறை அவரிடம் சற்றுக் கடுமையாகக்கூடப் பேசியிருக்கிறேன்: "வெறுமனே 'நினைத்திருக்கிறேன்', 'திட்டம் வைத்திருக்கிறேன்' என்று சொல்லிக்கொண்டு காலை ஏழு மணிக்கும் இரவு தூங்கப்போகும் நேரத்திலும் யாரையும் அழைத்து வராதீர்கள். (அவர் ஒருமுறை சசிகுமாரை இரவு ஒன்பது மணிக்கு அழைத்து வந்தார்!) ஒழுங்காக வேலையைத் தொடங்கிய பின் தகவல் தாரும். நான் உங்கள் வெற்றிக்கு மனமார வாழ்த்துவேன்" என்று சொன்னேன். அப்புறம் அவரே ஒரு படம் தயாரித்து டைரக்டும் செய்தார். பணப் பற்றாக்குறை அப்படத்தில் கண்கூடாகத் தெரிந்தாலும், அது நல்ல முயற்சி. இன்று 'நில அபகரிப்பு' என்ற சொல் சுப்ரீம் கோர்ட் நீதிபதிகள் வரை சென்றிருக்கிறது. என் நண்பரின் படம் அதை மையமாகக் கொண்டது. அவரும் ஒரு காரணம், ருத்ரையா என் நண்பரானதற்கு.

'அவள் அப்படித்தான்' படம் வெளியான போதே, ஒரு வித்தியாசமான, கூர்ந்து கவனிக்க

வேண்டிய படம் என்ற எண்ணத்தைப் படம் பார்த்தவர்களிடம் ஏற்படுத்தியது. அதே நேரத்தில் அப்படத்தில் சில முக்கியமான பாத்திரங்கள் முரண்பாடுகள் கொண்டவை. கதாநாயகி மட்டும் அல்ல. அவளை உதவியாளராக அமர்த்தியிருந்த முதலாளியும் முரண்பாடுகள் கொண்டவன். அப்பாத்திரத்தில் நடித்தவர் ரஜினிகாந்த். அவர் எல்லாக் காட்சிகளிலும் விபூதி தரித்தவராக வருவார். ஆனால் ஒரு முறையும் ஒழுங்காகத் தரித்திருக்க மாட்டார். அவர் தலைகளை உடைத்தவராக இருக்கலாம். ஆனால் நெற்றியில் விபூதி வேண்டும். அதை ஏன் ஒரு முறைகூட ஒழுங்காகப் பூசியிருக்கவில்லை? உண்மையில் பார்த்தால் படத்தை 'அவள் அப்படித்தான்' என்பதோடு, 'அவன் அப்படித்தான்' என்றும் அழைக்கலாம்.

அப்போது ருத்ரையா இளைஞர். சில கலாசார அம்சங்களில் அவருக்கு அதிகப் பரிச்சயம் இல்லாது போயிருக்கலாம். ருத்ரையா மறைந்தபோது அவருக்கு வந்த இரங்கல் கட்டுரைகள் போல சினிமாத் துறையில் ராஜ்கபூருக்கு வரவில்லை. நாகையாவுக்கு வரவில்லை. ஒரு நண்பர் சொன்னார், “இப்படி அழுது புலம்புவதற்கு அவர் என்ன செய்தார்? அந்த ஒரே படத்தைத் தவிர!” என் பதில், “ருத்ரையாவின் 'கிராமத்து அத்தியாயம்', முதல் படத்தைவிட இன்னும் சிறப்பாக இருந்தது.”

அவர் ஒத்துக்கொள்ளவில்லை. படம் வெளியாகி, தோல்வி என்று அறிந்த பின் ருத்ரையாவே படத்தில் நிறைய குற்றங்களைக் கண்டு பிடித்தார். அவர் என்னிடம் சொன்ன பல 'குற்றங்கள்', உண்மையில் குற்றங்களல்ல. நான் அவருக்கு ஆறுதல் கூறுகிறேன் என்றுதான் அவர் நினைத்தார். திரைப்படங்கள் இந்த வெற்றி – தோல்வி தர்க்கத்திலிருந்து நழுவிப்போகிற பொருள்.

எனக்குச் சட்டென்று சொல்லத் தோன்றுவது, பாரமவுண்ட் நிறுவனம் எடுத்த 'வார் அண்ட் பீஸ்' (டால்ஸ்டாய் எழுதிய மகா நாவல்). ஒரு வடிவமற்ற கதையிலிருந்து, டைரக்டர் கிங் விடார் கிட்டத்தட்ட நூறு முக்கியப் பாத்திரங்களுக்கும் உயிரும் சதையும் கொடுத்து படத்தையும் சிறப்பான வடிவம் கொண்டதாக அமைத்திருந்தார். கதாநாயகனான பியருடைய போக்கிரி முதல் மனைவியின் அயோக்கிய சகோதரன், பியர் மிகுந்த மதிப்பு வைத்திருந்த நடாஷாவை மயக்கி அழைத்துச் செல்லும்போது துரத்திச் சென்று அச்சிறு பெண்ணைப் பெரிய விபத்திலிருந்து காப்பாற்றுகிறான். இவ்வளவுக்கும் அவன் திட மனமில்லாதவன், ஒன்றுக்கும் பயனில்லாதவன் என்ற பெயரைப் பெற்றவன். அயோக்கிய அண்ணன் – தங்கையாக வந்தவர்கள் நட்சத்திரங்கள். அனிடா எக்பெர்க் அன்று மர்லின் மன்ரோவுக்குப்

போட்டியாகக் கருதப்பட்டவர். விக்டோரியோ காஸ்மன் அன்று இத்தாலி திரைப்படத் துறையில் ஒரு நட்சத்திரம்.

எனக்கும் சாதனையாளர்கள் பற்றிப் பெருமையும் பரிதாபமும் உண்டு. ஆனால் கழிவிரக்கம் ஒரு ஆட்கொல்லி. ருத்ரையா உயிருடன் இருந்தபோது எவ்வளவு பேர் அவரைக் கவனித்துவிட்டார்கள்? கமல்ஹாசன் – ரஜினி சேர்ந்து நடித்த படங்கள் என்று பலமுறை பட்டியல்களும் மறு பரிசீலனைகளும் வந்திருக்கின்றன. பலருக்கு 'அவள் அப்படித்தான்' நினைவில் இருந்ததில்லை.

இன்று நாம் ருத்ரையாவின் படத்தைப் புகழ்ந்தாலும் அது மறக்கப்படுவதைத் தற்செயல் நிகழ்ச்சி என்று ஒதுக்கி விடுவதற்கில்லை. நீளக் கட்டுப்பாடு உள்ள காலத்தில் சுருக்கமான படத்தை ஏராளமான நட்சத்திரங்களை வைத்து எடுத்து, அனைவருக்கும் கவனம் கிடைத்த தமிழ்ப் படங்களில் 'ஹரிதாஸ்' ஒரு சாதனை. அந்த டைரக்டர் பெயர் எவ்வளவு பேருக்கு நினைவில் இருக்கிறது? அன்று விருதுகள், பரிசுகள் கிடையாது. மக்கள் பாராட்டு, நீண்ட நாள் ஓடுதல்... இவைதான் பரிசும் விருதும். எவ்வளவோ பணச்செலவில் தயாரிக்கப்பட்டு, நிறைய பத்திரிகை, தொலைக்காட்சி கவனத்துடன் வெளியிடப் பட்டாலும், திரைப்படங்கள் மறக்கப்படுபவை. பெரிய நட்சத்திரங்களுக்கு நிறைய தோல்விப் படங்களும் உண்டு.

'மாபெரும் நாடாகிய ரஷ்யாவின் ஆன்மாவைப் பிரதிபலித்தவர்கள்' என்று டால்ஸ்டாயும் தாஸ்தாவெஸ்கியும் கொண்டாடப்படும் அளவுக்கு, 'ஆன்மாவே இல்லாது எழுதப் பட்டவை' என்று கூறக்கூடிய, சிறுசிறு நூல்கள் சிலவே எழுதிய ஆல்பெர் காம்யூவும் காஃப்காவும் நீண்ட காலம் கொண்டாடப்படுவார்கள். சினிமாவில் அந்த அளவுக்குக் கொண்டாடக்கூடிய நபர் ஒரே ஒருவர். அவர், சார்லி சாப்ளின். சர்க்கஸை வைத்துத்தான் எவ்வளவு பெரிய படங்கள்! இந்தியாவில் ராஜ்கபூர் தொடங்கி ஹாலிவுட்டில் செசில் பி. டிமில்லிவரை பெரிய பெரிய படங்கள். ஆனால் நூறாண்டுகளுக்கு முன்பு மிகக்குறைந்த தொழில்நுட்பத்துடன் மவுனப் படமாக எடுக்கப்பட்ட 'சர்க்கஸ்' என்ற சாப்ளினின் 72 நிமிடப் படம் இன்றும் கொடுக்கக்கூடிய மகிழ்ச்சியையும் மன நிறைவையும் அந்த மகாப் படங்கள் தர இயலவில்லை.

ருத்ரையா முதல் படத்தில் நிறைய நம்பிக்கை தந்தார். ரசிகர்கள் காத்திருந்தார்கள். ஒரு கட்டத்திற்குப் பிறகு சிறிது சிறிதாக மறக்கத் தொடங்கினார்கள். ருத்ரையாவின் நலம்விரும்பியான நான் அவர் பற்றிய எதிர்பார்ப்புகளைக்

குறைத்துக்கொண்டேன். என் நண்பர் ஒருவரின் உறவினர் என் நண்பர் பற்றியே ஒரு கருத்துத் தெரிவித்தார். "நீ ஆறு மாதங்களுக்குள் ஒரு வேலையில் அமராவிட்டால் நீ என்றுமே வேலை செய்யும் திறமையிழந்தவனாகிவிடுவாய்." ஆங்கிலத்தில் இன்னும் சுருக்கமாகச் சொல்லலாம். *If you are unemployed for six months, you will become unemployable forever.*

திரைப்பட நிகழ்வுகள்

சர்வதேசத் திரைப்பட விழா

இந்தியாவில் முதல் சர்வதேசத் திரைப்பட விழா 1952இல் நடந்தது. அதிலும் அதை அடுத்து நடந்த சில விழாக்களிலும் திரைப்படங்கள் இந்தியாவின் நான்கு முக்கிய நகரங்களில் காட்டப் பட்டன. இப்போதெல்லாம் திரைப்பட விழா அரசு அளவில் ஏதாவது ஒரு நகரில்தான் நடத்தப்படுகிறது.

எல்லா சினிமாப் பத்திரிகைகளும் எழுதி யாயிற்று. எல்லா தினசரிகளும் எழுதியாயிற்று. ஒரு வாரப் பத்திரிகை இரண்டு திரைப்படங்களின் கதைச் சுருக்கத்தை வெளியிட்டால் அடுத்த வாரம் இன்னொரு வாரப் பத்திரிகை பன்னிரண்டு திரைப்படங்களின் கதைச் சுருக்கத்தை விரிவாகப் படங்களுடன் வெளியிட்டது. இலக்கியப் பத்திரிகை யான தீபம் கூடத் திரைப்பட விழா பற்றி இரண்டு பத்தி போட்டுவிட்டது.

அவர்களுக்கும் இவர்களுக்கும் சண்டை. தங்களைக் கலந்து ஆலோசிக்கவில்லை என்று ஒரு சங்கத்துக்குக் கோபம். மாநில அரசாங்கத்துக்கு அக்கறையில்லை என்றெல்லாம் பத்திரிகைகளில் செய்திகள் வந்ததோடு இல்லாமல், அதையெல்லாம் ஊர்ஜிதப்படுத்துவதுபோல், அரசாங்கத் துறையி லிருந்து மன்னிப்புக் கேட்பதுபோல், ஒரு வேண்டுகோள்கூட வந்தது. எவ்வளவோ திரைப்பட விழாக்கள் இதுவரை நடந்ததற்கு மாறாக இம்முறை முதல் தடவையாகக் கேளிக்கை வரி, கார்ப்பொரேஷன் வரி முதலியவை பூரணமாக வசூலிக்கப்பட்டன. ஆனால் எல்லா சினிமாக்

கொட்டகைகளிலும் கும்பல் நிரம்பி வழிந்தது. வழக்கம்போல் சீஸன் டிக்கெட்டுகள் பல கை மாறின. அப்போது மூன்று விலை, நான்கு விலை பெற்றுக்கொண்டன. போலீஸ்காரர்கள் நிறைய இருந்தார்கள். இரும்புத் தொப்பியெல்லாம் அணிந்து கொண்டிருந்தார்கள்.

இவ்வளவுக்கும் இந்த விழா நடந்த அந்த ஒரு வாரம் சென்னை நகரத்துக்குச் சிரமம் மிகுந்த நேரம். மியூசிக் அகாதமி; இந்தியன் ஃபைன் ஆர்ட்ஸ்; தமிழிசைச் சங்கம்; கலாக்ஷேத்திரா – இவை எல்லாவற்றுக்கும் மேலாக ஆஸ்திரேலிய – இந்திய கிரிக்கெட் டெஸ்ட் விளையாட்டு. (ஒரு சிறு சலுகை; புதிய தமிழ்ப் படம் எதுவும் கிடையாது.) எவ்வளவோ முயன்றாலும் பெயர் கூடத் தெரிந்துகொள்ள முடியாதவர்களால் எடுக்கப்பட்டு, நடிக்கப்பட்ட இச்சிறு சிறு படங்களைப் பார்க்க, ஆறிலிருந்து அறுபது வயதுக்காரர்வரை முண்டியடித்து வந்தார்கள். ஒரு சபலம், 'இந்த வெளிநாட்டுப் படத்தில் நிர்வாணக் காட்சி இருக்கும்; மைதுனம்கூட இருக்கும்' என்று. அப்படி இருக்கவும் இருந்தது.

பணம் கொடுத்துப் போகும் பொது மக்கள் காட்சிகளில்தான் இப்படிக் கும்பல் என்றில்லை. பணம் கொடுக்க முடியாத பத்திரிகையாளர் காட்சிகளில் கும்பலின் தீவிரம் இன்னும் அதிகமாக இருக்கும். கற்பனை செய்து பார்க்க முடியாதவர்கள் எல்லாம் பத்திரிகையாளர்களாகக் கொட்டகையில் உட்கார்ந் திருப்பார்கள் – ஆண், பெண், குழந்தை முதற்கொண்டு சர்வதேசத் திரைப்பட விழாவுக்கான பத்திரிகையாளர் காட்சிகளை யார் நடத்தலாம்? அரசாங்கச் செய்தித் துறை நடத்தலாம்; வெளி விவகாரக்காரர்கள் நடத்தலாம்; அந்தந்த நகர சினிமாத் தொழில் குழுக்கள் நடத்தலாம். ஆனால் இந்தக் காட்சிகளை காவல் துறை நடத்தும் அல்லது சென்ஸார் போர்டு நடத்தும். இந்த விழாப் படங்களைப் பொறுத்தவரை தணிக்கை கிடையாது. (அடித்துப் பிடித்து விழும் கும்பலுக்கு இது முக்கியக் காரணம்). ஆதலால், சென்ஸார் போர்டு ஏதாவது செய்ய வேண்டும். சரி, பத்திரிகைக்காரர்களுக்கு சினிமா ஏற்பாடு செய்யட்டும். செய்கிறார்கள்.

பத்திரிகைக்காரர்கள் ஒரு சமயம் மிக முக்கியமானவர் களாகக் கருதப்பட்டு அவர்கள் அஜீரணம் அடையும்படி தேநீர் விருந்து கொடுக்கப்பட்டு, படம் காண்பிக்கப்பட்டு, நன்றி தெரிவிக்கப்பட்டு, வேண்டுகோள் விடப்பட்டு எல்லாம் ஆகும். இன்னொரு சமயம் நேரே, கீழே, முன் வரிசைகளில் உட்கார வைக்கப்படுவார்கள். இதற்கு விழாக்காரர்களை மட்டும் குறை

சொல்வது நியாயமில்லை. முன்பொரு சமயம் ஒரு வெளிநாட்டுக் கப்பல் இந்தியாவுக்கு எதையோ கொணர்ந்து, சென்னைத் துறைமுகத்துக்கு வந்தது. அதைச் சென்னையில் உள்ள கான்ஸல் – ஜெனரல் தலைமையில் ஒரு விசேஷச் சம்பவமாகக் கொண்டாட ஏற்பாடு. நிகழ்ச்சி, கப்பல் தளத்தில் நடக்க வேண்டும். ஆனால் துறைமுகம் போனதும் ஒன்று தெரியவந்தது. அந்தக் கப்பலில், நேரே பிளாட்பாரத்திலிருந்து ரயிலில் ஏறுவது மாதிரி ஏற முடியாது. சிறு படகில் கடலில் இரண்டு பர்லாங்கு போக வேண்டும். படகிலிருந்து கப்பலுக்கு முப்பது, நாற்பது அடி நூலேணி மூலம் ஏறிப்போக வேண்டும். இது துறைமுகம் போனபின்தான் தெரிந்தது. கான்ஸல் – ஜெனரல் நடத்த வேண்டிய இந்த நிகழ்ச்சியை, நூலேணியையும் கடலையும் பார்த்துவிட்டு, அவரே அதெல்லாம் முடியாது என்று வந்த சுவட்டோடு வீடு திரும்பிவிட்டார். யாரும் கப்பலை அணுக முடியவில்லை. அப்படியும் மூன்று நான்கு பத்திரிகைக்காரர்கள் கொந்தளிக்கும் ஆழ்கடலைப் பொருட்படுத்தாமல், பழக்கமில்லாத நூலேணி யில் முப்பது அடி ஏற வேண்டிய அபாயத்தை லட்சியம் செய்யாமல் கப்பலுக்குள் போய்விட்டார்கள். காரணம், சென்னைத் தரையில் பருக முடியாத சுதந்திரம், கப்பல் தளத்தில் வழிய வழியக் கிடைக்கும்...

ஒரு திரைப்பட விழாவுக்கு விநோதமான விபத்து நேர்ந்தது. இந்தத் திரைப்பட விழாக்கள் முதலில் புதுடில்லியில் நடந்து, முடிந்த பிறகு பம்பாய், சென்னை, கல்கத்தா முதலிய நகரங்களுக்கு வரும். இந்தக் குறிப்பிட்ட விழாவில் புதுடில்லிக்குப் பிறகு சென்னையில் விழா. சென்னையில் விழாத் துவக்கம் விமரிசையாக நடந்தது. சர்வதேச உறவுச் சங்கிலியில் இன்னொரு கரணை என்று பிரசங்கங்கள். அடுத்த நாள் பத்திரிகையாளர் காட்சி. ஏற்பாட்டுக்காரர்கள் பதினைந்து, பத்திரிகையாளர்கள் ஐம்பது. ஆனால், அன்று படம் திரையிடப்படவில்லை. “இன்னும் அடுத்த படமே வந்து சேரவில்லை , சார். அந்தப் புதுடில்லி முட்டாள்கள் ஏர் ஃபிளைட் மூலம் அனுப்புவதற்குப் பதில், ரயிலில் அனுப்பியிருக்கிறார்கள். இன்றைய படம் இன்னும் வந்து சேரவில்லை.”

“இன்றைய படம் இல்லாதுபோனால் நாளைய படம் இருந்து காண்பித்தால்கூடப் பரவாயில்லை.”

“நேற்றைய படத்தைக்கூடத் திருப்பியாயிற்று சார். இன்றைக்கு ஒன்றுமே இல்லை.”

அடுத்த நாள் ஏற்பாட்டுக்காரர்கள் இருபத்தைந்து, பத்திரிகை யாளர்கள் முப்பது. அன்றும் காட்சி நடக்கவில்லை.

"அந்த புது டில்லி முட்டாள்கள் ரயிலில் அனுப்பி யிருக்கிறேன் என்று சொல்கிறார்கள், எங்கே அனுப்பி வைத்திருக்கிறார்களோ? நாளைக்கு நிச்சயம் நேற்றைய படம் வந்துவிடும். அவசியம் வந்துவிடுங்கள். மன்னித்துக்கொள்ளுங்கள்."

அடுத்த நாள் ஏற்பாட்டுக்காரர்கள் நாற்பது, பத்திரிகையாளர்கள் பத்து. அன்றும்... ஆமாம்.

"வெட்கக்கேடாக இருக்கிறது சார். இல்லாத பிரமோஷனை யும் கிரேடையும் வாங்கிக்கொண்டு டில்லியில் போய் உட்கார்ந்துவிடுகிறார்கள். வடிகட்டின முட்டாள்கள். ஒரு சினிமா பிரிண்டை ஒழுங்காக அனுப்பத் தெரியவில்லை. ரயிலில் அனுப்பினார்களோ, கட்டை வண்டியில் அனுப்பினார்களோ? எப்படியும் முந்தாநாள் படம் நாளைக்கு வந்துவிடும், வந்துவிட வேண்டும். அவசியம் நீங்களாவது வாருங்கள்."

அடுத்த நாள் ஏற்பாட்டுக்காரர்கள் ஐம்பது, பத்திரிகை யாளர்கள் ஒருவரும் கண்ணில் படவில்லை. ஆனால், எல்லா ஊர் முட்டாள்தனத்தையும் மீறிப் படம் வந்து சேர்ந்துவிட்டது. காட்சி நடந்தது.

(1970)

ஒரு படமும் லத்தீன் அமெரிக்க இலக்கியமும்

பிலிமோத்ஸவ் (இதை எழுதும்போது என் காதில் உடனே ரிம்ஸ்கி கார்ஸகாவ் பெயர் எதிரொலிக்கிறது) பற்றி ஓர் இறுதிக் குறிப்பு. இதை நான் எழுத வேண்டுமென ஒரு நண்பர் மிகவும் விரும்பிக் கேட்டுக்கொண்டார்.

பிரேசில் நாட்டுச் சார்பில் திரைப்பட விழாவில் காட்டப்பட்ட படங்களில் மிக முக்கியமானது 'டெண்ட் ஆஃப் மிரகல்ஸ்' (விசித்திரங்கள் நிறைந்த கூடாரம்). இது கல்லூரிப் பேராசிரியராக உயர்ந்தும் மிக எளிய மக்களோடு இணைந்து வாழ்ந்து, அவர்கள் சுக துக்கப் போராட்டங்களில் கலந்து கொண்டு அவர்களுடைய புராதன (ஆப்பிரிக்க) நம்பிக்கை, இயற்கைச் சக்திகளின் வழிபாடு, நம் கண்களுக்கு மாயாஜாலமானாலும் அவர்கள் கலாசாரத்தோடு பின்னிப் பிணைந்த மந்திர மோதல், ஆவியுலகத் தொடர்பு, இதிலெல்லாம் பங்கு கொண்டு வாழ்ந்து மடிந்த கறுப்பர் ஒருவரின் வாழ்க்கை வரலாறு இப்படம். பேராசிரியர் எழுதிய ஒரு நூலினால் ஆர்வம் தூண்டப்பட்டு அவர் தத்துவத்தை மேற்கொண்டு ஆராய வந்துசேரும் ஓர் அமெரிக்கப் பேராசிரியரால் பிரேசில் நாடு விழித்துக்கொள்கிறது. அப்புறம் ஒரு பெருமுதலாளிப் பத்திரிகை பெரிய விழா நடத்துகிறது. பேராசிரியரின் தத்துவங்கள் நேர் எதிர் முறையில் அவர் நாட்டினராலேயே விகாரப் படுத்தப்பட்டு பொது ஜனங்களை ஏய்க்கப்

பயன்படுத்தப்படுகின்றன. மனிதனின் அடிப்படைச் சுரண்டல் குணம் வெகு நுண்ணியமாக இறுதிக் காட்சிகளில் திரைப்படத்திற்கே உரிய முறையில் காட்டப்படுகிறது.

இந்தப் படம் கறுப்பர்கள் பற்றிய ஒரு வெகுஜன எண்ணத்தையும் கலவி சுகத்திற்கு ஆப்பிரிக்கர்கள் ஈடிணையற்றவர்கள் – அடிநாதமாகக் கொண்டது. சுவீடன் நாட்டிலிருந்து வரும் ஒரு சீமாட்டிப் பெண், பேராசிரியர் மீது நாட்டம் கொண்டு, தன் கப்பலைத் தவறவிட்டு, பல மாதங்கள் கழித்துக் கர்ப்பிணியாகத் தன் நாடு திரும்பிச் செல்கிறாள். பேராசிரியர் வாழ்க்கையையும் தத்துவங்களையும் ஆராய வரும் அமெரிக்கப் பேராசிரியர் பிரேசில் வந்து சேர்ந்த தினத்திலிருந்து ஒரு கறுப்புப் பெண் இழுத்த இழுப்புக்கெல்லாம் உட்படுகிறார்.

பேராசிரியருக்கு ஒரு கறுப்புப் பெண் மூலமாகவே ஒரு மகன் பிறக்கிறான். அவனுக்கு god parents ஆக ஒரு வெள்ளைக் குடும்பம். மகன் பெரிய பொறியியல் நிபுணனாகிறான். அவனுடைய பட்டமளிப்பு விழாவிலெல்லாம் மிகப்பெருமையோடு பங்குகொள்ளும் வெள்ளை godfather தன்மகளையே இந்தக் கறுப்புப் பையன் விரும்புகிறான் என்று அறியும்போது அவனை இனி வீட்டினுள் அடியெடுத்து வைக்காதே என்கிறார். ஆனால், அவருடைய குடும்பம் இளங்காதலர்களுக்கும் மறைமுகமாக ஆதரவு தந்து அவர்கள் மணம் புரிந்துகொள்ளவும் செய்கிறது. பிரேசில் பேராசிரியரின் தத்துவமே இதுதான். கறுப்பன் வெளுப்பன் பிரச்சினை தீரக் கலப்பு மணங்கள் பெருமளவில் நடக்க வேண்டும்.

விசித்திரங்கள் நிறைந்த கூடாரமென்பது அந்த ஆப்பிரிக்கக் குடிமக்களை வெள்ளை ஆட்சியினர் தடைசெய்தும் ஒரு தொண்டுக் கிழவி தலைமையில் ஈடுபடும் பழங்குடி வழிபாடு நடைபெறும் இடம். இந்தக் கறுப்பர்களை அடித்து நொறுக்க ஒரு 'பண்படுத்தப்பட்ட' கறுப்பனும் உள்ள போலீஸ் படை வருகிறது. போலீஸ் படையின் சிறப்பு ஆயுதமே இந்தக் கறுப்புப் போலீஸ்காரன்தான். ஆனால், அவன் தடியுடன் கூடாரத்தை அணுக, அக்கிழவியும், கல்லூரிப் பேராசிரியரும் மற்றவர்களும் ஓர் ஆதிகால மந்திர கோஷத்தை உச்சரிக்கிறார்கள். திடீரென்று கறுப்புப் போலீஸ்காரன் ஆவியேறுண்டவனாக மாறிக் கீழே விழுந்து அலறுகிறான். போலீஸ் படை அடியோடு கலங்கிச் சிதறுகிறது.

கறுப்புப் பேராசிரியரைப் பற்றி ஒருவர் வர்ணிக்கையில் "அவன் உண்மையறிய மூளையையும் எண்ணங்களையும் நம்பியிருக்கவில்லை. ஒன்றைப் பார்த்த கணத்திலேயே அவனுடைய

முழுப் பிரக்ஞையால் அதன் சூட்சுமம் அனைத்தையும் அறிந்தவனாகி விடுவான்.” இதன் சாரத்தை ஜே.கிருஷ்ண மூர்த்தியை உள்ளார்ந்து புரிந்துகொள்ள முயலுபவர்களும் ஜென் நிலை பற்றி ஈடுபாடு கொண்டவர்களும் அதிகம் அனுபவிப்பார்கள். நமது இந்திய யோகத்திலேயே, குண்டலினி யோகத்தில் ஆக்ஞா சக்கரம் விழிப்படைந்தவர்கள் நிலையில் இந்த ஆற்றல் குறிப்பிடப்படுகிறது. சத்தியத் தேடல் எல்லாக் கலாச்சாரங்களிலும் பொதுநிலைகள் கொண்டது என்பதற்கு இது ஓர் அரிய எடுத்துக்காட்டு.

நான் இப்படத்தின் மிகச் சில அம்சங்களையே மிகச் சுருக்கமாகக் கூறியிருக்கிறேன். இவ்வளவு நுட்பங்களும் சாயல்களும் ஒரு திரைப்படத்தில் சாத்தியந்தானா? அவ்வளவிற்கும் இப்படம் வெறும் கதை சொல்லும் படம். *Anty Arty* படமல்ல. ஒழுங்காக ஒரு கதை சொன்னாலே மனித வாழ்வின் பல பரிமாணங்களை உணர்த்த முடியும் என்று உறுதி கூறும் வகையில் அமைந்த படம் இது.

இதன் மூலக் கதையிலும் இத்திரைப்படக் கதையிலும் பங்கு கொண்டவர் லத்தீன் அமெரிக்க இலக்கியத்தில் ஒரு சிகரமாக விளங்கும் ஜார்ஜ் அமோடா என்பவர். இவருடைய இன்னொரு மிக முக்கியமான நாவல் ‘கேபிரியல் சின்னமன் அண்ட் கிளவ்’. இப்புத்தகங்கள் எங்காவது கண்ணில் பட்டால் அவசியம் படித்துப் பாருங்கள்.

மேலை நாடுகள், அமெரிக்கா போன்ற நாடுகளில் சிறுகதை செத்துவிட்டது, நாவல் மடிந்துவிட்டது என்று இரங்கல் உரைகள் ஆற்றி வந்தபோது அவர்களை எள்ளி நகையாடுவதுபோல லத்தீன் அமெரிக்க இலக்கியம் பெரும் சக்தியாக உலகுக்குத் தெரியவந்தது. படைப்பிலக்கியத்திற்குப் புதுப் பரிமாணங்கள் கொடுத்த இந்த லத்தீன் அமெரிக்க இலக்கியவாதிகளில் முக்கியமானவர்கள் கேபிரியல் கார்சியா மார்க்வஸ், மிகயில் அஸ்டூரியஸ், ஜார்ஜ் அமோடா, உவான் உல்ஃபோ, மிசாடோ டி அஸிஸி, ஜார்ஜ் லூாயி போர்ஹே, பாப்லோ நெரூடா. இதில் அஸிஸ், போர்ஹேயைத் தவிர மற்றவர்கள் அனைவரும் முதலாளித்துவத்தைச் சாடுகிறவர்கள். உடனே இந்த இருவரும் முதலாளித்துவத்திற்குச் சப்பைக்கட்டு கட்டுகிறவர்கள் என்ற முடிவிற்கு வரக்கூடாது. அவர்கள் முழுக்க முழுக்க மனித இயல்பின் உள்ளார்ந்த முரண்பாடுகள் மீதே கவனம் செலுத்தியவர்கள். நாவல் அல்லது உரைநடை இலக்கியம் அடைந்துள்ள பரிமாணங்கள்மீது உண்மையான ஆர்வம் கொண்டவர்களுக்குச் சிபாரிசு செய்யக்கூடிய நூல்கள்: *One Hundred years of Solitude (Gabrial Garcia Marquez), The Cyclone (As* turias), Gabriel Cinnamon & Clove (Jorge Amado), Dr Brodie's Report (Borges), Pedro Paramo (Juan Rulfo), Epitaph of a Small Winner (de Assis).

சமீபத்தில் ஒரு தமிழ்ப் புத்தகத்தைப் பார்த்தேன். 'தமிழ் நாவல் 50 பார்வை'. இதில் பல நாவல்களுக்கு வாரி வழங்கப்பட்ட பாராட்டுரைகளைப் படித்தபோது உண்மையிலேயே ஒரு பயம் கூட எழுந்தது. படைப்பிலக்கியம் மொழி, பிரதேசங்களைக் கடந்தது. ஒரு நல்ல நாவல் என்பது எத்தேசத்து நல்ல நாவலுக்கும் ஈடுகொடுப்பதாக இருக்க வேண்டும். முதலில் நாவல் சாதனத்தின் சாத்தியக்கூறுகளை உணர்ந்துகொள்ள வேண்டும். இது விமர்சகர்களுக்கு மிகவும் தேவையானது. (ஆனால், ஓர் அசலான கலைஞனின் வெளிப்பாடு அவன் காலத்து வெளிப்பாட்டு உச்சங்களைத் தொடுவதாகத்தான் இருக்கும்.)

மற்ற இலக்கியங்களிலிருந்து லத்தீன் அமெரிக்க இலக்கியத்தைத் தனிச் சிறப்பு கொண்டதாகச் செய்யும் அம்சத்தை Magic realism அல்லது Marvellous realism என்கிறார்கள். அவர்கள் கதை மாந்தர்களின் யதார்த்தத்தில் ஆவியுலகமும் இணைந்ததாகும். இறந்தவர்களின் ஆவிகள் மக்கள் நடுவே நடமாடுவது, இருப்பது சகஜமாக எடுத்துக்கொள்ளப்படுகிறது. இவர்களுடைய 'விசித்திர யதார்த்த'த்தில் இது ஓர் இழை. இவர்களுடைய யதார்த்தத்தில் ஆதிக் குடிமக்களின் நம்பிக்கைகள், வழிபாட்டுப் பழக்கவழக்கங்களும் அடங்கும்.

உலகுக்குத் தெரியவந்தவரை இவர்களுடைய கதைகள் சுயமாக இவர்கள் மண்ணிலிருந்து இவர்கள் மக்களிலிருந்து எழுந்த கதைகள். வேறு நாட்டுக் கதைகளையும் வேறு கலாசாரக் கருத்துகளையும் பதியன் போட்டு எழுதப்பட்டவை அல்ல. இவர்கள் எழுதும் மொழிகள் (ஸ்பானிஷ், போர்ச்சுகீஸ்) சர்வதேச மொழிகளாக இருப்பது இவ்விஷயத்தில் நல்லதொரு தடுப்பாக அமைந்துவிட்டது.

இவர்களுடைய நாவல்கள் அநேகமாக எல்லாவற்றிற்கும் ஒரு காப்பியப் பரிமாணம் இருக்கிறது. 'டெண்ட் ஆஃப் மிரகல்' ஸும் அப்படிப்பட்ட ஒன்றுதான். நாவலுக்குள்ள அந்தச் சிறப்பு திரைப்படத்தில் முழுமையாக வந்திருப்பதாகக் கூற முடியாது. காரணம் திரைப்படச் சாதனத்தைத்தான் கூற வேண்டும். ஆனால், சில அதிர்ச்சிகளைத் திரைப்படத்தில் தருவதுபோல எழுத்தில் சாத்தியமில்லை.

(1978)

சென்னையில் உலகத் திரைப்பட விழா

மனித மூளையில் இடைவிடாது தன்னிச்சையாகத் தோன்றும் பிம்பங்களை அந்தந்தக் கணமே புகைப்படமாக எடுத்துவிடக் கூடிய சாதனம் ஒன்று இருந்து, சென்னையில் ஒரு குறிப்பிட்ட இருநூறு முந்நூறு பேரின் மூளைகளுடன் அச்சாதனத்தை இணைத்து, அந்த மூளைப் பிம்பங்களின் புகைப்படங்களை வரிசைப்படுத்தினால் அது தலையைச் சுற்றும் மாபெரும் தொகுப்பாக இருக்கும். ஜனவரி 3இலிருந்து 16 வரை ஒரு நாளைக்கு மூன்று, நான்கு, ஐந்து திரைப்படங்கள் விகிதம், நாள்கணக்கில் தொடர்ந்து மணிக்கணக்கில் பல்வேறு விதமான காட்சிகளைக் கண் வழியே மூளையில் ஏற்றிக் கொண்ட இவர்கள், சகஜநிலை அடையச் சில காலம் ஆகலாம்.

முன்பெல்லாம் உலகத் திரைப்பட விழா இந்தியாவில் நடக்கும்போது அமெரிக்கப் படங்கள்தான் கவனிப்பில் கடைசி இடம்பெறும். ஐந்தாண்டுகள் முன்பு 'டீப் த்ரோட்' என்றொரு அமெரிக்கப் படம், அமெரிக்காவில் உள்ளூர் அதிகாரத் தடைகளைக் கோர்ட் மூலம் உடைத் தெறிந்து மாதக்கணக்கில் பல கவுரவமான கொட்டகைகளில் கூடக் கும்பல் கூட்டி ஓடியது. ஹாலிவுட் 'சித்தாந்தம்' ஏறக்குறைய நம் இந்திய சினிமாவின் அதீதக் கற்பனை – பயன்பாடு – மயக்கம்

அம்சங்களைக் கொண்டதாக இருந்தாலும் சில விஷயங்களில் *thus far & no further* என்று மிகவும் கண்டிப்பாக இருந்தது; ஆனால் 'டீப் த்ரோட்', 'தி லாஸ்ட் டாங்கோ இன் பாரீஸ்' போன்ற படங்கள், ஹாலிவுட்டை அழித்ததோடு ஹாலிவுட் சித்தாந்தத்தையும் அழித்துவிட்டன. அதனாலேயே இம்முறை படவிழாவுக்கு வந்த படங்களில் போலீஸ் தலையீடு, தடியடி, கண்ணீர்ப் புகைக்கு அவசியம் ஏற்படுத்தின அமெரிக்கப் படங்கள். இவை கணிசமான எண்ணிக்கை வேறு. திரைப்பட விழாவின் பெயரே ரிம்ஸ்கி கார்ஸகாவ், ஷொலகாவ், குருட்ஷேவ் என்ற ரஷ்யப் பெயர்கள் போல பிலிமோத்ஸாவ் என்றிருந்தாலும், விழாவில் ஒரே ஒரு சோவியத் படம். ஒரே ஒரு சீனப் படம்.

வளர்ந்த நாடு, வளர்ந்து வரும் நாடு எதுவாக இருந்தாலும் எல்லாப் படங்களுமே மிக உயரிய தொழில் நுணுக்கத் தேர்ச்சி பெற்றிருந்தன. அநேகமாக எல்லாமே வண்ணப் படங்கள். இன்னொன்று, அநேகமாக எல்லாமே அழகியல் பாங்கு தூக்கலாக உள்ளவை. திட்டவட்டமாகப் பிரசாரம் ஏதோ ஒன்றிரண்டில் இருந்தால் அது எமில் டி அண்டோனியோவின் அமெரிக்கப் படங்களில்தான். பொருள்: நிக்ஸன்; வியட்நாம் மக்கள் மீது குண்டு வீச்சு; ஹோ சி மின்னின் மகத்தான தலைமை. ஆனால் சென்னைவாசிகள் அடித்துப் பிடித்து ஓடிப் பார்த்தது இந்தப் படங்களை அல்ல. வேறு அமெரிக்கப் படங்களை.

இந்த அமெரிக்கப் படங்கள் கூட்டம் சேர்த்த அம்சம் சிறிதளவாவது எல்லா நாட்டுப் படங்களிலும் இருந்தது. எகிப்து, மொாாக்சே [illegible]ட்டுப் படங்களில்கூட இருந்தது. ஆதலால் இது ஓ., உலகளாவிய மாற்றம். இப்படியே திரைப்படங்கள் பார்த்துப் பார்த்துப் பழக்கப்பட்ட அந்த தேசத்தினருக்கு, இந்தியப் படங்கள் இந்த அம்சத்தில் மிகவும் மாறுபட்டதாகவே இருக்கும்.

முக்கால்வாசிப் படங்களில் படைப்பின் அடிநாதம் *irony*. தொழில் நுணுக்கத் தேர்ச்சி, கலை – அழகியல் முக்கியத்துவம், *irony* இவற்றை இவ்வுலகத்தில் மூலை முடுக்கில் இருந்து வந்த எல்லாப் படங்களிலும் பார்க்கும்போது இது தோன்றுகிறது. இனியும் திரைப்படச் சாதனம் பிரசாரத்துக்கு ஏற்றதல்ல. இனியும் திரைப்படம் மூலம் பிரசாரம் தேவையில்லை.

இப்படங்களில் நீக்ரோ பெண்களின் உறவுக்காக வெள்ளையர்கள் எதையும் உதறித் தள்ளுபவர்களாக இருக்கிறார்கள். நீக்ரோ ஆண்மகன்களுடன்கூட மாற்று இனத்துப் பெண்கள் எதையும் செய்யத் தயாராக இருக்கிறார்கள். ஒரு ஹாலந்துப் படத்தில் ஒரு நீக்ரோ இளைஞனை ஆப்பிரிக்காவில் வாழும் ஓர் இந்தியப் பெண் காதலிக்கிறாள். அவளுக்குச்

சொந்தமான காரில் அவனை அழைத்துச் சென்று அவனுடன் வாழ்க்கை நடத்த ஒரு தனி வீடுகூட ஏற்பாடு செய்கிறாள். இந்த நீக்ரோ இளைஞனின் தந்தைக்குத் தன் மகனின் வெள்ளை வைப்பாட்டியை விசேஷ விருந்தினளாக ஏற்கத் தடையில்லை. ஆனால் "கூலிப் பெண்ணுடன் ஏனடா சுற்றுகிறாய்?" என்று மகனைக் கையை ஓங்கி அடிக்கவும் செய்கிறார். இந்தியர்கள் பற்றிப் பேச்சு வரும்போதெல்லாம் அவர்கள் கூலிகள். நா. காமராசனும் வானம்பாடிக் கவிஞர்களும் நினைவுக்கு வந்தார்கள்.

இப்பட விழாவைத் துவக்கி வைத்த தமிழக முதல்வர், இவ்விழாக்களை இந்திய நகரங்களில் நடத்தினால் மட்டும் போதாது, இப்படங்கள் சிற்றூர்களையும் எட்ட வேண்டும் என்று பொருள்படக் கூறினார். இப்படங்களை நம் சிற்றூர்களில் காட்டினால் எப்படி இருக்கும் என்று யோசித்துப் பார்த்தபோது பயமாக இருந்தது.

(1978)

பிலிமோத்சவ் 80

"யாராவது அந்த விளக்கை அணைத்து விடுகிறீர்களா? என் தலைமயிர் தீப்பற்றிக் கொள்ளப் போகிறது!"

கர்நாடகா திரைப்பட மாணவர்கள் போலந்து திரைப்பட டைரக்டர் ரோமன் பொலான்ஸ்கியின் பத்திரிகையாளர் சந்திப்பைப் படமெடுக்கப் பிரமாதமாக ஏற்பாடுகள் செய்திருந்தார்கள். அந்த ஹாலே ஒரு ஸ்டூடியோபோல உருமாறியிருந்தது. பல பிரகாசமான விளக்குகளில் ஒன்று போலான்ஸ்கியின் தலைக்குப் பின்னால் இருந்தது. பெங்களூர் திரைப்பட விழாவில் அவருடைய பல படங்கள் 'நினைவுகூர்தல்' பிரிவில் திரையிடப்பட்டன.

"இந்த டெக்னிக், இந்த மாதிரி ஒளியூட்டுவது முப்பது வருடத்துப் பழசு. முப்பதாண்டுகளுக்கு முன்பு மேலை நாடுகளில் படம் நல்லதோ இல்லையோ சினிமாவுக்குப் போய்க்கொண்டே இருப்பார்கள். இப்போது இந்தியாவில் இந்தப் பழக்கம் நீடிப்பதாக எனக்குத் தெரிகிறது. இங்கு சினிமா பார்ப்போர் பொறுமை மிக்கவர்களாக இருக்கிறார்கள். ஒளிப்பதிவு, ஒலிப்பதிவு போன்ற டெக்னிகல் அம்சங்களில் இங்குபோலக் குறைகள் அங்கு ஏற்கப்படுவதில்லை."

பொலான்ஸ்கி இந்திய சினிமா பற்றிப் பொதுப்படையாக அபிப்பிராயம் கூறினாலும் குறிப்பாக எந்த டைரக்டர் பற்றியும் விமர்சிக்க விரும்பவில்லை. "அந்தரங்கமான சம்பாஷணையில்

சொல்லலாம். ஆனால், பொதுமேடையில் என் சகாபாடிகள் பற்றி நான் விவாதிப்பதில்லை."

அவருடைய படங்கள் பற்றியும் விவாதிக்க அவ்வளவு விருப்பமில்லாதவராகத்தான் தோன்றிற்று. ஒரு பெண் அவருடைய படங்கள் உண்மையில் மாதவிடாயைக் குறியீடாகக் கொண்டவை என்று ஒரு நூலின் பெயரை அத்தாட்சியாகச் சொன்னாள். (சுமார் மூன்று நான்கு நிமிடங்களுக்கு நீண்ட அவளுடைய கேள்வி ஒரு பெரும் புதிராகவே தோன்றியது. பொலான்ஸ்கி அந்த நூலைப் பற்றிக் கேள்விப்பட்டதில்லை என்று கூறிவிட்டார். 'உங்களுடைய படங்களில் காமமும் குரூரமும் நிறைந்து காணப்படுகிறதே?' என்று ஒருவர் கேட்க, 'அப்படித்தான் நிறைய பேர் சொல்கிறார்கள். ஆனால், உண்மையில் பிற டைரக்டர்களுடன் என்னை ஒப்பிட்டால் என்னுடையதில் காமக் காட்சிகள் மிகவும் அடக்கமும் சுருக்கமானதும் ஆகும். குரூரமும் அப்படித்தான். சில விநாடிகளுக்குத்தான் இரத்தம் பெருகுவது தெரியும். ஆனால், படம் பொதுவாக மிகவும் ரியலிஸ்டிக்காக எடுக்கப்பட்டிருப்பதால் மிகவும் சுருக்கமான இக்காட்சிகள்கூட ஆழ்ந்த பாதிப்பை உண்டு செய்கின்றன" என்றார்.

ரோமன் பொலான்ஸ்கியின் படங்கள் அநேகமாக எல்லாமே இந்தியாவுக்கு வந்திருக்கின்றன. அவருடைய பல படங்கள் வர்த்தக ரீதியாகவே வெளியிடப்பட்டிருக்கின்றன. அவருடைய சொந்த வாழ்க்கை பற்றியும் நிறைய செய்திகள் நல்ல copyயாக, பரபரப்பான புத்தகமாக, வெளியாகி இருக்கின்றன. பலவற்றில் ஒன்று, நண்பரின் பதிமூன்று வயது நிரம்பாத பெண்ணிடம் 45 வயது பொலான்ஸ்கி தவறான முறையில் நடந்துகொண்டு கைதானது. இப்போதுகூட அந்த வழக்கு முடியவில்லை.

ஆனால், 1962இல் அவருடைய முதல் படமாகிய 'நைஃப் இன் தி வாட்டர்' வெளிவந்தபோது மிகவும் கெட்டிக்காரர் என்று கண்டுகொள்ளப்பட்டார். அமெரிக்கா சென்றடைந்தார். போலந்து நாட்டுத் திரைப்படத் துறைபற்றிப் பேச்சு எழுந்தது. பிற சோஷலிச நாடுகள்போல அங்கும் அரசுதான் படத் தயாரிப்பாளர். அரசு அங்கீகாரமும் பணமும் கொடுத்தால்தான் ஒருவர் படமெடுக்க முடியும். 'நைஃப் இன் தி வாட்டர்' அப்படி எடுக்கப்பட்டதுதான். "சோஷலிச நாடுகளில் எந்தக் கலைச் சுதந்திரமும் பறிக்கப்படுவதில்லையே?" என்ற கேள்விக்கு, "ஆமாம், போலந்திலேயே மீண்டும் படம் எடுத்தாக வேண்டுமென்பவர்கள் அப்படித்தான் கருதுவதாகத் தெரிவிக்க வேண்டியிருக்கிறது" என்றார். 'அரசு அமைப்பில் ஒரு திரைப்படத் திட்டம் நிராகரிக்கப்பட்டால் அத்தோடு அது ஒழிந்தது. ஆனால், வெளியுலகில் ஒரு தயாரிப்பாளருக்குப் பிடிக்காவிட்டால்

திரைக்குப் பின்

இன்னொருவரிடம் செல்லலாம். அவருக்குப் பிடிக்கவில்லை என்றால் இன்னொருவரிடம். போலந்தில் திரைப்படத் துறை சோவியத் முறையை ஒட்டியது. சோவியத் திரைப்படத் துறை அந்த நாளைய ஹாலிவுட் முறையை அடிப்படையாகக் கொண்டு அமைக்கப்பட்டது. ஹாலிவுட் முறையை *assembly line* என்பார்கள். இங்கு *inspiration*-ஐ விட *management* முக்கியம். படங்களின் தன்மையை விட எண்ணிக்கை, செயலில் சிக்கனம் இத்தியாதி லௌகீக அம்சங்கள் முக்கியமாகும்.

சினிமாக் காட்சி போலவே இருந்த அந்த ஒரு மணி நேரச் சந்திப்பில் நூற்றுக்கும் மேற்பட்டவர்களின் சாமர்த்திய சாதுர்யங் களுக்கு ஈடுகொடுத்து நிலைமையைத் தன் கட்டுப்பாட்டுக்குள் வைத்திருந்த பொலான்ஸ்கி தன் கவசங்களைக் கழட்டி வைத்த சில தருணங்களில் சில சூட்சுமங்களைத் தெரிவித்தார். அவர் லாரன்ஸ் ஒலீவியேயின் 'ஹாம்லெட்' படத்தை 30 தடவைக்கும் மேல் பார்த்திருக்கிறார்.

அவர் மனதில் ஆழப் பதிந்த வேறு சில படங்கள்: ஜேம்ஸ் மேஸன் நடித்த 1948 பிரிட்டிஷ் படம் 'ஆட் மான் அவுட்'. இன்னொரு அதே நாளைய பிரிட்டிஷ் படம் 'பிரீஃப் என்கௌண்டர்', 'சிட்டிஸன் கேன்', ஃபெலினியின் '8/2', குரொஸோவாவின் 'செவன் சமுராய்'. சுமார் நூறாண்டு வயதுடைய திரைப்படக் கலைக்கும் ஒரு 'கிளாசிகல்' அல்லது காவிய மரபு உண்டு. பொலான்ஸ்கியைப் பாதித்த படங்கள் அனைத்துமே இந்த மரபைச் சார்ந்தவை. ஆனால், அவருடைய படங்கள் தற்காலிகத் தன்மையே அதிகம் கொண்டவை.

இந்தத் தற்காலிகத் தன்மையைக் காரணம் கூறித்தான் அரசியல் படங்கள் எடுக்கத் தனக்கு ஆர்வம் இல்லை என்று கூறினார். "இந்த அரசியல்தான் எவ்வளவு நிலையற்றதும் முரண்பாடுடையதுமாக இருக்கிறது. சைனா கம்பூச்சியாவை அடக்க நினைக்கிறது. கியூபா தன் படைகளை காங்கோவுக்கு அனுப்புகிறது. ஈரான், பாகிஸ்தான், பங்களாதேஷ், ஆப்கானிஸ்தான் இங்கெல்லாம் நிலைமை அடிப்படையிலேயே எப்படியெல்லாம் மாறிக்கொண்டேவருகிறது."

"அரசியல் இல்லாத வாழ்க்கை ஏது? எல்லாமே அரசியல் தானே?"

"ஓ, அப்படியா? ஆமாம். இப்போது இந்த இடத்தில் திரைப்படம் எடுத்துக்கொண்டிருக்கிறார்களே. இந்தக் காமிராவில்கூட சில பகுதிகள் அமெரிக்காவில் செய்யப் பட்டிருக்கும். சில சோவியத் ரஷ்யாவில் தயாரிக்கப்பட்டிருக்கும். ஆமாம், அரசியல்தான்."

சினிமாவால் மக்கள் கெட்டுப் போகிறார்கள், ஒழுங்கு மீறல், பலாத்காரம் பெருகுகிறது என்பதை பொலான்ஸ்கி ஒத்துக் கொள்வதில்லை. "சினிமாவால் பலாத்காரம் பெருகுகிறது என்றால் சினிமா அதிகம் ஊடுருவாத நாடுகள், கலாசாரங்கள் பற்றி என்ன கூறுவீர்கள்? ஆப்பிரிக்காவிலும் ஈரானிலும் நிகழ்ந்த, நிகழ்ந்துவரும் படுகொலைகள் சித்திரவதைகள் எந்தச் சினிமாவால் ஏற்பட்டன? எல்லாக் கலைகளையும்போல சினிமாவும் யதார்த்தத்தின் பிரதிபலிப்பே தவிர, அதுவே புது 'யதார்த்தம்' உண்டு செய்யக்கூடியதல்ல. இதுபோலத்தான் 'போர்ன்' படங்கள். ஆரம்பத்தில் 'போர்ன்' படங்கள் திரைப்படக் கலையில் தீவிரமான பகுதிகளை அழித்துவிடும் என்றுதான் எல்லாரும் நினைத்தார்கள். ஆனால், என்றையும்விட இன்று தான் திரைப்படச் சாதனத்தில் கலைச் சாத்தியக்கூறுகள் பெருகிவருகின்றன."

(1980)

34வது தேசியத் திரைப்பட விழா

கடந்த ஆண்டின் தேசியத் திரைப்படப் பரிசுகள் அறிவிக்கப்பட்டுவிட்டன. (இதை ஏன் 'திரைப்பட விழா' என்று அழைக்கிறார்கள் என்று எனக்குத் தெரியவில்லை. ஒரு சமயத்தில் இப்படங்களைப் பத்துப் பேர்களுக்கு மேல் பார்ப்பதில்லை.) 'தபரன கதா' என்ற கன்னடப் படம் சென்ற ஆண்டின் மிகச்சிறந்த படமாகவும் பிராந்திய மொழி வரிசையில் தமிழில் 'மௌன ராகம்' சிறந்ததாகவும் அறிவிக்கப்பட்டுள்ளது.

சிறந்த நடிகராகத் தேர்வு பெற்ற சாருஹாசன் 'தபரன கதா' படத்துக்காகப் பரிசு பெற்றாலும் அவர் தமிழ் நடிகரே என்று நாம் மகிழ்ச்சியடையலாம். இதே படம் தமிழில் தயாரிக்கப்பட்டு அதில் அவர் நடித்திருந்தால் பரிசு அவருக்குத்தான் கிடைத்திருக்கும். 'மத்வாச்சாரியா' படத்தின் ஆர்ட் டைரக்‌ஷனுக்காகப் பரிசு பெற்ற பி. கிருஷ்ண மூர்த்தியும் தமிழ் ஓவியரே.

ஆனால், தேசிய அளவில் தமிழுக்குக் கிடைத்த பெரிய பரிசு 'சிறந்த ஜனரஞ்சகப் பொழுது போக்குப் படம் என்று 'சம்சாரம் அது மின்சாரம்' அறிவிக்கப் பட்டதுதான். இப்பரிசுக்குப் போட்டிக்கு வந்த படங்கள் எல்லாம் பெரிய படங்கள்.

மொழிவாரியாகப் பார்த்தால் மலையாளப் படங்கள் தேசிய அளவில் நிறையப் பரிசுகள் வென்றிருக்கின்றன. இருபது பரிசுகளில் ஆறு அந்த

மொழிக்கு. கன்னடம், ஹிந்தி, வங்காள மொழிப் படங்களுக்குத் தலா நான்கு. தமிழும் ஒரியாவும் ஒவ்வொன்று. ஆனால், உண்மையிலேயே வலுவான படங்கள் நிறைய இருந்தது இந்தி மொழியில்தான். சிறந்த டைரக்ஷன், நடிகர், நடிகை, இசை, பின்னணிப் பாட்டு எனப் பல பிரிவுகளில் அது பரிசுக்குரிய படங்களைக் கொண்டிருந்தது. பரிசுகள் நிறையப் பெற்றாலும் பொதுவாக ஏமாற்ற உணர்வு தந்த படங்கள் மலையாளம், வங்காள மொழியில்தான் அதிகம் இருந்தன.

சிறந்த நடிகையாகத் தேர்வு பெற ரேவதிக்கு ஒரு வாய்ப்பு இருந்தது. ஆனால், அதே அளவு சிறப்பான நடிப்பு இன்னும் பல நடிகைகளிடமும் இருந்தது.'நகக்ஷதங்கள்' என்ற மலையாளப் படத்துக்குப் பரிசு பெற்ற மோனிஷாவின் தேர்வைக் குறைகூற முடியாது. ஆண் நட்சத்திரங்கள் ஆதிக்கம் மிகுந்த இந்தியத் திரைப்படத் துறையில் எந்தக் காலகட்டத்திலும் சிறந்த நடிகைகள் நிறையவே இருந்திருக்கிறார்கள். இந்த ஆண்டு குறைந்தது இருபது நடிகைகளின் நடிப்பைக் கருத இடமுண்டு. நடிகர்களில் ஏழெட்டுப் பேருக்கு மேல் நினைவுகொள்வது சிரமம்.

இந்தியாவின் பல்வேறு மொழிப் படங்களை டஜன் கணக்கில் ஒருசேரப் பார்த்ததில் ஒரு விஷயம் தெளிவாகியது. இந்தி, தமிழ், தெலுங்குப் படங்கள் பிரதானமாக வெகுஜன ரசிகர்களை இலக்கில் வைத்துத்தான் உருவாக்கப்படுகின்றன. இதில் பெரிய தவறில்லை. பலர் பார்த்து ரசிக்கக்கூடியதாக இருப்பதும் ஒரு தகுதிதான். உண்மையில் தொழில்முறை அம்சங்களாகிய ஒளிப்பதிவு, ஒலிப்பதிவு, படத்தொகுப்பு முதலியவற்றில் இவை சிறப்பாகவே உள்ளன. அதே நேரத்தில் இவை தனித்துக் கூற முடியாதபடியும் அமைந்துவிடுகின்றன. 'கர்மா' பிரமாண்டமான இந்திப்படம்; ஒரு பரிசுகூடப் பெற முடியவில்லை . 'பாபுல்', 'ஏக் சாதர் மைலிஸி (ஹேமமாலினி நடித்தது)' 'சுஸ்மன்', 'அன்ஜான்', 'கடலோரக் கவிதைகள்' போன்ற படங்களும் இறுதித் தேர்வில் பரிசு பெற முடியவில்லை. இதில் 'சுஸ்மன்' ஷியாம் பெனகல் டைரக்ட் செய்தது. ஏழை நெசவாளர்களைப் பற்றிய இப்படம் நடிப்பு, டைரக்ஷன், இசை, பின்னணிப் பாட்டு எனப் பல அம்சங்களில் சிறந்து விளங்கியது. இதனால் ஏதோ அநீதி நேர்ந்துவிட்டது என்ற பொருளில்லை. பரிசு ஒருவருக்குத்தானே தர முடிகிறது?

அரசியல், அரசு அமைப்பு, சமூகம், கல்வித் துறை எனப் பல நோக்குகளில் விமரிசனம் தொனிக்கும் பல படங்கள் பல மொழிகளில் இருந்தன. காவல் துறை ஒரு சீராக, அஸ்ஸாமிலிருந்து அவனியாபுரம் வரை, அரக்கர்கள் நிறைந்த துறையாகச் சித்தரிக்கப்பட்டிருந்தது. நம் மக்களிடையே காவல் துறைக்குள்ள

இப்பொதுத் தோற்றம் கவலைக்குரியது. இதேபோல நமது அரசு அலுவலகங்கள், அதிகாரிகள் பற்றிய பொதுத் தோற்றமும் மகிழ்ச்சிக்குரியதாக இல்லை. 'தபரன கதா'வில் ஊழல் அம்சத்தைவிட மக்கள் மீது அக்கறையே காட்டாமல் அரசு அமைப்புகள் செயல்படுவதுதான் முக்கியச் செய்தியாக வெளிப்படுகிறது.

நகைச்சுவைப் படம் என்று ஒரு படத்தைக்கூடத் தனித்துக் கூற முடியவில்லை. 'சங்கநாதா' என்ற கன்னடப் படத்தில் நகைச்சுவை அம்சம் கதையிலேயே இருக்கிறது. கோவிந்த நாமம் கூறிக்கொண்டு வீடு வீடாகப் பிச்சை வாங்கும் ஒருவர் சந்தர்ப்பவசமாகப் பஞ்சாயத்துத் தலைவராக நியமனம் பெற்றுவிடுகிறார். இதர மேல்ஜாதி அங்கத்தினர்கள் அவரை நாற்காலியில் உட்காரவிடுவதில்லை. ஆதலால் அவர் தன்னுடைய தஸ்தாவேஜுகள், மனுத் தாள்கள், ரப்பர் ஸ்டாம்பு முதலியவற்றையும் சுமந்துகொண்டு பிச்சைக்குப் போகிறார். பிறப்பு சர்டிபிகேட், ஜாதி அத்தாட்சி முதலியனவற்றை அந்தந்த இடத்திலேயே கையெழுத்திட்டு வழங்குகிறார்.

தேசியப் பரிசுக்காக அனுப்பப்படும் படங்கள் ஒரு குறைந்தபட்சத் தகுதியாவது பெற்றிருக்கும் என்றுதான் யாரும் எதிர்பார்ப்பார்கள். ஆனால், நடைமுறையில் அப்படி இல்லை. நமது தயாரிப்பாளர்களின் நம்பிக்கை உணர்வுக்கு இந்த விழா சிறந்த எடுத்துக்காட்டு.

(1987)

சிறந்த படங்கள் பார்க்கப்படவும் வேண்டுமல்லவா?

சென்ற ஆண்டு இந்தியாவில் தயாரிக்கப் பட்ட சிறந்த திரைப்படங்களைத் தேர்ந்தெடுக்கும் தேசியத் திரைப்பட விழா ஏப்ரல் 15முதல் 30வரை புதுடில்லியில் நடந்து முடிந்தது. எழுத்தாளர் பிஷம் சஹானி தலைமையில் இரு எழுத்தாளர்கள், நான்கு டைரக்டர்கள், ஒரு சினிமா விமரிசகர், ஓர் இசையமைப்பாளர், திரைப்பட வர்த்தகச் சங்கப் பிரதிநிதி ஒருவர், பிலிம் சொஸைட்டி தலைவர் ஒருவர் என நடுவர் மொத்தம் பத்து பேர். தேர்வுக்குப் பதினேழு மொழிகளில் மொத்தம் 98 படங்கள் வந்திருந்தன.

முதல் வாரம் ஒரு சுற்று எல்லாப் படங்களையும் பார்த்துவிட்டுச் சிலவற்றை மறுபரிசீலனைக்குத் தேர்ந்தெடுத்தோம். கடைசி நாள் முழுதும் விவாதித்து இறுதித் தேர்வுகள் செய்தோம். தேசிய விருதுகள் 24இல் நான்கு தரப்படவில்லை. மீதி இருபது பரிசுகளில் பதினொன்று தென்னிந்தியப் படங்களுக்குச் சென்றன. பிராந்திய மொழிப்படங் களில் சிறந்தவை எனத் தேர்ந்தெடுக்கப்பட்டவை பத்து. ஐந்தாறு தேர்வுகள் தவிர மற்றவை அனைத்தும் ஒருமனதாகத் தேர்ந்தெடுக்கப்பட்டவை.

மிகச்சிறந்த படம் என்று தயக்கமில்லாமல் பொறுக்கி எடுக்க ஏதுமில்லையானாலும் இருந்ததில்

சிறந்தது ‘தபரன கதா’ என்பதில் அதிகக் கருத்து வேறுபாடு இல்லை. சிறந்த நடிகர், சிறந்த ‘முதல் படம்’ டைரக்டர், சிறந்த ஒளிப்பதிவு, சிறந்த ஆடையமைப்பு போன்ற தேர்வுகள் ஒருமனதாகச் செய்யப்பட்டன. இதர தேர்வுகளில் ஒன்றுக்கு மேற்பட்ட பெயர்கள் முன்மொழியப்பட்டாலும் யாரும் வோட் எடுத்தாக வேண்டும் என்று வற்புறுத்தவில்லை. ‘மத்வாச்சாரி’ படத்துக்குச் சிறந்த இசை விருது. என் அபிப்பிராயத்தில் ‘சுஸ்மன்’ என்ற இந்திப் படம் பெற்றிருக்கலாம். சிறந்த பின்னணிப் பாடகர் விருது பண்டிட் ஜஸ்ராஜ் அவர்களுக்குச் சென்றிருக்க வேண்டும் என்று நான் நினைத்தேன். என்னைப் போல இதர நடுவருக்கும் ஏதாவது சில தேர்வுகளில் அபிப்பிராய பேதம் இருக்கக்கூடும். ஆனால், நாங்கள் யாரும் எந்தத் தேர்வும் அநீதியானது என்று கருத வேண்டிய சூழ்நிலை ஏற்படவில்லை.

மொழிவாரியாகப் பார்த்தால் தேசிய விருதுகளில் ஆறு மலையாளப் படங்களுக்குச் சென்றன. இந்தி, பெங்காலி, கன்னட மொழிகளுக்குத் தலைக்கு நான்கு. தமிழுக்கும் ஓரியாவுக்கும் தலா ஒன்று. மராத்தி உட்பட இதர மொழிகள் எதற்கும் ஒரு பரிசுகூட இல்லை. பிராந்திய மொழிச் சிறந்த படம் எனத் தேர்ந்தெடுத்த படங்கள் பத்து. இதில் ‘மௌன ராகம்’ அடங்கும்.

மலையாள மொழிக்கு நிறையப் பரிசுகள் சென்றதால் அப்படங்கள் எல்லாம் மிகச் சிறப்பாக இருந்தன என்று கூறுவதை விட சராசரிக்கும் சற்று அதிகமான தரம் கொண்டிருந்தன என்று கூறுவதுதான் பொருத்தம். வங்காள மொழிப் படங்கள் பொதுவாகச் சற்று ஏமாற்றம் என்றுதான் கூற வேண்டும். இதற்கு மாறாக இந்திப் படங்கள் தொழில்முறை ரீதியாகவும் நடிப்பு, கதைத் தொகுப்பு முதலிய அம்சங்களிலும் வலுவானவை. வெகுஜனப் படமானாலும் பரிசுப் படமானாலும் சீராக வளர்ந்த நிலை அப்படங்களில் தெரிந்தது. இதர மொழிப்படங்களும் நிறைய இருந்தன. வங்காள மொழிகூட இதற்கு விதிவிலக்கு இல்லை.

பொதுவாக எல்லா மொழிப்படங்களிலும் கதாநாயகர்கள் ஓர் அம்சத்தில் ஒத்திருந்தார்கள். இவர்களை இந்நாட்டின் உண்மைப் பிரதிநிதிகள் என்று சொன்னால் இந்தியா ஒரு பற்றாக்குறை நாடு என்று யாரும் ஒத்துக்கொள்ள மாட்டார்கள்.

பல படங்கள் இன்றைய சமுதாயத்தைக் கடுமையாக விமரிசனம் செய்பவையாக இருந்தன. காவல்துறை ஒரு சீராக எல்லா மொழிகளிலும் சித்தரிக்கப்பட்ட விதம் கவலை அளித்தது. பிரிட்டிஷ் அரசு காலத்தில் காவல்துறை தேசபக்தி யற்றவர்களைக் கொண்டது என்றுதான் பொதுத் தோற்றம் பெற்றிருந்தது. ஆனால், இன்று அது அரக்கர்களை ஒத்தவர்கள்

நிறைந்த துறையாக எல்லா மொழிப் படங்களுமே காட்டின. அப்படி ஒரு பொதுத்தோற்றத்தை இன்று காவல்துறையினர் பெற்றிருப்பது அவர்களுக்கும் இந்திய சமுதாயத்துக்கும் நல்லதல்ல.

பிராந்தியப் பரிசு எல்லா மொழிகளுக்கும் தரப்படவில்லை. ஒரு குறைந்தபட்சத் தகுதியாவது இருக்க வேண்டும் என்று அனைவரும் கருதினார்கள். 'சிறந்த வெகுஜனப் பொழுது போக்குப் படம்' என்று 'சம்சாரம் அது மின்சாரம்' தேர்ந்தெடுக்கப் பட்டது. இத்தலைப்பை எவ்வளவு முயன்றும் ஆங்கிலத்தில் புரிந்துகொள்ளும்படியாக விளக்க முடியவில்லை. சருஹாசன், சாருஹசன், சருஹசன், சருஹாசான் என ஒவ்வொருவரும் ஒவ்வொரு விதத்தில் அழைத்தாலும் சாருஹாசன் எளிதில் சிறந்த நடிகர் பரிசு வென்றார். சிறந்த நடிப்புக்குக் கருதப்பட்ட இன்னொரு நடிகர் திலீப்குமார்.

தேசியப் பரிசுகள் பெற்ற பல படங்களை இந்தியாவில் அனைவரும் பார்க்க இயலுமா என்பது சந்தேகம். தொலைக்காட்சியில் பகல் நேரத்தில் ஒளிபரப்பப்படும் பிராந்திய மொழிப் படங்களை எவ்வளவு பேர் பார்க்கிறார்கள் என்பது ஐயத்துக்குரியது. 'தபரன கதா' பற்றியே எனக்குச் சந்தேகம்தான். பரவலாக நாடெங்கும் கொட்டகைகளில் காட்டப்படக்கூடிய படங்கள் பரிசு பெற்றால் அப்பரிசு அந்த அளவுக்குப் பொது மக்களுக்கு அர்த்தம் பொருந்தியதாகிறது. இப்போதோ எவ்வளவோ செய்திகளோடு இதுவும் ஒன்று. கோடிக்கணக்கான சினிமா ரசிகர்கள் பாத்திருக்கக்கூடிய 'கர்மா', 'பாபுல்', 'நாம்', 'ஏக் சாதர் மைலி ஸி', 'கடலோரக் கவிதைகள்' போன்ற படங்கள் ஒரு பரிசுகூடப் பெறவில்லை. இதை நிவர்த்தி செய்ய வெகுஜனப் படங்களுக்குத் தனியாக ஒரு வரிசைப் பரிசுகள் வைத்தால் என்ன என்றுதான் தோன்றுகிறது.

(1987)

பெங்களூர் திரைப்பட விழாவின் மறுபக்கம்

வருடா வருடம் ஒரு நிகழ்ச்சியை நடத்தும் போது எவ்வளவு முயன்றாலும் ஒரு சடங்குத் தன்மையைத் தவிர்க்க இயலாது போய்விடுகிறது. பெங்களூர் திரைப்பட விழாவில் பழக்கப்பட்ட அம்சங்கள் நிறைய இருந்தன. பல படங்கள் பல பழைய படங்கள் போலவே இருந்தன. கலாசார மரபில் ஐரோப்பிய நாடுகளுக்குப் பல நூற்றாண்டுகளின் தொடர்ச்சி உண்டு என்று கூறிக்கொண்டாலும் எல்லா நாட்டுப் படங்களிலும் பெரும்பான்மை, திரையில் காட்டத் தேர்வு செய்து கொண்ட காட்சிகள் கற்பனை வறட்சியைத் தெரிவிப்பதாகவும், நேரடி உடல் உறவைத் தவிர இதர மனித உறவுகளில் அதிகம் நம்பிக்கை வைக்க இயலாததையும் காட்டுவதாக இருந்தன. ஆஸ்திரேலியா, கனடா போன்ற நாடுகளின் படங்கள்கூட இதற்கு விதிவிலக்காயில்லை, கதையில் புதுமையிருந்தாலும் பிரச்சினைகள் விதவிதமாக இருந்தாலும் பிரதானமாகக் காட்டப் பட்ட காட்சிகள் உடல் உறவு சம்பந்தப்பட்ட காட்சிகள்தான். திரைப்பட விழாவுக்கு வந்தவர்களில் பல பழக்கப்பட்ட முகங்களும் இருந்தன. பலர் பல காட்சிகளின்போது கொட்டகையில் இல்லாமல் வெளியே இருந்தது அவர்களுக்கும் ஏற்பட்டிருக்கக் கூடிய அலுப்பையும் சலிப்பையும் காட்டியது போலத் தோன்றியது.

அசோகமித்திரன்

இந்தத் தொய்வைச் சற்று ஈடுகட்டியவை ஃபிரான்செஸ்கோ ரோஸியின் படைப்புகளும், ஃபிரெஞ்சு புதிய அலைப்படங்களைச் சார்ந்த சில படங்களும். இலக்கியப் படைப்புகளை அவை எழுத்துருவில் அடைந்த உயர்ந்த தளத்துக்கு ஈடாகத் திரையுருவில் மாற்ற முடியுமா என்பது பற்றி இப்போதும் ஐயம் இருக்கிறது. ஆனால், ரோஸிக்கு அது சாத்தியம் என்று நிரூபிப்பதுபோல இரு படங்கள் இருந்தன. 'கிரானிகள் ஆஃப் எ டெத் ஃபோர்டோல்ட்' (முன்கூறாக அறிவிக்கப்பட்ட ஒரு சாவின் வரலாறு), 'டு ஃபர்கட் பாலர்மோ (பாலர்மோவை மறக்க) ஆகிய இரு படங்கள் இரு நல்ல இலக்கியவாதிகள் சம்பந்தப்பட்டவை. சாவை எழுதியவர் காப்ரியல் கார்சியா மார்க்வெஸ். பாலர்மோவைத் திரைக்கதையாக அமைத்தவர்களில் ஒருவர் கோர்விடால். இரண்டுமே மிகவும் சிறந்த திரைப்படங்களாகவும் உருவாகியிருந்தன. பாலர்மோ, மாஃபியா எனப்படும் தீர்க்கமான, அசாத்தியப் பலம் பொருந்திய, சமூக விரோதக் கூட்டத்தைப் பற்றியது. அதாவது உட்பொருள் அளவில் 'காட்ஃபாதர்' வரிசையில் வருவது. ஆனால், பரபரப்பையும் சாகசத்தையும் தவிர்த்து இன்றைய உலக சமூகத்தைச் சீர்குலைக்கும் சக்தி ஒன்றைப் பற்றி ஆழ்ந்த துயரம் தரக்கூடிய அனுபவத்தைத் தருவதாக உருவாக்கப்பட்டிருந்தது. பெங்களூர் விழாவில் ஒரு நிஜ 'காட்ஃபாதர்' படமும் இருந்தது. ('காட்ஃபாதர் III') பாலர்மோவின் அருகில் அது மிகவும் பலகீனமானதாகவே தோன்றியது.

'இந்தியன் பனோரமா' எனப்படும் இந்தியத் திரைப்படங்கள் வரிசை ஒவ்வோர் ஆண்டும் சர்ச்சைக்குள்ளாவது வழக்கமாகி விட்டது. எதிர்ப்புத் தெரிவிக்கும் வகையில் ஓர் 'இணை' பனோரமா ஏற்பாடாவதும் வழக்கமாகிவிட்டது. இரண்டிலும் நல்ல படங்களும் சந்தேகத்துக்குரிய படங்களும் உண்டு. திரைப்பட விழாக்களில் வழக்கமாகத் தோன்றும் முகங்களில் ஒருவரும், சொல்ல வேண்டியதைச் சற்று விரிவாகவே சொல்லும் பழக்கம் உடைய விமரிசகருமான டி.ஜி. வைத்தியநாதன் சுருக்கமாக ஒரு கருத்தைச் சொன்னார். "முன்பெல்லாம் இந்தியப் புதிய அலைப்படங்கள் மரபை எதிர்ப்பதாகவும் மனிதன் சமூகத்தி லிருந்து தனிமைப்பட்டுப்போகும் சந்தர்ப்ப சூழ்நிலைகளையும் பாத்திரங்களும் கொண்டவையாகவும் இருக்கும். ஆனால், இந்த பெங்களூர் விழாவில் இந்தியப் பாரம்பரியத்தோடு தொடர்பு கொள்வதாகவும் இருத்தலின் மூலத்தை அறிய முற்படுவதாகவும் உள்ளன." எடுத்துக்காட்டுகளில் சில: 'வாஸ்து மரபு', 'சஞ்சாரி', 'மோஹார்', 'சாயர்', 'பவன்தரானா', 'பெருந்தச்சன்', 'மைசூர் மல்லிகெ', 'மறுபக்கம்', 'தீக்ஷா'. இப்பட்டியலில் முதல் ஐந்தும் சிறு படங்கள். 'வாஸ்து மரபு' பாலச்சந்தர் கைலாசம் எடுத்து ஏற்கெனவே தேசிய அளவில் கவனமும் பரிசும் பெற்ற, சிற்பம்

மற்றும் கட்டட சாஸ்திரம் பற்றிய படம். பரத நாட்டியத்தைப் பரிசீலிப்பது 'சஞ்சாரி'. இன்றைய வங்காள வாழ்க்கையுடன் ஒன்றிவிட்ட ரவீந்திர சங்கீதம் பற்றியது, 'மோஹார்'. 'சாயா' தோற்பாவைக் கூத்தை ஆராயும் முயற்சி. குமார் ஷஹானிக்குச் சமகால இந்தியத் திரைப்பட உலகில் புரட்சிச் சித்தாந்தவாதிக் குரிய இடம் கொடுக்கப்படுகிறது. அவர் ஓர் ஒடிஸி நடன நிபுணரின் வரலாறை ஒரு மணிநேரப் படமாக எடுத்ததுதான் 'பவன்தரானா'. ஏழெட்டு ஆண்டுகளுக்கு முன்பு வந்த 'கட்சிராத்த' என்ற கன்னடப் படத்தின் இன்னொரு உருவாக உள்ளது 'தீக்ஷா'. தயாரிப்பாளர் இல்லை என்றாலும் 'தீக்ஷா' ஆமாம் என்கிறது.

(1992)

விமர்சனம்

விமர்சனமும் விளம்பரமும்

"நான் பணம் பறிப்பவனா?" *(I Am a blackmailer?)* என்ற கேள்வியுடன் ஒரு கடிதத்தைச் சுமார் இருபதாண்டுகளுக்கு முன்பு பம்பாயின் இருநூற்றுச் சொச்சம் திரைப்படத் தயாரிப்பாளர்களுக்கு 'பிலிமிந்தியா' ஆசிரியர் பாபுராவ் படேல் அனுப்பினார். 'பிலிமிந்தியா'வின் பல இதழ்களும், இந்தக் கேள்வி எழக் காரணமாயிருந்த சம்பவங் களையும் நபர்களையும், இக்கேள்வி பகிரங்கமாகக் கேட்கப்பட்டபின் வந்த பதில்களையும் பிரசுரிப்பதில் செலவழிக்கப்பட்டன. எழுத்து மூலம் யாரும் 'பிலிமிந்தியா' ஆசிரியரை ஒரு 'பிளாக்மெயிலர்' என்று குறிப்பிடவில்லை. அத்துடன் மட்டும் பாபுராவ் படேல் சமாதானமடைய வேண்டி யிருந்தது. ஆனால், இந்தச் சலசலப்பு எழ முக்கியக் காரணமாயிருந்தது பம்பாயில் வெளியாகும் ஹிந்திப் படங்களுக்கு 'நல்ல' விமரிசனமாக எழுத பாபுராவ் படேல் பணம் கேட்டு வாங்குவதாகவும் பணம் மறுக்கப்பட்டால் படம் விமர்சனத்தில் பிய்த்து எறியப்படுவதாகவும் பரவியிருந்த ஒரு குற்றச்சாட்டுத்தான்.

இருபது வருடங்களுக்கு முன்னால் சினிமாத் தொழிலுக்கு உலகமெங்கும் அமோக யோகம் அடித்தது. யுத்தம் முடிந்ததிலிருந்து ஐந்தாறு ஆண்டுகளுக்கு அமெரிக்கா, இந்தியா இரு நாடுகளும் போட்டிப் போட்டுக்கொண்டு திரைப்படங்களை எடுத்துக் குவித்தன. படம் பார்ப்பவர்கள் எண்ணிக்கை பல மடங்காகப் பெருகியிருந்தது.

இந்தச் சமயத்தில் ஏராளமான சினிமா விசிறிப் பத்திரிகைகள் வர ஆரம்பித்தன. அநேகமாக எல்லாவற்றிற்கும் ஆரம்பக் காலத்தில் நல்ல வரவேற்பும் விற்பனையும் இருந்தன. பொழுதுபோக்குக்கு என்று எப்படியோ எல்லாரிடத்திலும் நிறையப் பணம் இருந்தது. நடிக நடிகையரின் உயரம், வெவ்வேறு இடங்களின் சுற்றளவு, கண்களின் நிறம், கூந்தலின் நீளம் இவற்றுடன் இப்பத்திரிகைகள் திரைப்பட விமரிசனமும் வெளியிட்டன.

வேறு தொழில்களுக்கும் சினிமாவுக்கும் இதிலும் ஒரு வித்தியாசம். கோகோ கோலா விளம்பரங்கள் எவ்வளவோ பத்திரிகைகளில் பக்கம்பக்கமாக வருகின்றன. அந்த விளம்பரங்களைப் பொறுத்தவரையில் விளம்பரங்களைப் பிரசுரிப்பதோடு பத்திரிகையின் பொறுப்பு முடிந்துவிடுகிறது. கோகோ கோலா கம்பெனி அந்தப் பத்திரிகையை கோகோ கோலா பற்றி ஒரு பத்தி விமர்சனம் எழுத எதிர்பார்ப்பதில்லை. இங்கிலாந்து ரோல்ஸ்ராய்ஸ் இன்ஜின்காரர்கள் இந்தியப் பத்திரிகையில் முழுப்பக்க விளம்பரம் செய்தாலும் விமர்சனம் எழுத நிர்ப்பந்திப்பதில்லை. ஆனால், சினிமாத் தயாரிப்பாளர் அப்படி அல்ல. விளம்பரம் வெளியானதை அடுத்து அந்தப் பத்திரிகை இரண்டு வாரங்கள் முன்னதாகவும் நான்கு வாரங்கள் பின்னதாகவும் அவர் படத்தைப் பற்றி, அவருடைய கலைப் பணியைப் பற்றி, அவருக்குத் தென்னாட்டு எம்.ஜி.எம்., தமிழ்நாட்டு டார்ஜான் என்றெல்லாம் அடைமொழியிட்டு, நிறைய படங்களுடன் தகவல்கள், வம்புவழக்குகள், விமரிசனங்கள் வந்திருக்க வேண்டுமென்று விரும்புகிறார். அந்த மாதிரி காணப்படாவிட்டால் அவருக்கு அப்பத்திரிகைமீது அசிரத்தை விழுந்துவிடுகிறது.

எல்லாம் தெரிந்த அகில உலக விமரிசகர்கள் என்பவர்கள் கூட இந்த உண்மையைச் சிறிது புரிந்துகொள்ள வேண்டும். புத்தகங்கள், பொழுதுபோக்குச் சாதனங்கள் இவை இரண்டும் விளம்பரத்தால் விற்கின்றனவே தவிர விமரிசனத்தால் அல்ல. விளம்பரத்தால் மட்டும் என்று சொல்லிவிட முடியாது; அவற்றிற்கே ஏதோ ஒரு தரம், ஒரு வசீகரம் இருக்க வேண்டும். அந்த வசீகர அம்சத்தை ஓரளவு மக்களுக்குத் தெரியப்படுத்தவே விளம்பரம். விமரிசனத்தை எல்லாரும் படிப்பார்கள். அதில் சந்தேகமில்லை. ஆனால், மூன்று பொம்மைகளில் முதல் பொம்மை மாதிரி ஒரு காதில் வாங்கிக்கொண்டு இன்னொரு காது வழியாக வெளியே விட்டுவிடும் விஷயம் அது. மாதக் கணக்கில் ஓடிய ஒரு படத்தை எடுத்துக்கொள்ளுங்கள். படம் வெளியானவுடன் அப்படத்தைப் பற்றி வெளியான விமரிசனங்களைப் படித்துப் பாருங்கள். அப்போது புரியும்

விமரிசகர்களுக்கும் பொதுமக்களுக்கும் எப்படித் துளிக்கூட சம்பந்தமே இல்லை என்று. சினிமாதான் "எழுதப் படிக்கத் தெரியாத பாமர மக்களின் பொழுதுபோக்கு. அவர்களுக்குத் தானாகவும் தெரியாது, சொல்லிக் கொடுத்தாலும் தெரியாது." புத்தகங்கள் புத்திசாலிகள் உலகத்தைச் சார்ந்தவை ஆயிற்றே? இந்தப் புத்தகத்தின் விஷயத்தைக் கவனிப்போம். மீண்டும், பாவம், விமரிசகர்கள். அவர்கள் அற்புதமான புத்தகம் என்று அழைப்பது எட்டு வருடத்தில் எண்பது பிரதி விற்கிறது. படுமோசம், அபத்தம், காறித் துப்ப வேண்டியது, என்று (விமரிசகர்களால்) ஏகமனதாகத் தீர்மானிக்கப்பட்ட புத்தகம் நான்கு மாதங்களில் மூன்று பதிப்பு வெளியாகிறது. எல்லாம் தெரிந்த விமரிசகர்களை முட்டாளாக்கக் கங்கணம் கட்டிக் கொண்டவர்கள்போல் உலகத்தின் எல்லாப் பாகங்களிலும் பொதுமக்கள் செயல்படுகிறார்கள். பாபுராவ் படேல் கடுமையாகத் தாக்கி விமரிசனம் செய்கிறாரே என்று சினிமாத் தயாரிப்பாளர்கள் கவலைப்பட்டிருக்கவே வேண்டியதில்லை.

பத்திரிகைகளில் சினிமா விமரிசனங்கள் கடுமையாக இருக்கின்றன என்றதொரு குற்றச்சாட்டு அநேக நாள்களாக இருக்கிறது. பல பத்திரிகைகளில் சினிமா விமரிசனம் எழுதுபவருக்கு உண்மையில் சினிமாமீது மிகுந்த அக்கறை உண்டு. லட்சம் லட்சமாக ரூபாயைப் போட்டுச் செலவழித்து ஏன் பைத்தியக்காரப் படங்களாக எடுக்கிறார்கள் என்பதுதான் அவர் கவலை. பொது மக்களுக்குப் பிடிக்கிறது என்பதற்காக எத்தனை நாட்கள்தான் இந்தப் படத் தயாரிப்பாளர்கள் புத்தியை அடகு வைத்துவிட்டு லாபத்தை மட்டும் வட்டியாகக் கட்டிக்கொண்டு போகப் போகிறார்கள் என்பது அவருக்குத் தூக்கத்தையும் பறிக்கும் வேதனை.

விமரிசகர்களுக்குப் பொதுமக்கள் பற்றி அதிகக் கவலை இல்லை. அவர்கள் கவலை ஒரு தொழில்துறை, ஒரு கலைத்துறை தேங்கிவிடாமல் மேலும் மேலும் சிறப்புற்று விளங்க வேண்டும் என்பதுதான். இன்று நன்றாயிருப்பது நாளை பழையதும் நன்றாயில்லாததுமாகிவிடும். ஆதலால் வளர்ச்சி தொடர்ந்து இருந்துகொண்டே இருக்க வேண்டும். விமர்சகர்களின் பொறுமை யின்மையும் கோபமும் நல்ல உழைப்பு முழுப் பயன் பெறாது இருப்பதைக் கண்டுதான். நாளை பற்றிக் கவலைப்படுபவர்கள் விமரிசகர்கள்.

விஞ்ஞானத்தில் அடிப்படை விஞ்ஞானம் (Pure Science), செயல்படுத்தப்படும் விஞ்ஞானம் (Applied Science) என்று இரு பிரிவுகள் உண்டு. இந்த அடிப்படை விஞ்ஞானத்தை வளர்ப்பவர்கள் இராப்பகல் தூங்காமல் வாழ்க்கையின்

எவ்வளவோ வசதிகளையும் சுகங்களையும் புறக்கணித்துவிட்டு வருடக் கணக்கில் ஒரு கணித சூத்திரத்திற்காகப் பாடுபடுவார்கள். இந்த விஞ்ஞானிகள் எத்தனையோ நூற்றாண்டுகளாக இந்த சூத்திரங்களுக்கும் ஃபார்முலாக்களுக்கும் பாடுபட்டிரா விட்டால் இன்று நம் அன்றாட வாழ்க்கையைச் சுளுவானதாக மாற்றும் எத்தனையோ எளிய சாதனங்கள்கூடச் சாத்தியமாய் இருக்காது. ஆனால், அடிப்படை விஞ்ஞானத்தின் மதிப்பையும் பயனையும் அவ்வளவு எளிதில் எல்லாரும் புரிந்துகொள்ள முடியாது. இந்த விஞ்ஞானிகள் எவ்வளவு முக்கியமோ, எவ்வளவு அவசியமோ அந்த அளவுக்கு விமரிசகர்களும் உலகத்துக்குத் தேவை.

விமரிசகர்களால் உடனடி வியாபாரத்திற்குப் பிரயோசனம் இல்லை என்றால் விளம்பரம் மட்டும் எதற்கு என்று சிலர் கேட்பார்கள். 'புளூ கில்லட்' தயாரிப்பாளரை ஒரு நண்பர் கேட்டார். "உம்முடைய பிளேடுகள்தான் உலகத்திலேயே சிறந்தது என்பது எல்லாருக்கும் தெரிந்த விஷயம். நீங்கள் ஏன் வாரா வாரம் லட்சக்கணக்கான டாலர்கள் செலவு செய்து விளம்பரம் பண்ணிக்கொண்டே இருக்கிறீர்கள்?" கில்லட் சிரித்துக்கொண்டார். பிற்பகல் கில்லட் நண்பரைத் தன் சொந்த விமானத்திலேயே பாஸ்டனுக்கு அழைத்துச் சென்றார். கில்லட், நண்பரைக் கேட்டார். "விமானம் எங்கே இருக்கிறது?"

"17,000 அடி உயரத்தில்."

"என்ன வேகம் இருக்கும்?"

"மணிக்கு 350 மைல்."

"காற்றில்தானே பறந்து கொண்டிருக்கிறது? ஏன் இஞ்சின் இன்னும் ஓடிக்கொண்டிருக்கிறது? நிறுத்திவிடுவதுதானே?"

"நிறுத்திவிடுவதா? இஞ்சினை நிறுத்தினால் விமானம் விழுந்துவிடும். அவ்வளவுதான்."

"விளம்பரமும் அதேமாதிரிதான். அதை நிறுத்தினால் வியாபாரமும் விழுந்துவிடும்" என்றார் கில்லட்.

(1967)

ஏன்?

இந்த ஆண்டு விஜயதசமி அன்று சென்னையில் இருபத்தைந்துக்கும் மேலான புதுப்படங்களுக்குப் பூஜை போடப்பட்டது. சுமார் நூற்றைம்பது படங்கள் தயாரிப்பில் இருப்பதாகப் புள்ளிவிவரங்கள் தரப்பட்டன. தீபாவளியன்று பத்துப் புதுப்படங்கள் வெளியிடப்படலாம் என்று தெரிகிறது. தணிக்கைக் குழுவினர் ஒரு நாளைக்கு இரண்டல்ல, மூன்று படங்கள்கூடப் பரிசோதித்து வருகிறார்கள். சென்னைத் திரைப்பட வரலாற்றில் இப்போதுள்ளது போன்ற மும்முரம் இதற்கு முன் எப்போதுமே இருந்ததில்லை. புது நடிக நடிகையர், திரைப்படக் கதாசிரியர்கள், டைரக்டர்கள், தொழில்நுணுக்க வல்லுநர்கள், ரசிகர்கள், சினிமாப் பத்திரிகையாளர்கள் எல்லாருக்கும் அருமையான வாய்ப்பு இருக்கும் காலமிது என்றே கூற வேண்டும்.

எனக்கு அப்படி நம்ப வேண்டும் என்றுதான் விருப்பம். ஆனால், தமிழ்நாடு அரசு லாட்டரித் திட்டம் ஆரம்பித்த புதிதில் பெரியோர் சிறியோர் வலியோர் எளியோரெல்லாம் முண்டியடித்துக் கியூவில் நின்று டிக்கட் வரிசைக்குப் பத்துப் பதினைந்து என்று சீட்டுகள் வாங்கின காட்சிதான் கூடவே நினைவுக்கு வருகிறது. இந்த லாட்டரி மோகத்திற்கு நிலையான தன்மை உண்டோ என்று எண்ணிவிடக்கூடிய அளவுக்கு ஜெயகாந்தன்கூட லாட்டரி டிக்கட்டை மையமாக வைத்து ஒரு சிறுகதை எழுதினார். ஆசாரமான பிராமணக் குடும்பத்தின் தலைவி தன் கணவன் பேச்சையும்

மீறி ஒரு டிக்கட் வாங்கி அந்த டிக்கட்டுக்கு முதற் பரிசும் விழுந்து விடுகிறது. அவள் என்ன செய்வாள்?

இன்றைய தமிழ் சினிமாவும் அப்படிப்பட்ட பரிசுக்காகத் தான் கடும் வேகத்தில் இயங்கிக்கொண்டிருக்கிறதோ?

நாம் கொஞ்சம் நஞ்சம் எதிர்பார்த்தவர்கள்கூட 'நான் பரிசுக்காகப் படம் எடுப்பதில்லை. மக்களுக்காகவே எடுக்கிறேன்' என்று சொல்லிவிடுகிறார்கள். வெகுஜன சாதனமாகிய திரைப்படம் மக்களுக்காகத்தான் எடுக்கப்பட வேண்டும். சந்தேகமில்லை. ஆனால், வெகுஜனம், மக்கள் என்ற சொற்கள் குறிப்பது அப்படியே ஒட்டுமொத்தமாக ஒரே குணம், ஒரே நோக்கு, ஒரே ரசனை கொண்டதா? அது எப்போதும் ஒரு தளத்தில்தான் இயங்குகிறதா? தற்காலிகமாகத் தங்களைத் தாமே மகிழ்வித்துக்கொள்வதைத் தவிர அதற்கு வேறு உயரிய ஆர்வம், அபிலாஷை எப்போதாவதுகூடத் தோன்றுகிறது இல்லையா?

'நான் யாருக்காக எழுதுகிறேன்?' என்ற கேள்வியை எழுத்தின் மீது ஈடுபாடுகொண்ட ஒவ்வொரு எழுத்தாளனும் தன்னைத் தானே கேட்டுக்கொண்டு ஓர் இலக்கு அமைத்துக் கொண்டேயாக வேண்டும். அதுபோலத் திரைப்படத் தயாரிப்பாளரும் தம் இலக்கு பற்றி ஓரளவு சிந்தனை செய்வது பொருளாதார ரீதியில் கூடப் பயன் தருவதாய் இருக்கும். எண்ணிக்கையில் உச்சத்தை எட்ட முயன்றுகொண்டிருக்கும் போது நல்ல தரத்தையும் எட்ட முயலுவதற்கு இது உதவும்.

தொழில்நுணுக்கப் பிரிவில் இன்று நல்ல முன்னேற்ற மடைந்த சாதனங்கள் கிடைக்கின்றன. முறையாகப் பயிற்சிதர நாடெங்கும் சிறந்த பயிற்சிக்கூடங்கள் செயல்படுகின்றன. முன்மாதிரியாக அமையக்கூடிய திரைப்படப் படைப்புகள் உலகெங்கிலுமிருந்து நம் பார்வைக்குக் கிடைக்கின்றன. இன்று தமிழ்நாட்டில் தயாராகும் மிகச் சாதாரணமான 'ஸ்டண்ட்' படத்தில்கூட ஒளிப்பதிவு, ஒலி, எடிட்டிங் முதலிய பிரிவுகளில் நல்ல தரத்தைக் காண முடிகிறது. ஆனால், திரைப்படத்தின் உண்மையான தரம் இவற்றில் மட்டும் இல்லை. ஒருவிதத்தில் பார்த்தால் இதெல்லாம் சற்று ஏறத்தாழ இருந்தால்கூடப் பாதக மில்லை. பார்வையாளரை எந்தத் தளத்தில் அத்திரைப்படம் சந்திக்க நிர்ணயிக்கப்பட்டிருக்கிறது என்பதுதான் ஒரு திரைப்படத்தின் தரத்தைத் தீர்மானிக்கிறது.

மிகவும் பாமரம் என்று கருதப்படக் கூடியவருக்குக்கூட ரசனை பல தளங்களில் இயங்குகிறது. உயர் தளங்களை அதிகம் பயன்படுத்தாத காரணத்தினாலே அந்தத் தளத்தில் அம்மனிதன் எளிதில் களைப்படைந்துவிடக்கூடும். ஆனால்,

அசோகமித்திரன்

எல்லாப் படைப்புகளுமே அந்தத் தளம் இயங்குவதைத் தேவையாக்கும் போது யாரும் களைப்பைக் காரணம் காட்டி விலகிவிட முடியாது. இதுதான் சோஷலிச நாடுகளில் திரைப்படங்கள் விஷயத்தில் அமல்படுத்தப்பட்டிருக்கிறது. அங்கும் திரைப்படங்கள், மக்களிடையே மிகவும் செல்வாக்கு வாய்ந்த பொழுதுபோக்கு. ஆனால், அங்கு திரைப்படங்கள் ஒரு குறைந்தபட்சத் தகுதியில்லாமல் தயாரிக்கவும் வெளியிடவும் அனுமதிக்கப்படுவதில்லை.

கலை மற்றும் செய்தி வெளிப்பாட்டுச் சாதனங்களைக் கட்டுப்படுத்துவது எனக்கும் ஒத்துக்கொள்ள முடியாததுதான். ஆனால், கட்டுப்பாடுகளில்லாத சூழ்நிலை நிலவும் அதே நேரத்தில் தர உயர்வை எதிர்பார்க்கவும் முடியாது போகும்போது ஏன் கட்டுப்பாடுகள் கூடாது என்றுதான் தோன்றிவிடுகிறது. இன்றைய தமிழ்த் திரைப்பட 'வளர்ச்சி' ஒரொரு சந்தர்ப்பத்தில் திகிலை ஊட்டுகிறது. ஜனாதிபதி பரிசு ஏன் கொடுக்கப்பட வில்லை என்று காரணங்கள் கற்பித்துக்கொள்பவர்களில் ஒருவர்கூட நான் ஜனாதிபதி பரிசு பெறுவதற்கு முயலுவேன், அல்லது முயலுகிறேன் என்று கூறியது கிடையாது. இந்த விஜயதசமி அன்று பூஜை போட்டவர்களில் ஒரு சிலராவது இப்படி ஓர் இலக்கு கொண்டவர்களானால் மிகவும் மகிழ்ச்சியாய் இருக்கும்.

ஜனாதிபதி பரிசு அநேகமாக எல்லா ஆண்டுகளிலும் பிராந்திய மொழிகளுக்குத்தான் போயிருக்கிறது. மராட்டி, வங்காளி, மலையாளப் படங்கள் நிறையவே முதன்மை ஸ்தானத்தைப் பெற்றிருக்கின்றன. ஒருமுறைகூடத் தமிழ்ப் படம் அந்தச் சிறப்பைப் பெறாததற்குக் காரணத்தை நம்மிடையே நாம் கண்டுகொள்ள முயலுவது பரிசு பெறும் முயற்சியில் முதல் படி ஏறுவதாகும்.

(1978)

இலக்கியமும் சினிமாவும்:
ஒரு சிறு குறிப்பு

எழுத்தாளனுக்கும் சமூகத்துக்கும் உள்ள உறவைப் பல கோணங்களில் பல தலைப்புகளில் இன்று விவாதிப்பது சகஜமாக இருக்கிறது. எழுத்தாளர்களைக் கட்டுதிட்டமாகக் கலை கலைக்காகவே என்பவர், கலை மக்களுக்காகவே என்பவர் என இரு பிரிவுகளாகப் பிரித்துப் பேசுவதும் உண்டு. இன்றைய சமூக, பொருளாதார, அரசியல் மாற்றங்களில் எழுத்தாளனின் பங்கு என்ன என்று வினாவெழுப்பி விடையளிப்பதும் இன்று அடிக்கடிக் காணக் கிடைப்பதே. இப்படிப் பட்டதோர் விவாதத்தில் ஒருமுறை நான் கலந்து கொள்ள நேர்ந்தபோது நான் கூறியதின் சுருக்கம் இதுதான். இவ்விவாதங்களில் எழுத்தாளனின் பங்கு சற்று அளவு மீறியே கணிக்கப்படுகிறது. ஆனால், இன்று கதை, கவிதை எழுதுபவனைவிட சினிமா, ரேடியோ, டெலிவிஷன் முதலிய சாதனங்கள் மூலம் செயலாற்றும் எழுத்தாளர்களே நேரிடையாகவும் மிக அதிக அளவிலும் சமுதாயத்தைப் பாதிக்கக் கூடியவர்களாய் இருக்கிறார்கள். ஆதலால் இவ்விவாதங்களில் அந்த எழுத்தாளர்களையும் கணக்கில் எடுத்துக்கொண்டு அவர்களையும் இவற்றில் பங்குபெறச்செய்ய வேண்டும்.

இந்த நூற்றாண்டின் தொடக்கத்தில் சினிமா இயங்கத் தொடங்கியபோது அது ஐம்பது அறுபது ஆண்டுகளுக்குள் இவ்வளவு வளர்ச்சியும்

செல்வாக்கும் பெறக்கூடியது என்று யாரும் கற்பனைசெய்து கூடப் பார்த்தது கிடையாது. தெருவில் போகும்போது நடைபாதைக் குரங்காட்டியை ஐந்து நிமிடங்கள் நின்று பார்த்துப் போகும் அளவுக்குத்தான் சினிமா இயங்கக்கூடும் என்று எல்லாருமே நினைத்தார்கள். கால் மணி, அரை மணிநேரம் சினிமா காட்டக்கூடும் என்ற துணிவு ஏற்பட்டபோது வெறும் நிகழ்ச்சிகளைப் படமெடுத்துக் காட்டுவதோடு நின்றுவிடாமல் கோர்வையாகக் கதை ஒன்றைச் சினிமாவாகக் காட்டுவது பழக்கத்திற்கு வந்தது. ஆரம்பத்தில் எல்லாரும் நன்கறிந்த கதைகளாகவேதான் திரைப்படத்திற்குத் தேர்ந்தெடுக்கப்பட்டன. புதிதாக எழுதப்பட்டாலும் அவை கதை மரபையொட்டியே அமைக்கப்பட்டன. ஊமைப்படம் பேசும் படமாக மாறிய போது படத் தயாரிப்பாளரிடையே மேடை நாடகங்களுக்கு அபார மவுசு ஏற்பட்டது. முதலில் ஜனங்களும் எல்லாவற்றையும் பாரபட்சமின்றி உற்சாகமாக வரவேற்றார்கள். ஆனால், போகப் போகத் திரைப்படச் சாதனத்தை நன்கு உணர்ந்து எடுக்கப்பட்ட படங்களே செல்வாக்கு அடைய முடிந்தன. பேரிலக்கியமாய் இருந்தாலும் அதைத் திரைப்படத்திற்குரிய முறையில் மாற்றி எழுதத் திரைப்பட எழுத்தாளர்களின் திறமை தேவைப்பட்டது. இன்றும், இலக்கியமாகப் பெரும் பேரும்புகழும் பெற்ற படைப்புகள் அவ்வப்போது திரைப்படமாக்கப்பட்டாலும் மிகச் சிறந்த படங்கள், அமர திரைப்படக் காவியங்கள் என்று நிலைத்து நிற்பவை பெரும்பான்மை திரைப்பட எழுத்தாளர்களாலேயே திரைப்படத்திற்காக என்றே உருவாக்கப்பட்டவை. இவற்றில் 'சிட்டிஸன் கேன்', 'கோல்ட் ரஷ்', 'அக்டோபர்' முதலியன அடங்கும். திரைப்பட எழுத்தாளரே டைரக்டராக இயங்கும் ஒரு திரைப்பட இலக்கணமே இரண்டாம் உலக யுத்தத்திற்குப் பின் உண்டான புதிய அலைப்படங்களின் ஆதாரமாகும்.

மேலோட்டமாகப் பார்த்தால் படிப்பதற்காக எழுதப் பட்ட படைப்புக்கும் திரைப்படத்தில் பார்ப்பதற்காக எழுதப் பட்ட படைப்புக்கும் அதிக வேறுபாடு இல்லாததுபோலவே தோன்றும். திறமையுடன் எழுதப்பட்ட ஒரு திரைப்பட 'ஸ்கிரிப்ட்' ஒரு நாவல் போலப் படிப்பதற்குச் சுவையுள்ளதாய் இருக்கலாம். ஆனால், நாவலாக எழுதப்பட்டவை எல்லாமே சினிமா இலக்கணத்துக்கு ஒத்துப்போகும் என்று எதிர்பார்க்க முடியாது. பார்க்கப் போனால் இலக்கியத் தன்மையைத் தியாகம் புரிந்துதான் ஒரு நாவலைத் திரைப்பட அனுபவம் தரக்கூடியதாகப் படைக்க முடியும் என்றுகூடக் கூறலாம். நல்ல நாவல்கள் படமாக்கப்படுகின்றன என்று கேள்வியுறும்போது மகிழ்ச்சியும் அதே நேரத்தில் திரைப்படம் நாவலுக்கு நியாயம் செய்ய வேண்டுமே என்கிற கவலையும் ஏற்படுகிறது. மிகச்

சில விதிவிலக்குகளைத் தவிர, நல்ல நாவல்கள் நல்ல திரைப் படங்களாக உருவெடுப்பதில்லை.

இதற்கு ஒரு முக்கியக் காரணம் இலக்கியம், சினிமா இவை இரண்டும் இரு வெவ்வேறு அனுபவங்களைத் தருபவை. இரண்டுமே மனிதக் கற்பனையைத் தூண்டி அக்கற்பனை விரிவில் ஒரு சுகானுபவத்தை ஏற்படுத்துவதாய் இருந்தாலும் இக்கற்பனை இவ்விரு சாதனங்களுக்கு வெவ்வேறு பரிமாணங்கள் கொண்டதாய் உள்ளது. நாவலைவிட சினிமா நேரிடையாகவும் தீவிரமாகவும் பாதிப்பு ஏற்படுத்தக்கூடியதாயினும் அந்தப் பாதிப்பு நீடித்து நிற்பதில்லை. (இதற்கு மாறாக நாடகங்கள் ஓர் ஆயுட்காலம் பாதிப்பைப் பார்ப்போரிடம் ஏற்படுத்தி இருக்கின்றன. உதாரணத்திற்கு, மகாத்மா காந்தி.) ஆனால், இலக்கியத்தின் பாதிப்பு நேரிடையாகவோ பரபரப்புடன் கூடியதாகவோ இல்லாமல் போயினும் பல ஆண்டுகள் செயல்படுவதாக நிலைக்கிறது. இலக்கியம் கற்பனைக்குத் தரும் வாய்ப்பையும் சுதந்திரத்தையும் திரைப்படம் தருவதில்லை. இதுவே இலக்கியம் நீடித்த பாதிப்பு ஏற்படுத்துவதற்குக் காரணமாய் இருக்க வேண்டும்.

(1979)

தமிழ் சினிமாவும் தமிழ்ப் பத்திரிகையும்

தமிழ் சினிமாவும் வெகுஜன தமிழ்ப் பத்திரிகைத் துறையும் ஏறக்குறைய ஒரே காலத்தில் தான் தோன்றி வளர ஆரம்பித்திருக்கின்றன. அன்றிலிருந்து இன்றுவரை இரண்டுக்கும் நிறைய ஒற்றுமைகள் இருந்து வருகின்றன.

நான் தொடக்க காலப் படங்கள் எல்லா வற்றையும் பார்த்திருக்கிறேன் என்று கூற முடியாது. ஆனால், அந்தப் படங்களின் பகுதிகளைக் காண வாய்ப்புக் கிடைத்திருக்கிறது. முதல் நான்கைந்து ஆண்டுகளுக்குப் பிறகு, அதாவது 1937 அல்லது 1938க்குப் பிறகு வெளிவந்த தமிழ்ப் படங்களில் அநேகமாக முக்கியமானவை எல்லாவற்றையும் பார்க்க முடிந்திருக்கிறது.

தமிழ்ப் பத்திரிகைகள்போலத் தமிழ் சினிமாவும் முதன்முதலில் நன்கு படித்தறிந்தவர்களையும் இலட்சியவாதிகளையும்தான் ஈர்த்திருக்கிறது. யாருமே செல்லாத காடு மலைகளில் ஆராயப் புகும் பயணிகள் போலத்தான் இவர்களும் பத்திரிகை யுடனும் சினிமாவுடனும் தங்கள் ஈடுபாட்டைத் துவக்கியிருக்கிறார்கள். தங்களுக்கு மிகவும் பிடித்த மானவர்கள், மிகவும் மதிப்பு வைத்திருப்பவர்கள், மற்றும் மனைவி, மக்களையே திரைப்படங்களில் ஈடுபடுத்தினார்கள். இத்துறைக்கு விரசமானதொரு பரிமாணம் இருக்கக்கூடும் என்று அவர்கள் நினைத்துப் பார்த்திருக்கக்கூட முடியாது. இவர்கள்

பெரிய பிரகடனங்களையோ கோஷங்களையோ எழுப்பவில்லை. பதவியில் இருப்போரை அல்லது ஆட்சி செலுத்துவோரை அழைத்துத் தங்கள் செயலுக்கு யாதொரு தோற்றமும் ஏற்படுத்திக்கொள்ளவில்லை. இந்தப் பரிசுத்தத் தன்மை இந்தத் துறைகளின் ஆரம்பப் படைப்புகளில் நிறையவே காணக் கிடைக்கிறது. மகாராஜபுரம் விஸ்வநாத ஐயர் நடுக்காட்டில் உச்சி வெயிலில் தியாகய்யர் கிருதியை நின்றபடிப் பாடுவது சினிமா என்ற வகையில் அபத்தமாக இருக்கலாம். இதை ஒரே 'ஷாட்'டில் இன்று பார்ப்பது களைப்பூட்டலாம். ஆனால், இந்த மாதிரி சினிமாவில் ஒரு கபடமற்ற தன்மையை யாரும் பார்த்த மாத்திரத்திலேயே உணர்ந்துகொண்டுவிடலாம். அந்தக் காலத்து ஸ்டண்ட் சினிமாக்களான 'மின்னல் கொடி' போன்ற படங்களில் கதாநாயகன் அல்லது கதாநாயகியைப் போலீசார் துரத்தும் காட்சிகள் இரண்டு மூன்றாவது இருக்கும். முகமூடியணிந்த மின்னல் கொடி மாடியில் போலீசாருடன் கத்திச்சண்டை போட்டுவிட்டு 'டுய்ங்'கென்று கீழே தாவி ஒரு கரணம் போட்டுத் தரையில் எழுந்து நிற்க, போலீசார் வெகு ஒழுங்காக மாடிப்படியில் தடதடவென்று கீழிறங்கிக் கத்திச் சண்டையைத் தொடர்வார்கள். சிறிது நேரம் சண்டை போட்டுவிட்டு மின்னல் கொடி 'டுய்ங்'கென்று ஒரு எம்புஎம்பி மாடிக்குப் போய்விட, போலீஸ்காரர்கள் வெகு நேர்த்தியாக மாடிப்படியேறிச் சண்டையைத் தொடர்வார்கள். இதில்கூட ஒரு கபடமற்ற, குழந்தைகளுக்குக் கதை சொல்லும் பாவனை தெரியும். 'சிட்டிஸன் கேன்' மாதிரி யாராவது தமிழில் படம் எடுக்க முன்வந்து, அதில் கேன் மரணமுறும் காட்சியில் நான் நடிப்பதாயிருந்தால், நான் 'மின்னல் கொடி' என்று ஒருமுறை சொல்லி உயிரை விடக்கூடும். (கேன் சாகும்போது 'ரோஸ்பட்' என்று ஒரு சொல்லை முணுமுணுத்துவிட்டு இறந்துவிடுகிறான். அந்த ரோஸ்பட் என்பது என்ன, அதன் தாத்பரியம் என்ன என்று ஆராய்வதற்காகத்தான் 'சிட்டிஸன் கேன்' திரைப்படம் அமைப்பு கொடுக்கப்பட்டிருந்தது.)

இரண்டாம் உலக யுத்தம்வரைகூட இந்தக் கபடமற்ற தன்மை பத்திரிகை, திரைப்படம் இரண்டிலும் இருந்திருக்கிறது. அறிவுத் தளத்தில் சர்வதேச அரசியல் அல்லது பொருளாதாரம் போன்ற விஷயங்களை ஆழமாகவே விவாதிக்கும் இப்பத்திரிகை களில் புனைகதைப் பகுதிகள் அந்தக் காலத்தில் திரைப்படங்க ளுடையது போலிருந்தாலும், மதிப்பீடுகள் அம்சத்தில் அற்ப சபலத்துக்கு இடம் கொடுக்காததாகத்தான் இருக்கும். அந்த நாளைய 'ஆனந்த விகடன்' இதழ்கள் மட்டும் படித்து இரண்டாம் உலக யுத்தத்தின் போக்குகள் பற்றிச் சற்று ஆழமாகவே தெரிந்து கொள்ளலாம். இந்த அரசியல், பொருளாதாரம் அல்லது

விஞ்ஞானக் கட்டுரைகள் மொழிபெயர்ப்புகள் அல்ல. சுயமாக ஒருவர் தமிழில் எழுதியவை. பரந்த படிப்பறிவுடன் இவ்விஷயங்களைத் தமிழில் பகிர்ந்துகொள்ள வேண்டும் என்ற ஆர்வத்துடன் இவ்விஷயங்கள் படிப்போர் கிரகிப்புக்கு அப்பாற்பட்டதல்ல என்ற நம்பிக்கையும் இருந்ததில்தான் அக்கட்டுரைகள் சாத்தியமாயின. அதேபோல, ரோமியோ – ஜூலியட், மெர்ச்சன்ட் ஆஃப் வெனிஸ் ஆகிய ஷேக்ஸ்பியர் நாடகங்கள் தமிழ் மக்களின் புரிந்துகொள்ளும் சக்திக்கு அப்பாற்பட்டவை அல்ல என்கிற நம்பிக்கைதான் அவற்றைத் தமிழ் நாடகமாகவும் தமிழ் சினிமாவாகவும் உருவாக்க முன்வர முடிந்தது. அன்றைய தமிழ் சினிமாவும் தமிழ்ப் பத்திரிகையும் வடிவம் என்னும் அம்சத்தில் அதிக வளர்ச்சியுறாததாக இருக்கலாம். ஆனால், அவை உதிக்கக் காரணமாயிருந்த உந்துதல் பக்குவமான, அறிவு முதிர்ச்சி பெற்ற, இன்னொருவரின் அறிவில் நம்பிக்கை கொண்டதாகும்.

இந்த நம்பிக்கை மறைவுதான் இன்றைய வெகுஜனப் பத்திரிகைகளும் தமிழ் சினிமாக்களும் கொண்டிருக்கும் தரத்துக்கு முக்கியக் காரணம் என்று தோன்றுகிறது. ஏன், எப்படி இந்த நம்பிக்கையின்மை ஏற்பட்டது?

இந்தியா 1947இல் சுதந்திரம் அடைந்தபோதே வேறெந்த மாநிலத்திலும் இல்லாத அளவு அரசியல் தன்மை தமிழ் மக்களிடையே பரவியிருந்தது. சமூக சீர்திருத்த நோக்கமே வெளிப்படையாகத் தோன்றினாலும் அரசியல் அதிகாரம் கைக்கெட்டும் வாய்ப்பு இருந்ததால் எந்த இயக்கத்தில் பங்கு பெறுபவருக்கும் அரசியல் இணைப்பை எட்ட முடிந்தது. சமூகச் சீர்திருத்த இயக்கத் தலைவர்கள் எனப்படுபவர்கள் நேரிடையாகவோ மறைமுகமாகவோ அரசியல் விளைவுகளுக்குக் காரணமானார்கள். இந்த இயக்கங்கள் தமிழ்நாட்டுக் கலாசாரத்தில் பாதிப்பு ஏற்படுத்திய அளவு எந்த மாநிலக் கலாசாரப் போக்குகளும் நம்பிக்கைகளும் எந்த இயக்கத்தினாலும் பாதிக்கப்படவில்லை. தீவிரத் தத்துவமான மார்க்சியம் ஆழமாக வேரூன்றிய கேரளம், மேற்கு வங்காள மாநிலங்களில்கூடக் கலாசாரம் தமிழ்நாட்டில் சமூகச் சீர்திருத்தம் எனப்படும் இயக்கங்களால் மாற்றம் அடைந்த மாதிரி ஆகவில்லை.

கலாசார மாற்றம் கலாசார வெளிப்பாடுகள் அனைத்திலும் தாக்கம் கொண்டது. இசையின் நீண்ட தனிப் பாரம்பரியம் இத்தாக்கத்தை ஒரு கட்டுக்குள் வைக்க முடிந்தது. எழுத்து, நாடகம், இவ்விரண்டையும் கொண்ட சினிமா ஆகிய இந்த மூன்று துறைகளில் மட்டும் தாக்கம் அதிகமாகவே இருந்தது. தனித்தனியாக ஓரிருவர் எந்தப் பாதிப்பையும் பொருட்படுத்தாமல்

உலகக் கலை வெளிப்பாட்டுப் பிரவாகத்துக்கிணங்கப் படைத்து வந்திருக்கலாம். ஆனால், பெருவாரியான சராசரியினர் இத்தாக்கத்தைப் பூரணமாக ஏற்று அந்த வெள்ளப் பெருக்கோடு சென்றனர். அல்லது தனித்துவமே கூற முடியாத அடையாளமற்ற பாதையில் சென்றனர்.

சுதந்திரம் வந்த ஆண்டிலிருந்தே இவர்கள் பல ஜனரஞ்சக வெற்றிகள் பெற்றார்கள். 1952 அளவில் ஒரு நடிகனோ ஓர் எழுத்தாளனோ இவர்கள் சார்பில் இயங்குவது பெருமைக் குரியதாக மாறிற்று. அரசியல் அதிகாரமும் இவர்களிடம் சென்றடைந்துவிட்டபோது கலாசாரத்தை நிர்ணயம் செய்யக் கூடிய வாய்ப்பு அரசாங்க அதிகாரத்தோடு கிடைத்துவிட்டது.

இன்று எழுதுவது இப்போக்கில்தான் முடியும் என்பதில்லை. சினிமா நாடகங்கள் அன்று இப்படி அமைத்த பாதையில்தான் செல்ல வேண்டும் என்றில்லை. ஆனால், பத்துப் பதினைந்து ஆண்டுகள் இவர்கள் தொடர்ந்து நடத்திய தாக்குதல் தமிழ்க் கலை வெளிப்பாடுகளை நிரந்தரமாகவே உருமாற்றிவிட்டது.

இதன் ஒரு விளைவு மலினமான, தனித்துவமான குணாம்சங்கள் இல்லாத பத்திரிகை எழுத்து பரவலானது. இதே பத்திரிகை எழுத்து புனைகதைத் துறையிலும் வியாபித்தது. இந்த மாதிரியான எழுத்தில் யதார்த்தமும் சாத்தியமல்ல. வீரிட்டு எழும் கற்பனையும் சாத்தியமல்ல. சராசரியான, தட்டையான பாத்திரங்கள், தட்டையான சம்பவங்கள், தட்டையான முனைப்புகள், தட்டையான விடுவிப்புகள், புனைகதையில் யதார்த்த வாழ்வுக்குச் சற்றும் பொருத்தமில்லாத மனநிலையும் தொனியும் கவிதையிலும் நிறைந்தன. புதுக்கவிதை தமிழில் நிலைபெறுவதற்கு மற்ற இந்திய மொழிகளைக் காட்டிலும் இருபது வருட காலத் தாமதம் ஏற்பட்டதற்கு இது ஒரு காரணம். புதுக்கவிதைக்கு இன்றியமையாத தொடர்ந்த மனப்பான்மை மலின கலாசாரப் போக்கின் அக்கறைகளுக்கு எதிரானது. இந்த மலின கலாசாரம் மிக வலுவாகவும் பரவலாகவும் நிலைபெற்று விட்ட நாட்களில்தான் புதுக்கவிதை சிறிது சிறிதாகத் தமிழில் வரத் தொடங்கியதால் காலப்போக்கில் புதுக்கவிதை வடிவம்கூட மலின கலாசாரப் போக்காகத் திசை மாற்றப்பட்டுவிட்டது.

விதிவிலக்குகள் இல்லாத விதியே கிடையாது. ஆனால், பத்திரிகைகளும் சினிமாவும் இயல்பிலேயே வெகுஜன சாதனங்கள். ஒரு தளம் அதுவே சிறந்தது என்று நிலைபெற்றப் பிறகு அதிலிருந்து மாறுபட்டு வெற்றி பெறுவது மிகவும் கடினம். இன்னும் அதிகாரத்தில் இருப்போரும் அங்கீகாரம் பெற்ற ஸ்தாபனத் தலைவர்களும் திரைப்படங்களிலும்

புனைகதைகளிலும் சிறந்தவை என்று குறிப்பிட்டுக் காட்டும் எடுத்துக்காட்டுகள் மிக மலினமானதாகவே இருப்பதைக் காணலாம். இதெல்லாம் விதிவிலக்குகள் நேருவதற்கான சாத்தியக்கூறை மிகவும் குறைப்பவை.

வேறு எந்த நாட்டிலும் கலாசாரப் பாரம்பரியம் சமூக சமுதாயச் சீர்திருத்த இயக்கத் தலைவர்களால் அலட்சியப் படுத்தப்படவில்லை. கலாசாரப் பாரம்பரியமே ஏற்றத் தாழ்வுகளோடு இணைத்துப் பார்க்கப்படவில்லை. கலாசார வேரறுத்தல் வெகுஜன இயக்கங்களால் எல்லாக் கலை வெளிப்பாடுகளிலும் சாத்தியம் இல்லை என்றாலும், வெகுஜன வெளிப்பாட்டுச் சாதனங்களில் மிக வெற்றிகரமாக நடைபெற முடியும் என்பதற்குத் தமிழ்நாடு எடுத்துக்காட்டு. உன்னதம் என்பதற்குப் பிற மாநிலங்கள், பிற நாடுகளின் அளவுகளுக்கும் எடுத்துக்காட்டுகளும் மிகவும் மாறுபட்டதாகத்தான் இன்று தமிழில் புழக்கத்துக்கு வந்துவிட்டன. இந்த எடுத்துக்காட்டுகள் சந்தேகத்துக்குரிய தரமுடையவை என்று சொல்வதே சமூக ஏற்றத் தாழ்வுகளை விலக்கும் சிந்தனைகளுக்கு எதிரானவை என்று நினைப்பதும் புழக்கத்துக்கு வந்துவிட்டது.

வெகுஜனப் பத்திரிகை, சினிமா இரண்டும் பெருத்த முதலீட்டை உட்கொண்டவை. விசேஷப் பரிசோதனைகள் இச்சாதனங்களில் ஏற்படுவது கடினம். அரசு போன்ற நிறுவன உதவியால் பரிசோதனைகள் புரிய முடியும். அரசு வெளியீடுகள், அரசு செய்தித் திரைப்படங்கள் இந்த நம்பிக்கை வலுப்பெற உதவுவதில்லை.

தனிமனிதனால் உருவாக்கப்படும் கலைப் படைப்புகள் சூழல், சுற்றுப்புறம் தரும் நம்பிக்கை இவற்றை எதிர்பார்த்திருப்ப தில்லை. சிறந்த நம்பிக்கை இவற்றை எதிர்பார்த்திருப்பதில்லை. சிறந்த ஓவியமும் சிறந்த எழுத்தும் சிறந்த சிற்பமும் எங்கும் சாத்தியம் என்பதோடு மட்டுமல்லாமல் அவை இன்றும் படைக்கப்பட்டு வருகின்றன என்பதில் சந்தேகமில்லை. ஆனால், பத்திரிகைகளும் திரைப்படங்களும் சில நம்பிக்கைகளின் பேரில்தான் படைக்கப்பட முடியும். இந்த நாற்பதாண்டுக் காலக் கலாசாரப் பாதிப்புக்குப் பிறகு அவை அடிப்படைத் தரத்தில் வெகுவாக மாற வழியிருப்பதாகத் தெரியவில்லை.

அமெரிக்காவிலும் ஏறத்தாழ இந்த மாதிரியான சிக்கல். அங்கு சராசரித் தளத்தில் நல்ல படங்கள் எடுக்கப்பட்டு வருகின்றன என்பதில் யாருக்கும் கருத்து வேற்றுமை இருக்க முடியாது. மிகுந்த சாதுரியம் கொண்ட தயாரிப்பாளர்கள் டைரக்டர்கள் புதிதாக வந்தவண்ணம் இருக்கிறார்கள் என்பதிலும்

சந்தேகமில்லை. ஆனால், ஸ்வீடன், ஹங்கேரி, சோவியத் யூனியன் போன்ற கலாசாரப் பிரிவுகளிலிருந்து திடீரென்று ஒரு மிகச் சிறந்த கலை வெளிப்பாடு வருவதைப் போல இந்தச் சாதுரியமும் திறமையும் கொண்ட இளம் அமெரிக்கத் திரைப்பட டைரக்டர்களிடமிருந்து வருவதில்லை. வருவதற்கான அறிகுறியும் இல்லை. ஹாலிவுட் என அறியப்படுவதின் நிழல் அங்கு என்றும் பூரணமாக மறையாது என்றுதான் கூறத் தோன்றுகிறது.

இதை முடிக்கும் வேளையில் சிறு வரலாற்றுப் படங்களில் உன்னதத்திற்குச் சமீபத்திய எடுத்துக்காட்டாக இந்தியத் திரைப்படப் பிரிவு இயக்குனர் பிரேம் வைத்யாவின் 'வீர சாவர்க்கர்' படத்தைக் கூறத் தோன்றுகிறது.

(1986)

வருத்தம்

சமீபத்தில் சோவியத் ரஷ்யா சென்று திரும்பிய கிருஷ்ண ஸ்ரீனிவாஸ் அவர்களை சோவியத் இளைஞர்கள், "நீங்கள் ஏன் எங்கள்மீது இவ்வளவு மட்டமான திரைப்படங்களைச் சுமத்துகிறீர்கள்?" என்று கேட்டார்களாம். "நீங்கள் நல்ல தென்னிந்தியப் படங்களைப் பார்க்க வேண்டும். 'சங்கராபரணம்' படத்தைப் பார்க்க வேண்டும்" என்று கிருஷ்ண ஸ்ரீனிவாஸ் பதில் தந்ததாகச் சொன்னார்.

பல மாதங்கள் முன்பே ஒரு சோவியத் குழு 'சங்கராபரணம்' படத்தை விநியோக எண்ணத்துடன் பரிசீலித்தது. அக்குழுவின் கணிப்பில் 'சங்கராபரணம்' தேறவில்லை. காரணம், படம் சிறிது 'உரத்த குரலுடையது'.

சென்ற வாரம் ஓர் ஆங்கிலப் பாதிரியாரைச் சந்தித்தேன். தமிழ்நாட்டில் பல மாதங்களாக இருப்பவர். இருக்கப்போகிறவர். அவர் பார்த்த ஒரே தமிழ்ப் படம் 'அலைகள் ஓய்வதில்லை'.

அவருடைய மனதில் அது சினிமா பார்த்ததை விட ஒரு ஃபுட்பால் மாட்ச் பார்த்தது போலத்தான் தோன்றியிருக்கிறது. கொட்டகையில் எப்போதும் அமளி. படத்தின் வசனங்களைப் படம் பார்ப்பவர்கள் முன்னதாகவே ஒப்பிக்கிறார்கள். அதுவும் இரு பொருள் இடங்கள் (புடவையைத் தூக்கித்தான் பாரேன் போன்ற இடங்கள்) கொட்டகையை வெடிப்பதுபோலச் செய்து

விடுகின்றன. பாதிரி வரும்போது தவறாமல் வாய்விட்டுச் சிரிக்கிறார்கள். படத்தின் பாலியல் அம்சங்களும் கட்டுப்பாடற்ற காதல் பிரதிபலிப்பும்தான் மக்களுக்குப் பிடித்த அம்சங்களாக உள்ளன.

இது தமிழ் சினிமா ரசிகர்கள் பற்றி. படத்தைப் பற்றி. நடிப்பு மிகவும் செயற்கையானது. பல இடங்கள் (கதாநாயகி) மலையருகிலும் கடற்கரை, கணவாய் போன்ற இடங்களிலும் 'போஸ்' தருவது, கதாநாயகன், கதாநாயகி இருவரும் மலர்ப் படுக்கையில் மலர்ப் போர்வைக்குள் படுத்திருப்பது, தாமரைகள் (ஊர்வலம்) ஆகியவை டி.வி. விளம்பரத் துண்டுப் படங்களைப் பார்ப்பதுபோலுள்ளன. படம் முழுதிற்கும் ஒரு விளம்பரப் படச் சாயல்தான் உள்ளது. இப்படமும் இதைக் காண்பிப்பதற்குமுன் திரையிடப்பட்ட ஒரு டஜன் விளம்பரப் படங்களும் ஒரே தொனி கொண்டவையாகத்தான் உள்ளன. அதாவது, கனவுகளைத்தான் தாராளமாக விநியோகிக்கின்றன.

ஆனால், திரைப்படங்கள் வேறு விதமாக இருக்க முடியுமா? செய்திப் படங்கள்கூட இதற்கு விதிவிலக்கில்லை. ஒரு திரைப்படம் பல தோற்றங்களின் தொகுப்பு என்பதோடு தோற்றங்களின் உள்ளடக்கம், தோற்றங்களின் தன்மை இரண்டும் தயாரிப்பாளர் (அல்லது டைரக்டர்) நிர்ணயத்தைச் சார்ந்திருக்கின்றன. 1933–1945 ஆண்டுகளின் ஜெர்மானியச் செய்திப் படங்கள் கனவுகளை வாரி இறைத்தன. ஜெர்மன் மக்களைப் போதை நிலையில் தொடர்ந்து வைத்திருந்தன. போதை தெளிந்தபோது நாடும் அவர்கள் வாழ்க்கையும் உருக்குலைந்து போய்விட்டது.

இப்போதுகூட நாம் என்னென்ன கனவுகளை வழங்கிக் கொண்டிருக்கிறோம் என்று முழுமையாகத் தெரிந்துகொள்ளுதல் கடினம். பல கனவுகளில் தமிழ் சினிமாவும் ஒன்று.

(1981)

தயக்கம்

ஜனங்களின் கவனத்தைப்பெற நுட்பக் குறைவான பொருள்களுக்கு வாய்ப்பு அதிகம் உண்டு என்பதில் விவாதம் இல்லை. அந்தப் பொருள்களுக்கு நுட்ப இயல்பு இருந்தாலும் அந்த இயல்பைப் போர்த்து மூடினால்தான் விஷயம் நிறைய மக்களுக்கு எட்டுகிறது. ஆனால், நிறைய மக்களுக்கு எட்டுகிறது என்ற காரணத்தால் அப்பொருள்களை அலட்சியப்படுத்துதல் சரி யாகாது. பதினைந்து ஆண்டுகள் முன்பு இலட்சக் கணக்கான மக்களை மாநாடுகளுக்கும் ஊர்வலங் களுக்கும் தமிழகப் பிராந்தியக் கட்சிகள் ஈர்த்தபோது தேசியக் கட்சிகள் எனப்படுபவை இப்படித்தான் அலட்சியப்படுத்தின. கடைசியில் அப்போது விட்ட கோட்டையை இனிமேல் திரும்பப் பிடிக்கவே முடியாது என்றாகி விட்டது.

தமிழ் சினிமாக்களும் இத்தகையவைதான். இந்திய சினிமாவின் மேல்படியில் சத்யஜித் ராயும் அடுத்ததில் ஷியாம் பெனகல், மிருணாள் சென் போன்றோரையும் மூன்றாவதில் ரிஷிகேஷ் முகர்ஜி. பாஸு சாட்டர்ஜி போன்றோரையும் வகைப்படுத்தினால் தமிழ் சினிமா இப்போது எந்தக் கட்டத்தில் இருக்கிறது என்று சொல்ல வேண்டியதில்லை. சினிமா உலகில் தமிழ் சினிமா இன்னும் முன்னணி இடம் பெறாதிருந்தாலும் இன்று நிலவும் சூழ்நிலையில் முன்னேற்றம் காண

முயல்பவர்களை விவாதிப்பதில் தயக்கம் கூடாது. மக்களின் எல்லா உணர்வுகளோடும் இணக்கம் பெற முடியாவிட்டாலும் அந்த உணர்வுகளைப் புரிந்துகொள்ளக்கூட மறுத்துத் தனித்துப் போய்விடுவதற்கு இந்தத் தயக்கத்தைக் காட்டிலும் வேறு சிறந்த சாதனம் இல்லை.

(1981)

முப்பது வருடங்களுக்குப் பிறகு திரும்பிப் பார்க்கும்போது

தெரிந்தோ தெரியாமலோ சில பொதுப் படையான இயக்கங்களில் ஒரு தனிமனிதனின் அந்தரங்க வாழ்க்கை பங்குபெற்றுவிடுகிறது. என் வாழ்வில் எழுத்துத் துறை, நாடகத் துறை, சினிமாத் துறை ஆகியவற்றில் நெருக்கமாகவும் தொலைவாகவும் மாறிமாறி ஒரு தொடர்பு இந்த முப்பதாண்டுகளில் எனக்குக் கிடைத்திருக்கிறது.

ஒரு மே மாத மாலை, நானும் என் குடும்பத்தாரும் சென்னை வந்து சேர்ந்தோம். ஆண்டு 1952. சென்னைக் குழாய்களில் பலவற்றில் தண்ணீர் வரவில்லை. ஆறு மணிக்குச் சென்னையை அடைய வேண்டிய ரயில் பத்து மணிக்குத்தான் வந்து சேர்ந்தது. மேற்கு மாம்பலத்து வீட்டுக்குப் பதினொரு மணிக்கு வந்து சேர்ந்தோம். அந்த வீட்டில் எங்களுக்குக் கீழே ஒரு சிறு அறை, மாடியில் ஓர் அறை. மின்சார விளக்கு, குழாய் முதலிய வசதிகள் அந்த வீட்டில் கிடையாது. அது தெரிந்து நாங்கள் வரும்போதே ஓர் அரிக்கேன் லாந்தரைக் கையுடன் கொண்டுவந்திருந்தோம். பதினொரு மணிக்கு அதை ஏற்றி முதல் அறைக்குள் நுழைந்தவுடன் எங்கள் கண்ணில் பட்டது ஒரு பெரிய தேள். சென்னையில் எங்கள் முதல் சில மணி நேரங்கள் எப்படி இருந்திருக்கும் என்பதைத் தங்கள் கற்பனைக்கு விட்டுவிடுகிறேன்.

இந்தத் தேளை ஒரு குறியீடாக வைத்துக்கொண்டு என் முதல் தமிழ் நாடகத்தை எழுத முற்பட்டேன்.

அதற்கு முன் என் நாடக அனுபவங்கள் எவ்வகைப் பட்டவை என்று குறிப்பிடுவதும் நல்லது. ஏழெட்டு தெலுங்கு நாடகங்கள். முக்கியப் பாத்திரங்கள் எல்லாருமே பாடுவார்கள். உடை, ஒப்பனை விசேஷ கவனம் பெறும். தொழில்முறை நடிகர்கள். மேடையில் அபாரத் தன்னம்பிக்கையோடு பேசி, பாடி, காதல் புரிந்து, சூழ்ச்சி செய்து, இறக்கவும் செய்வார்கள். நான்கு மணிநேர நாடகக் காட்சியில் ஒரு சில நிமிடங்கள் தவிர வாத்தியக் குழு சதா ஒலித்துக்கொண்டே இருக்கும்.

இதை முன்மாதிரியாகக் கொண்டுதான் அந்தத் தெலுங்கு ஊரில் தமிழ் மாணவர்கள், ஆசிரியர்களாகச் சேர்ந்துகொண்டு 'கர்ணன்' நாடகத்தை மேடையேற்றினோம். நாடகம் மூன்று மணி நேரம் நடந்தது. சுமார் முப்பது பாட்டுகள் பெரிதும் சிறிதுமாக. பாட்டில் உள்ள செய்தி தவறிவிடக் கூடாது என்பதற்காக ஒவ்வொரு அடியையும் நான்கு முறை பாடினோம். செய்தி போய்ச் சேர்ந்தது. நாடகம்தான் பல இடங்களில் கேலிக்கூத்தாக இருந்தது.

தமிழ் மொழியில் கூத்து என்னும் கலையைக் குறிக்கும் போது தவிர, பிற தருணங்களில் கூத்து என்னும் சொல் இகழ்ச்சிக்குரிய பொருளில்தான் கூறப்பட்டுவந்திருக்கிறது. 'இது என்ன கூத்து?' 'கூத்தாடாதே!' 'அங்கு நடந்ததெல்லாம் வெறும் தெருக்கூத்து!' 'ஏண்டா கூத்தாடி மாதிரி சட்டையைப் போட்டுக்கொண்டு வந்திருக்கிறாய்?' 'மீசையைப் பாரு மீசையை, கூத்தாடிக்காரன் மீசை மாதிரி!' 'அவள் சரியான கூத்தாடிச்சி அல்லவா?' உடை, தோற்றம் மட்டுமல்லாமல் மனப்போக்கு நடத்தையையும் சிறிது மட்டமாகக் குறிக்க, 'கூத்து' என்ற சொல் பயன்பட்டு வந்திருக்கிறது. இன்னொரு கோடியில், பிரபஞ்ச ஆதார இயக்கம் என நம்பப்படும் சிவ நடனமும் கூத்துத்தான் என்றும், சிவபெருமானே கூத்தன் எனவும்தான் சிவபக்தர்களால் அறியப்படுகிறது. The Sublime and the Ridiculous – ஆன்மிக மேன்மையையும் கேலிக்குரிய அபத்த நிலையையும் குறிக்கக் கூத்து எனும் ஒரு சொல் பயன்படுத்தப்படுவது இந்தியச் சமூக மதிப்பீடுகளில் குறிப்பிடத் தக்கதோர் அம்சம் ஆகும். எனக்கு எங்கள் 'கர்ணன்' நாடகம் வரையில் ஒரு நிகழ்ச்சி இன்றும் கண்முன் நிற்கிறது. இந்த நாடகத்தைப் பார்க்க வந்த என் தாயாரை முதல் வரிசையில் உட்கார்த்தி வைத்திருந்தார்கள். ஆனால், நாடகம் முடியும்வரை அவள் என் கண்களைச் சந்திக்கவே இல்லை. நாடகத்தில் என் ஒருமுனைப்பு கலைந்து விடக் கூடாது என்ற அக்கறை. அத்துடன் நாடகம் பார்க்க

வந்த என் சகோதர, சகோதரிகளையும் மிகவும் கட்டுப்பாடுடன் சிரிக்கவே சிரிக்கக் கூடாது என்றும் கண்டித்துவைத்திருக்கிறாள். எங்கள் நாடகத்தையும் பார்த்துவிட்டுச் சிரிக்கவும் கூடாது என்ற நிபந்தனையை இன்று நினைத்துப் பார்த்தால் மிகவும் கொடூரமானதாகப்படுகிறது.

என் தாயார், நான் சங்கடப்படாமல் என் நாடகப் பங்கைச் சரிவரப் பூர்த்திசெய்ய வேண்டும் என்று கொண்டிருந்த அக்கறை, நானே ஒரு தொழில்முறை நாடகக்காரனாக இருந்தால் அவள் என்பால் காட்டியிருக்க முடியுமா? கூத்து போலவே நாடகமும் இகழ்ச்சிக்கு உரியதுதான் – வெளியாளாக இருந்து பார்த்து ரசிப்பதற்கே உரியது. சம்பந்தப்படக் கூடாது என்றுதான் பொதுவான அபிப்பிராயம் இருக்கும்.

இன்று இந்த நிலை மிகவும் மாறியிருக்கிறது. ஆனால் இந்த முப்பது, முப்பத்தைந்து ஆண்டுகளில் நாடக நடிகர்கள், நாடகக் குழுக்கள் அமைப்பும் மிகவும் மாறியிருக்கிறது. முழுநேர நாடகக் குழுக்கள் இயங்கவே முடியாது என்ற நிலை ஏற்பட்டிருக்கிறது. நாடகத் துறையில் ஈடுபட்டிருப்போருக்குச் சந்தேகத்துக்குரிய சமூக அந்தஸ்து இருந்த காலத்தில்கூட நாடகமே தொழில் எனப் பலர் இருந்தார்கள். சமூக அங்கீகாரம் தரப்படும், இன்றைய காலத்தில் வேறு நிர்ப்பந்தங்கள் காரணமாக முழுநேர நாடகக் குழுக்கள்கூட நாடகத்துக்காக இயங்க வழியில்லாமல் போய் விட்டன. நாடகம் ஒரு பகுதிநேர ஈடுபாடாகத்தான் இருக்க முடியும் என்றாகிவிட்டது.

ஆனால், எனக்குத் தெரிந்து இந்த முப்பதாண்டுகளில் தமிழ் மேடையில் தோன்றிய முக்கியமான மாற்றங்கள், தொழில்முறை நாடகக் குழுக்களால்தான் நிகழ்ந்திருக்கின்றன. கன்னையா கம்பெனி பாதையில் பிரமிக்கத்தக்கக் காட்சி ஜோடனைகளை வெகு வேகமாக மேடையிலேயே மாற்றி, கண் வழி அனுபவத்தில் குழந்தைகளுக்கே உரிய விந்தை உணர்ச்சி உண்டுபண்ணும் அம்சத்தை வலியுறுத்தும் நவாப் ராஜமாணிக்கம் நாடக பாணியின் அடுத்தக் கட்டமாக, அந்தக் காட்சி ஜோடனை ஒரு குறிப்பிட்ட மனநிலை மாற்றத்தையும் பிரதிபலிக்கவைத்த முயற்சி ‘இருளும் ஒளியும்’ என்ற நாடகத்தில், 1953ஆம் ஆண்டில் நிகழ்ந்தது. அந்த நாளில்தான் பிராங்க் புக்மென் என்பவருடைய தலைமையில் மாரல் ரிஆர்மாமண்ட் என்னும் ஒரு சர்வதேச நன்னடத்தைப் பிரசாரக் குழு சென்னையில் சில வாரங்கள் முகாமிட்டது. இக்குழு அதன் செய்திகளை விளக்க மேற்கொண்ட சாதனங்களில் நாடகம் மிக முக்கியமானது. Jotham Valley (ஜோதம் வாலி), Forgotten Factor (ஃபர்காட்டன் ஃபாக்டர்) என இரு

நாடகங்களை ஆங்கில மொழியில் அவர்கள் சென்னையில் மேடையேற்றினார்கள்.

பல காரணங்களால் ஆங்கில மொழி நாடக அனுபவம் பொதுவாக ஒரு குறிப்பிட்ட வர்க்கத்தினருக்குத்தான் சாத்திய மாக இருக்கும். ஆனால் Moral Rearmament குழுவின் நாடகங்களைப் பலதரப்பட்ட மக்களும் பார்க்க வாய்ப்புக் கிடைத்தது. ஒளியின் வண்ணத்தையும் அளவையும் படிப்படியாக மாற்றி மாலை, இரவு, அதிகாலை முதலிய நேரங்களை மேடையில் தோற்றம் கொள்ள வைத்தார்கள். இதை வெறும் தோற்ற உத்தியாக மட்டும் வைத்துவிடாமல், நாடகத்துடன் இணைந்திருப்பதாகவும், நாடகத்தின் மனமாற்றக் கட்டங்களை வலுப்படுத்துவதாகவும் அமைத்திருந்தார்கள். இந்த உத்தி 'இருளும் ஒளியும்' நாடகத்தில் மிகச் சிறப்பாகக் கையாளப்பட்டிருக்கிறது. இன்னொரு விதத்திலும் இந்த நாடகம் குறிப்பிடத்தக்கது. தமிழ் நாடகங்கள் பொதுவாக நிறையக் காட்சிகளையும் காட்சி அமைப்புகளையும் தான் கொண்டிருக்கும். 'இருளும் ஒளியும்' ஒரே காட்சி அமைப்பும் நான்கு (அல்லது ஐந்து) அங்கங்களுமே கொண்டு ஒரு முழுமை யான நாடக அனுபவத்தை வெளிப்படுத்தியது. Moral Rearmament வருகையில் *Jotham Valley* மேடையேற்றமும் தமிழ் நாடக வரலாற்றில் ஒரு திருப்புமுனை என்றே எனக்குத் தோன்றுகிறது.

மேடை ஒளியமைப்பு அம்சத்தில் புதிய சாத்தியக் கூறுகள் உணரப்பட்டதில் நாடகங்களும் புதிய பரிமாணங்கள் கொண்டவையாக அமைய ஆரம்பித்தன. இன்று மேடையில் ஒரு பகுதி மட்டும் ஒளியேற்றப்பட்டுக் காட்சி நடைபெறுவது, வெவ்வேறு காலகட்டங்கள் அல்லது இடங்களைக் குறிக்க மேடையில் வெவ்வேறு பகுதிகள் தனித்தனியே பயன்படுத்தப் படுவது சகஜமாக இருக்கிறது. அரங்க மேடையின் எல்லைகளை விரிவுபடுத்தியதில் '*Jotham Valley*', 'இருளும் ஒளியும்' நாடகங் களுக்குப் பெரும் பங்கு உண்டு.

திரைப்படங்களின் தீய பாதிப்புகள் என ஏதேதோ பட்டியல் இடப்படுகிறது. ஆனால், தமிழ்நாட்டைப் பொறுத்த வரையில், தமிழ் நாடக வளர்ச்சிக்கு மிகவும் குந்தகம் விளைவித்ததே திரைப்படத்தின் முதல் பாதிப்பு என்று தோன்றுகிறது. வளர்ந்த மேலைய நாடுகளைப் போல் அல்லாமல் தமிழ்நாட்டில் நாடகம் மத்தியதர வர்க்கம், அதற்குக் கீழ்த்தட்டில் உள்ளோருக்கும் முக்கியப் பொழுதுபோக்காக இருந்தது. தமிழ் நாடகம் ஒரு குறிப்பிட்ட தளத்திலேயே இயங்கிக் கொண்டிருந்ததற்கு இது ஒரு காரணம். இவர்கள் ஐம்பது – அறுபதுகளில் சினிமாவுக்குள் முழுக்க முழுக்க ஈர்க்கப்பட்டு விட்டார்கள். சினிமா கவர்ச்சியை எதிர்க்க மேடை நாடகங்கள்,

ஒன்று சினிமா மாதிரி அனுபவத்தைத் தர வேண்டும் அல்லது சினிமாவில் சற்றும் சாத்தியமில்லாத ஓர் அனுபவத்தை வெளிப்படுத்த வேண்டும். இதன் விளைவுதான் கடந்த இருபதாண்டுகளாகத் தமிழ் மேடை நாடகங்கள் சினிமாவுக் குரிய கதை, பாத்திர வார்ப்பு, ஒப்பனை இவற்றைக் கொண்டிருக்கின்றன அல்லது சினிமாவின் எல்லைகளை மீறிய விரசமான வசனங்கள் கொண்ட சம்பாஷணைத் துணுக்குக் கோர்வையாக இருக்கின்றன.

எல்லாப் புராதனக் கலாசாரங்களிலும் Pornography மரபு உண்டு. இதற்குக் கட்டுதிட்டங்கள் உண்டு. ஆனால், பார்வையாளராக எத்தரப்பினரும் எந்த வயதினரும் இருக்கக் கூடிய சூழ்நிலையில், இந்த நாளில் இது கையாளப்படுவது போன்று என்றும் இருந்திருக்க முடியாது என்று தோன்றுகிறது. சினிமா தணிக்கைக் குழுவில் சில நாட்களாகப் பணிபுரியக் கிடைத்த வாய்ப்பில் சில விஷயங்களை நான் அறிய நேர்ந்தது. ஆபாசம் என்ற காரணத்துக்காக நீக்க வேண்டிய உரையாடல் பகுதிகள் தமிழ் சினிமாவில்தான் நிறைய இருக்கின்றன. இது இன்று ஓரளவு தெலுங்கு சினிமாவிலும் புகுந்துவிட்டது. உரையாடல் வரையில் சினிமாவைவிட மேடை நாடகங்களில் அதிக சுதந்திரம் அனுபவிக்க முடியும். இந்தச் சுதந்தரத்துக்குப் பழக்கப்பட்ட ரசிகர்களுக்குப் பண்புடன் எழுதப்பட்டு நடிக்கப் படும் நாடகங்களும் திரைப்படங்களும் சுவை குன்றியதாகத் தோன்றுவதில் வியப்பில்லை.

தமிழ் நாடகங்களின் பரிணாமம் ஒரு திசையில் நிகழ்ந்து வரும் அதே நேரத்தில், தமிழ்நாட்டிலேயே வேறு வகை மேடை முயற்சிகளும் நிகழாமல் இல்லை. இதில் Madras Players என்னும் குழு பற்றி விசேஷமாகக் குறிப்பிட வேண்டியிருக்கிறது. இக்குழுவின் ஆதார மொழி ஆங்கிலமாயினும் இதில் தமிழர்களும் இருக்கிறார்கள். ஆபாச உரையாடல்களும் விகடத் துணுக்கு களுமாகத் தமிழ் நாடகங்கள் எழுதப்பட்டு மேடையேற்றப்படும் அதே நேரத்தில், இந்த மெட்ராஸ் பிளேயர்ஸ் குழு, ஆண்டுக்கு மூன்று அல்லது நான்கு நாடகங்களைச் சென்னையிலேயே மேடையேற்றுகிறது. பிரிட்டிஷ், அமெரிக்க நாடகங்கள் மட்டுமல்லாது பல இந்திய நாடக ஆசிரியர்கள் எழுதிய நாடகங்களையும் இவர்கள் வெற்றிகரமாக மேடையேற்றி இருக்கிறார்கள். உதாரணத்துக்கு 'சகாராம் பைண்டர்' என்ற நாடகத்தை எடுத்துக்கொள்கிறேன். இது விஜய் டெண்டுல்கர் என்னும் மராட்டியக் கலைஞர், மராட்டி மொழியில் எழுதிய நாடகம். இந்த நாடகத்தின் ஆங்கில மொழிபெயர்ப்புதான் மெட்ராஸ் பிளேயர்ஸ் குழுவால் சென்னையில் நடித்துக்

காட்டப்பட்டது. இதன் கதாநாயகன், வெறும் போகத்துக்கும் சேவகத்துக்கும்தான் பெண்ணினம் உரியது என்ற கண்ணோட்டத்தை அடிப்படையாகக் கொண்டு இயங்குபவன். இவனுடைய சமூக தளம், நுண்ணிய பழக்கவழக்கங்களுக்கும் நுண்ணிய நடைமுறை வாழ்க்கைக்கும் சற்றும் இடமளிக்காத குரூரமான குடிசைப்புற வாழ்க்கைத் தளம். இந்த நாடகத்தில் கடுமையான வரிகள் இருந்தன. அபலைப் பெண்ணிடம் ஒருவன் குரூரமாக நடந்துகொள்ளும் பகுதிகள் இருந்தன. இதெல்லாம் திகைப்பூட்டின. ஆனால், விரசம் தட்டும்படியாக ஓரிடமும் இல்லை. இன்றைய தமிழ் நாடகத்திலும் சினிமாவிலும் என்றும் இல்லாத அளவுக்கு, சொற்கள் விரச உணர்ச்சியை உண்டுபண்ணுவதற்கே பயன்படுத்தப்படுவது ஒரு குறிப்பிடத் தக்க மாற்றம். ஆங்கில மொழி புழக்கத்தில் உள்ள சமூக தளங்களில், *Permissive society* எனும் கட்டுப்பாடுகள் தளர்ந்த நிலையில் சகஜமாக எதிர்பார்க்கக்கூடிய மக்கள் திரளில்கூட, விரசம் தட்டும் உரையாடல் பாணி கையாளப்படுவதில்லை என்று உணரும்போது இந்த மாற்றம் இன்னும் தனித்துத் தெரிகிறது.

இது சினிமா, நாடகத் துறை என்று மட்டுமல்லாமல் பத்திரிகை எழுத்துப் பிரிவுகள் எல்லாவற்றிலும் இன்று காணப் படுகிறது. ஆனால், நடைமுறை வாழ்க்கையில் சாதாரணப் பேச்சுவழக்கில் விரச உணர்ச்சி குறிப்பிடும்படியாக அதிகரித்திருப்பதாகத் தெரியவில்லை. பார்க்கப் போனால் முப்பது, நாற்பது ஆண்டுகளுக்கு முன்னால் பெரியோர்களிடம் – முக்கியமாக, கிராமவாசிகளிடம் – வெகு சகஜமாகக் கேட்கப் பட்ட வசைச் சொற்கள் இன்று அந்த அளவுக்குக் கேட்கக் கிடைப்பதில்லை. அதே போல, பேச்சிலும் பாலியல் சாயல் முன்பு இருந்த அளவுக்கும் தீவிரத்துக்கும் இப்போது இருப்பதாகத் தெரியவில்லை. இந்த முப்பது, நாற்பதாண்டுகளில் ஒரு தென்னிந்தியனின் வாழ்க்கை முறை மிகவும் மாறியிருப்பதால், சராசரியாக அவன் உரையாடலைப் பயன்படுத்த வேண்டிய சந்தர்ப்பங்களும் பலமடங்கு அதிகரித்திருக்கிறது. இதெல்லாம் கணக்கில் எடுக்கும்போது வசை மற்றும் பாலியல் சாயல் பேச்சு இன்று குறைவுதான்.

கடந்த மூன்று நான்கு ஆண்டுகளாக மாறுபட்ட நாடக அனுபவத்தை வெளிப்படுத்த பரீக்ஷா, நிஜ நாடக இயக்கம், வீதி முதலிய குழுக்கள் முயற்சி செய்துவருகின்றன. இவர்கள் எல்லோரும் சமுதாயத்தில் விழிப்புணர்ச்சி ஏற்படுத்த வேண்டும் என்றும், அதை இவர்கள் நடிக்கும் நாடகங்கள் நிறைவேற்றிவிடும் என்றும் நம்புகிறார்கள். இதற்கு முன் இருந்த நாடக வகைகள் அனைத்தையும் இவர்கள் நிராகரிக்கிறார்கள். இவர்களுடைய

நாணயம் சந்தேகத்துக்கு உரியதல்ல. ஆனால் இவர்களது நாடகங்கள் வெளிப்படுத்தும் செய்தி அப்படி ஒன்றும் யாரும் அறியாததில்லை. (அரசாங்கத்தின் ஊழல், அரசியல்வாதிகளின் புரட்டலும் ஏமாற்று வேலையும், பணக்காரர்களின் இதயமற்ற சுரண்டல்தனம் இத்தியாதி.)

மேலும், இவர்கள் ஓர் அழகான பாதிப்பு ஏற்பட வழி இல்லாமல், நாடகத்தின் நீளத்தையும் தளத்தையும் மிகவும் சுருக்கமாக அமைத்துவிடுகிறார்கள். இவர்களுடைய ஆற்றலும் ஆர்வமும் பாராட்டத்தக்கதாயினும் இவர்களால் நீடித்து நிற்கும் ஒரு நாடக வடிவத்தை உருவாக்க முடியவில்லை. தொழில் முறை நாடகத்தினர் நாடகத் துறையுடன் கொள்ளும் பிணைப்பும் பொறுப்பும் இவர்களுக்கு ஏற்பட வாய்ப்பில்லாததால், இவர்களுடைய ஆர்வம் காலப்போக்கில் தேய்ந்துவிடுகிறது.

தமிழ்நாட்டுக்கு வெளியே தமிழ் நாடக முயற்சிகள் நடைபெற்றுவருகின்றன. புது டில்லியில் இம்முயற்சிக்கு இருபத்தைந்தாண்டு தொடர்ச்சி இருக்கிறது. இரு ஆண்டுகளுக்கு முன்பு இங்கு மேடையேற்றப்பட்ட 'நந்தன் கதை' ஒரு நவீன இசை நாட்டிய நாடகம். இதன் நடன அசைவுகளையும் நாடக டைரக்ஷனையும் நேஷனல் ஸ்கூல் ஆஃப் டிராமாவில் பயற்சி பெற்ற இரு வட இந்தியர்கள் பொறுப்பேற்றது குறிப்பிடத் தக்கது. தமிழ் நாடகங்கள் ஹிந்தியிலும் உருதுவிலும் மொழி பெயர்க்கப்பட்டு வெற்றிகரமாக மேடையேற்றப்பட்டதும் புது டில்லியில்தான். இந்திரா பார்த்தசாரதி எழுதிய 'ஔரங்கசீப்' நாடகம் உருதுவில் மொழிபெயர்க்கப்பட்டுப் பல முறை வெவ்வேறு வட இந்திய நகரங்களில் மேடையேற்றப்பட்டு நாடக ஆசிரியருக்குக்கூட ராயல்டி பெற்றுத் தந்திருக்கிறது. இதுவும், 'நந்தன் கதை'யும் இன்னும் தமிழ்நாட்டில் மேடையேற்றப் படவில்லை என்பது குறிப்பிடத்தக்கது. பம்பாயில் சில சிறுகதைகள் நாடகமாக்கப்பட்டு மேடையேற்றப்பட்டிருக் கின்றன. ஒரு நாடகம் பற்றிய விமரிசனம் *Enact* எனும் நாடகப் பத்திரிகையில் வெளிவந்திருந்தது. நாடகம் தமிழ்நாட்டுப் பாணிகளில் இல்லாமல், ஆனால் சிறப்பாக நாடக அனுபவம் தருவதாக அமைந்திருக்க வேண்டும் என்று தோன்றியது.

(1983)

தமிழ் சினிமா பற்றி விவாதிக்கத் தயக்கம்

தமிழ் சினிமா பற்றி எழுதத் தயக்கமாகத்தான் இருக்கிறது.

புனைகதை எழுதுவதில் உள்ள வசதி அது கற்பனையை அதிகம் சார்ந்திருப்பது. கட்டுரை எழுதுவதில் உள்ள வசதி எழுதுவதற்குத் திட்டவட்டமான பொருள் இருப்பது. ஒரு நிகழ்ச்சியைப் பற்றிக் கட்டுரையோ செய்திக் குறிப்போ எழுதுவது சிறிது எளிது. அதே நிகழ்ச்சியை ஆதாரமாகக்கொண்டு ஒரு புனைகதை படைப்பது சிறிது கடினம். புனை கதைக்கு அப்படைப்புக்குள்ள தர்க்க அடிப்படை அடிப்படையிலேயே முழுமையாக அடங்கியிருக்க வேண்டும். இதைத்தான் 'நம்பும் படியாக இருக்க வேண்டும்' என்று கூறுவார்கள். ஒரு கலந்துரையாடலில் தி.ஜ.ர. எல்லாப் புனைகதைக்கும் ஆதாரமாக இரு இலக்கண விதிகள் கூறினார். ஒன்று, படிப்பவரின் கவனத்தைத் தன்பால் இருத்தி வைக்கக்கூடிய சுவாரசியம் புனைகதை கொண்டிருக்க வேண்டும். இரண்டாவது, புனை கதை அது இயங்கும் தர்க்கரீதியான தளத்தில் நம்பும்படியாக இருக்க வேண்டும்.

சினிமா, தமிழர்களிடையே மிகப் பிடித்தமான இயக்கங்களில் ஒன்று. ஒவ்வொரு நாளும் இலட்சக் கணக்கான தமிழர்கள் தங்கள் நேரத்தையும் பொருளையும் செலவிட்டுத் திரைப்படம் பார்க்கிறார்கள். பம்பாய், கல்கத்தா, சென்னை என்ற

மூன்று திரைப்படக் கேந்திரங்களில் இன்று திரைப்படங்களின் எண்ணிக்கை, திரைப்படம் காண்பிக்கப்படும் கொட்டகைகள், திரைப்படம் பார்ப்பவர்கள் ஆகிய மூன்று பிரிவிலும் சென்னைப் பிரதேசம் முதலிடம் வகிக்கிறது. தமிழ் மொழியாளர்கள் தீர்க்க தரிசிகள். திரைப்படம் ஒலிப்படமாகவும் மாறியவுடனேயே தமிழ்த் திரைப்படங்கள் தயாரிப்பது தொடங்கிவிட்டது. கோஷ்டி அனுபவமாகக் கற்பனைப் படைப்புகளைப் பகிர்ந்துகொள்வதில் தமிழரின் மரபு ஒன்று தொடர்ச்சி பெற்றிருக்கிறது.

தமிழ் ஒலித் திரைப்படங்களின் வயது ஐம்பதாண்டை எட்டிவிட்டது. ஐம்பதாண்டுகள் தொடர்ந்து நிலவிவரும் ஓர் இயக்கம் பற்றிப் பேசவும் எழுதவும் நிறைய இருக்க வேண்டும். நிறையப் பேசவும் எழுதவும் செய்கிறார்கள். தனியாகச் சினிமாப் பத்திரிகைகள் என்பதோடு அநேகமாக எல்லாத் தமிழ்ப் பத்திரிகைகளும் கணிசமான அளவு திரைப்படங்கள் பற்றியும் திரைப்படப் பிரமுகர்கள் பற்றியும் செய்திகளும் கருத்துகளும் விமரிசனங்களும் ஆலோசனைகளும் படங்களும் வெளியிடுகின்றன. தமிழ்நாடு மட்டுமன்றி பம்பாய், புதுடில்லி போன்ற நகரங்களிலிருந்து வெளியாகும் ஆங்கில, மற்றும் பிற மொழிப் பத்திரிகைகளும் தமிழ்த் திரைப்பட உலகைப் பற்றிக் கட்டுரைகளும் செய்திகளும் படங்களும் தவறாது வெளியிடுகின்றன. ஓராண்டில் சேர்த்து வெளியிட்டால் பல நூல்களாக ஆகக்கூடும். இப்படி நிலைமை இருப்பினும் தமிழ்த் திரைப்படத்தைப் பற்றி எழுதத் தயக்கமாக இருக்கிறது.

ஏதோ ஒரு பொருள் பற்றிக் கருத்துத் தெரிவிக்கத் தயக்கம் பல காரணங்களினால் இருக்கலாம். ஒரு காரணம், அலட்சியம். திரைப்படச் சாதனம் பம்பரம் விளையாடுவது, பட்டம் விடுவது, சீட்டு ஆடுவது போன்ற வெறும் பொழுதுபோக்குச் சாதனம், இதைப் பற்றி என்ன சிந்தனைகொள்ள முடியும் என்கிற ஓர் அலட்சியப் போக்கு. சத்திருந்தால்தானே சிந்தனைக்கு இடமளிக்க முடியும்? சினிமா சத்தில்லாததொன்று. உலக அரங்கில் சினிமா ஏறக்குறைய ஒரு நூற்றாண்டுக் காலம் தொடர்ந்து இருந்துவந்திருக்கிற போதிலும் இப்படியொரு மனப்போக்கு பல அறிஞர்களிடையே இருக்கிறது. தமிழ் நாட்டிலேயே இன்று சமூகத்தில் முன்னணியில் இருப்பவர்கள் பலர் சினிமா பார்ப்பதே கிடையாது. தப்பித் தவறி ஓரிரு முறை பார்த்தாலும் அது அவர்களிடையே நீடித்த சலனத்தை ஏற்படுத்தியது கிடையாது. தமிழ்நாட்டில் பல ஆண்டுகள் ஆட்சி புரியும் அளவுக்கு வளர்ந்த திராவிட முன்னேற்றக் கழகம் இன்று திரைப்பட உலகைப் பற்றி அதிகக் கவனம் கொள்வது கிடையாது. இன்று ஆட்சிபுரியும் அனைத்திந்திய அண்ணா

திராவிட முன்னேற்றக் கழகம்கூட நிர்வாக முறையில்தான் இச்சாதனத்துடன் தொடர்புகொண்டிருக்கிறதே தவிர இன்றைய அதன் பல தலைவர்களுக்குச் சென்ற சில பத்தாண்டுகளில் இத்துறையில் கொண்டிருந்த உணர்ச்சிபூர்வமான ஈடுபாடு இன்றிருப்பதாகக் கூற முடியாது. அதாவது முதிர்ச்சியும் பக்குவமும் பொறுப்பும் அடைந்தோர் மத்தியில் திரைப்படம் சிந்தனையையோ உணர்ச்சிபூர்வமான ஈடுபாட்டையோ வகிப்பதற்கு உரிய அங்கீகாரம் பெறவில்லை. தமிழ் சினிமாவின் சில அம்சங்கள் குறித்து வந்த முறையான ஆராய்ச்சி நூல்கள் மிகச்சில. எஸ்.கிருஷ்ணஸ்வாமியும் எரிக் பார்னோவும் (Eric Barnow) எழுதிய இந்திய சினிமா நூலில் ஒரு பகுதி தமிழ் சினிமா பற்றியது. அந்நூல் வெளியாகிப் பல ஆண்டுகள் கழித்து எஸ்.டி. பாஸ்கரன் எழுதிய 'மெஸேஜ் பேரர்ஸ்' (செய்தித் தூதுவர்கள்) அண்மையில் க்ரியா வெளியீடாக நூலுருவில் வந்திருக்கிறது. இவை தவிர தமிழ் சினிமா பற்றி விஞ்ஞானபூர்வ மான தீர்க்கமான ஆய்வுகள் மேற்கொள்ளப்படவில்லை என்றே கூறிவிடலாம்.

இது உலகின் வேறு சில பகுதிகளில் உள்ள சிந்தனை யாளர்கள் போக்குக்கு மாறுபட்டது. சினிமா பற்றித் தனி நூலகமே அமைக்கக்கூடிய அளவுக்கு ஆய்வுகள் வெளிவந்த வண்ணமிருக்கின்றன. முழுக்க முழுக்க வர்த்தக இயக்கமே கொண்டது என்ற பொது மதிப்பீட்டைக் கொண்ட அமெரிக்கத் திரைப்படம் குறித்துக்கூடத் தீவிரமான சிந்தனை அடிப்படையில் பல நூல்கள் இன்று வெளிவந்தவண்ணம் இருக்கின்றன. தனித் தனியாகப் பல தயாரிப்பாளர்கள், டைரக்டர்கள், நடிகர்கள் குறித்துப் பல்கலைக்கழக மேற்பட்டத்திற்குரிய தளத்தில் பல வெளியீடுகள் இன்று உள்ளன. தமிழ் சினிமா பற்றியும் ஒலி வந்து அதன் ஐம்பதாண்டுக் கால வரலாற்றுப் பிரமுகர்கள் குறித்தும் இப்படி ஓர் ஆய்வோ மதிப்பீடோ சாத்தியமா?

சிலர் நினைவுக்கு வருகிறார்கள். கே. சுப்பிரமணியம், எம்.கே. தியாகராஜ பாகவதர், டி.ஆர். சுந்தரம், எஸ்.எஸ். வாசன், டி.ஆர்.ராஜகுமாரி, முருகதாஸா, என்.எஸ்.கிருஷ்ணன், எஸ்.எம். ஸ்ரீராமுலு நாயுடு, கே. ராம்னாத், ஏ.எஸ்.ஏ. சாமி, ஏ.வி.எம்., கிருஷ்ணன்–பஞ்சு, சி.என். அண்ணாதுரை, மு. கருணாநிதி, சிவாஜி கணேசன், எம்.ஜி. ராமச்சந்திரன், ஸ்ரீதர், கே.எஸ். கோபாலகிருஷ்ணன், மல்லியம் ராஜகோபால் ஓர் இடைவெளி விட்டு கே. பாலச்சந்தர், பாரதிராஜா, பாக்யராஜ், கமலஹாசன். ஒருமித்த பொது பிம்பமும் வளர்ச்சியும் இவர்களிடம் ஓரளவு குறிப்பிடத்தக்கதாக உள்ளன என்பதில் ஐயமில்லை. இப்பட்டியலே முழுமையானது என்று கூறிவிட

முடியாது. இவர்களோடு இணைத்துப் பேசக்கூடிய அளவுக்கு இன்னும் இருபது படைப்பாளிகள் அல்லது தொழில்நுணுக்க வல்லுநர்கள் இருக்கிறார்கள். ஆயினும் கலப்படமற்ற பெருமை கொள்ளக்கூடிய அளவில் இவர்களைப் பற்றிய ஆய்வுகள் சாத்தியமா? ஐன்ஸ்டைன், ரோஸ்ஸலினி, ஐவாட்டினி, ஆர்ஸன் வெல்ஸ், ஜான் ஃபோர்டு, ஹிட்ச்காக், குரோஸோவா, பெர்க்மன், ரென்வார், த்ரூஃபோ, சார்லி சாப்ளின் போன்றோரைப் பற்றிய ஆய்வு மேற்கொள்ளும்போது விவாதிக்கக் கிடைக்கும் பொருள் போலத் தமிழ் சினிமாவில் கிடைக்குமா? நம் நாட்டிலேயேகூட குரு தத், பிமல்ராய், மெஹ்பூப், ராஜ்கபூர், சத்யஜித் ராய், தேவகி போஸ், மிருணாள் சென் ஆகியோர் படைப்புகள் விவாதத்திற்கு இடமளிப்பதுபோல இங்கும் காண முடியுமா?

இது ஏற்றத்தாழ்வைக் குறிப்பதற்காகக் கூறப்படவில்லை. எஸ்.டி. பாஸ்கரனின் 'மெஸேஜ் பேரர்ஸ்' ஆரம்பக் காலத் திரைப்படம் மற்றும் மேடை நாடகத்தினருக்குப் பலர் இன்னும் சரியாக உணராத பெருமைகளையும் சிறப்புகளையும் தேடித் தருவது. இலட்சியவாதிகளும் தீரர்களும் தியாகிகளும் தமிழ் சினிமா நாடகத் துறையில் நிறையவே ஈடுபட்டிருக்கிறார்கள். அன்னிய ஆட்சியில் அடக்குமுறையை மீறிப் பல செயல்கள் புரிந்திருக்கிறார்கள். இவர்களில் பலர் மெத்தப் படித்தவர்கள். அந்த நாளிலேயே கண்டறிந்திருக்கிறார்கள். இருந்தபோதிலும் ஓர் ஒருமித்த வாழ்க்கைக் கண்ணோட்ட மனோதத்துவ நோக்கோ சிந்தனைப் பாதையோ ஏன் தமிழ் சினிமாவில் நேரவில்லை? தமிழுக்கு சினிமாபோலச் சிறுகதையும் நாவலும் பத்திரிகைக் கட்டுரையும் இறக்குமதிப் பொருள்கள்தான். உலக அரங்கில் பொருத்திவைக்க இன்று இலக்கியத் துறையில் தமிழில் படைப்புகள் உள்ளன. நாம் மனதோரத்தில் சிறிது கூச்சமோ தயக்கமோ இல்லாமல் ஒரு தமிழ் சினிமாவை அப்படி முன்வைக்க முடியுமா?

மொழி ஆதிக்கம், வட்டார ஆதிக்கம் இவற்றின் எதிர்வினையாக ஏன் முடியாது என்று சிலர் கேட்கக்கூடும். இக்கேள்விகளும் இதற்கான பதில்களும் நிலைபெறும் தன்மை பெற்றவையல்ல. இவை ஆண்டுக்கு ஆண்டு மாறுபவை. வாழ்க்கையின் அன்றாட அம்சங்கள் அனைத்திலும் அரசியல் சக்திகள் உள்ளன. ஆனால், தாற்காலிகத் தன்மையை விடுத்து நிலை பெறுபவை இந்த அரசியல் சக்திகளுக்கு அப்பால்தான் அத்தகைய நிர்ணயம் பெறுகின்றன. இதை மனதில் வைத்துக்கொண்டு இந்த நாற்பதாண்டு, ஐம்பதாண்டுத் தமிழ் சினிமாவைப் பரிசீலித்தால் எவ்வளவு தனித் திரைப்படங்களும் தனித் திரைப்படக் கலைஞர்களும் தீவிரமான ஆய்வுக்கு ஈடு கொடுக்கும் வகையில் மிஞ்சுவார்கள்?

உதிரியாகச் சாதனைகள் இல்லாமல் போகவில்லை. சில மாதங்கள் முன்பே 'அசோக்குமார்' என்றொரு படத்தை மீண்டும் ஒருமுறை பார்க்க வாய்ப்பு கிடைத்தது. இளங்கோவன் கதை வசனம், ராஜா சந்திரசேகர் டைரக்ஷன், தியாகராஜ பாகவதர், கண்ணாம்பா, நாகையா நடிகர்கள். சரியாக நாற்பதாண்டுகளுக்கு முன்பு எடுத்த படம். மிக நீளமான படம். திரைப்படத் தொழில் நுணுக்கங்கள் தமிழில் அதிகம் ஊடுருவாத காலத்தில் தயாரிக்கப் பட்டது. இப்படத்தில் ஓர் ஒருமித்த சிந்தனைப் போக்கு காணக் கிடைத்தது. அதேபோல 'நந்தனார்' என்றொரு படம். இதுவும் நாற்பதாண்டுப் பழையது. முருகதாஸா டைரக்ஷன். தண்டபாணி தேசிகர், செருகளத்தூர் சாமா நடித்தது. தொழில்நுணுக்கத் திறமையைக் காட்ட விசேஷப் பிரயாசை ஏதும் இப்படத்தில் கிடையாது. ஆனால், இதிலும் ஓர் ஒருமித்த சிந்தனைப் போக்கு காணக் கிடைத்தது. 'அசோக்குமார்' படமாவது இன்னொரு முன்மாதிரியைப் பின்பற்றியது. 'வீரகுணாள்' என்பது அதன் ஆதார ஹிந்திப் படம். ஆனால், 'நந்தனார்' முழுக்க முழுக்கத் தமிழ் உணர்வும் தமிழ்த் தன்மையுமே கொண்டது. இதற்கு முன்மாதிரியாக எந்த வெளிப் பிரதேச, வெளிநாட்டுத் திரைப்படமும் இருக்க நியாயமில்லை. ஆதலால் முற்றிலும் சுலபமான இறக்குமதிச் சாதனமாகிய சினிமாவில்கூட, தமிழர் சாதனை கொள்வது சாத்தியமாயிருந்திருக்கிறது. ஆனால், இப்போக்கு நீடிக்கவில்லை. அந்நியர் ஆதிக்கம் நம் கலாசார மேன்மையுறலை அழுத்தி வைத்தது என்றுதான் நாம் பொதுவாக நம்புகிறோம். ஆனால், தமிழ் சினிமா விஷயத்தில் இது பொய்த்துப் போய்விடுகிறது. இந்திய சுதந்திரத்திற்குப் பின் சுலபமானதாகவும் பக்குவமான ஒருமித்த சிந்தனைப் போக்கும் உடைய தமிழ் சினிமாவை நம்மால் எப்படி உருவாக்க முடியாமல் போயிற்று?

இந்தியத் திரைப்பட வரலாற்றில் 1951–52 ஒரு புரட்சியையே உருவாக்கிய காலகட்டம். அப்போது சர்வதேசத் திரைப்பட விழா ஒன்று இந்தியாவில் நடைபெற்றது. இதைத் தொடர்ந்து ஜான் ரென்வார் என்பவர் ஒரு திரைப்படம் எடுக்க இந்தியா வந்திருந்தார். இவற்றின் விளைவுகளை வடநாட்டில் காண முடிந்தது. சத்யஜித் ராய், மிருணாள் சென், பிமல் ராய் முதல் குரு தத், ராஜ்கபூர், சேத்தன் ஆனந்த்வரை பாதிப்புகளைக் காண முடிந்தது. 'தோ பிகா ஜமீன்' உருவாயிற்று. 'பதேர் பாஞ்சாலி' உருவாயிற்று. 'ஜாக்தே ரஹோ' உருவாயிற்று. சினிமாவுக்கான பரிமாணங்கள் மேலும் மேலும் பயன்படுத்தப்பட்டன. ஆனால், ஏறக்குறைய அதே சமயத்தில் தமிழ் சினிமா, சினிமாவை விட்டு விலகி நாடகப் பண்புகளிலேயே மலினமானவற்றைக் கைக்கொள்ள ஆரம்பித்தது. 'பராசக்தி' தமிழ்த் திரைப்படம்

ஒரு மைல்கல் என்பதில் சந்தேகமில்லை. ஆனால், அதுவே சினிமாவுக்குரிய சிந்தனைப் போக்கைத் தமிழ் சினிமா உலகில் வெகு தூரம் பின்தள்ளிவிட்டது. புணர்ச்சிக்குப் பின் ஆணைக் கொன்று தின்றுவிட்டு முட்டையிடலுக்குப் பின் தானும் மடிந்துவிடும் ஒரு கொடூர வகைப் பூச்சி போலப் 'பராசக்தி' சினிமாவையும் பின்தள்ளிவிட்டுத் தமிழ் மேடைநாடகத்தை யும் குற்றுயிர் குலையுயிராகச் செய்துவிட்டது.

ஆனால், திரைப்படம் ஓர் அசேதனப் பொருள். அதாவது, அது தானாக இயங்க முடியாது. அதற்காக ஓர் உயிரும் பிரக்ஞை யும் கிடையாது. அதைப் பார்ப்போர் ஊட்டும் சக்திதான் அதற்கு உயிரும் பிரக்ஞையும் ஆகும். இது உலகில் சினிமாத் தயாரிப்பு இயங்கும் எல்லா இடங்களுக்கும் பொருந்தும். தமிழ்நாட்டுக் கலாசாரத் தொன்மையும் மேன்மையும் எழுத்து வடிவத்திலும் இசையிலும் நடனத்திலும் தொடர்ச்சி பெறச் சாத்தியமாயிருக்கும்போது திரைப்படம், நாடகம், ஓவியம் ஆகிய துறைகளில், பார்வை உணர்வையே அதிகம் சார்ந்திருக்கும் துறைகளில், ஏன் காண முடியவில்லை?

இத்துறைகளில் நீடித்த வலுவான மரபு கிடையாது என்பதை ஒரு காரணமாகக் கூறலாம். நாடகம், ஓவியம் இரண்டிற்கும் மரபுச் சிதைவு ஏற்பட்டிருக்கிறது. மேலும் எல்லாக் கலாச்சாரங்களும் எல்லாக் கலைத் துறைகளுக்கும் ஒரே மாதிரியான போஷாக்கு அளிப்பதில்லை. கலாச்சாரத்தின் பாரபட்சமான தன்மை சில துறைகளை நலிவுற்றுவிடச் செய்கிறது.

சினிமா முழுக்க முழுக்கக் கலாச்சாரத்தைச் சார்ந்த துறையல்ல. இதை முழுக்கமுழுக்க ஒரு கலைத்துறை என்றும் கூறிவிடுவதற்கில்லை. அது ஒரு சமீப காலத்திய, பார்வை யாளர்களை வெகுவாகச் சார்ந்த, ஒரு தொழில் விஞ்ஞான வெளிப்பாட்டுச் சாதனம். இதற்குக் கலாச்சாரத்திலிருந்து வரும் உந்துதலைக் காட்டிலும் சம காலத்தைப் பற்றிய பக்குவமான, பரவலான பார்வையிலிருந்து கிடைக்கும் சக்தியே அதிகம். 'நந்தனார்', 'அசோக்குமார்' போன்ற திரைப்படங்களைக்கூட வெற்றிகரமாக உருவாக்க வினை – எதிர்வினை பற்றிச் சமகாலப் பிரக்ஞை மிக அவசியம்.

உட்பொருள் ஆய்வு ஒன்று மேற்கொண்டால் இன்றைய தமிழ் சினிமாவில் நிறையவே சமகாலம் சித்தரிக்கப்படுகிறது. கதாநாயகர்கள் நவீன உடைகள் உடுத்துகிறார்கள். எல்லா நேரங்களிலும் எல்லாவிடத்திலும் சிகரெட் பிடிக்கிறார்கள். வேலை தேடியலைவதாகச் சொல்லுகிறார்கள். திடீரென்று எதிர் வீட்டுப் பெண்ணைக் காதலிக்கிறார்கள். கதாநாயகிகளும்

கல்லூரியில் படிக்கிறார்கள். வேலைக்குப் போகிறார்கள். காதலிக்கிறார்கள். கல்யாணத்திற்கு முன்பே கர்ப்பமுறுகிறார்கள். துஷ்டர்களால் கோஷ்டி பலவந்தத்திற்கும் பலியாகிறார்கள். குழந்தை பெற்று வளர்க்கிறார்கள். அக்குழந்தைகள் அடுத்த தலைமுறை கதாநாயக கதாநாயகியாக உருவாகும் வகையில் பல சிறப்புகள் பெற்றவர்களாய் இருக்கிறார்கள். பஸ், ரயில், கார், மோட்டார் சைக்கிள், ஹோட்டல், விபச்சார விடுதி, போலீஸ் எல்லாமும்தான் இன்று தமிழ் சினிமாவில் காணப்படுகின்றன. இதெல்லாம் இருந்தும் தமிழ் சினிமா மலினத் தன்மையே கொண்ட சிந்தனை வெளிப்பாடாக இருந்துவருகிறது.

ஒருவன் சிந்தனையாளனாகவே பிறந்துவிடுவதில்லை. உலகின் சிந்தனையாளர்கள் எல்லா வர்க்கத்திலிருந்தும் எல்லாத் தடங்களிலிருந்தும் உருவாகியிருக்கிறார்கள். நேரடியாகத் தான் வாழும் சமூகத்தைப் பற்றியும், மறைமுகமாக இதர உலகளாவிய இயக்கங்கள் பற்றியும் ஒரு பிரக்ஞையை வளர்த்துக்கொள்வது சிந்தனையாளனுக்கு அத்தியாவசியமான தேவையாக இருந்திருக்கிறது. இந்தப் பிரக்ஞை என்பது முழுதும் எழுத்து வடிவத்திலேயே கலைஞன் வெளிப்படுத்த வேண்டும் என்பதில்லை. அவனுடைய அன்றாடப் பிரச்சனைகளை எதிர்கொள்வதில்கூட இப்பிரக்ஞையை அவன் வெளிப்படுத்த இயலும். திரைப்படம் பலரின் தொழில்நுணுக்க உதவியுடன் தயாரிக்கப்படும் பொருள். இப்படிப்பட்டதொரு வெளிப்பாட்டில் எண்ணியது ஒன்று, முடிந்தது ஒன்று என்று நேர்வது அசாதாரணமல்ல. ஆனால், எண்ணியதைப் போல் முடித்தது இல்லாவிடினும் இரண்டும் ஓர் ஒருமித்த நோக்கு அல்லது திசை கொண்டிருக்கக்கூடும். இதற்கு வலுவான சில நம்பிக்கைகளைப் படைப்பாளிகொண்டிருப்பது அவசியம். பொது வெளிப்பாடுகளில் ஈடுபடாத ஒரு சாதாரணப் பிரஜை இந்த நம்பிக்கைகளை அறிவார்த்த அளவில் உணர்ந்து கொள்ளாதபடியே வாழ்க்கையைச் செம்மையாக நடத்திச் செல்ல முடியும். இந்துக் கலாசாரம் அல்லது இந்தியக் கலாசாரம் அல்லது தமிழ்க் கலாசாரம் இவ்வளவு நீடித்த காலம் அழிவுறாமல் இருந்து வந்திருப்பதற்குக் காரணம் இந்த நம்பிக்கைகள். ஆனால், ஒரு வெளிப்பாட்டுச் சாதனம் மூலம் இந்த நம்பிக்கை நிலையைப் பிற மக்களோடு பகிர்ந்துகொள்ள முன் வைக்க அப்படைப்பாளி வெறும் அடிமன உணர்ச்சியளவில் இயங்கினால் மட்டும் போதாது. சிந்தனை தேவைப்படுகிறது. காரண – காரிய கோவைச் சிந்தனை தேவைப்படுகிறது.

நமது இன்றைய முன்னணித் திரைப்படப் பிரமுகர்கள் இதை அபாயகரமானது என்பதுபோலத் தவிர்ப்பதாகத்

தோன்றுகிறது. இன்றைய தமிழ் சினிமா பிரமுகர்கள் அனைவரும் தற்காலத்தன்மை விஷயங்களுக்குக் கோபப்படு கிறார்கள். மறுப்புத் தெரிவிக்கிறார்கள், கண்டனம் புரிகிறார்கள், தொழில்நுணுக்கம் முன்னேற்றம் அடைந்துகொண்டேபோக இவர்களுடைய சிந்தனைத் தளம் குறுகிக்கொண்டும் தாழ்ந்துகொண்டும் போகிறது. இவர்கள் குறியீடுகள் எனப் பயன்படுத்துவது அந்நேரத்தில் கவனத்தைக் கவர்வதற்காக உள்ளதே தவிர ஒரு சிந்தனைப் போக்கின் தடமாக இருப்ப தில்லை. இருக்கும் சிலவற்றையும் ஒருங்கிணைத்து ஒரு சிந்தனைப் போக்கு என்று அமைத்துக்கொண்டால் அது மிகவும் எளிமைப்படுத்தப்பட்ட சிந்தனைப் போக்காக இருக்கிறது. இன்றைய வாழ்வின் சிக்கல் மிகுந்த தன்மையை இன்றைய பள்ளி மாணவனும் உணர முடிகிறது. மாணவர் நிலையிலிருந்தே இன்று சமுதாயத்தில் உள்ளதொரு கிளர்ச்சி நிலை இந்தச் சிக்கல் தன்மையை அவர்கள் உணர்ந்திருப்பதால்தான். தெருவில் போகும் ஒரு பஸ்ஸின் மீது ஒரு பையன் கல்லெறிவதற்குப் பின்னணி ஏராளமான நுணுக்கங்களும் பிரச்சினைகளும் கொண்டதாக இருக்கும். இது தமிழ் சினிமாவில் பிரதிபலிக்கப்படுகிறதா? முயற்சியாவது செய்யப்படுகிறதா?

திரைப்படம் பெரும் பண முதலீடைத் தேவையாக்குகிறது. அதனால் இலாப – நஷ்ட அம்சம் முக்கியமாகிறது. அதனால் ஒருமித்த நோக்கையோ சிந்தனைப் போக்குகளையோ தவிர்த்த அம்சங்களைப் படத்தில் சேர்க்க வேண்டிவருகிறது. இது ஒரு காரணமாகக் கூறப்படுவது. தமிழ்த் திரைப்படங்கள் எல்லாமே இந்த சமரசத்தை உட்கொண்டவை. ஆனால், எல்லாப் படங்களுமே தயாரிப்பாளர்களின் இலக்காகிய வெகுஜன வெற்றியை அடைவதில்லை. வெகுஜன வெற்றி அம்சங்களே நிறைந்துள்ள படங்கள்தான் பெரும்பான்மை தோல்வியும் அடைகின்றன. திரைப்படம் தயாரிப்பது சூதாட்டமாகவே நிலைநிறுத்தப்படுகிறது. திரைப்படம் தயாரிப்பது சூதாட்டம் என்பது எல்லா இந்திய மொழிகளுக்கும் பொருந்தக்கூடியது தான். ஆனால், பல இந்திய மொழிகளில் கடந்த இருபத்தைந்து முப்பதாண்டுகளில் பல படங்கள் தீவிர விவாதத்திற்குப் பொருள் தருவதாகத் தயாரிக்கப்பட்டிருக்கின்றன. தமிழ் மொழியில் அது நேரவில்லை என்பதை வருத்தத்துடன் உணர வேண்டியதாகிறது. அதாவது இன்றைய மனிதனின் சிக்கல்கள், பிரச்சினைகளை உள்ளார்ந்து பிரதிபலிக்கும் தமிழ்த் திரைப்படம் தயாரிக்கப்படுவதில்லை.

இது முடியாது என்ற அவநம்பிக்கை ஏனோ இன்னும் தோன்றவில்லை. காரணம் இன்றைய சராசரித் தமிழ்ப்

படத்தில்கூடப் பல நடிகைகள் அவர்களுக்காக வடித்துத் தந்த எளிமைப்படுத்தப்பட்ட பாத்திர வார்ப்பையும் மீறிச் சிக்கல்களைப் பிரதிபலிக்குமாறு நடித்திருக்கிறார்கள், நடிக்கிறார்கள். நடிகைகள் பிரிவில் எந்த ஒரு காலகட்டத்திலும் இன்றைய பெண்ணினத்தின் இயல்பான நிலையைச் சித்திரிக்கும் ஆற்றல் படைத்தவர்கள் மூன்று நான்கு பேராவது, பளிச்சென்று தோன்றுகிறார்கள். ஆனால், தமிழ் சினிமா உலகம் இன்னும் நாயகனுக்கே உரியதாக உள்ளது. தமிழ் சினிமா நாயகர்கள் விதிவிலக்கில்லாமல் தமிழ் சினிமாவை எளிமைப் படுத்தப்பட்ட பொழுதுபோக்குக்கு மேல் உயர முடியாதபடி பார்த்துக்கொள்கிறார்கள். சிறிது நம்பிக்கை தோன்றும்படி ஒரு படத்தில் தோன்றினால், அப்படமும் சிறிது கவனமும் பெற்றுவிட்டால், அடுத்த படத்திலேயே அந்த நாயகர் பிற நாயகர்களைப் போலாகிவிடுகிறார், அல்லது ஆக்கப்படுகிறார். தேம்பித்தேம்பி அழும் கதாநாயகனைப் பார்த்து, பார்ப்பவரும் அழுதுவிட்டு வரலாம். ஆழ்ந்த சிந்தனை விவாதம் புரிய முடியுமா?

அது முடியாததனாலேயே தமிழ் சினிமாவைப் பற்றி எழுதத் தயக்கம். தமிழ் சினிமா பற்றிய வரலாறு ஒன்று என்னால் எழுத முடியும். ஆனால், தமிழ் சினிமாவை விவாதிக்கத்தான் முடியவில்லை. என்னுடைய இந்தத் தயக்கம் என்னுடைய ஆற்றல் குறைவினால் இருக்கலாம். ஆனால், எந்தத் தயக்கமும், அது மனித இயக்கத்தின் மீதுள்ள அக்கறையினால் உண்டாகும் போது, விவாதத்திற்குரியதாகத்தான் ஆகிறது.

(1981)

தளைகளுக்கப்பால் . . .

முக்கியத்துவம் கொடுக்கப்படாவிட்டாலும் நடிகைகள் சாதித்திருக்கிறார்கள். . .

அங்க நாட்டில் பஞ்சம். மழை பொய்த்து விட்டது. மக்களும், பயிர்களும், பிராணிகளும் அழிந்துபோவதைக் கண்டு அரசன் தவிக்கிறான். “பெண் வாசனையே அறியாதவரும், சம்பூர்ண பிரம்மச்சாரியுமான ரிஸ்யசிருங்கரை எப்படி யாவது அழைத்து வர இயலுமானால் நாடு பிழைக்கும்” என்று பெரியவர்கள் கூறுகிறார்கள்.

ரிஸ்யசிருங்கரின் தந்தை தன் மகனைச் சுத்தப் பிரம்மமாக வளர்த்துப் பிரம்மத்தோடு ஐக்கிய மாக்கி விடுவதையே குறிக்கோளாகக் கொண்டு வாழ்பவர். கடும் தபசி, கடும் கோபியும்கூட. ஆனால், ஒரு கணிகை வெகு சாமர்த்தியமாக அவருக்குத் தெரியாமல் வனத்தில் புகுந்து ரிஸ்யசிருங்கரை மயக்கி அங்க தேசத்துக்கு அழைத்து வந்துவிடு கிறாள். அவள் அதற்காக மேற்கொண்ட முயற்சியும் சாதுர்யமும் லேசில் அளவிட முடியாது. ஆனால், மழை பொழிந்து நல்ல காலம் வந்தவுடன் யாரும் அவளைச் சட்டை செய்வதில்லை. அவளுடைய மனம் எப்படித் துடித்திருக்கும்?

தமிழ்த் திரைப்படத்தில் முன்னொரு காலத்தில் இத்தகைய பரிமாணங்கள் தவறாது இருந்தன. அவை நேர்த்தியாகவும் சித்தரிக்கப்பட்டன. இந்த ‘ரிஸ்யசிருங்கர்’ படத்தில் அந்தக் கணிகை வேடத்தை ஏற்று, பார்ப்பவர்களை மயக்கி, பின்

அவர்களே மனம் நெகிழும்படியாகவும் செய்தவர் வசுந்தரா. அப்படத்தில் அவர் நடித்தபோது சினிமா அனுபவம் என்று அவருக்குப் பெரிதாகக் கிடையாது. ஆனால், எப்படி அவ்வளவு பக்குவமாகவும் பூரணமாகவும் கலை நேர்த்தியுடனும் அவரால் அப்பாத்திரத்திற்கு உயிரூட்ட முடிந்தது.

'ரிஸ்யசிருங்கர்' படத்தையடுத்து வசுந்தரா நடித்த முக்கியமான படம் 'மங்கம்மா சபதம்'. ஆணாதிக்கத்தின் உச்ச நிலை இப்படத்தின் ஆதாரம். இப்படிப்பட்ட கதைகளில் பெண், அழுத கண்ணும் சிந்திய மூக்கும், கசங்கிய புடவையுமாகக் காட்சியளிப்பதுதான் வழக்கம். அது இப்படத்திலும் பல இடங்களில் உண்டு. ஆனால், அக்கண்ணீர் உறுதியும் மனத்தெளிவும் உயரிய நோக்கமும் உடன் உள்ள கண்ணீர். இந்தியச் சமூகத்தில் பெண்ணுக்குள்ள தளைகள், தடைகள் யாவும் இக்கதாநாயகிக்கு உண்டு. ஆனால், அவற்றை எல்லாம் மீறிய கண்ணியத்தையும் சுயமரியாதையையும் வசுந்தராவால் 'மங்கம்மா' படத்தில் வெளிக்கொணர முடிந்தது. (இங்கு ஒரு தகவல்; வசுந்தரா, வைஜயந்தி மாலாவின் அம்மா.)

கதாநாயகி என்றால் நற்பண்புகளின் உருவமாகத்தான் இருக்க வேண்டுமா? மனித இயல்பில் உள்ள காமம், குரோதம், சூழ்ச்சி, சாகசம், பொய் முதலியவை ஆண், பெண் இருவருக்கும் பொதுவாகத்தானே இருக்க வேண்டும்? ஐம்பது ஆண்டுகளுக்கு முன்பே இத்தன்மைகள் கொண்ட ஒரு பெண்ணை உயிரும் தசையுமுள்ளவளாகச் சித்தரித்துக்காட்டியது 'அசோக்குமார்'. இத்தகையதோர் தமிழ்ப் பெண்ணாக நடித்துக் காட்டியவர் தெலுங்குப் பெண்ணாகிய கண்ணாம்பா. பிறகு பல ஆண்டு களுக்குக் கண்ணாம்பா, தமிழ்ப் படவுலகில் பெருமைக்குரிய இடத்தை வகித்தார். இந்தியா குடியரசான பிறகு தமிழ்ப் படங்களில் கதாநாயகர்கள் ஏராளமாகப் பேச ஆரம்பித்தார்கள். அவர்கள் நிமிடத்திற்கு இருநூறு சொற்களை வாரித் தெளித்தால் கண்ணாம்பா இருநூற்றிருபது சொற்களை வீசி எறிந்தார். ஒரு குறிப்பிடத்தக்க அம்சம், இதையும் கண்ணாம்பா இயல்பாகச் செய்தார்.

1950களில் கதைகள் கதாநாயகர்களுக்கு ஏற்றவாறு அமைக்கப்பட்டன. கதாநாயகன்தான் படம் என்ற மனப்பான்மையில் சினிமாத் துறை முழுதுமே இயங்கியது. இவ்வளவு பட்சபாதமான சூழ்நிலையிலும் தமிழ் நடிகைகள் தங்கள் பாத்திரங்களுக்கு உயிரும் கண்ணியமும் நம்பகத்தன்மை யும் அளித்தார்கள். மிகவும் அபத்தமான சூழ்நிலையையும் தங்களுடைய பொறுப்புணர்ச்சியினாலும் கற்பனைத் திறனாலும் 'ஒருவேளை இது சாத்தியந்தானோ' என்று சாதகமான ஐயம்கொள்ளும் வகையில் மாற்றினார்கள்.

வசுந்தரா, கண்ணாம்பாவை அடுத்துத் தமிழ்த் திரைப்படக் கதாநாயகியின் தோற்றத்துக்கு மேலும் புதிய பரிமாணங்களை அளித்தவர் டி.ஆர். ராஜகுமாரி. எண்ணி இருபது படங்களுக்குள் இவருடைய வரலாற்றை முடித்துவிடலாம். ஆனால், அவற்றுள் தான் அவர் எத்தகைய சிகரங்களை எட்டினார்? பெண் என்றவுடனேயே தோன்றும் மரபுத் தோற்றத்தை விலக்கிய அவருடைய இரு மிகச் சிறப்பான சித்தரிப்புகள் 'சிவகவி', 'ஹரிதாஸ்' என்ற படங்களில் இருக்கின்றன. ஒருவனைக் குறிவைத்துத் தன்னிடம் மயக்கம்கொள்ளச் செய்ய முனையும் பாத்திரங்கள்தான் இரு படத்திலும். மரபு ரீதியில் இது தவறான போக்கு என்று நினைக்கத் தோன்றினாலும் இரு பாத்திரங் களையும் கண்ணியமும் சுயகௌரவமும் கொண்டதாக மாற்றியது டி.ஆர். ராஜகுமாரியின் ஆழ்ந்த கற்பனைத்திறன். டி.ஆர். ராஜகுமாரி மரபுவழித் துயரம் என்பதனைத்தையும் தாங்கும் மரபுக் குடும்பப் பெண்ணாக நடித்த ஒரு நல்ல படமும் இருக்கிறது. நடிகர் வி. நாகையா தயாரித்த 'என் வீடு'. இதில் கணவன் மீது அபாண்டம் வந்து அவன் ஓடிப்போய்விடுவான். அவளுக்கு வீடு வாசல், உற்றார் உறவு எல்லாம் பறிபோய்விடும். அரும்பாடுபட்டுக் குழந்தைகளை வளர்த்தால் தலையெடுக்க வேண்டிய நாளில் மூத்த பையன் கெட்ட சகவாசத்தில் சிக்கிக் கொள்வான். அரசனையும் அரச சபையையும் மயக்க நிலையில் வைக்கக்கூடிய நடிகை இதில் அயராத துரதிர்ஷ்டத்தால் கலங்கடிக்கப்பட்ட ஒரு பெண்ணைச் சித்தரிக்க வேண்டும். டி.ஆர். ராஜகுமாரி ஒரு நகைச்சுவைப் பாத்திரத்தையும் ஏற்றுச் சிறப்பாக நடித்தார் என்பது பலருக்குத் தெரியாது. 'விகடயோகி' என்ற அந்தப் படம் சில அம்சங்களில் அதன் காலத்திற்கு முன்பு வந்ததாகும்.

சுமார் பதினைந்து ஆண்டுக் காலத்துக்குத் தமிழ் சினிமாவின் கதாநாயகி வடிவத்திற்கு ஆதாரமும் கௌரவமும் தந்த இரு நடிகைகள் சாவித்திரி, பத்மினி. இருவரின் தாய்மொழியும் தமிழல்ல. ஆனால், தமிழ்க் கதாநாயகியின் சின்னங்களாக இவர்களால் விளங்க முடிந்ததற்குக் காரணம் இவர்களுடைய பக்குவமும் கற்பனை வீச்சும். பத்மினிக்கு அநேகமாக எல்லாமே சம்பிரதாயப் பாத்திரங்களாகவே அமைந்துவிட்டன. சாவித்திரியின் பாத்திரங்கள் மட்டும் சற்று விரிவான தளத்தில் அமைந்திருந்தன. 'மருமகள்', 'பெண்ணின் பெருமை', 'மகாதேவி', 'கை கொடுத்த தெய்வம்' ஆகிய படங்களில் இவருடைய ஆற்றல் அப்படங்களின் இதர பலவீனமான அம்சங்களையும் மீறி அப்படங்களை நினைவிலிருக்கும் அனுபவங்களாக மாற்றியது. சாவித்திரி நன்கு நடிக்கவில்லை என்று யாரும் ஒரு சந்தர்ப்பத்திலும்

கூற முடியாது. அநேக தருணங்களில் ஒரு படம் முழுதும் சிதறிப் போய்விடாமல் கட்டிக் காப்பதாகவே இவர் சித்தரிப்பு இருந்திருக்கிறது. சாவித்திரிக்குச் சேரக்கூடிய பல புகழ்ச் சொற்கள் கே.ஆர். விஜயாவுக்கும் பொருந்தும்.

சினிமாவே நிஜம் போன்று தோற்றம் தரும் ஒரு நிழல். இதில் ஸ்டூடியோ தயாரிப்பு, நிழலின் நிழல் என்றுகூடக் கூறலாம். படம், சிறுசிறு பகுதிகளாகச் செயற்கையாக எழுப்பிய செட்டுகள் கொண்ட ஸ்டூடியோ கொட்டகைக்குள் எடுக்கப்படும். இச்சூழ்நிலையில் இயங்கி, திரைப்படத்தில் இறுதி வடிவம் நிஜத்தன்மை கொண்டது போன்ற அனுபவத்தைச் சிருஷ்டிப்பதற்கு ஒரு தனிப்பட்ட ஆற்றலும் மனோபாவமும் தேவை. நடிப்பின் சிகரத்தை ஸ்டூடியோ தயாரிப்பில் எட்டிய நடிகைகள் ஸ்டூடியோ சாராத தயாரிப்பிலும் அதே சிகரத்தை எட்ட முடியுமா என்பது சந்தேகத்துக்குரியது.

கடந்த இருபது ஆண்டுகளாக ஸ்டூடியோ சாராத தயாரிப்புகள் நம்மிடையே நிலைபெற்றிருக்கின்றன. இந்தக் காலகட்டத்தில்தான் பாரதிராஜாவின் படங்களும், அவருடைய கதாநாயகிகளும் மிக்க கவனம் பெற்றார்கள். பாரதிராஜாவுடைய படங்களில் நடித்த கதாநாயகிகள் புதுக் கண்டெடுப்பானாலும் விரைவிலேயே முன்னணி நடிகை களாக மாறியிருக்கிறார்கள். அதே நேரத்தில் பாரதிராஜாவின் கண்டெடுப்புகள் எனத் தோன்றிய நடிகர்கள் யாருமே உன்னதத்தை எட்டவில்லை (கார்த்திக் ஒரு விதிவிலக்கு). ராதிகாவோ, ரேவதியோ உலகின் எப்பகுதியின் சிறந்த நடிகைகளோடும் ஒப்பிடப்படக்கூடியவர்கள். தங்களுக்கு அளிக்கப்படும் அபத்தமான பாத்திரங்களையும் மீறி அப்பாத்திரங்களுக்கு அந்தஸ்தையும் நம்பகத்தன்மையையும் தரவல்லவர்கள். இந்த நம்பகத்தன்மையை மிக உயரிய தளத்தில் அளிக்கக்கூடிய இன்னொரு சிறந்த கலைஞராக விளங்கியவர் ஷோபா. நடிப்புக்கு ஜனாதிபதி தங்கப் பதக்கத்தைத் தமிழுக்குப் 'பசி' என்ற படம் மூலம் பெற்றுக் கொடுத்தவர். சிறுசிறு பாத்திரங்களும் இவருடைய ஆற்றலால் சிறப்பான நிஜத்தன்மை யும் மேன்மையும் பெற்றிருக்கின்றன. கே. பாலச்சந்தரின் 'நிழல் நிஜமாகிறது' படத்தின் துணைப் பாத்திரமேயாயினும் ஷோபாவின் கலைத்திறனால் அப்படமே ஒரு கூடுதல் பரிமாணம் பெற்றது.

லக்ஷ்மியும் சுஜாதாவும் ஸ்டூடியோ சாராத திரைப்படங்கள் வலுப்பெற்றுவந்த நாளிலும் ஸ்டூடியோவுக்கே உரிய சம்பிரதாய பாணி நடிப்பும் சிற்சில சந்தர்ப்பங்களில் பிரகாசிக்கக்கூடும் என்று நிரூபித்தவர்கள். அதேபோலச் சில குறிப்பிட்ட

சூழ்நிலையில் ஸ்டூடியோ சாராத இன்றைய திரைப்படங்களில் சிறந்து விளங்க முடியும் என்பதற்கு எடுத்துக்காட்டு ஊர்வசி, சுஹாசினி, அமலா, கௌதமி. 'முந்தானை முடிச்சு' படத்திற்குப் பிறகு ஒரு வலுவான பாத்திரம் ஊர்வசிக்கு அமையாதது வருந்துதற்குரியது. கௌதமிக்கு நகைச்சுவையை வெகு இயல்பாக வெளிப்படுத்த முடிகிறது. இவருக்கும் ஒரு வலுவான பாத்திர வாய்ப்பு நேரவில்லை என்றுதான் கூறவேண்டும்.

கதாநாயகிகள் தவிர துணைப் பாத்திரங்களிலும் பல தமிழ் நடிகைகள் ஈடு இணையற்று விளங்கியிருக்கிறார்கள். டி.ஏ. மதுரம், மனோரமா, சுந்தரிபாய் போன்ற நடிகைகள் வேறு மேலை நாடுகளில் இருந்திருப்பார்களானால் இதற்குள் ஆளுக்கு மூன்று நான்கு ஆஸ்கார் பரிசுகள் பெற்றிருப்பார்கள்.

இதைக் கூறும்போது இந்தியத் திரைப்படத்தின், குறிப்பாகத் தமிழ்த் திரைப்படத்தின் ஒரு குறைபாடு தெரியவருகிறது. எந்த விகிதாசாரத்துக்கும் பொருந்தாத அளவுக்குத் தமிழ்ப்படங்கள் ஆண்களை, குறிப்பாகக் கதாநாயக நட்சத்திரங்களையே சுற்றிவந்தவண்ணமிருக்கின்றன. வசூலிலும் அரசியல் செல்வாக்கிலும் இப்படங்கள் சில இலக்குகளை எட்ட முடிந்தாலும் இவற்றால் உருவ அமைதி பெற முடிவதில்லை. பானுமதி, சாவித்திரி, பத்மினி போன்று ஒரு தலைமுறைக்காவது முன்னணியில் இருக்கக்கூடிய நடிகைகள் இன்று தோன்ற முடியாமல் போனதற்கு ஒரு காரணம், இந்த அதீத நட்சத்திரக் கதாநாயகன் சுழிமுனைப்பாகத்தான் இருக்க வேண்டும்.

நடிப்புக் கலை என்ற முறையில் இந்த நட்சத்திரக் கதா நாயகர்களின் சாதனை அதிகம் பெருமைப்பட்டுக்கொள்ளக் கூடியதல்ல. மாறாக ஒரு புது நடிகை, திரைப்படத்திலும் அதற்கு வெளியிலும், சாதாரண முக்கியத்துவமே உடையவளாகத் தான் கருதப்படுவதை உணர்ந்தாலும் தன்னுடைய நடிப்புப் பணியை மிகுந்த பக்குவத்துடனும் கலைநேர்த்தியுடனும் செய்து முடிக்க இயலுகிறது.

தமிழ்த் திரையைப் பொறுத்தமட்டில் நடிகைகளைப் பெண்களாகப் பார்க்கும் பழக்கம்தான் இன்றும் பரவலாக இருந்து வருகிறது. அவர்களைக் கலைஞர்களாகவும் எண்ணும்போது தமிழ்த் திரைக் கதைநாயகிகள் எந்த முரசும் முழக்கமும் இல்லாமல் நடிப்புச் சிகரங்களை நிறையவே எட்டியிருக்கிறார்கள் என்பது எல்லாருக்கும் புலப்படும்.

(1992)

ஆகாயத் தாமரை

எல்லாருக்கும் உகந்ததான யதார்த்தம் என்பது இருக்கிறதா?

இப்போதெல்லாம் எல்லா இடங்களிலும் பஸ்களின் முன்பக்கம் சப்பையாக இருக்கிறது. நான் சினிமாக் கம்பெனியில் வேலை பார்த்த நாட்களில் பஸ்களுக்கு மூக்கு உண்டு. கிட்டத்தட்ட இந்த பஸ்களின் உருவத்தில் இருந்த போலீஸ் வண்டிகளுக்கும் மூக்கு இருந்தது. பயணிகள் பஸ் பச்சை வண்ணம் பூசப்பட்டிருக்கும். போலீஸ் வண்டி கறுப்பு நிறத்தில் இருக்கும்.

அன்று கண்ணாம்பா நடிக்கவிருந்த படப்பிடிப்பு, வெளிப்புறப் படப்பிடிப்பு என்றாலும் எல்லாம் எங்கள் ஸ்டூடியோ எல்லைக்குள்தான். படப்பிடிப்புக் கொட்டகைகள் தவிரத் திரையிடப் படும் கொட்டகை, தச்சுவேலைக் கொட்டகை, விளம்பரப் படுதாக்கள் எழுதப்படும் கொட்டகை, ஸ்டூடியோ வண்டிகளை வைக்கும் கொட்டகை, ஒரு திரைப்படத்திற்காகச்செய்யப்பட்ட பிரமாண்டமான பிள்ளையாரை வைக்க ஒரு கொட்டகை எனப் பல கொட்டகைகளும் கட்டடங்களும் கொண்டதாக இருந்த அந்த ஸ்டூடியோவில் ஒரு மூலையில் நிரந்தரமாக ஒரு காடும், இன்னொரு மூலையில் ஒரு கோட்டையின் முகப்பும் இருந்தன. ஒரு நாள் அவகாசத்தில் ஒரு சராசரி இந்தியத் தெருவின் ஒரு பகுதியை இன்னொரு மூலையில் ஏற்படுத்திவிட முடியும்.

கண்ணாம்பா அன்று நடிக்க வேண்டிய பகுதி, சுருங்கச் சொல்ல வேண்டுமானால், அவருடைய இடது கைச் சுண்டு விரல் அசைப்புப் பிரயத்தனமே தேவைப்படுவது. அதாவது, அவர் ஓவென்று கதறி அழ வேண்டிய காட்சி. அதைப் பார்த்து ரசிகர்கள் அழ வேண்டும். படத்தின் வெற்றி, அன்றைய தினம் ரசிகர்களின் அழுகையைப் பொறுத்திருந்தது. கண்ணாம்பாவின் பாத்திரம் வழக்கம்போல நாணயமான குடும்பத் தலைவி. கணவனும் மிகவும் நாணயமானவன். அவனுடைய எஜமானன் எழுதச் சொன்ன திருட்டுக் கணக்கை எழுத மறுத்து வேலை இழந்தவன். குடும்பம் பட்டினியில் வாடுவதைக் காணச் சகிக்காமல் நிஜமாகவே திருட ஆரம்பித்துவிடுகிறான். இதை எஜமானன் சொல்லிச் செய்யக் கூடாதா ?

அவனுடைய மூன்று மகன்களில் உத்தமமான கடைசி மகனுக்கு ஓர் உத்தமமான, ஆனால், பணக்காரியான காதலி. பணக்காரப் பெண்கள் சினிமாவில் பிறந்தநாள் அவசியம் கொண்டாட வேண்டும். உத்தமபுத்திரன் அந்த விழாவில் விசேஷ விருந்தாளி. திடீரென்று 'திருடன், திருடன்' என்று கூக்குரல். திருடனை உத்தமபுத்திரன் துரத்திப் போய்த் தெரு முனையில் பிடித்தும் விடுகிறான். முகத்திரையை எடுத்துப் பார்த்தால் அவன் அப்பா. அவரைக் காட்டிக்கொடுக்காமல் திருடன் தான்தான் என்று கூறுகிறான். வழக்கு நடக்கிறது. ஒரு வரியில் இரண்டாண்டு சிறை என்று ஜட்ஜ் கூறுகிறார். உத்தமபுத்திரனைப் போலீசார் போலீஸ் வண்டிக்கு அழைத்துச் செல்கிறார்கள். அவன் வண்டியில் ஏறும்வரை நின்ற இடத்தி லேயே அழுதுகொண்டிருந்த அவனுடைய அம்மா, இப்போது வண்டியை நோக்கி, 'கண்ணா, கண்ணா' என்று கதறிக்கொண்டு ஓடுவாள். ஓடும் வண்டியிலிருந்து இரு கைகளை மட்டும் வெளியே நீட்டி உத்தமபுத்திரனும் 'அம்மா, அம்மா' என்று கதறுவான்.

கண்ணாம்பா வந்தாயிற்று. உத்தமபுத்திரனுக்கு விலங்குகள் மாட்டி போலீஸ்காரர்கள் நிற்கிறார்கள். நல்ல வெயில் அடிக்கிறது. போலீஸ் வண்டியைக் காணோம். காட்சி யதார்த்தமாக இருக்க வேண்டுமென்று நிஜ போலீஸ் வண்டிக்குச் சொல்லியிருந்தது. (யதார்த்தத்துக்குப் போலீஸ் வண்டி நிஜமாக இருந்தால் போதுமா, அப்பா எப்படிச் சம்பாதித்துக் குடும்பம் நடத்துகிறார் என்று ஆண்டுக்கணக்கில் பெண்டு பிள்ளைகளுக்குத் தெரியாதா என்று ஒருவன் கேட்டான். பலரும் கேட்டிருக்கக்கூடும்.) போலீஸ் வண்டி வரவில்லை.

கண்ணாம்பாவை இன்னொரு நாள் வரச் சொல்லலாம். உத்தமபுத்திரன் அந்த ஸ்டூடியோவிலேயே சம்பளத்துக்கு இருக்கும் நடிகர். போலீஸ் வேடதாரிகள் வெவ்வேறு இலாகாவில்

பணிபுரிபவர்கள். போலீஸ் இன்ஸ்பெக்டர் வேடம் போட்டவர் ஸ்டூடியோ ஸ்டோர்ஸ் மானேஜர். இதெல்லாம் சரி, ஆனால், வெயிலை நம்ப முடியாது. அதிலும் இன்று போன்ற வெயில் மீண்டும் கிடைப்பதரிது.

அந்தப் படத்துக்கு உதவி டைரக்டராக இருந்தவர் எனக்கு நண்பர். போலீஸ் வண்டி வரவில்லையே என்று அவரும் கவலைப்பட்டுக்கொண்டிருந்தார். நான் சொன்னேன், "ஏதாவது பஸ் போதாதா? நம்ம ஸ்டூடியோ சவுண்டு வண்டியே போலீஸ் வண்டி மாதிரிதானே இருக்கு?" எங்கள் ஸ்டூடியோவில் ஒலிப்பதிவுக்கென்று மூன்று டிரக்குகள் இருந்தன. ஒன்று ஜெனரேட்டர் பொருத்தியது. மீதி இரண்டில் ஆர்.சி.ஏ. ஒலிப்பதிவு இயந்திரங்கள் அமைக்கப்பட்டிருந்தன. இந்த இரண்டில் ஒரு வண்டிக்குத்தான் சாலையில் கொண்டு செல்ல அனுமதி உண்டு. ஒவ்வொன்றுக்கும் ஒரு பெயர் உண்டு. எனக்கு எல்லா வண்டிகளும் ஒரே மாதிரிதான் தோற்றமளித்தன.

அன்று கண்ணாம்பா ஒலிப்பதிவு வண்டியை நோக்கித் தான், "கண்ணா, கண்ணா" என்று கத்தியபடி ஓடினார். படமெடுக்கும்போது பலர் கண்களில் கண்ணீர் தளும்பியது. இவ்வளவு யதார்த்தத்தை ரசிகர்கள் தாங்க மாட்டார்கள். உடனே ஒரு நகைச்சுவைக் காட்சி சேர்க்க வேண்டும் என்று நிபுணர்கள் சொன்னார்கள்.

எல்லாம் நிஜம்போல இருக்க வேண்டும் என்று உயிரைக் கொடுத்து எடுத்த அந்தப் படம், சுமாராகத்தான் ஓடியது. குடும்பத் தலைவன் திருடன். சரி, பல குடும்பத் தலைவர்கள் திருடர்கள். ஆனால், இப்படி முகமூடி கட்டிக்கொண்டுதான் தினம் திருடப் போக வேண்டுமா? ஒருநாள் விடுப்பு, விடுமுறை கிடையாதா? திருடப் போனவர்தான் போனார், மகன் பங்கேற்கும் விழாவுக்குத்தான் திருடப் போக வேண்டுமா?

படம் யதார்த்தமாக இல்லை, ஓடவில்லை என்றார்கள். அதே நேரத்தில் இன்னொரு படம் சக்கைப் போடு போட்டுக் கொண்டிருந்தது. அதில் நாகலோகம், சந்திரலோகம் எல்லாம் வரும். நாகராணி, "எந்தன் உள்ளம் துள்ளி விளையாடுவது ஏனோ?" என்று கதாநாயகனைச் சுற்றிச் சுற்றி ஆடுவாள். விசித்திர உடைப் போட்டிக்குப் போவது போன்ற தோற்றத்துடன் கதாநாயகன் அவளை லட்சியம் செய்யாததுபோல அங்கேயே நின்றுகொண்டிருப்பான். ஏன், வேறெங்காவது போய் நிற்கக் கூடாதா?

ஏனோ எனக்குத் திரும்பத் திரும்ப இந்தத் திருடன், போலீஸ், நீதிமன்றம், வக்கீல் என்று வாழ்க்கையில் வந்து கொண்டேயிருக்கிறது. இதைத்தான் வாழ்க்கைச் சக்கரம் என்று

சொல்கிறார்கள் போலும். ஒரு பணக்காரப் பெண்ணைக் கடத்திச் சென்று பணம் பறிக்க முயன்றார்கள் என்று இரு ஏழைச் சிறுவர்களைப் போலீசார் பிடித்து வழக்கு நடத்துகிறார்கள். இறுதியாக நீதிபதி முன்பு விவாதம். நீதிபதியின் தீர்ப்பு.

நான் அந்தச் சிறுவர்கள் சார்பில் வாதாட அரசால் நியமிக்கப்பட்ட வக்கீல். என் யதார்த்தமான நடிப்புத் திறன் அனைத்தையும் காட்டி, பார்ப்போர் கண்களைக் கலங்க வைக்க வேண்டிய நிர்ப்பந்தம். நீதிமன்றம் செட் போடக்கூடிய வசதி தயாரிப்பாளருக்கு இல்லை . ஒரு சாதாரண சுவர். அதில் ஆணி அடித்து மகாத்மா காந்தி படம் ஒன்று மாட்டினோம். படம் பின்னால் கண்ணுக்குத் தெரிய நான் நின்றுகொண்டு பேசினேன். படம் இன்னொரு கோணத்தில் தெரியும்படியாக நீதிபதி நடிகர் உட்கார்ந்து பேசினார். இதுதான் கோர்ட் சீன். இவ்வளவு யதார்த்தமாக எடுத்த காட்சியிலும் நிஜம் தோற்றுப் போய்விடுகிறது. குற்றம் ஏதும் செய்யாத அச்சிறுவர்கள் தண்டிக்கப்படுகிறார்கள்.

'ஜென்டில்மேனா'க இருந்தாலும் 'கொடூர'னாக இருந்தாலும் 'வைஜெயந்தி ஐ.பி.எஸ்.' ஆனாலும், 'உழவன் மக'னானாலும் கதாநாயகனும், கதாநாயகியும் இன்று கழுத்தையும், தோளையும், இடுப்பையும் அசாத்தியமாக வளைத்துத் திருப்பி ஒடித்து ஆட்டம் ஆடவேண்டும். இவர்க ளோடு சேர்ந்து இன்னும் இருபத்தைந்து ஆண்களும் அதே எண்ணிக்கையில் பெண்களும் சீருடை அணிந்து ஆட வேண்டும். அந்த ஒரு நடனக் காட்சியே ஸ்ரீநகர் குல்மார்க் தோட்டத்தி லிருந்து தெற்கே குமரி முனைவரை பல ஆறு, மலை, மேடு, பள்ளத்தாக்கு, அருவி, கடற்கரைகளில் எல்லாம் நடக்கும். முன்பு சோகக் காட்சிகள் என்று இருக்கும். கதாநாயகன் அல்லது கதாநாயகி தலையைக் கலைத்துக்கொண்டு பாட்டுப் பாடுவார்கள். அல்லது ஒரு பிச்சைக்காரன் சுருதி தாளம் தவறாது பாடிக்கொண்டு போவான். 'ஏழைக்கு ஏது இன்பம்?' என்று அசரீரியாகக்கூடப் பாட்டு இருக்கும். இப்போது சோகப் பாட்டுகள் பூரணமாக மறைந்துவிட்டன. திரைப்படங்களில் அடிதடி நிறைய நிறைய இருப்பதால் கைக்குட்டைகளுக்குப் பதில் பாண்டேஜ்களும் பாண்ட் எய்டுகளும் தேவைப்படுகின்றன.

வாழ்வே மாயம் என்பதுபோல் யதார்த்தமே மாயம் என்றும் கூறத் தோன்றுகிறது. அனைவரும் எல்லாக் காலத்துக்கும் ஒத்துக்கொள்ளக்கூடிய யதார்த்தம் என்று ஒன்று கிடையவே கிடையாது போலிருக்கிறது. தமிழ் சினிமாவில் மட்டும் நாம் ஏன் அதைத் தேடிப் போக வேண்டும்?

(1993)

நானறிந்தபடி சினிமாவும் விமரிசகர்களும்

ஓவியர்களுக்குத் தாங்க முடியாத கோபம். இந்த விமரிசகர்கள் எதிர்பாராத இடங்களில் விபரீதமாகக் குறைகண்டு ஒரு ஓவியனுக்கும் நல்ல பெயர் சூட்டுவதில்லை. இதை இப்படியே விட்டுவிடக் கூடாதென்று இதர நேரங்களில் பரம பகையாளிகளான ஓவியர்கள் ஒன்று சேர்ந்து ஒரு சவால்விடுத்தார்கள். அவர்கள் கூட்டு முயற்சியில் ஓர் ஓவியத்தைத் தயார் செய்தார்கள். அதில் 47 குறைகளை அமைத்திருந்தார்கள். இந்த விமரிசகர்கள் 47 குறைகளைக் கண்டுபிடிப்பார்களா?

கண்டுபிடித்தார்கள். மொத்தம் 147 குறைகளைக் கண்டு பிடித்தார்கள்.

பிரெஞ்சு சினிமாத் துறையில் இப்படி ஒரு போட்டி. இப்படிக் குறை கூறியே கொழுத்து வரும் விமரிசகர்கள் ஒழுங்காக ஒரு படம் எடுத்துத் தர முடியுமா?

ஒரு விமரிசகர் சவாலை ஏற்று, ஒன்றல்ல பல படங்கள் சிறப்பாக எடுத்தார். த்ரூஃபோ என்ற அந்த விமரிசகர் டைரக்டரின் படங்களின் செய்நேர்த்தி, ஐரோப்பிய சினிமா ரசனையையே மாற்றியது. இன்று தெரிந்தோ தெரியாமலோ த்ரூஃபோவின் பாதிப்பு பல தமிழ் டைரக்டர்களிடம் இருக்கிறது. நடிகர்களில் கமல்ஹாசனை நினைக்கும்போது எனக்கு த்ரூஃபோவின் ஞாபகமும் வருகிறது.

இந்தியாவிலும் ஒரு காலத்தில் சில சினிமா விமரிசகர்கள் மிகுந்த செல்வாக்குக் கொண்டிருந்தார்கள். இவ்வளவிற்கும் பத்திரிகை வாசகர் எண்ணிக்கை சில ஆயிரங்களே இருக்கும். வாசகர்களில் பலர் சினிமாப் பக்கம் போகாதவர்களாகவே இருக்கக்கூடும். ஆனால், இந்த விமரிசகர்களுக்குத் திரைப்படத் தயாரிப்பாளர்கள் பெருமதிப்பு கொடுத்தார்கள். பயப்பட்டார்கள் என்றுகூடக் கூறலாம். ஒரு திரைப்படத்துக்கு விமரிசனம் பாதகமாக அமைந்துவிடும் என்று அஞ்சி ஒரு விமரிசகர் கத்திக்குத்துக்கு ஆளானார். குண்டூசி ராஜகோபால் என்ற அந்த விமரிசகர் பாரதியின் வரலாற்றாசிரியர் ஆர்.ஏ. பத்மநாபனின் சகோதரர்.

இந்தித் திரைப்படத் துறையிலும் ஒரு விமரிசகர் சூறாவளியாகக் கருதப்பட்டார். 'பிலிமிண்டியா' என்ற பத்திரிகையின் ஆசிரியர் பாபுராவ் படேல் அற்பமாகத் தோன்றக்கூடியதையும் மிகுந்த பொருள் பொதிந்ததாகவும் தீவிரமானதாகவும் அதே நேரத்தில் நகைச்சுவைகொண்ட தாகவும் மாற்றவல்லவர். அவர் எஸ்.எஸ்.எல்.சி.கூட முடித்திருக்க வில்லை என்பது அவர் கூறித்தான் தெரிந்தது. ஆங்கில மொழியை வலுவாகவும் சுயமாகவும் அவர் கையாண்ட அளவுக்கு எனக்கு வேறு எவரையும் நினைக்கத் தோன்றவில்லை. ஆங்கில மொழிநடைக்கு என்னுடைய மானசீக குருக்களில் பாபுராவ் படேல் மிகவும் முக்கியமானவர்.

சினிமா விமரிசகர்களுக்குக் கை நீளமல்லவா, பாபுராவ் படேலும் தன் பங்குக்கு சினிமா எடுக்க வந்தார். அவர் தேர்ந்தெடுத்த கதை 'திரௌபதி'. அப்போது சங்கீத வானில் புதிய தாரகையாக வந்த சுசீலா ராணி தொம்பட் என்பவர் தான் 'திரௌபதி'. விமரிசகர் பாபுராவ் படேல் திரைப்படத் தயாரிப்பாளராகத் தோற்றுவிட்டார். 'திரௌபதி', அதையடுத்து அவர் எடுத்த இன்னொரு படம், இரண்டும் ரசிகர்களின் ஆமோதிப்பைப் பெறவில்லை. ஆனால், பாபுராவ் படேலுக்கு இரண்டாவது மனைவி கிடைத்தாள். அது இந்திய சுதந்திரத் துக்கு முன்னால். அப்போது ஆண்கள் திருமணம் செய்துகொள்ள நிறைய சுதந்திரம் இருந்தது.

பாபுராவ் படேலும் அவரது இரண்டாவது மனைவியான சுசீலா ராணியும் 'பிலிமிண்டியா'வைத் தொடர்ந்து சிறப்பாக நடத்தினார்கள். பாபுராவ் படேலின் வீச்சு உலகத்துச் சிறந்த பத்திரிகையாளரில் எவருக்கும் குறைந்ததல்ல. அவர் தானாகவே ஒரு 'தகவல் வங்கி' ஏற்பாடு செய்துகொண்டிருந்தார். ஒரு காலகட்டத்தில் பாபுராவ் படேல் 'பிலிமிண்டியா' என்ற பெயரையே அகற்றிவிட்டு 'மதர் இண்டியா' என்று மறு

பெயரிட்டார். புள்ளிவிவரங்களுடன் வாதத்தை எடுத்துச் சொல்லும் பாணியில் இந்தியா வரையில் அவரே முதல் பத்திரிகையாளர்.

பாபுராவ் படேலின் பாதிப்பு இன்றும் நிறைய இருக்கிறது. இன்று எந்தப் பத்திரிகையில் கேள்வி – பதில் இல்லை? ஆசிரியரின் அசட்டுத்தனம், குரோதம், ரகசிய அபிலாஷைகள் எல்லாவற்றையும் இவற்றில் பார்க்கலாம். பாபுராவ் படேலின் கேள்வி – பதில் பகுதி அறிவு, தகவல், சமயோசிதம், நகைச்சுவைக்கு எடுத்துக்காட்டாக இருந்தது. தமிழில் அந்த நாளிலேயே அப்பகுதியிலிருந்து சில கேள்வி பதில்களை ஒரு பத்திரிகையில் மொழிபெயர்த்துப் போட்டார்கள். தமிழ்வாணனுக்கு பாபுராவ் படேல் மானசீக குரு.

பாபுராவ் படேல் நாற்பதாண்டுகள் முன்பே தென்னிந்திய சம்பிரதாயக் கலையுலகை ஸ்தம்பிக்கவைத்தார். பால சரஸ்வதியின் ஒரு நடன நிகழ்ச்சியை ஒரு யானைக் குட்டியின் அசைவுகளுக்கு ஒப்பிட்டார். நல்லவேளை, சத்யஜித் ராய் எடுத்த ‘பாலா’ படத்தைப் பார்க்க அவர் உயிரோடில்லை. கலையை உடல்வாகுடனும், பருவத்துடனும் சம்பந்தப்படுத்தக் கூடாது எனலாம். ஆனால், நடனத்தின் விரிவான விளக்கமாக அமையும் ஏராளமான கோயில் சிற்பங்களில் ஏன் பாலசரஸ்வதி போன்ற உடல்வாகுடைய பெண்களைச் சித்தரிக்கவில்லை? ஏன் எல்லாச் சிற்பங்களும் இளம் பெண்களுடையதாகவே இருக்கின்றன. ஏன், அந்தப் பெண்கள் குறுகிய இடையுடையவர் களாகவே இருக்கிறார்கள்?

ஆனால், பாபுராவ் படேலின் விமரிசனக் கூர்மை ஓரிடத்தில் செயல்படவில்லை. சுசீலா ராணியின் இசை ஞானம், இசை வெளிப்பாடு இரண்டும் பற்றி அவருக்கு மிக உயர்வான அபிப்பிராயம் இருந்தது. சுசீலா ராணி நல்ல பாடகி என்பதில் சந்தேகமில்லை. ஆனால், மகத்தான இசைக் கலைஞராக அவரை ஏற்றுக்கொள்வது சிரமம்.

இன்று இந்தியாவில் அசலான செல்வாக்கு உடைய சினிமாப் பத்திரிகையாளர் யாராவது இருக்கிறாரா? இன்று வெகு விமரிசையாக நடத்தப்படும் ‘பிலிம்பேர்’ விருதுகள் நாற்பதாண்டுகள் முன்பு நிறுவப்பட்டபோது ‘டைம்ஸ் ஆஃப் இந்தியா’ சினிமா விமரிசகர் அமரர் கிளேர் மெண்டோன்கா என்பவரின் ஞாபகார்த்தமாக ‘கிளேர் விருதுகள்’ என்றுதான் பெயரிடப்பட்டன. ஆனால், ஐந்தாறு ஆண்டுகளிலேயே கிளேர். இரண்டாம் முறையாக மறைய வேண்டியிருந்தது. அமெரிக்கத் திரைப்பட அகாதெமியின் விருது பிம்பங்களை

‘ஆஸ்கார்’ என்று அழைப்பார்கள். அந்த ஆஸ்காருக்கு இணையாக ‘கிளேர்’ திட்டமிடப்பட்டது. பாவம் ‘கிளேர்’.

விமரிசனங்களை நம்பி சினிமாத் திரைப்படங்கள் ஓடுவதில்லை என்பதை இன்று எல்லாத் தயாரிப்பாளர்களும் நன்கறிந்துகொண்டிருக்கிறார்கள். ஒரு படம் வெளியான முதல் நாள் கொட்டகைகளில் அதைப் பார்த்துவிட்டு ஒருவர் எழுதும் விமரிசனம் அடுத்த வாரம்தான் முன்பெல்லாம் வெளிவரும். குமுதம் பத்திரிகையின் ஒரு பக்க விமரிசனத்தைத் தங்கள் மதிப்பீட்டோடு ஒப்பிட்டுப் பார்த்துக்கொள்ள வாசகர்கள் சில தருணங்களில் ஒரு மாதம்கூடக் காத்திருக்க வேண்டியிருந்தது. இன்று ஒரு பத்திரிகையில் தவிர்க்கக்கூடிய பகுதிகளில் ஒன்று சினிமா விமரிசனம் என்று வாசகர்கள் பலர் கருதுகிறார்கள்.

(1995)

இது ஒரு தொடர்கதை

புகழ் பெற்ற நாவலான 'மோகமுள்'ளின் திரை வடிவத்திற்குத் தேசிய விருது கிடைத்திருக் கிறது. இப்பின்னணியில் இலக்கிய – சினிமா உறவு பற்றி ஒரு அலசல்.

சினிமாக்காரர்களின் இலக்கியப் பரிச்சயத்தைக் காட்ட ஒரு கதை சொல்வார்கள். திரையுலகின் ஒரு மிகப்பெரிய தயாரிப்பாளர் ஒரு நாடகம் பார்க்கச் சென்றார். இடைவேளையின் போது அவசரமாகத் தன் மானேஜரைக் கூப்பிட்டு, "உடனே போய் இந்த நாடகாசிரியனை புக் செய். என் அடுத்த படத்துக்கு இவன்தான் கதை, வசனம்" என்றார்.

"சார், இது ஷேக்ஸ்பியர் எழுதிய நாடகம்."

"எந்தக் கொம்பனாக இருந்தாலென்ன? கூட ஆயிரம் டாலர் தருகிறேன் என்றால் பறந்துகொண்டு வருவான். உடனே பத்திரத்தில் ஒரு கையெழுத்து வாங்கிக்கொண்டு வந்துவிடு."

தமிழில் திரைப்படங்கள் பேசத் தொடங்கியதி லிருந்து பத்திரிகையாசியர்கள், எழுத்தாளர்கள் எல்லாருக்குமே சினிமாமீது ஒரு கண் இருந்தது. மணிக்கொடி எழுத்தாளர்கள் அனைவருக்குமே ஏதாவது ஒரு சந்தர்ப்பத்தில் சினிமா சம்பந்தம் இருந்திருக்கிறது. பி.எஸ். ராமையா, புதுமைப்பித்தன் இருவரும் நேரடியாகப் பல திரைப்பட முயற்சி களில் ஈடுபட்டிருக்கிறார்கள். ஒரு தகவல் குறிப்பிட வேண்டும். அச்சில் வந்த அவர்களுடைய படைப்பு

ஏதும் இம்முயற்சிகளில் இடம்பெறவில்லை. புதுமைப்பித்தன் மறைந்து சுமார் நாற்பது ஆண்டுகளுக்குப் பிறகு மகேந்திரன் ‘உதிரிப்பூக்கள்’ என்றொரு படத்தை எடுத்தார். இப்படம் சற்று நுட்பமான படம். ஆனால், இதற்கு ஆதாரம் என்று அவர் குறிக்கும் புதுமைப்பித்தன் படைப்பாகிய ‘சிற்றன்னை’யை அந்த எழுத்தாளரின் பரம பக்தர்கள்கூட விசேஷமான கதை என்று கூற மாட்டார்கள். சாதாரணக் கதைகள்தான் சிறப்பான திரைப்படமாகும் என்றுகூட ஒரு திரைப்பட சூத்திரம் இருக்கிறது.

மணிக்கொடி எழுத்தாளர்கள் என்று மட்டுமல்ல, அவர்களுடைய எதிர் துருவம் என்று நினைக்கப்பட்ட எழுத்தாளர் கல்கிக்கும் சினிமாமீது நாட்டம் இருந்தது. அவருடைய ‘கள்வனின் காதலி’யின் ஆறு வரிச் சுருக்கம் எப்பேர்ப்பட்ட சினிமாத் தயாரிப்பாளரையும் கவரக்கூடியது. டி.கே. சண்முகம் சகோதரர்கள் அதை மேடையேற்றினார்கள். சிவாஜி கணேசன் கள்வனாகவும் பானுமதி காதலியாகவும் 1955இல் வெள்ளித் திரையில் தோன்றினார்கள். இருவரும் அதை மறக்கவே விரும்புவார்கள்.

கல்கியின் இன்னொரு கதையான ‘தியாக பூமி’ (1939) அவர் தொடர்கதையாக எழுதிவரும்போதே திரைப்படமாகவும் உருவாகிக்கொண்டிருந்தது. மூன்று நடிகர்களை மனதில் வைத்துப் படைக்கப்பட்டதில் வேஷப் பொருத்தம், பாத்திர வார்ப்பு இரண்டும் சிறப்பாக அமைந்திருந்தது. இப்படத்தை டைரக்ட் செய்த கே. சுப்பிரமணியம் அவர்கள் கொள்கைப் பிடிப்பும் தெளிவும் கொண்டவர்.

ஐம்பதுகளில் இரு தமிழ் எழுத்தாளர்கள் தமிழகத்தின் முடிசூடா மன்னர்களாக விளங்கினார்கள் (ஒரே நாட்டுக்கு இரு மன்னர்கள் இருக்கக்கூடுமானால்). அகிலனின் பல படைப்பு களுக்குத் திரை வடிவம் தரப்பட்டன. அவருடைய பாவை விளக்கு (1960) சிவாஜி கணேசன் பிரதானப் பாத்திரத்தில் நடிக்க மிகுந்த எதிர்பார்ப்புகளுடன் வெளிவந்தது. அகிலனுக்கு இணையான வாசகர் திரள் கொண்டவர் நா. பார்த்தசாரதி. அவர் மறைந்த பின் அவருடைய ‘குறிஞ்சி மலர்’ தொலைக்காட்சித் தொடராக வெளிவந்தது. மு.க. ஸ்டாலினுக்கு ‘குறிஞ்சி மலர் நாயகன்’ என்றொரு பட்டப்பெயர் பெற்றுத் தந்ததைத் தவிர, அத்தொடர் வேறு எவ்வளவோ சென்னைத் தொலைக் காட்சித் தொடர்களோடு கலந்து நினைவிலிருந்து விலகிப்போய்விட்டது.

தமிழகத்தில் ஃப்ளூ ஜுரம் அலைமேல் அலையாக வீசி மக்களுக்குக் கட்டாய ஓய்வு கொடுத்த நாட்களில் ‘ரங்கோன் ராதா’வும் (1956) அதற்குச் சில மாதங்களுக்குப் பிறகு ‘புதைய’லும்

(1957) வெளிவந்தன. இரண்டுமே ஓரளவு வெற்றி பெற்று அண்ணாவுக்கும் கலைஞர் கருணாநிதிக்கும் பாராட்டுப் பெற்றுத்தந்தன. ரங்கோன் ராதாவில் பானுமதியின் நடிப்பை நடிப்புக்கு இலக்கணம் என்று இன்றும் வர்ணிப்போர் உண்டு. ஆனால், அச்சில் வந்த ஒரு புனைகதைப் படைப்பு வாசகர்களிடம் பெற்ற அதே ஆரவார வரவேற்பை அதன் திரை வடிவத்திலும் பெற்ற ஒரு சிருஷ்டி, சற்றும் எதிர்பாராத நபரிடமிருந்து, எதிர்பாராத முறையில் வந்து சேர்ந்தது. அது கொத்தமங்கலம் சுப்புவின் தில்லானா மோகனாம்பாள்.

கடந்த ஐம்பது ஆண்டுகளில் தமிழ் சினிமாவைப் பொறுத்தமட்டில் சமய சஞ்சீவி (அல்லது *a man for all seasons*) என்று தேர்ந்தெடுக்க முற்பட்டால் கொத்தமங்கலம் சுப்புவை லேசில் புறக்கணிக்க முடியாது. நாற்பதுகள் தொடங்கி ஐம்பதுகளின் இறுதிவரை ஜெமினி ஸ்டூடியோவின் படைப்புகளில் சுப்புவின் பங்கு வெளிப்படையாகவும் பூடகமாகவும் நிறையவே உண்டு. ஆனந்த விகடனில் அவர் தில்லானா தொடர்கதை எழுதத் தொடங்கியபோது அது பிற்காலத்தில் என்றும் பசுமை மாறாத திரைப்படமாக மாறும் என்று யாரும் எதிர்பார்க்கவில்லை. 'தில்லானா மோகனாம்பாள்' (1968) அதன் கதைக்காக மட்டுமின்றி தமிழ்த் திரையில் இசை – நடனச் சித்தரிப்புக்கும் ஒரு மைல்கல்லாகிவிட்டது. 'தில்லானா மோகனாம்பா'ளை அடுத்து கொத்தமங்கலம் சுப்பு இன்னொரு தொடர் கதை எழுத, அதை ஜெமினி நிறுவனம் திரைப்படமாக எடுத்தது. ஆனால், தில்லானா அமைந்த மாதிரி சிறப்பாக அமையவில்லை.

இலக்கிய எழுத்தாளர், பத்திரிகைத் தொடர்கதை எழுத்தாளர், பெண் எழுத்தாளர், ஆண் எழுத்தாளர் எவருமே ஒரு மகத்தான திரைப்படம் உருவாகப் பயன்படமாட்டார் என்று மௌனமாக ஏற்கப்பட்டிருந்த நாளில் எல்லா விதிக்கும் விலக்கு உண்டு என்ற விதியை நிரூபிக்கும் வகையில் 'சில நேரங்களில் சில மனிதர்கள்' (1977) திரைப்படம் வந்தது. ஜெயகாந்தன் படைப்புகள் சில அதற்கு முன்னரே திரைவடிவம் பெற்றிருந்தன. அவருடைய 'உன்னைப் போல் ஒருவன்', 'யாருக்காக அழுதான்', 'காவல் தெய்வம்' ஆகிய படங்களுக்குப் பத்திரிகைகள் கொடுத்த கவனத்தைப் பார்வையாளர்கள் தரவில்லை. பீம்சிங் என்ற தொழில்முறை டைரக்டர், ஆர்வமிக்க அன்பர்களுக்குச் சாத்தியமாகாததைச் 'சில நேரங்களில் சில மனிதர்கள்' மூலம் சாதித்துக் காட்டினார்.

அப்படம் கலை நுணுக்கத்தையும் பாத்திர வார்ப்பு நுட்பத்தையும் சமரசம் செய்துகொள்ளாமல் மேன்மையான

முறையில் சாதாரண சினிமா ரசிகர்களும் பகிர்ந்துகொள்ளக் கூடிய வகையில் அமைந்திருந்தது. ஒரு தமிழ் நடிகைக்கு முதல் முறையாக தேசிய விருது கிடைத்ததும் அப்படத்துக்குத்தான். ஆனால், அதைத் தொடர்ந்து அதே நடிக நடிகையரை அமர்த்தி அதே தயாரிப்புக் குழு ஜெயகாந்தனின் இன்னொரு நாவலைத் திரைப்படமாக்கியது. ஒரு நடிகை நாடகம் பார்க்கிறாள் திரைப் படத்தை மிகச்சிலரே பார்த்தனர். பார்த்தவர்கள், "என்னப்பா, எப்போப் பார்த்தாலும் சாப்பிடறதையே காட்டிட்டிருக்காங்க" என்றார்கள். ஆனால், தேர்ந்த சினிமாப் பார்வையாளர்கள் அப்படம் சில நேரங்களில்... படத்தைவிடப் பல அம்சங்களில் உயர்வானது எனக் கருதினார்கள்.

எழுபதுகளில் தமிழிலும் கலைப்படம் எடுக்க வேண்டும் என சில இளைஞர்கள் விரும்பினார்கள். நல்ல சிறுகதை எழுத்தாளராக அறியப்பட்ட ஜெயபாரதி தன்னுடைய சிறுகதை ஒன்றையே படம் எடுக்க அன்றைய என்.எஃப்.டி.சி.க்கு விண்ணப்பித்தார். அது கைவராது போயிற்று. ஆனால், அவருடைய தந்தை து. ராமமூர்த்தி அவர்களின் நாவலான குடிசையைப் படமாக்க முயற்சி செய்து அது பலனளித்தது. ஜெயபாரதி இன்னும் பல படங்களை எடுத்தார். அவரது படங்களில் நல்ல தருணங்கள் இருந்த போதிலும் பரவலான கவனிப்புப் பெற இயலவில்லை.

இந்திரா பார்த்தசாரதியின் இரு படைப்புகள் திரைப் படங்களானபோது இரண்டுமே தேசிய அளவில் பரிசுகள் பெற்றன. குருதிப்புனல் நாவலை அடிப்படையாகக்கொண்ட கண் சிவந்தால் மண் சிவக்கும் திரைப்படம் அதன் டைரக்டர் ஸ்ரீதர் ராஜனுக்குச் சிறந்த இளம் டைரக்டர் விருது பெற்றுத் தந்தது. 'உச்சிவெயில்' குறுநாவலை அடிப்படையாகக் கொண்ட மறுபக்கம் அந்த ஆண்டின் சிறந்த படம் என்று ஜனாதிபதியின் தங்கப் பதக்கத்தையே வென்றது. மறுபக்கம் படத்தை டைரக்ட் செய்தவர் பழம்பெரும் சாதனையாளர் சேதுமாதவன்.

1970களில் பலருக்கு தி. ஜானகிராமனின் அம்மா வந்தாள் நாவலைப் படம் எடுக்க வேண்டுமென ஆசை இருந்தது. ஏன் அனைவரும் கடைசியில் முயற்சியைக் கைவிட்டனர்? ஒரு முழுநீளப் படத்துக்கான சம்பவங்கள் நாவலில் இல்லையோ? என்னதான் பரிவுடன் சித்தரித்தாலும் கதாநாயகன் ஓர் அசடு என்ற தோற்றத்தைத் தவிர்க்க இயலாதோ? ஆனால், மோகமுள் நாவலை ஒருவர் துணிந்து தேர்ந்தெடுத்துப் படமும் எடுத்து முடித்துவிட்டார். சமீபத்தில் நடந்த பம்பாய்த் திரைப்பட விழாவில் இதைத் திரையிட ஏற்பாடு செய்யப்பட்டிருந்தபோது, மோகமுள் படம் பார்த்தவர்களின் பாராட்டைப் பெற்றது.

ஆனால் பெரும் செல்வாக்குடைய படமாகக் கருதப்படுமா? காத்திருந்து பார்க்க வேண்டும்.

தமிழ்த் திரைப்படத் துறையில் இலக்கியத்தின் பாதிப்பு பற்றி ஆராய முற்படும்போது உற்சாகத்துக்குரிய தகவல்கள் அதிகம் இல்லை. கடந்த முப்பது நாற்பது ஆண்டுகளில் ஏராளமான வசூலைக் குவித்த சந்திரலேகா, எங்க வீட்டுப் பிள்ளை, அடிமைப்பெண், சகலகலா வல்லவன், ரஜினிகாந்த் நடித்த பல படங்கள் ஆகியவை இலக்கியப் படைப்புகளைச் சார்ந்தவையல்ல. மகத்தான நாவல்கள் மகத்தான திரைப் படங்களாக மாற மறுப்பது தமிழ் மொழியில் மட்டுமல்ல, இதுவரை உலகின் பல மொழிகளில் இலக்கியங்களைத் திரை ஓவியங்களாக மாற்ற எண்ணற்ற முயற்சிகள் எடுக்கப்பட்டு, பெரும்பாலும் நிராசையில்தான் முடிந்திருக்கின்றன. ஆனால், ஆர்வம் இன்னும் குறையவில்லை. குறிப்பிடத்தக்க வெற்றி மிகச் சில படங்களில் மட்டுமே கிட்டினாலும், இலக்கியத்தின் மீதுள்ள நம்பிக்கை தொடர்ந்து இருந்துவருகிறது. அபாரத் தொழில் நுணுக்கமும் தந்திரக் காட்சிகளும் கோலோச்சும் அதே நேரத்தில், மனித சமூகத்துக்கு நேர்ந்த மகத்தான சோதனைகளையும் சோகங்களையும் பதிவு செய்ய வேண்டும் என்ற குறிக்கோளும் செயல்பட்டுக்கொண்டிருக்கின்றன. ஜுராசிக் பார்க்கும் ஷிண்ட்லர்ஸ் லிஸ்டும் இதைத்தானே குறிக்கின்றன.

(1995)

வந்தனை – நிந்தனை – சிந்தனை

சுதந்திரத்துக்கு முன்பு ஓர் இந்தியத் திரைப்படம் சர்ச்சைக்கு உட்பட்டால் அது அரசு எதிர்ப்பு அல்லது தீவிர தேசியவாதம் என்பதற்காகத்தான் இருந்தது. இன்று வெளிப்படையாகவும் நுட்பமாகவும் உள்ள பல தடைகள் அன்றில்லாவிட்டாலும் பொதுவாக ஒரு கட்டுப்பாடு திரைப்படத் துறையினரால் கடைபிடிக்கப்பட்டது. ஆனால், அதுவும் வெகு நுட்பமான அளவிலும் தரத்திலும் மீறப்பட்டு வந்தது.

சுதந்திரத்துக்குப் பின்பு முதல் முறையாக 1954ஆம் ஆண்டில் புது தில்லியில் இந்திய அன்னைகள் என்றதோர் அமைப்பு திரைப் படங்களில் ஆபாசத்தை ஒழிக்க வேண்டும், பிற்காலச் சந்ததியரின் நலனுக்காக ஒழுங்கும் கட்டுப்பாடும் பேணிக் காக்கப்பட வேண்டும் எனக் கோஷமெழுப்பி அணி நடத்தி அரசுக்குக் கோரிக்கை விடுத்துக் கலைந்துபோயிற்று. இந்த நிகழ்ச்சி அன்றைய முக்கியப் பத்திரிகைகள் அனைத்திலும் இடம்பெற்றது. இன்று பெண்களின் சித்தரிப்பைப் பற்றிய அக்கறை பரவலாகவும் ஆழமாகவும் சமூகத்தினரிடையே ஏற்பட்டிருப்பது குறிப்பிடத்தக்கது.

சென்னையிலேயே கடந்த ஐந்து ஆண்டுகளில் நிறையக் கூட்டங்களிலும் கருத்தரங்குகளிலும்

இன்றைய தமிழ் சினிமாவில் பெண்களின் சித்தரிப்பு தீவிரமாக ஆராயப்பட்டுவருகிறது. பொதுக் கருத்தாக மேலோங்கி இருப்பது ‘சரியாக இல்லை’ என்பதுதான். அது மட்டுமல்ல, பெண்கள் சித்தரிப்பு நாளுக்கு நாள் இன்னும் மோசமானதாகப் போய்க்கொண்டிருக்கிறது என்பதிலும் பெரிய கருத்து வேற்றுமை கிடையாது. ஆனால், வெகு சமீபத்தில்கூட ஒரு தமிழ்த் திரைப்படம், ‘தாய்க்குலத்தின் அமோக ஆதரவு’ கிடைத்து வருவதாகச் சுவரொட்டிகள் மூலமாக விளம்பரப்படுத்தியது.

பெண்களும் ஆண்களும் வேறுபட்ட உந்துதல்கள் காரணமாகத்தான் திரைப்படம், நாடகம் முதலியவற்றை நாடிப் போகிறார்கள் என்பது இன்று உணரப்படுகிறது. ஒரு நாடகத்தின் அல்லது திரைப்படத்தின் கதையையும் காட்சிகளையும் பெண் மிகவும் வேறுவிதமாக அர்த்தப்படுத்திக்கொள்கிறாள். உதாரணத்துக்கு அந்த நாளில் தாய்க்குலத்தின் பேராதரவு பெற்று பெரு வெற்றி அடைந்ததாக அறியப்படும் ‘கணவனே கண்கண்ட தெய்வம்’ என்ற படத்தை எடுத்துக்கொள்ளலாம். சரியாக நாற்பது ஆண்டுகளுக்கு முன்பு, அதாவது 1955ஆம் ஆண்டு அப்படம் வெளியான காலத்தில் சுயமான வருவாயும் சினிமா போன்ற பொழுதுபோக்குக்காகச் செலவு செய்ய முடிவெடுக்கும் அதிகாரமும் பெற்ற பெண்கள் மிகமிகக் குறைவு. குரூபியானாலும் குறைபாடு உடையவனானாலும் கணவனே தெய்வம் என்ற கருத்தை வலியுறுத்தும் இப்படத்தைக் குடும்பத்தினர் அனைவரும் பார்க்க வேண்டுமெனக் குடும்பத் தலைவன் விரும்பியதில் வியப்பில்லை. கதாநாயகனின் அகங்காரத்தால் மிகக்கடுமையான இன்னல்களை அனுபவிக்கும் கதாநாயகிமீது பெண் பார்வையாளர்களுக்குப் பரிவைவிடப் பச்சாதாபமே ஏற்பட்டிருக்கக்கூடும். அதைத் தொடர்ந்து வந்த இன்னும் சில படங்கள்: ‘மங்கையர் திலகம்’ (1955), ‘மாதர் குல மாணிக்கம்’ (1956), ‘பெண்ணின் பெருமை’ (1956), ‘எங்கள் வீட்டு மகாலட்சுமி’ (1957), ‘மாங்கல்ய பாக்கியம்’ (1958), ‘மக்களைப் பெற்ற மகராசி’ (1958). இன்னொரு தகவலும் குறிப்பிடத்தக்கது. கணவனே கண்கண்ட தெய்வம் தொடங்கி ஒரு பத்தாண்டுகளுக்குத் தமிழ்த் திரைப்படங்களின் தலைப்புகளில் பாதிக்கும் மேல் பெண் சார்ந்த பெயர்களாகவே இருந்தன.

பெண்ணின் பெருமை போன்ற படங்கள் ஆணாதிக்கச் சமுதாய அமைப்பை வலுவூட்டும் வகையில்தான் இருந்தன. ஆனால், அவற்றில் நடித்த நடிகைகள் சிறப்பான கவனம் பெறுவதை அப்படங்களின் தயாரிப்பாளர்களோ, டைரக்டர்களோ, கதாநாயக நடிகர்களோ தடுக்க முடியவில்லை. அஞ்சலிதேவிக்கும் சாவித்திரிக்கும் பத்மினிக்கும் தனிப்பட்டுச்

சிந்தனை புரியும் பாத்திரங்களாக அமையாது போனாலும் அவர்கள் கதாநாயகர்களுக்குச் சமமான இடத்தை மிக எளிதாக வகித்தார்கள். இன்னும் கூறப்போனால் பல காட்சிகளில் வெகு தெளிவாகக் கதாநாயக நடிகர்களை விஞ்சினார்கள். பெண்ணின் பெருமையில் சாவித்திரி, இரு கணேசன்களை (சிவாஜி, ஜெமினி) எதிர்கொள்ள வேண்டியிருந்தது. மங்கையர் திலகத்தில் பத்மினி, சிவாஜி கணேசனுக்கு ஈடு கொடுக்க வேண்டியிருந்தது. சமூக அமைப்பு, கதைக்கு உள்ளும் வெளியேயும் அவர்களுக்குச் சாதகமானதல்ல. ஆனால், திரைப்படங்களில் அவர்கள் தோற்றம், கம்பீரத்திலும் மதிப்பிலும் ஆண் நடிகர்களுக்கு எந்த விதத்திலும் குறைந்துபோய்விடவில்லை. 'மகாதேவி' (1957) என்றொரு படம். எம்.ஜி.ஆர். கதாநாயகன். ஆனால், அவருடைய ரசிகர்கள்கூட படத்தின் தலைப்பை எந்தத் தயக்கமுமின்றி ஒப்புக்கொள் வார்கள். அதில் சாவித்திரி ஒரு பெரு மாட்சிமை பொருந்திய தேவியாகவே வெளிப்பட்டார். தமிழ்ப் படங்களை அடிப்படை யில் நாடக பாணிச் சித்திரங்களாகவே ஏற்றுக்கொண்டால்கூட மகாதேவி பார்ப்போரை உலுக்கி விடக்கூடிய திரைப்படம். சாவித்திரியின் ஆற்றல், உலகின் எந்த மொழிக் கதாநாயகி நட்சத்திரங்களின் சிறப்புக்கும் குறைந்ததல்ல. அவர் காலத்தையும் அன்றைய சமூக அமைப்பையும் மதிப்பீடுகளையும் நினைத்துப் பார்க்கும்போது அவர் சாதனை ஒரு மேதைக்கே உரியது.

சாவித்திரி தனித்துப் போய்விடவில்லை. பானுமதி என்றொரு கலைஞர் அசாத்தியமான பெண் சித்தரிப்புகளை அநாயாசமாக நிகழ்த்திக்காட்டினார். பானுமதியும் அதிமனிதர்களாக வளர்க்கப்பட்ட ஆண் பாத்திரங்கள் நடுவில், சிவாஜி கணேசன், எம்.ஜி.ஆர். போன்ற நட்சத்திர நடிகர்கள் எதிரில் செயல்பட வேண்டியிருந்தது. முழுக்க முழுக்கக் கதாநாயகன் படமாகவே யிருந்த 'அலிபாபாவும் நாற்பது திருடர்களும்' என்ற படத்தை ஓர் உதாரணத்திற்குக் கூறலாம். 'ரங்கோன் ராதா' (1956) என்ற படம் சிவாஜி கணேசனின் ஆற்றல் அனைத்தையும் வெளிக்கொணரத் திட்டமிட்டு எடுத்த படம். ஆனால், அப்படத்தில் பானுமதியின் பங்கு கதாநாயகனுடைய பங்குக்குச் சிறிதும் குறைந்ததில்லை.

அறுபதுகளின் இறுதியில் நாட்டில், குறிப்பாகத் தமிழ் நாட்டில், சில தீவிரமான மாற்றங்கள் ஏற்படத் தொடங்கின. மாநில அரசு தேசியக் கட்சியிடமிருந்து திராவிடக் கட்சி(களு)க்குக் கைமாறியது. எழுத்தாளர்களும் புதுத் தயாரிப்பாளர்களும் டைரக்டர்களும் தமிழ் மாநிலத்தின் மூலைமுடுக்கிலிருந்து வந்து திரைப்படத் துறைக்குப் புது வளமும் களமும் கதை மாந்தரையும் தந்தார்கள். பல உபபாத்திரங்கள் புதிதாகவும் நிஜத்தன்மையோடும்

திரைப்படங்களில் அறிமுகப்படுத்தப்பட்டார்கள். ஆனால், பிரதானப் பெண் சித்தரிப்பு பெரிய மாறுதல் அடையவில்லை.

கல்லூரியில் படிக்கும் பெண் என்பது தமிழ்ப் படங்கள் வரை ஒரு விபரீதமான சிருஷ்டி. வீட்டில் தனியாக ஓரிடம் இருக்காது. ஓயாது அலறும் ரேடியோ அல்லது அண்டை வீட்டார். போதாமை, இணக்கமின்மை போன்ற காரணங்களால் தாய்–தந்தையர் வீட்டில் ஏற்படுத்தும் இறுக்கம். வீட்டு வேலை, மின்தடை, இவ்வளவு சிரமங்களுக்கிடையில் நம் பெண்கள் படித்துப் பட்டம் பெறுகிறார்கள். ஒவ்வொரு தேர்விலும் அவர்கள்தான் பெரும்பான்மையில் வெற்றி பெறுகிறார்கள். இந்த யதார்த்தத்துக்கும் தமிழ்ப் படக் கல்லூரி மாணவி பாத்திரத்துக்கும் எவ்வளவு பெரிய இடைவெளி.

இன்னொரு விபரீதமான போக்கு, ஒருவன் ஒரு பெண்ணைத் திட்டமிட்டுப் பாலியல் வன்முறைக்கு உட்படுத்தி விட்டால் உடனே அப்பெண் அவனே என்றும் என் கணவன் என்று அவனைத் துரத்திப் போவது. இதற்குக் கணவனே கண் கண்ட தெய்வம் மேல். ‘புதிய பாதை’ (1989) படத்தில் வரும் கதாநாயகன் தன் செய்கைக்காக இன்றைய உலகில் பல நாடுகளில் மரணதண்டனை பெறுவான். சிறைவாசம் நிச்சயம். ஆனால், புதிய பாதை படத்தில் அவனால் சிதைக்கப்பட்ட பெண் அவனைத் திரும்ப அடையத் தவமே புரிகிறாள்.

இன்னொரு போக்கு, எடுத்ததற்கெல்லாம் கதாநாயகியைப் பளார் என்று அடிப்பது. இது யார் அறைவது என்ற பேதமில்லை. காதலன் அறைவான். தந்தை, தனயன், தாய், தாத்தா, பாட்டி, வளர்ப்புத் தாய், சித்தி என யாருக்கும் எதற்கும் அப்பெண்ணை அடிக்கத் தமிழ்ப் படத்தில் சலுகையுண்டு.

இதெல்லாம் வெளிப்படையாகத் தெரியும் சில போக்குகள். ஆனால், நுட்பமாகப் பெண் விரோத முடிவுக்கு எடுத்துச் செல்லும் சில போக்குகளும் சில உயர்மட்டத் திரைப்படங்களில் நிகழ்ந்துள்ளன.

பெண்களின் கருத்தரங்கு ஒன்றில் ஒரு பெண் இயக்கப் பிரமுகர் ‘மௌனராகம்’ (1986) படத்தை விசேஷமாகப் பாராட்டினார். காரணம், (அவர் கூறியது) கதாநாயகி வெளிப்படையாகக் கதாநாயகனிடம் விவாகரத்து கேட்கிறாள். தளைகள் தவிர்த்த பெண்மையை இது முன்வைக்கிறது.

ஆனால், படத்தின் அசலான செய்தி நேர் எதிரானது. பெரியோர்கள் ஏற்பாடு செய்யும் திருமணம். முதலிலேயே அப்பெண் முடியாது என்று சொல்லியிருக்க வேண்டும். அவள்

அப்பாவுக்கு இதயம் நின்றுவிடும் என்று திருமணத்துக்குச் சம்மதம் தந்தால் திருமணம் ஆன கையோடு அவள் விவாகரத்து செய்துகொண்டால் அவளுடைய தந்தையின் இதயம் என்னாகும்? அந்தக் கதாநாயகனோ பரம சாதுவாக இருக்கிறான். அப்படியிருப்பவனிடம் விவாகரத்து என்ன, ஒரு கையை வெட்டிக் கொடு, ஒரு கண்ணைத் தோண்டிக் கொடு என்றால் கூட அதை நிறைவேற்றிவிடுவான்.

இன்னும் பல விஷயங்கள் அப்படத்தில் பெண்மைக்குப் பெருமை தருவதாக இல்லை. அந்தப் பெண்ணின் கண் முன்னால் அவளுடைய காதலன் சுட்டு வீழ்த்தப்படுகிறான். இப்படிப்பட்ட அனுபவம் நேரிட்ட அப்பெண் வாழ்க்கையின் அடிப்படைகளையே ஆராயும் தீவிர சிந்தனையாளராக மாறியிருக்க வேண்டும். ஆனால், ஒரு மாலை, அவளைப் பெண் பார்க்க வரப்போகிறார்கள் என்றபோது அதைத் தவிர்க்க ஒரு டஜன் பெண்களோடு மழையில் ஆடிப்பாடிப் பொழுது போக்குகிறாள். அவளை நம்பி நட்புடன் பழகவரும் ஓர் அயல்மொழிக்காரரைச் சிறுபிள்ளைத்தனமாகச் சங்கடத்தில் தள்ளுகிறாள்.

நல்ல எண்ணங்கள் கவனக்குறைவான செயல்முறையால் நேர் எதிர் விளைவை உண்டுபண்ணுவதற்கு இன்னோர் எடுத்துக்காட்டு அஞ்சலி. குறைபாடோடு பிறந்த குழந்தையின் நிலையைத் தாயாரால் தாங்க முடியாது என்று தந்தை ஒரு விசேஷ விடுதியில் அக்குழந்தை வளர ஏற்பாடு செய்கிறான். ஆனால், எவ்வளவு நாளைக்கு? குழந்தை தாயிடம்தான் வர வேண்டியிருக்கிறது. அது உயிரோடு இருக்கக்கூடிய நாட்களைத் தாயின் பராமரிப்பில் கழிப்பது தாய்க்குத் துக்கத்திலும் ஓர் ஆறுதலாக இருக்கும். எந்த அடிப்படையில் ஓர் அதிர்ச்சியைத் தன் மனைவி தாங்க மாட்டாள் என்று ஒரு கணவன் முடிவு செய்ய முடியும்? ஏன் பெண்ணைப் பற்றி இவ்வளவு தாழ்ந்த அபிப்பிராயம்? ஆண்–பெண் இருவருக்குமே நிறைவு தரும் தீர்வு அதில்லை . நிஜ வாழ்வில் மிகப்பெரிய நெருக்கடிகளில் பெண்கள் நேருக்கு நேர் அந்த நெருக்கடிகளைச் சந்திப்பதைக் காண்கிறோம்.

பெண்களை அமானுஷ்ய உயரத்துக்குத் தூக்கி வந்தனை புரிய வேண்டும். அல்லது பேதைகள், அபலைகள் என நிந்தனை செய்ய வேண்டும். சிந்திக்கத் தெரியும் மனிதராக மட்டும் பிரதிபலிக்கக் கூடாது. இது திரைப்படத் தயாரிப்பாளரின் பூடகமான நியதியாக இருக்கிறது. ஆனால், இதை மீறி விதிவிலக்குகள் நேராமல் போவதில்லை. ‘தர்ம யுத்தம்’ (1979)

கதாநாயகி காதல் வயப்படும்வரை முறையாகச் சிந்திக்கப் பழகிய நவீனப் பெண்ணாக அறிமுகப்படுத்தப்படுகிறாள். பொதுவாக டைரக்டர் ஆர்.சி. சக்தி பாத்திர வார்ப்பு அம்சத்தில் கவனம் செலுத்துபவர். இரண்டாண்டுகள் முன்பு அவர் டைரக்ட் செய்த 'பத்தினிப் பெண்' (1993) படத்திலும் பெண் பாத்திரத்திற்கு ஒரு தெளிவான வார்ப்பு இருந்தது. தமிழ்த் திரைப்பட டைரக்டர்களில் பெண் பாத்திரங்களைத் தனித்துவம் மிக்கதாக உருவாக்க வேண்டும் என்ற முயற்சி செய்வதில் கே. பாலச்சந்தர் முதலிடம் வகிப்பவர் என்று கூற வேண்டும். பல குறைபாடுகள் உள்ள முயற்சிதான். ஆனால், 'தண்ணீர் தண்ணீர்' (1981), 'அக்னி சாட்சி' (1982), 'ஒரு வீடு இரு வாசல்' (1990) படங்களில் குறிப்பிடத்தக்க பாத்திர வார்ப்பைச் சாதிக்க முடிந்தது. பாலு மகேந்திராவின் 'வீடு' (1988) தமிழ்ப்படப் பெண் பாத்திரங்களில் ஒரு புதுப் பரிமாணம் தந்தது.

1980 தொடங்கி சுமார் பத்தாண்டுகளில் சரிதா, அர்ச்சனா இருவரும் பல படங்களுக்கு வலுவான தளம் அமைத்துத் தந்தனர். ஆனால், கோஷ்டி நடனங்களையும் காமிராவையுமே நம்பிப் படம் எடுக்கும் போக்கில் நல்ல நடிப்பு அதுவும் கதாநாயகி வேடத்தில் பின் வரிசைக்குத் தள்ளப்பட்டுவிட்டது.

இன்றைய நிலையில் நல்ல திறனும் கற்பனையும் படைத்த நடிகைகள் பலர் இருக்கிறார்கள். ஒரு முழுத் திரைப்படத்தையே தன் தோளில் தாங்கி எடுத்துச் செல்லக்கூடிய ஆற்றல் படைத்தவர்கள் இருக்கிறார்கள் (லட்சுமி, ரேவதி, ராதிகா, அர்ச்சனா, மனோரமா, ஸ்ரீவித்யா, கௌதமி). ஆனால், கடந்த சில ஆண்டுகளில் ரசிகர் ஆதரவு பெற்று வெற்றி கண்ட திரைப்படங்கள் ஆண், பெண் இருவர் பாத்திர வார்ப்பும் வசூலுக்குத் தேவையில்லை என்பதை வலியுறுத்துவது போல உள்ளன. கதாநாயகன் சாகச வீரனாகவும் தெருவிலும் இதர வெளியிடங்களிலும் ஒரு நடன கோஷ்டி சேர்த்துக்கொண்டு கதாநாயகியைச் சீண்டி ஆடிப்பாடுபவனாகவும் இருந்தால் போதும். பதிலுக்குக் கதாநாயகியும் அவள் பங்குக்கு ஒரு கோஷ்டி சேர்த்துக்கொண்டு ஆட வேண்டும். பல தருணங்களில் கதாநாயகனும் கதாநாயகியும் சேர்ந்து நடனமாடுவது வாத்சாயனரின் சாஸ்திரத்தைச் செயல்படுத்திக் காட்டுவது போல உள்ளது. இதில் தமிழ், தெலுங்கு, இந்தி என்ற பேதமே இல்லை. கலைப்படங்கள், இணைப்படங்கள் என்ற சிறுபான்மைப் படங்களின் சாத்தியக்கூறுகள் தொழில்நுணுக்கப் பாய்ச்சலாலும் ஏராளமாகப் பெருகிப் போய்விட்ட செலவினங்களாலும் குறைந்துகொண்டேவருகின்றன. இன்றைய தமிழ்ப் படங்களின் கதாநாயகிகள் எண்ஜாண் உடம்பையும் நாற்புறமும்

அசைக்கவல்ல பொம்மைகளாகிவிட்டனர் என்ற கருத்து இன்று பலரிடம் நிலவுகிறது. ஆனால், கதாநாயகர்கள் என்ன குறைந்துவிட்டார்கள்? பெண்களைவிட இன்னும் அதிகமாக அவர்களின் உடற்பாகங்களை அசைக்க வேண்டியிருக்கிறது. வெகு சமீபத்திய படமாகிய 'முத்து'வில் ரஜினிகாந்த் அலிபாபா உடையில் திக் திக் திக் என்ற கோஷ்டி தில்லானா ஆடிப்பாடும் போது சிரிப்பும் பரிதாபமும் ஒருசேர எழுகின்றன. நடைமுறை வாழ்க்கையில் பெண்கள் இந்த ஐம்பது ஆண்டுகளில் எவ்வளவோ மாறியிருக்கிறார்கள். சுய பிரக்ஞை, தம் உரிமைகள், பொறுப்புகள் பற்றிய அறிவுப்பூர்வமான உணர்வு, அநேக துறைகளில் ஆற்றலோடும் தன்னம்பிக்கையோடும் ஈடுபடுதல் இதெல்லாம் உள்ள கம்பீரமிக்க பெண்ணைத்தான் இன்றைய கலை வெளிப்பாட்டுத் துறையான சினிமாவில் சாத்தியமாக்க வேண்டும். மாறாக, ஆணாதிக்கமும் புராதன மரபு மூட்டமும் கவிந்திருந்த நாட்களில்தான் பெண்மை சிறப்பாக வெளிப்பட்டிருக்கிறது. அன்றைய முன்னணி ஆண் நட்சத்திரங்களுக்கு எந்த விதத்திலும் கலைஞர்களாக நடிகைகள் தாழ்ந்துபோய் விடவில்லை.

இன்றைய திரைப்படங்களைப் பார்ப்போரில் பாதிப்பேர் பெண்களே. இங்கு கூறியிருப்பவை அவர்கள் அறியாததல்ல. அவர்கள் இன்றும் தமிழ்த் திரைப்படங்களில் பலவற்றை ஏராளமான கட்டணம் செலுத்தி விரும்பிப் பார்ப்பதற்கு இந்த ஆண்-பெண் பிரதிபலிப்பை மீறிய காரணங்கள் இருக்க வேண்டும். ஏனெனில் நடைமுறை வாழ்க்கையில் இவர்கள் காரிய காரணமாகவே செயல்படுகிறவர்கள். ஆதலால் பொழுது போக்கு என்பதைத் தவிர வேறு எந்தவிதத்திலும் இத் திரைப்படங்களை அவர்கள் அர்த்தப்படுத்திக்கொள்வதில்லை என்றுதான் நாம் எடுத்துக்கொள்ள வேண்டும்.

(1996)

சினிமா பற்றிச் சாதகமாகவும் எழுத முடியுமா?

இன்றும் பல எழுத்தாளர்களுக்கு சினிமா என்றால் இளப்பம். தொலைக்காட்சி பரவலாக வரவேற்புப் பெறத் தொடங்கியபோது அதற்குச் சிலர் அப்போது 'முட்டாள் பெட்டி' என்று வைத்த பெயர் நிலைத்துவிட்டது. தொலைக்காட்சியின் சாத்தியத்துக்கு அளவே இல்லை. அப்படியிருந்தும் இன்றும் தொலைகசாட்சி 'முட்டாள் பெட்டி'யாகவே இருக்கிறது. ஒரு பக்கக் கதைச் சுருக்கம் எழுதி ஆயிரக்கணக்கில் சம்பாதிப்பது சினிமாவில்தான் சாத்தியம். இது எல்லா எழுத்தாளர்களுக்கும் சாத்திய மாகாததால்தான் சினிமாவைப் பழிக்கிறார்கள் என்று கேலி செய்பவர்கள் உண்டு.

ஆனால், எழுத்தாளர்களை சினிமா தொடக்கத்திலிருந்தே வெகு நுட்பமாக மாற்றி வந்திருக்கிறது. சினிமா தோன்றி, அது மக்களிடையே அபார வரவேற்பும் செல்வாக்கும் பெற்றிராவிட்டால் படைப்பிலக்கியத்தில் இன்னும் அடைச் சொற்களும் அலங்கார விவரிப்புகளும் ஆதிக்கம் செலுத்திக் கொண்டிருக்கும். அதே நேரத்தில் சிறுகதை, நாவல் முதலிய படைப்புகளில் 'சினிமாத்தனம்' என்பது உருவாகியிருப்பதை மறுக்க முடியாது.

தீவிர எழுத்தாளர்கள் என்ற பிரிவில் மிகச் சில எழுத்தாளர்களே சினிமாவில் நேரடியாகப் பங்கு பெற்றிருக்கிறார்கள். அப்படிப் பங்கு பெற்றவர்கள் சினிமாவினால் பெருமைக்குரியவர்களாகக் கருதப்படவில்லை. நோபல் பரிசு பெற்ற வில்லியம் ஃபாக்னர் இருபது ஆண்டுகள் சினிமாக் கம்பெனி களில் செலவிட்டிருக்கிறார். ஆனால், அவருடைய வாழ்க்கை வரலாற்றில் ஒரு திரைப்படம்கூடக்

குறிப்பிடப்படுவதில்லை. இந்தியாவிலேயே பிரேம்சந்த், புதுமைப்பித்தன் போன்றோர் சினிமாவில் திருப்திகரமான அனுபவம் பெறவில்லை. கே.ஏ. அப்பாஸ் என்ற எழுத்தாளர் மட்டும் சினிமா, நூல் விற்பனை இரண்டிலும் ஓரளவு வெற்றி பெற முடிந்தது. அவருடைய இடதுசாரிப் பாத்திரங்களும் நிகழ்ச்சித் திருப்பங்களும் சினிமாவுக்கு ஏற்றதாக அமைந்து விட்டன. அவரே ஒரு சினிமா கம்பெனி நடத்தினார். பெயர், 'நயா சன்சார்' அதாவது 'புதிய உலகம்'. ராஜ்கபூருடைய இருபெரும் வெற்றிப் படங்களான 'ஆவாரா', 'ஸ்ரீ 420' ஆகியன கே.ஏ. அப்பாஸின் பேனாவில் உதயமானவை.

சினிமாவைப் பற்றி எழுத நிறைய இருக்கிறது. இப்படி எழுதப்படுவதன் முக்கியத்துவம் சமீப காலத்தில்தான் உணரப்பட்டிருக்கிறது.

மிக நல்லதொரு தமிழ்ப் படைப்பாளி சினிமா பற்றி எழுதியிருக்கும் ஒரு புது நூலைப் பார்த்தபோது, எனக்கு மிகுந்த மகிழ்ச்சி ஏற்பட்டது. நான் சிறுவனாகவும் இளைஞனாகவும் நடு வயதுக்காரனாகவும் பார்த்து ரசித்து, மனதிற்கு ஊக்கமும் பெற்ற பல படங்களைப் பற்றி விட்டல்ராவ், அவருடைய 'சில உலகத் திரைப்படங்களும் கலைஞர்களும்' என்ற நூலில் ஏகமாக எழுதியிருக்கிறார்.

ஐம்பதுக்கு மேற்பட்ட வயதினர் இந்நூலைப் படித்து இதில் குறிப்பிட்டு எழுதப்பட்டிருக்கும் திரைப்படங்கள் அவர்களுக்கு என்ன அனுபவம் தந்தன என்று நினைவுபடுத்திக் கொள்வார்கள். இளவயதினர் தாம் இன்று பார்க்கும் திரைப்படங்களுக்கு இவ்வளவு நீண்ட, செழுமையான கடந்த காலம் இருந்திருக்கிறதா என்று வியப்பில் ஆழ்ந்துவிடுவார்கள்.

சென்னை, நர்மதா பதிப்பகம் வெளியிட்ட இந்த நூல் 1996ஆம் ஆண்டின் ஒரு முக்கிய வெளியீடு என்பதில் சந்தேக மில்லை. சினிமாவை இளப்பமாகக் கருதுபவர்களுக்கு இந்நூல் சிந்தனைக்கு வழிவகுக்கும்.

மத்திய அரசே சினிமா பற்றிய நூல்களுக்கும், பத்திரிகை விமர்சனங்களுக்கும் பரிசு தந்து வருகிறது. அறந்தை நாராயணன் மத்திய அரசு பரிசு பெற்ற ஒரு தமிழ் (சினிமா) விமர்சகர்.

முழுக்க முழுக்க இன்றைய தமிழ் சினிமா பற்றியே எழுதி ஒருவர் ஓர் அசலான பரிசு பெற முடியுமா? அப்படிச் செய்தால் அது மிகப்பெரிய சாதனை என்று கூற வேண்டும்.

(1996)

திரைக்குப் பின்

கமல், ரஜினி வசனங்களைவிட ஊமைப் படங்களே மேல்!

கவிஞர் கண்ணதாசன் அவர்களுக்கு ஓர் அஞ்சலியாகச் சில நாள்கள் முன்பு ஒரு தொலைக்காட்சி நிகழ்ச்சியை நடத்தித்தர வேண்டியிருந்தது. அவருடைய திரைப்படங்களின் தொகுப்பாக நிகழ்ச்சி அமைய வேண்டியிருந்தது. கண்ணதாசனின் திரையுலக வாழ்க்கை 1950லிருந்து தொடங்கி முப்பது ஆண்டுகள் நீடித்திருக்கிறது. ஆதலால் அந்தத் தொலைக்காட்சி நிகழ்ச்சியே அந்தக் காலகட்டத்தில் தமிழ்த் திரையில் ஏற்பட்டுக் கொண்டிருந்த மாற்றங்களைக் காட்டுவதாகவும் அமைந்தது.

பெரிய மாற்றம், திரைப்படங்கள் வண்ண மயமானது. கறுப்பு – வெளுப்புப் படங்களுக்கு மிகுந்த தேர்ச்சியும் கலை நயமும், ஒளி–நிழல் பற்றிய விசேஷ கவனமும் தேவை. வண்ணப்படம், அதுவும் வெளிப்புறக் காட்சிகள், அழகாக அமைய இயற்கை நிறையவே உதவி புரிந்துவிடும். இப்போது திரைப்படங்கள் என்றால் வண்ணப்படங்கள் மட்டுமே என்றாகிவிட்டபடியால் சமீபத்தியப் படங்களை மட்டும் பார்க்க நேர்ந்த ஒரு குழந்தை திடீரென்று ஒரு பழைய படம் அல்லது காட்சியைப் பார்த்தால் அதைப் புரிந்துகொள்வதுகூடச் சற்றுக் கடினமாக இருக்கும்.

அன்று கதை சொல்லல் சீராகவும் ஒரு திசையிலும் இருந்திருக்கிறது. இப்போது அப்படிக் கூற முடியாது. இப்போது பாத்திர வளர்ப்பே கிடையாது என்று சொல்லிவிடலாம். எல்லோரும் கை கால் அசைக்கும் பொம்மைகளாக ஆக்கப் படுகின்றனர். அரசியல்வாதிகள் அன்று அநேகமாக இல்லை என்றே கூறிவிடலாம். அப்படி இருந்தாலும் அவர் ஒரு காந்தியவாதியாக இருந்து, வெள்ளை ஜிப்பா, வேஷ்டி, காந்தி குல்லா அணிந்து வருவார். இன்று அநேகமாக எல்லாப் படங்களிலும் காவல்துறையும் கூடவே அரசியல்வாதிகளும் வந்துவிடுகிறார்கள். சாதாரண போலீஸ் இன்ஸ்பெக்டர் பிரம்மாண்டமான அரண்மனை போன்ற வீட்டில் வாழ்வார். அரசியல்வாதிகள் துளிக்கூட மனச்சாட்சியே இல்லாத எல்லாவித தனிமனித, சமூக விரோதச் செயல்களில் ஈடுபடுவார்கள். இப்படங்களைப் பார்வையாளர்கள் மதிக்கத்தக்கவை என்று நினைப்பார்களேயானால், இன்றும் 50 சதவீதத்திலும் அதிகமான வாக்குப் பதிவு தேர்தல்களில் நிகழ முடியாது. பல உண்மையான நிகழ்ச்சிகள் இப்படங்களில் இணைக்கப்பட்டிருந்தாலும் பொது மக்கள் அபிப்பிராயத்தில் எந்தப் பாதிப்பும் நேரிட்டதாகத் தெரியவில்லை. (உதாரணமாக, பெண் ஐ.ஏ.எஸ். அதிகாரி முகத்தின் மீது அமிலம் வீசப்படுவது. இது ஒரு தமிழ்ப் படத்தில் ஐ.ஏ.எஸ். அதிகாரியின் மனைவியின் முகத்தில் வீசப்படுவதாகக் காட்டப்பட்டது. இது சினிமா விமரிசகர்கள் கவனத்தில்கூடப் பதிந்ததாகத் தெரியவில்லை.)

இன்றுள்ள உயர்ரகக் கருவிகளைப் பயன்படுத்தி இப்போது பகட்டாகக் காணப்படும் தொழில் நுணுக்கத் தேர்ச்சி, உண்மையில் மனிதக் கற்பனையைத் தூங்கவிடுவ தாகும். உண்மையான சவால் அன்று இருந்திருக்கிறது. 'சந்திரலேகா', 'மர்மயோகி', 'கணவனே கண்கண்ட தெய்வம்', 'ஔவையார்' போன்ற படங்களில் இடம்பெற்ற தந்திரக் காட்சிகள் இன்றைய படங்களுக்கு எவ்விதத்திலும் குறைந்தவை யல்ல. வசன ஒலிப்பதிவு அன்று 75 சதவீதம் படப்பிடிப்போடு செய்யப்படுமாதலால் தனித்தன்மை இருந்தது. இன்று அநேகமாக எல்லாக் கதாநாயகிகளுக்கும் யாரோ ஒருவரோ, இருவரோ குரல் கொடுக்கிறார்கள். கமல்ஹாசன், ரஜினிகாந்த் பேசும் வசனங்களைக் கேட்கும்போது மீண்டும் மவுனப் படங்கள் எடுக்கலாகாதா என்று தோன்றுகிறது.

இதெல்லாம்விட மிகப்பெரிய மாற்றம் இன்றைய திரையில் பெண்கள் சித்திரிப்பு. இன்று பெண் பாத்திரங்கள் தாக்கப்படுவது சகஜமாக இருக்கிறது. எல்லாக் கதாநாயகர்களும், கதாநாயகிகளை

ஒருமுறையாவது கன்னத்தில் பளாரென்று அடிக்காது விடுவ தில்லை. பெண்கள் அடிப்பதற்காகவே படைக்கப்பட்டது போல ஒரு தோற்றம் வந்துவிடுகிறது. செந்திலை கவுண்டமணி அடிப்பதும் உதைப்பதும் நின்றுவிட்டது. ஆனால் அரை டிராயர் போட்டுக்கொண்டு, 'நகைச்சுவை' நடிகர் வடிவேலு தன் ஜோடியை அடிப்பதும் உதைப்பதும் தொடர்கிறது.

இதெல்லாவற்றையும்விடக் குறிப்பாகச் சொல்ல வேண்டியது, இன்றைய படங்களில் காட்டப்படும் பாலியல் வன்முறை. வண்ணப்படங்கள் வருவதற்கு முன்னால் இது ஒரு சிறு காட்சியாக இருக்கும். பெண் காப்பாற்றப்படுவாள். இப்போது அவள் சிதைக்கப்படாமல் விட்டுவிடப்படுவதில்லை. முன்பும் நடனங்கள் இருந்தன. இன்று இந்த நடனக் காட்சிகளில் கதாநாயகிகள் தங்களை இழிவுபடுத்திக்கொள்வதுபோல அன்று இருந்ததில்லை. இப்படி இழிவுபடுத்திக்கொண்டு பத்து நிமிடங்கள் ஐம்பது பேரோடு மிகக் கேவலமான உடை, உடல் அசைப்புகளுக்குப் பிறகு, எப்படி அதற்கடுத்த காட்சியில் ரம்பாவோ, சிம்ரனோ, ரோஜாவோ மனித உரிமைக்காக அல்லது சமூக நீதிக்காகக் குரல் கொடுக்கும் வீராங்கனையாக நிறுத்தப்பட முடியும்? குறைந்தபட்சம் தன்மானமுடைய கண்ணியமான பெண்ணாகவாவது கருதப்பட முடியுமா?

இதெல்லாம் நான் காணும் முக்கிய மாற்றங்கள். இவை முன்னேற்றம் என்று கூறுவோரும் இருக்கக்கூடுமோ? ஏனெனில் இவர்கள் விருதுகள் பெறுகிறார்கள். கலைமாமணி ஆகிவிடுகிறார்கள்.

(2000)

இருபதாம் நூற்றாண்டு முடிவில் தமிழ் சினிமா

தமிழ் சினிமாவுக்கு நூறாண்டு முடிய இன்னும் முப்பது ஆண்டுகள் உள்ளன. கலாச்சார வடிவங்களுக்குத்தான் காலப்போக்கில் வளர்ச்சி ஏற்படும். சினிமா ஒரு தொழில்நுட்பச் சாதனம், பிரதானமாக. ஆதலால் இன்று உலகின் எந்தப் பகுதி சினிமாவுக்கும் இணையாகத் தமிழ் சினிமா விளங்குகிறது.

நான் பார்த்த மிகப் பழைய தமிழ்ப் படத்தின் ஒரு பகுதியில் அர்ச்சுனன் வேடத்தில் ஒரு பாகவதர், கிருஷ்ணன் வேடத்தில் இருந்த இன்னொரு பாகவதரை நல்ல உச்சிவேளையில் ஒரு பொட்டல் காட்டில், "கண்ணா, அன்றைக்கு நீ பாடினாயே, அந்தப் பாட்டை மீண்டும் பாடேன்" என்று சொல்ல கிருஷ்ணர் சாங்கோபாங்கமாக ஒரு கிருதி பாடினார். பாடியவர் வியர்த்து விறுவிறுக்கும் நிலையில் இருக்க, கேட்டுக்கொண்டிருந்தவர் இன்னும் அதிகமாக வெயிலில் உருகிக்கொண் டிருந்தார். வாத்தியம் வாசிப்பவர்கள் சிறு புதர்கள் மறைவில் ஒளிந்துகொண்டு வாசித்தார்கள். அன்று வசனம், பாட்டு எல்லாமே படப்பிடிப்பின்போதே நடந்து விடும். ஒரு மைக்தான். ஆதலால், காதலித்தாலோ கோபித்துக்கொண்டாலோ, எல்லோரும் மைக் உள்ள திசை பார்த்துத்தான் தங்கள் உணர்ச்சிகளை வீசித் தீர்க்க வேண்டும். 1940 அளவில் பாடல்களைத் தனியாக ஒலிப்பதிவு

செய்யும்போதுகூட அவ்வளவு வாத்தியக்காரர்களுக்கும் ஒரே மைக். ஆதலால் மோர்சிங் (இது வாயில் பல்லுக்கு இடையில் கடித்து டொய் டொய் என்று ஒலி எழுப்பும் இரும்பு வாத்தியம்) வாசிப்பவர் முன்னால் குழல் வாசிப்பவர் ஓடிவந்து வாசித்து விட்டு ஓடிப்போவார். இவ்வளவு குறைவான தொழில்நுட்ப வசதிகள் கொண்டுதான் தியாகராஜ பாகவதர், 'சத்தியசீலன்' (1936) படத்தில் 'சொல்லு பாப்பா' பாட்டைப் பாடியிருப்பார்.

தமிழ் சினிமாவின் முதல் நட்சத்திரமாக எம்.கே. தியாகராஜ பாகவதரைக் குறிப்பிடுவதில் பெரிய கருத்து வேற்றுமை இருக்க முடியாது. அவர் நடித்த 'சிந்தாமணி', 'திருநீலகண்டர்', 'சிவகவி', 'அசோக்குமார்', 'அம்பிகாபதி' போன்ற படங்கள் தமிழ் சினிமாவின் முதல் மைல் கற்கள். தமிழ்தான் அவருடைய படங்களில் எவ்வளவு அழகாகவும் அளவோடும் பயன்படுத்தப் பட்டது. தமிழ் நாடக நயம், இலக்கிய நயம் இரண்டிலும் 'அசோக்குமார்' படத்துக்கு இணையான படங்கள் இந்த அறுபது ஆண்டுகளில் நான்கைந்தைக்கூட நினைத்துப் பார்க்க முடியவில்லை. 'ஹரிதாஸ்', அந்த மனிதரை ஆகாயத்துக்கு உயர்த்தியது. விதியோ வினையோ அவரைப் பாதாளத்தில் தள்ளியது. தியாகராஜ பாகவதரின் வாழ்க்கை வரலாற்றைக் காவிய சோகம் கொண்டதாக ஒரு சாரார் நினைத்தால், இன்னொரு சாரார் பிழைக்கத் தெரியாதவன் கதை என்பர்.

அதே நாள்களில்தான் எம்.எஸ். சுப்புலட்சுமி அவர்களும் மிகக் குறைந்த திரைப்படங்களில் பங்கு பெற்றுப் பெரும் புகழும் பெற்றார். 'சேவாசதனம்', 'சகுந்தலை', 'சாவித்திரி', 'மீரா'. சினிமா அவருடைய இசை வாழ்க்கைக்குப் பாதகமாக முடியவில்லை. மகாத்மா காந்தி ஒரு சினிமாப் படத்தைத்தான் ஒப்புக்கொண்டார். 'ராமராஜ்'. இந்திப் படமாகிய இது, ஏவி.எம். செட்டியாரால் தமிழில் ஒலி மாற்றம் செய்யப்பட்டு வெளியிடப்பட்டது. மகாத்மா காந்தி போற்றிய ஒரு பாடகர் எம்.எஸ். சுப்புலட்சுமி.

இரண்டாம் உலக யுத்தமும் தமிழ் சினிமாவின் மகோன்னத காலமும் ஒரே காலகட்டத்தில் நிகழ்ந்தது எனக் கூறலாம். தமிழில் ஒரு ஷேக்ஸ்பியர் படைப்பு சினிமாவாக எடுக்கப்பட்டது. 'ஷைலாக்' (1940) பெரிதாக ஓடாவிட்டாலும் படம் ஒரு முக்கிய மான முயற்சி. அதேபோல பிரெஞ்சு நாடக மேதை 'மோலியேர்' (Moliere) படைப்பும் தமிழில் சிறப்பாகவே எடுக்கப்பட்டது. 'என் மனைவி' (1942) உயர்ந்த நகைச்சுவையும் மிகச் சிறந்த சதிர்ப் பாட்டுக்களும் கொண்டிருந்தது. அந்த மகத்தான தமிழ் இசைக் கலைஞர் எம்.எம். தண்டபாணி தேசிகர், நந்தனாக (நந்தனார் – 1942) அற்புதமான பாடல்கள் பாடினார். வைஜயந்தி

மாலாவின் தாயார் வசுந்தரா நடித்த 'மங்கம்மா சபதம்', உலக யுத்தம் உச்சகட்டம் அடைந்த 1943ஆம் ஆண்டில் வெளிவந்தது. இப்படத்தின் கதை பற்றிப் புதுமைப்பித்தனும் கல்கியும் மிக ரசமாக வசவுகளைப் பரிமாறிக்கொண்டார்கள். நட்சத்திரங்களே இல்லாது ஒரு பெரிய வெற்றிப்படத்தை ('ஸ்ரீவள்ளி' – 1945) வசதிகளே இல்லாத ஊரிலிருந்து எடுத்து வல்லவனுக்குப் புல்லும் ஆயுதம் என்று மெய்யப்பச் செட்டியார் நிரூபித்தார்.

இதற்குள் தமிழ் சினிமா ஒரு திட்டவட்டமான வடிவத்தைப் பெற்றிருந்தது. பாடல்கள், நடனங்கள் தவிர அதன் நகைச்சுவைக் காட்சிகள் இந்தியாவின் எந்தப் பகுதியிலும் இல்லாத அளவுக்கு விரிவும் கூர்மையும் அடைந்திருந்தன. தமிழ் சினிமா போலத் தொடர்ச்சியாக மிகச் சிறப்பான நகைச்சுவை நடிகர்கள் உலகிலேயே தோன்றவில்லை என்று கூறலாம். எஸ்.எஸ். கொக்கோ, சாரங்கபாணி, டி.ஆர். ராமச்சந்திரன், காளி என். ரத்னம், என். எஸ். கிருஷ்ணன், டி.எஸ். துரைராஜ், புளிமூட்டை ராமசாமி, கொளத்தூர் மணி, நாராயண ராவ், தங்கவேலு, சந்திரபாபு. . . இப்பட்டியலில் இன்னும் இருபது பெயர்களை எளிதில் சேர்க்கலாம்.

யுத்தமும் முடிந்து இந்தியா சுதந்தரம் அடைந்தபோதுதான் தமிழ் சினிமாவில் அடுத்த கட்டம் தொடங்கியது. இந்தி சினிமாவில் முற்போக்குக் கலைஞர்கள் (கே.ஏ. அப்பாஸ், சர்தார் ஜாஃபரி, சாதத் ஹஸன் மண்டோ, கைஃபி ஆஸ்மி, இஸ்மத் சுக்தாய், ஷகீத் லத்தீஃப், பிரேம்சந்த்) தங்கள் பார்வையை சினிமாக் கண்களுக்குக் கொடுத்திருந்தாலும் தமிழ் சினிமாவில் ஒரு தமிழ்ப் பிராந்திய இயக்கம் பெரும் மாறுதலைத் தோற்றுவித்தது. 'நல்ல தம்பி' (1949), 'வேலைக்காரி' (1949) ஆகிய படங்களில் தொடங்கி, 'பராசக்தி' (1952) படத்தில் ஒரு மாபெரும் சக்தியாக முதிர்ச்சி அடைந்தது.

இது சினிமாக்களுக்குப் பெரிய நன்மை விளைவித்ததாகக் கூற முடியாது. ஆனால் கலையும் மக்கள் இயக்கங்களும் எல்லா நேரங்களிலும் இணைந்துபோனதாக வரலாறு இல்லை.

வசனங்கள் கோலோச்சிய காலத்தில்தான், சிவாஜி கணேசனும் எம்.ஜி. ராமச்சந்திரனும் அன்றைய சூப்பர் ஸ்டார்களாகத் திகழ்ந்தார்கள். இருவருக்கும் சில மகத்தான படங்கள் உண்டு. ஒருவர் 'மனோகரா' (1952) கொண்டு புயல் வீசினால், இன்னொருவர் அதே ஆண்டில் 'மலைக்கள்ளன்' வேடத்தில் வந்து கொள்ளைகொண்டார். இந்த இருவரின் சரியான போட்டி இருபது ஆண்டுக் காலம் நீடித்தது. ஒருவர் நடிப்புக்கு இலக்கணம் வகுத்தவர் என்று பெயர் பெற்று தாதா

சாகேப் பால்கே விருது பெற்றால், இன்னொருவர் தமிழ்நாட்டின் முதலமைச்சரானார்.

வட இந்தியாவில் அசோக்குமார் – நளினி ஜெயவந்த், ராஜ் கபூர்– நர்கீஸ், தேவ் ஆனந்த் – சுரையா என்று காதல் ஜோடிகள் உருவாகிப் பல ஆண்டுகள் கழித்துத்தான் தமிழ் சினிமாவில் ஜெமினி கணேசன் – சாவித்திரி ஜோடி கவனிக்கத் தக்கதாயிற்று. ஆரம்ப நாள்களில், தமிழ் சினிமாவில் கதாநாயகிப் பாத்திரம் வெறும் ஒரு கதாபாத்திரம் போலத்தான் அமைந்திருந்தது. டி.ஆர். ராஜகுமாரி போன்ற நடிகைகள் பங்குபெற்றால்கூட கதாநாயகனின் முக்கியத்துவம் இவர்களுக்குக் கிட்டவில்லை . ஆனால், சாவித்திரி தொடர்ந்து சுமார் இருபது ஆண்டுகளுக்கு 'மிஸ்ஸியம்மா', 'அமரதீபம்', 'பாசவலை', 'மாதர்குல மாணிக்கம்' என டஜன் கணக்கான படங்களில், கதாநாயகர்களாக நடித்த சிவாஜி கணேசன், எம்.ஜி.ஆர்., நாகேஸ்வர ராவ், என்.டி.ஆர். என யார் இருந்தாலும் அவர்களுக்கு இணையாக, சில சந்தர்ப்பங்களில் அவர்களையும் முந்திக்கொண்டு போனபடி யாக நடித்திருக்கிறார். சாவித்திரி, பத்மினி, பானுமதி ஆகிய மூவருடன் தமிழ் சினிமாவின் பெண் பாத்திர நடிப்பு சிகரங்களை எட்டியது. ஒரு சிறு தகவல் – தாய்மொழி எதுவெனப் பார்த்தால் மூவரும் தமிழ்ப் பெண்கள் அல்ல. வண்ணப்படம் வந்ததிலிருந்து ஸ்டுடியோவை விட்டு சினிமா வெளியேறியது. அந்தக் காலகட்டத்தில்தான் பாரதிராஜா என்ற டைரக்டரும், இளையராஜா என்ற இசை அமைப்பாளரும் தமிழ் சினிமா வானில் தோன்றினார்கள்.

பாரதிராஜாவின் கிராமம், நகரத் தோற்றம் இல்லாத சில முகங்கள், பஞ்சாயத்து முதலியவை பயன்படுத்தப்பட்டு ஒரு தனித்தோற்றம் தந்தது. இதன்பிறகு சுமார் இருபதாண்டுகளுக்கு, அதாவது 1990வரை, அரசமரத்து மேடை, மலைகள் அணைக்கும் வயல்வெளி, பஞ்சாயத்து, பழமொழிகள் முதலியன இசையமைப்பாளரின் கீபோர்டு, டிரிப்பிள் பாங்கோ, சாக்ஸாபோன் வாசிப்போடு கலந்து ஒரு கனவு அனுபவத்தைக் கொடுத்தன. சரி, 1990களுக்கு வந்தாயிற்று. இப்போது தமிழ் சினிமா எப்படி இருக்கிறது? சிவாஜி ராவ் ரஜினிகாந்த் ஒரு துருவம், திராவிடக் கட்சி பிரமுகர் கமல்ஹாசன் இன்னொரு துருவம், இவர்களின் நடுவில் அஜித், விஜய், பிரசாந்த் எனச் சில இளைய தேவதைகள். இவர்களுக்கு நடிக்கத் தெரியுமோ தெரியாதோ, இடுப்பை ஒடித்துக் கை கால்களையும் கழுத்தை யும் கனவேகத்தில் உதறிக்கொள்ள வேண்டும். கதாநாயகியின் காலிலிருந்து தொடங்கி மூக்குவரை முகர்ந்து முத்தமிட வேண்டும். கதாநாயகர்கள் உடை மேல் உடை உடுத்தி ஜோடு அணிந்து

ஓடியாட, கதாநாயகிகள் உடலின் சில அங்குலங்களை மட்டும் பாதுகாத்துக்கொண்டு ஓடி ஆடுவார்கள். உலகின் அனைத்துச் சுற்றுலா இடங்களும், தமிழ் சினிமாவின் நடனக் காட்சிகளுக்கும் பாடல் காட்சிகளுக்கும் பின்னணியில் பாதாம் அல்வாவில் கடுகு, கருவேப்பிலை தாளித்தது போல இருக்கும்.

தொழில்நுட்ப ரீதியில் இன்றையத் தமிழ் சினிமா இன்றைய அனைத்துச் சாத்தியங்களையும் பயன்படுத்துகிறது. ஒரு தமிழ்ப்படம் என்றால் கோடிக்கணக்கில், மூளையின் காரண காரிய மடிப்புகளைத் தூங்க விட்டுவிட்டு, கண்களையும் காதுகளையும் மட்டும் திறந்து வைத்துக்கொண்டு பார்த்தால் அது ஒரு சுகானுபவம் தரவே செய்கிறது. ஒரு காலத்தில் பாலசந்தர் என்ற டைரக்டரை இந்தக் காரிய காரண அமைப்பில் வல்லுநராகக் கூறுவார்கள். ஆனால் அவர் 'முத்து' போன்ற படங்களைத் தயாரிக்கிறார். 'வந்தே மாதரம்' பாடாத நேரங்களில் ஏ.ஆர். ரகுமான் என்ற இசையமைப்பாளர், இன்றையப் பல கோடி ரூபாய்ப் படங்களின் தலைவிதியையும் தலைசுருதியையும் நிர்ணயிக்கிறார்.

இரண்டாயிரம் ஆண்டு பிறக்கப்போகும் இந்தத் தருணத்தில் தமிழ் சினிமா ரசிக்கத்தக்க இரைச்சலாகவும், அனுபவிக்கத்தக்க குழப்பமாகவும் இருக்கிறது. தொழில்நுட்பக்காரர்கள், முக்கியமாக கம்ப்யூட்டர் கிராபிக்ஸ் நிபுணர்கள் மற்றும் அயல்நாட்டுப் பயண ஏற்பாட்டுக்காரர்கள் தேவை ஏராளமாகப் பெருகியிருக்கிறது. டப்பிங் கலைஞர்கள் நிரந்தரப் பகுதியாக ஆகிவிட்டார்கள். இன்றும் ஒரு படம் எதற்காக ஓடுகிறது, ஏன் தோல்வி அடைகிறது என்ற ஹேஷ்யங்கள்தான் புரியவில்லை.

இரு பாகவதர்கள் உச்சி வெயிலில் ஒரே இடத்தில் நின்று கொண்டு பாடிய காட்சி இன்னும் மறக்கவில்லை. மறக்கக் கூடாதது அதுதானோ?

(2001)

நான்கு கண்களும் இரண்டு கண்களும்

இரண்டாம் உலக யுத்தம் முடிந்த பின் புழக்கத்துக்கு வந்த 'கலைப்படம்' இந்தியாவின் பல மொழிகளில் சர்வசகஜமாகப் போய்விட்டாலும் தமிழில் இப்போதுதான் அங்கொன்றும் இங்கொன்றுமாக முயற்சி எடுக்கப்படுகிறது. அவ்வை நடராஜனும் தற்காலத் தமிழில் சிறுகதையும் தொலைக்காட்சியில் இணைப்பு. அந்த வரிசையில் சா. கந்தசாமியின் 'தக்கையின் மீது நான்கு கண்கள்' கதையை அரைமணி நேரக் குறும்படமாக வஸந்த் ('ரிதம்') உருவாக்கியிருக்கிறார். படம் நன்றாக இருக்கிறது. ஒரு கிழவன், அவர் மனைவி, அவர்களுடைய பேரனான சிறுவன் இவர்கள் மூன்று பேர்தான் மானுடப் பாத்திரங்கள். அப்புறம் ஒரு மீன். அது கிழவருக்குக் கிடைப்பதில்லை. பேரனுக்குக் கிடைக்கிறது. கிழவராக நாடக நடிகர் வீராசாமி நடித்திருந்தார். ('முதல் மரியாதை' படத்தில் 'எனக்கு ஓர் உண்மை தெரியணும். . .' என்று திடுக்குறவைத்தவர்).

வீராசாமியை எனக்கு சேவா ஸ்டேஜ் நாடகக் குழு உச்சக்கட்டத்திலிருந்த 1955இலிருந்து தெரியும். அவருடன் வேறு சில நாடக நடிகர்களும் இருந்தார்கள். பிற்காலத்தில் சிவாஜி கணேசனுடன் பல படங்களில் நடித்த தேவிகா, சேவா ஸ்டேஜ் சகஸ்ரநாமம் உருவாக்கின நடிகை. அப்போது எம்.என். ராஜம் சேவா ஸ்டேஜ் நாடகங்களில்

முக்கியப் பெண் பாத்திரமாக நடித்துவந்தார். அவருக்குத் திரைப்படத்தில் நல்ல வாய்ப்புகள் வரத் தொடங்கியதால் நாடகத்தில் தொடர்ந்து நடிக்க முடியவில்லை. ஆனால் சேவா ஸ்டேஜ் குழுவோ நாடகத்தையே முக்கியமாகக் கருதிய அமைப்பு. அப்போது பிரமிளா என்ற பெயர் கொண்ட தெலுங்குப் பெண் நாடகத்தில் நடிக்க வந்தார். முதல் நாடகமே சற்றுக் கடுமையான 'வானவில்' நாடகம். பின்னர் அவருக்கும் திரைப்பட வாய்ப்பு வந்தது. அவர் நடித்த 'முதலாளி' நன்கு ஓடியது. 'நெஞ்சில் ஓர் ஆலயம்' சக்கைபோடு போட்டது. 'பாவமன்னிப்பு' பற்றிக் கேட்க வேண்டியதில்லை. இந்த வெற்றிகளில் சேவா ஸ்டேஜ் மங்கிப் போய்விட்டது. கோமல் சுவாமிநாதன் 'ஸ்டேஜ் ஃப்ரெண்ட்ஸ்' என்ற குழு அமைத்துச் சிறிது காலம் நாடகங்கள் நடத்தினார்.

இப்போது அந்நியத் தூதரகங்கள் மானியத்திலும் மாலை விருந்திலும் நாடகம் என்ற பெயரில் பார்வையாளர்கள், பொதுமக்கள் பற்றி விசேஷ சிந்தனையும் இல்லாமல் நடக்கும் முயற்சிகள் போல சேவா ஸ்டேஜ் போன்ற குழுக்கள் நாடகம் போட முடியாது, போட்டதில்லை. உடை, மேடைப் பொருள்கள், ஒளி, இசைக்குழு எல்லாவற்றுக்கும் அவர்கள் செலவழிக்க வேண்டும். உரிய கட்டணம் தர வேண்டும். நாடக நடிகர்களுக்கும் பணம் தர வேண்டும். நாடகம் முழுக்க முழுக்கப் பார்வை யாளர்கள் ஆதரவை ஆதாரமாகக் கொண்டது. நாடகம் வெற்றி பெற்றால் நகரங்களிலும் வெளியூர்களிலும் நாடகம் நடக்கும். பல நடிகர்கள் இந்த நாடகங்களையே நம்பி வாழ்க்கை நடத்தினார்கள். எனக்கு நினைவில் இருக்கிற நடிகர்கள் வீராசாமி, வீரப்பன், கள்ளபார்ட் நடராஜன், பி.ஏ. கிருஷ்ணன். எந்த நேரத்திலும் பாஸ்போர்ட் புகைப்படத்துக்குத் தயாராக இருப்பதுபோல நேர்த்தியாக உடை உடுத்தி, முகச் சவரம் செய்து, முடி வாரியிருப்பார்கள். சென்னை ராயப்பேட்டை பெசன்ட் சாலை, தாண்டவராயன் தெரு, ராஜரத்தினம் தெரு முதலிய இடங்களில் காணப்படும் மனிதர்களில் இந்த நாடக நடிகர்கள் தனித்துத் தெரிவார்கள். கிடைக்கும் அற்ப ஊதியத்தில் எப்படி இவர்களால் எப்போதும் புன்னகையும் நல்லெண்ணமும் தோன்றும் முகத்துடன் நன்கு சலவை செய்து இஸ்திரி போட்ட உடைகளுடனும் இருக்க முடிகிறது என்று வியந்திருக்கிறேன். அநேகமாக எல்லாரும் கதர்தான் உடுத்துவார்கள். ஒவ்வொரு நாடகம் தொடங்கும்போதும் கடவுள் வணக்கம் இல்லாது திரை எழாது. அவ்வளவு நடிகர்களும் மனப்பூர்வமாகப் பிரார்த்தனை செய்த பிறகே நாடகம் தொடங்கும். அதேபோல நாடகம் முடிந்த பிறகும் கடவுளுக்கு நன்றி தெரிவித்தல் இருக்கும். செய்யும் தொழிலே தெய்வம் என்பதற்கு இந்த நாடக நடிகர்களின்

செயல்பாடு ஸ்தூல சாட்சி. இவர்களுக்கும் நவீன நாடகம் போடுபவர்களுக்கும் எவ்வளவு வேறுபாடு.

வீராசாமியை, வஸந்த் எடுத்த ‘தக்கையின் மீது நான்கு கண்கள்’ குறும்படத்தில் நான் பார்த்தபோது இந்த எண்ணங்கள் எல்லாம் பொங்கிக்கொண்டு வந்தன. இந்த நாடக நடிகர்களுக்கு வேறேதும் தெரியாது. பாத்திரம் ஏற்று நடிக்கத்தான் தெரியும். கவிஞர் வைதீஸ்வரன் பல நாடகங்களில் வீராசாமியுடன் நடித்திருக்கிறார்.

வீராசாமியின் தொழில் விசுவாசமும் சிரத்தையும் அவரை வெகுதூரம் இட்டுச் செல்லவில்லை. கலைமாமணி பட்டத்தை என்னால் பெரிதாக எண்ண முடியவில்லை. அதற்கு பதில் அவர் பெரிய குணச்சித்திர நடிகராகப் புகழ்பெற்று வசதிபெற்றிருந்தால் நான் மிகவும் மகிழ்ச்சி அடைந்திருப்பேன். குறும்படங்கள், கலைப்படங்கள் முதலியன சிறிய வட்டத்தில் ஒன்றரை இட்லி, அரை கப் காபி, நான்கு கவளம் பழஞ்சோறு என்று அடங்கிப் போகிறவை. ஹிந்தியிலும் இதேபோலத்தான். சுரேகா சிக்ரி என்றதொரு மகத்தான நடிகை, தீப்தி நவால், சுரேஷ் ஓபராய், ஏ.கே. ஹங்கல் எனப் பல நல்ல நடிகர்கள் கலைப்படங்களிலேயே தோன்றி உடனே மறைந்துவிடுபவர்கள். இந்தச் சூழலிலிருந்து தப்பித்தவர்கள் ஸ்மிதா பாட்டீல், நஸீருத்தீன் ஷா, ஓம் பூரி, ஷபனா ஆஸ்மி. இவர்கள் ‘மசாலா’ படங்களில் நடித்துத்தான் காலம் தள்ளி வருகிறார்கள் அல்லது நிலைத்திருக்கிறார்கள்.

இப்போது நினைத்துப் பார்க்கும்போது, தமிழ் நாடக மேடை பிரார்த்தனைக் கூடமாகவும் இருந்திருக்கிறது, பலிபீடமாகவும் இருந்திருக்கிறது.

(2004)

எழுத்தின் நிழல்

அம்ஷன் குமார் தயாரித்து இயக்கிய 'ஒருத்தி' சென்னையில் அக்டோபர் மாதம் வெளியிடப்பட்டது. 'ஒருத்தி'யின் மூலக்கதை கி. ராஜநாராயணன் எழுதிய 'கிடை' என்ற குறுநாவல்.

முப்பத்தைந்து ஆண்டுகளுக்கு முன்பு வாசகர் வட்டம் என்ற பதிப்பகம் 'அறுசுவை' என்றொரு நூலை வெளியிட்டது. ஆறு குறுநாவல்கள் கொண்ட நூலில் 'கிடை'யும் ஒன்று. அந்த நூலிலேயே மிக அதிகமான பக்கங்கள் கொண்டதும் அதுதான் என்று ஞாபகம். 'கிடை'யின் கதைக்காலம் எது என்று திட்டவட்டமாகக் கூற முடியாது. சூழ்நிலையைப் பிரதானமாகக் கொண்டது. சம்பவங்கள் ஒரு முழு நீளத் திரைப்படத்துக்குக் காணாது. 'ஒருத்தி'க்கு ஒரு காலம் உண்டு. 'கிடை'க்கு அப்பாற்பட்ட ஒரு சமூகம் உண்டு. திரைப்படத்துக்கே சாத்தியமான முரண்சுவை உண்டு. படம் முடியும்போது சற்றுக் கனத்த மனத்துடன்தான் கொட்டகையை விட்டு வெளியே வரமுடியும்.

ஆனால் ஒரு நண்பர், "அம்ஷன் குமார் பெரிய தவறுசெய்துவிட்டார்" என்றார். இதைச் சொன்னபோது அந்த நண்பர் 'ஒருத்தி' படத்தைப் பார்க்கவில்லை. அவருடைய வாதம் ஓர் இலக்கியப் படைப்பைப் படமாக்கினால் கூட்டவும் கூடாது, குறைக்கவும் கூடாது. 'கிடை' குறுநாவலைப் படித்தவர்கள் 'ஒருத்தி' திரைப்

படத்தையும் பார்த்தால் எழுத்து, திரைப்படம் ஆகிய இரு சாதனங்களும் எப்படி இரு வேறுவேறு அனுபவங்களை உண்டுபண்ணும் என்று உணரமுடியும்.

ஒருமுறை, ஹால் வாலிஸ் என்ற ஹாலிவுட் தயாரிப்பாளர் தன்னால் மிக மோசமான புனைகதையைக்கூட வெற்றிகரமான திரைப்படமாக்க முடியும் என்று கூறினார். "என் 'டு ஹாவ் அண்ட் ஹாவ் நாட்' நாவலைக்கூடவா?" என்று ஹெமிங்வே பதில் கேள்வி கேட்டார்.

"நிச்சயமாக".

ஹால் வாலிஸ், 'டு ஹாவ் அண்ட் ஹாவ் நாட்' நாவலைத் திரைப்படமாக்கினார். அந்த நாளில் அது ஒரு வெற்றிப் படம். ஹெமிங்வேக்கும் அந்தத் திரைப்படத்துக்கும் இரண்டே அம்சங்களில் தொடர்பு. ஒன்று, தலைப்பு. இரண்டாவது, ஹால் வாலிஸ் எடுத்த படத்தின் கதாநாயகன் பெயர், நாவலின் ஒரு பாகத்தின் நாயகனின் பெயர். முழுப் படமும் ஹால் வாலிஸின் கைச்சரக்கு. இதற்கு உதவியவரும் ஒரு நோபல் பரிசாளர்தான். வில்லியம் ஃபாக்னர்.

அமெரிக்கா மற்றும் ஐரோப்பியத் திரைப்படங்கள் அநேகமாக எல்லாமும் ஏதோ ஒரு சிறுகதை அல்லது நாவலைப் பெயரிட்டு அதன் அடிப்படையில் உருவாக்கப்பட்டது என்று தெரிவிக்கும். இது காபிரைட் சர்ச்சையைத் தவிர்க்கும். மூலக்கதைக்கும் திரைப்படத்துக்கும் சம்பந்தமே இருக்காது. அப்படிச் சம்பந்தம் இருந்தால் அது மயிரிழையாக இருக்கும். 'சாம்ஸன் அண்ட் டிலைலா', 'டேவிட் அண்ட் பாத்ஷீபா', 'சாலமன் அண்ட் ஷீபா' போன்ற நீண்ட படங்கள் விவிலியத்தின் சில வரிகளில் இருந்து விரிவாக்கப்பட்டவை.

சுமார் அறுபது ஆண்டுகளுக்கு முன்பு 'சேவாசதனம்' என்றொரு தமிழ்த் திரைப்படம் வெளிவந்தது. எம்.எஸ்.சுப்பு லட்சுமி முதலில் திரையில் தோன்றியது அப்படத்தில்தான். பிரேம்சந்த் எழுதிய நாவலையொட்டிய படம். டைரக்டர் கே. சுப்பிரமணியம், நாவலை பல இடங்களில் மாற்றியிருந்தார். திரைப்படக் கதாநாயகியை ஒரு பாடகியாக்கினார். நாவலில் அப்பெண் விலைமாதாகிவிடுவாள். தமிழ்த் திரைப்படத்தில் அவள் பிரிந்த கணவனுக்காக ஏங்குபவளாக இருப்பாள். நாவலில் கணவன் மனம் திருந்துவதில்லை. திரைப்படத்தில் அது நடக்கும். திரைப்படம்வரை 'சேவாசதனம்' நன்றாகவே இருந்தது.

டைரக்டர் மகேந்திரனின் படங்களில் 'உதிரிப்பூக்கள்' முக்கிய மானது. இதன் கதை புதுமைப்பித்தன் என்று போட்டிருந்தது.

அது அவர் சிறிது அலட்சியமாக எழுதிய 'சிற்றன்னை'. அந்த நெடுங்கதையை மகேந்திரன் ஒரு நல்ல படமாக உருவாக்கி யிருந்தார். புதுமைப்பித்தன் கதையில் இல்லாத சில பரிமாணங்களைத் திரைப்படத்தில் சாத்தியமாக்கியிருந்தார். மகேந்திரன் திரைப்படம் எடுத்த நாளில் 'சிற்றன்னை' எளிதில் படிக்கக் கிடைக்கக்கூடியதாக இல்லை. ஆனால் இன்று 'சிற்றன்னை' படிக்கக் கிடைக்கிறது. அதைப் படித்தால் 'உதிரிப் பூக்கள்' திரைப்படத்தை ஒரு தனிப் படைப்பாகவே கருத வேண்டும் என்பது எளிதில் புரியும்.

திரைப்படம் தோன்றிய நாளிலிருந்தே படைப்பிலக்கியக் காரர்கள் புதிய சாதனம் மீது ஆர்வம் காட்டினார்கள். அதே நேரத்தில் அதன்மீது அவநம்பிக்கையும் கொண்டிருந்தார்கள். இன்றுகூட எழுத்தைத் தீவிரமாகப் பின்பற்றுபவர்கள் திரைப் படத் துறையில் ஈடுபடுவதில்லை. அவர்களுடைய நூல்கள் திரைப்படமாக்கப்பட்டால்கூட அவர்கள் அந்த முயற்சிகளில் அதிகம் ஆர்வம் காட்டியதில்லை.

சில நாடகங்கள் வெற்றிகரமான திரைப்படங்களாக உரு வாக்கப்பட்டிருக்கின்றன. ஆனால் இந்த முயற்சியிலும் எதை எடுப்பது, எதை எப்படிக் கோர்ப்பது என்பது இயக்குநரின் உரிமையாகவே இருந்திருக்கிறது. ஷேக்ஸ்பியரின் பல நாடகங்கள் திரைப்படங்களாக்கப்பட்டிருக்கின்றன. சோவியத் ரஷ்யாவில் தயாரித்த 'ஹாம்லெட்', 'கிங் லியர்' ஆகியவை மிகவும் சிறப்பாகவே இருந்தன. ஆனால் இவையெல்லாம் ஒரு குறிப்பிட்ட ரகப் பார்வையாளருக்குத்தான் சிறப்பாகத் தோன்றும். திரைப்படப் பார்வையாளர்களுக்கு இப்படங்கள் விசேஷ பாதிப்பு ஏற்படுத்தாது. ஏற்படுத்தவில்லை.

இலக்கியம் படிப்பதற்கென்று உருவாக்கப்பட்டது. படிப்பதில் படிப்பவர்களின் கற்பனைக்கு நிறைய இடமுண்டு. ஒரு நல்ல கதை படிப்பவரின் கற்பனையைத் தூண்டுவதாகவே இருக்கும். திரைப்படத்தில் இந்தச் சாத்தியம் மிகவும் குறைவு. பாத்திரங்கள், சூழ்நிலை முதலிய அம்சங்கள் திட்டவட்டமாகக் காட்டப்பட்டு விடுகின்றன. நாவல் அல்லது கதைக்கு நியாயம் செய்ய வேண்டும் என்ற காரணத்தினாலேயே ஓர் இயக்குநர் தன் செயல்பாட்டைக் கட்டுப்படுத்திக்கொள்ள வேண்டியிருக்கிறது.

அதே நேரத்தில் திரைப்படத்தின் சில சாத்தியங்களை எழுத்தில் எட்டவே முடியாது. 'கான் வித் தி விண்ட்' என்ற திரைப்படத்தில் உள்நாட்டுப் போரில் காயமுற்ற ஒருவனுக்குத் துணைக் கதாநாயகி, மருந்திட்டுக் கட்டு கட்டுவாள். திரைப்படக் கேமரா மெல்ல மெல்லப் பின்புறம் நகரும். சிறிது சிறிதாக

அந்த இடத்தில் காயமடைந்த போர்வீரர்கள் நூற்றுக்கணக்கில் கிடப்பது தெரியவரும். அந்த ஒரு காட்சியை அவ்வளவு தீவிரத்துடன் எழுத்தில் வடிக்கவே முடியாது எனலாம். அதேபோல 'ஒருத்தி' திரைப்படத்தின் முடிவு. ஒருபுறம் கதாநாயகி தன்னுடைய அன்றாடப் பணியாக ஆடு மேய்க்கப் போகிறாள். ஊரின் இன்னொரு புறத்தில் அவளைக் கைவிட்டவன் இரு பெண்களை மணமுடித்து ஊர்வலம் வருகிறான்.

(2004)

நடிகர்களின் தத்துவப் பிரச்சாரம்!

'நாடகமே உலகம் நாளை நடப்பதை யார் அறிவார்...'

இது நான் திரைப்படத்தில் கேட்ட முதல் தத்துவப் பாட்டு. இதை செருகளத்தூர் சாமா என்றொரு நடிகர் பாடுவார். படத்தின் பெயர் 'சிந்தாமணி'. படத்தின் கதாநாயகராகிய எம்.கே. தியாகராஜ பாகவதர் சிந்தாமணியின் வீட்டுக்குப் போகும் நேரத்தில் வழியில் ஒரு பெரியவர் இப்படிப் பாடுவார். முதல் இரு சொற்கள் ஷேக்ஸ்பியரிலிருந்து எடுத்தது. அடுத்த சொற்கள் இந்தியப் பாரம்பரியத் தத்துவத்தை ஒட்டியவை.

நான் 'சிந்தாமணி' படம் பார்த்தபோது எட்டு அல்லது ஒன்பது வயதிருக்கும். அந்த வயதில் எவ்வளவு புரிந்திருக்க முடியும்? ஆனால், படத்தைக் கண் கொட்டாது பார்த்தேன். அதில் ஒரு குறிப்பிட்ட இரவு மிகவும் தீவிரமானது. பில்வமங்களின் மனைவி இறக்கக் கிடக்கிறாள். மழை கொட்டுகிறது. பில்வமங்களுக்கு வழி தவறிப்போகிறது. நடுவில் ஆறு பெருக்கெடுத்து ஓடுகிறது. அதைக் கடக்க வேண்டும். இருட்டில் ஒரு கட்டை மிதந்து வருகிறது. பில்வமங்கள் அந்தக் கட்டையின் உதவி கொண்டு ஆற்றைக் கடக்கிறான். திரும்பிப் போக வேண்டுமல்லவா?

கட்டையை இழுத்துப் பத்திரமாக வைத்து சிந்தாமணியின் வீட்டை அடைகிறான். முன்கதவு

திறக்கவில்லை. பின்பக்கம் போகிறான். உயரமான சுவர். அங்கே கயிறு போல ஏதோ தொங்குகிறது. அதைப் பிடித்து வீட்டினுள் செல்கிறான். இந்தப் புயலில் ஏன் வந்தீர்கள் என்று சிந்தாமணி கேட்கிறாள். வீட்டுக்குள் எப்படி நுழைந்தீர்கள் என்றும் கேட்கிறாள். இருவரும் கொல்லைபுறச் சுவரருகே போகிறார்கள். அவர் சுவர் ஏற உதவியது கயிறு அல்ல, ஒரு பாம்பு. இன்னும் திடுக்கிட வைத்தது, அவர் ஆற்றைக் கடக்க உதவியது ஒரு கட்டையல்ல, அவருடைய மனைவியின் பிணம்! சிந்தாமணி கேட்பாள்: "என் உடலுக்கா இப்படி?" இது அவர் வாழ்க்கையை மாற்றிவிடுகிறது.

செருகளத்தூர் சாமா ஒரு துணைப் பாத்திரம்தான். ஆனால், அவர் ஒரு தத்துவப் பாட்டைப் பாடுவார். இந்தியத் திரைப்படங்கள் பேச ஆரம்பித்ததிலிருந்து 50 ஆண்டுகளுக்கு ஒரு தத்துவப் பாடலாவது இல்லாமல் ஒரு படம் இருக்க முடியாது.

புகழ்பெற்ற அகில இந்தியத் தத்துவப் பாடல் 'பாபா மன்கி ஆன்கேன் கோல்.' இறைவா, என் மனக்கண்ணைத் திற. . . அல்லது அவர் கடவுளை வேண்டி, 'உன் மனக்கண்ணைத் திற' என்று பாடியிருக்கலாம். இதைப் பாடியவர் சைகல் காலத்திலேயே புகழ் பெற்ற பாடகர் கே.சி. டே. அவருக்குக் கண் பாதிக்கப்பட்டிருந்தது. கண்ணில்லாமல் இருந்த ஒரு பாடகர் 'மனக்கண்ணைத் திற' என்று பாடுவது இரட்டிப்பு உருக்கம். தமிழில் பி.ஜி. வெங்கடேசனையும் எம்.எம். மாரியப்பாவையும் தென்னாட்டு கே.சி. டே என்பார்கள். பிற்காலத்தில் இந்தித் திரைப்படங்களில் பாடிப் புகழ்பெற்ற மன்னா டே, கே.சி. டேயின் உறவினர் என்று கூறப்படுகிறது. மன்னா டே தத்துவப் பாடல் பாடினதாகத் தெரியவில்லை.

செருகளத்தூர் சாமா பல தியாகராஜ பாகவதரின் படங்களில் வந்திருக்கிறார். பாகவதரின் பாட்டு, என்.எஸ். கிருஷ்ணன் நடிப்பு இவை தவிர வேறு பொழுதுபோக்குஅம்சம் என்று ஏதும் இருக்காது. ஆனால் பாகவதரின் பாட்டுக்காகவே மக்கள் திரும்பத்திரும்பப் போவார்கள். பாகவதருக்குச் 'சிந்தாமணி' படத்திலேயே நட்சத்திர அந்தஸ்து வந்துவிட்டது. அதற்குப் பின் வந்த 'திருநீலகண்டர்' படத்தில் பாகவதரை மிரட்டுபவராக செருகளத்தூர் சாமா நடிப்பார். சிவனே சிவனடியார்போல வந்து திருநீலகண்டரிடம் ஒரு மண் கலயத்தைக் கொடுத்து, "இதைப் பத்திரமாகக் காத்திடு. நான் மீண்டும் கேட்கும்போது என்னிடம் கொடு" என்று சொல்லிவிட்டுப் போய்விடுவார். அவர் மீண்டும் வந்து கலயத்தைக் கேட்கும்போது திருநீலகண்டர் புதைத்து வைத்த இடத்தில் தேடுவார். இருக்காது. அந்தக் காட்சியில்

சாமா பாகவதரை விரட்டு விரட்டு என்று விரட்டுவார். நடிப்பு என்றாலும் பாகவதர் போன்ற ஒரு நட்சத்திர நடிகரை அவருக்கு இணையாக எதிர்கொள்வார். இந்தப் படமும் வெள்ளிவிழா, பொன்விழா எனத் தமிழ் நாடெங்கும் ஓடியது. செகந்திராபாத் போன்ற ஒரு தெலுங்கு ஊரிலும் மூன்று மாதங்கள் ஓடிற்று. தத்துவப் பாடல் என்று இல்லாதிருந்தும் படமே ஒரு தத்துவப் படமாக இருந்தது.

எனக்கு நினைவில் அறிந்தவரை நான் தமிழ்த் திரையில் கண்ட கடைசித் தத்துவக் காட்சி 'பாவமன்னிப்பு' படத்தில். சிவாஜிகணேசன் ஒரு முஸ்லிமாக நடிப்பார். சைக்கிளில் போகிறபோது

'வந்த நாள் முதல் இந்த நாள் வரை
வானம் மாறவில்லை
வான் மதியும் நீரும் கடல் காற்றும்
மலரும் மண்ணும் கொடியும் சோலையும் நதியும் மாறவில்லை
மனிதன் மாறிவிட்டான்'

என்று பாடுவார். இந்தப் பாட்டின் மூலப் பிரதியோ என நினைக்கும்படி 'நாஸ்திக்' என்ற இந்திப் படத்தில் பிரதீப் என்ற கவிஞர் பாடிய பாட்டு இருக்கிறது. 'நாஸ்திக்' தேசப் பிரிவினை நாட்கள் பற்றியது. அப்போது நடந்த அக்கிரமங்களைக் கண்டு கதாநாயகன் திகைக்கிறான். பின்னணியாக ஒரு தத்துவப் பாட்டு ஒலிக்கும். பிரதீப் தத்துவப் பாடல்கள் எழுதியே புகழ் பெற்றவர். அவரிடம் ஒரு சிக்கல், பாடலை எழுதி அதைத் தானே பாட வேண்டும் என்று நிர்ப்பந்திப்பார். அவர் புகழ்கண்டு படத் தயாரிப்பாளர்கள் இந்தக் கடுமையான நிபந்தனைக்கு இணங்கிப் போவார்கள்.

மூன்றாம் வகுப்பு இருந்தவரை, ரயில் பயணத்தின்போது சினிமாத் தத்துவப் பாடல்களைப் பாடிக்கொண்டு பிச்சைக் காரர்கள் வருவார்கள். தத்துவ போதனை பிச்சைக்காரர்களுக்கே உரியது போலிருக்கும். இவர்கள் சாதாரணமாக ஒருவராக வர மாட்டார்கள். ஒரு ஆண், ஒரு பெண். இருவரில் ஒருவருக்குக் கண் இருக்காது. ஆனால் ஓடும் ரயிலில் ஒரு பெட்டியிலிருந்து இன்னொன்றுக்கு அவர்கள் போவார்கள். மிகவும் பயமாக இருக்கும்.

சென்னை, விஜயவாடா பகுதியில்தான் மிகச் சிறந்த தத்துவப் பாடல்கள் கிடைக்கும். பல சந்தர்ப்பங்களில் இவர்கள் ஹார்மோனியம் வைத்திருப்பார்கள். அந்த வாத்தியத்தில் அவர்கள் விரல்கள் விளையாடும். இந்த வாத்தியத்தைப் பலர் பழித்தாலும் இதைக் கண்டுபிடிக்காது போயிருந்தால் சினிமா

இசை அமைப்பாளர்கள் இயங்கியிருக்க முடியாது என்றே தோன்றும்.

தத்துவப் பாடல்களுக்குப் பிச்சைக்காரர்கள் மட்டும் உரிமை கொண்டாட முடியாது. இந்திய சினிமாக்களில் காதல் தோல்வி ஓர் முக்கிய அம்சம். உடனே கதாநாயகனோ, கதாநாயகியோ தத்துவங்களை உதிர்ப்பார்கள். நாகேஸ்வர ராவ் நடித்த 'தேவதாஸ்' படத்தில்தான் எத்தனை பாடல்கள்? எத்தனை தத்துவங்கள்!

அசோகமித்திரன்

பத்திரிகைகளில் சினிமா – சினிமாப் பத்திரிகைகள்

நினைத்துப் பார்க்கையில் 1970வரைகூடத் தமிழகத்தின் பாரம்பரிய ஆங்கிலப் பத்திரிகைகள் என்று அறியப்படும் 'ஹிந்து'விலும் 'இந்தியன் எக்ஸ்பிரஸி'லும் வாரம் ஒரு நாள் ஒரு முக்கால் பத்தியளவுக்கு சினிமா விமரிசனங்கள் வரும். படம் எப்படியிருக்கும் என்று ஒருமாதிரித் தெரிந்து கொண்டுவிடலாம். திரையரங்குகள், காட்சி நேரங்கள் ஒரு சிறு கட்டத்தில் அடங்கிவிடும். அந்தக் கட்டத்தில் நடனம், கச்சேரி, உரை எல்லாம் அடங்கும். இது சிறிது சிறிதாக மாறி இன்று தினம் இரண்டு பக்கங்களுக்குக் குறையாமல் சினிமா விளம்பரங்கள் வருகின்றன. இரண்டு பக்கங்களுக்குக் குறையாமல் செய்திகள், பேட்டிகள், சினிமா, திருமணங்கள், திருமண முறிவுகள் எல்லாம் புகைப்படங்களுடன் வருகின்றன. முன்பு பல ஆண்டுகள் நடித்துப் பெயர் வாங்கிய நடிகையின் புகைப்படம் சிறிய அளவில் அந்த ஒற்றைப் பத்தியில் வரக்கூடும். இன்று அறிமுகப் பெண்களின் புகைப்படங்கள் பெரிய அளவில் அவர்களுடைய பொன்மொழிகளோடு வருகின்றன.

இன்று எந்தச் செய்திப் பத்திரிகையிலும் கால்வாசி சினிமா பற்றி இருந்தாலும் எது நல்ல படம், எது சுமாரான படம் என்று தெரிய வழி யில்லை. இந்த விதத்தில் 'டைம்ஸ் ஆஃப் இந்தியா' பாராட்டுக்குரியது. தினமும் சினிமாப் பட்டியல் போட்டு ஒவ்வொரு படத்துக்கும் மதிப்புத் தெரிய

நட்சத்திரங்கள் கொடுத்துவிடுகிறது. அப்பத்திரிகையின்படி 'ஏழாம் அறிவு' இரண்டரை நட்சத்திரங்கள்தான்.

தினப் பத்திரிகைகள் ஆக்கிரமித்துவிடும் என்று முதலிலேயே உணர்ந்த பாபுராவ் படேல் அவருடைய 'பிலிமிண்டியா'வை 'மதர் இண்டியா' என்று பெயர் மாற்றி அரசியல் பத்திரிகையாக 1965 அளவிலேயே வெளியிட ஆரம்பித்தார்.

'பிலிமிண்டியா'வுக்கு விசேஷ வரலாறு உண்டு. இறக்குமதி செய்யப்பட்ட வழவழப்புத் தாளில் அந்தநாளிலேயே ஒரு ரூபாய் விலை வைத்து விற்கப்பட்டது. புகைப்படங்கள், விளம்பரங்கள் உண்டு. ஆனால், படிப்பதற்கும் நிறைய விஷயங்கள் இருக்கும். மூன்று அல்லது நான்கு திரைப்பட விமரிசனங்கள் விரிவாக இருக்கும். ஈவிரக்கமின்றி இருக்கும். மாதம் மூவாயிரம் பிரதிகள்தான். ஆனால், அதற்கு நிறையச் செல்வாக்கு. அவர் வீடு கட்டிப் புதுமனை விழா நடத்தியபோது நட்சத்திர நடிக, நடிகையர் உணவு பரிமாறினார்கள்.

விமரிசனக் கட்டுரைகள் மட்டும் எழுதிப் புகழ்பெற்றவர்கள் இந்த எழுபது எண்பது ஆண்டுகளில் அதிகம் கிடையாது. தமிழில் 'குண்டூசி' கோபால் என்றொருவர் இருந்தார். அப்பத்திரிகை நின்றுபோன பிறகு அவர் எழுதுவதையும் நிறுத்திவிட்டார்.

இன்று சினிமாபற்றி எழுதுபவர்கள் ஏராளமாக இருக்கிறார்கள். இலக்கியப் பத்திரிகைகள் என அறியப் படுபவையில் ஏழெட்டுப் பக்க மதிப்புரை வருகிறது. 'கொலைவெறி' பற்றிய பல புதுப்புது தத்துவங்கள். வேறு பிரதிகள். சாதி வெறி. சந்நியாச வெறி.

இவ்வளவு நேரமும் பக்கங்களும் செலவிடப்பட்டதற்கு அடிப்படையான திரைப்படம் நன்றாக இருந்தால் சகித்துக் கொள்ளலாம். மண்வாசனை, கலாச்சார வெளிப்பாடு நாட்டுப்புறக் குரல் எனச் சொல்லலாம். ஆனால், திரைப்பட மாக இவை குறைபாடுகள் உள்ளதாகவே இருக்கின்றன. மாநிலப் பரிசு பெற்றவை, தேசியப் பரிசு பெற்றவை என்று சொல்லிக்கொள்ளலாம். ஆனால், திரைப்படம் பெறக்கூடிய மிகப்பெரிய பரிசு, பார்வையாளர் பரிசல்லவா?

பரிசு எல்லாம் பார்வையாளர் பொறுப்பில் விட்டால் தரமான படங்கள் எப்படித் தயாரிக்கப்படும் என்று கேட்கலாம். இதேபோலத்தான் தணிக்கைக் குழு என்று ஒன்றில்லா விட்டால் எல்லாப் படங்களும் ஆபாசப் படங்களாக எடுக்கப் படாதா என்று கேட்கலாம். இன்று படத்துக்குப் படம் பெண்களை மிகவும் ரசக்குறைவாகத்தான் காட்டுகிறார்கள். இதில் கிராமம் நகரம் என்ற பாகுபாடு கிடையாது. இந்தி, ஆங்கிலம் ஆகிய

மொழிப்படங்களிலும் பெண்கள் தங்களை மிகவும் இழிவு படுத்திக்கொள்ள வேண்டியிருக்கிறது. 'ஸ்பெஷல் எஃபக்ட்ஸ்' என்ற பெயரில் எவ்வளவு மிகப் பெரிய கட்டடங்கள், பாலங்கள், மோட்டார் கார்கள் சிதற அடிக்கப்பெறுகின்றன. நிறைய பார்வையாளர்களை ஈர்க்கும் மிக நல்ல படங்களும் வருகின்றன. ரஷ்ய அணு சக்தி நீர்மூழ்கிக் கப்பலில் அணுஉலையில் பழுது நேர்ந்துவிடும். படத்தில் எவ்வளவு தீவிரத்தன்மையும் தெளிவும் இருந்தது! அதேபோல ஸ்டாலின் கிராப் போர் பற்றிய 'எனிமி அட் தி கேட்.' இவை பற்றி யாரும் எழுதியதாகத் தெரிய வில்லை. 'ஸ்லம்டாக் மில்லியனேர்' பற்றிக்கூட அதன் விசேஷ அம்சங்களைக் குறிப்பிட்டு அதிகம் எழுதியதாகத் தெரிய வில்லை. அதில் கதாநாயகனிடம் கேட்கப்படும் கேள்வி ஒவ்வொன்றுக்கும் அவனுடைய பரிதாபகரமான வாழ்க்கையி லிருந்தே பதில் இருக்கிறது. அல்லது சம்பந்தம் இருக்கிறது.

புத்திசாலிகள் நடத்தும் பத்திரிகைகள் புத்திசாலி வாசகர்களுக்கு மட்டுமே என்றிருக்கலாம். பம்பாயிலிருந்து 'எகனாமிக் அண்ட் பொலிடிகல் வீக்லி' என்று ஒரு வெளியீடு வருகிறது. அதிகபட்சம் இந்தியா, வெளிநாடுகள் சேர்த்து லட்சம் பேர் படிக்கலாம். இப்பத்திரிகையில் ஒரு கட்டுரை வந்தால் மிகுந்த பெருமிதத்துக்கு உரியதாகக் கருதுவார்கள். இதுபோலத் தீவிர சினிமாப் பத்திரிகைகள் அவற்றுக்குரிய தீவிர எழுத்தாளர்களுக்கு மட்டும் என்றாகிவிடுகிறது. 'எகனாமிக் அண்ட் பொலிடிகல் வீக்லி' அட்டைகூட இல்லாமல் சாதாரணத் தயாரிப்பாக இருக்கும். ஆனால், தமிழ்த் தீவிர சினிமாப் பத்திரிகைகள் ஏராளமான செலவில் தயாரிக்கப் படுகின்றன என்பது பார்த்தவுடனேயே தெரிந்துவிடுகிறது. இதற்குப் பணம் எங்கிருந்து வருகிறது என்றும் கேட்கத் தோன்றுகிறது. இவற்றில் எழுதுபவர்கள் மக்கள் படிக்கும் அன்றாடப் பத்திரிகைகளில் இடம்பெறுவதில்லை. இவர்கள் கட்டுரைகளைப் படித்தால் இடம் பிடிக்கவும் முடியாது என்று தான் தோன்றுகிறது. தினத்தாள்கள் என்றால்கூட அவற்றுக் கெனச் சில குறைந்தபட்சத் தகுதி தேவைப்படுகிறது. புத்திசாலிப் பத்திரிகைகளுக்குத் தமிழ் எழுதத் தெரிந்தால் போதும் என்று தோன்றுகிறது. இந்த நிலவரத்தை ஆங்கிலத்தில் வெளியாகும் தீவிர சினிமாப் பத்திரிகைகளிலும் பார்க்கலாம். ஒரு படம் அல்லது ஒரு டைரக்டர் பற்றிப் பக்கம்பக்கமாக எழுதப் பட்டிருக்கும். ஆனால், அப்படமோ டைரக்டரோ என்ன அனுபவம் தரக்கூடும் என்று தெளிவாகத் தெரியாது. தெளிவின்மைதான் தீவிரம் என்று நம்பினால் யாரும் செய்வதற்கு ஒன்றுமில்லை. ஆனால், எழுதியவரைத் தவிர இன்னும் ஒருவருக்காவது அந்தக் கட்டுரை புதுப்பார்வை தர வேண்டும்.

திரைக்குப் பின்

இதையும் ஒருமாதிரி உணர்ந்து இக்கட்டுரையாளர்கள் சினிமா வரலாறு எழுதத் தலைப்படுகிறார்கள். ஆய்வுக்குப் பின் எழுதுவதாக இருக்க வேண்டும். சமீபத்தில் 'அசோக்குமார்' என்ற தமிழ்ப் படத்தைப் பற்றிப் படிக்க நேர்ந்தது. அப்படத்தை நான் சிறுவனாக இருக்கும்போதும் இரண்டாம் முறை ஐம்பது வயதாகும் போதும் பார்த்திருக்கிறேன். அந்தக் கால பாணி பொழுதுபோக்கு போலப் படம் நான்கு மணிநேரம் போகும். ஆனால், கதையை எடுத்துச்செல்லும் முக்கியத்துவம் உள்ள பகுதிகள் கூர்மையாகவும் சிக்கனமாகவும் எடுக்கப் பட்டிருந்தன. குஜராத்தில் 1920 அளவில் எழுதப்பட்ட சரித்திர நாவலையெடுத்துப் பேசும்படமாகக் கிஷோர் சாஹு என்ற இந்திப்பட இயக்குநர் 'வீர் குணாள்' என்று எடுத்தார். அதில் அவரே குணாளன் வேஷமும் அணிந்திருந்தார். ஆனால், தமிழ் 'அசோக்குமார்' படத்தின் நாயகனாக நடித்த தியாகராஜ பாகவதரின் சாத்வீகம் கிஷோர் சாஹுவுக்கு அமையவில்லை. தமிழ் 'அசோக்குமார்' எவ்வளவு உறுதியாகவும் தெளிவாகவும் தன் சிற்றன்னைக்கு எடுத்துக் கூறுகிறார்! அது இந்தியில் நேரவில்லை. அப்படியும் படம் ஓடிற்று. அது வரலாற்றுப் படங்கள் காலம்.

மௌரிய வம்சம் அசோகருடன் முடிந்துவிடுகிறது. அவருடைய மகன்கள், பேரன்கள் யாரும் குணாளன் பாத்திரத்துக்குக் கொடுக்கப்பட்ட பக்குவத்தை நெருங்க முடியவில்லை.

குணாளனுக்குச் சமமான முக்கியத்துவம் வாய்ந்த பாத்திரங்கள் சிற்றன்னை, அசோகன். தமிழ் 'அசோக்குமார்' படத்தில் இப்பாத்திரங்களை நடித்த இருவரும் தெலுங்கர்கள்! குணாளனுக்குக் கண்போகும்முன் இரு பாட்டுகள்தான். ஆனால், கண் போனபின் ஆறு பாட்டுகள்! புத்த பிட்சுவும் ஒரு பாட்டுப் பாடுவார். நாகர்கோவில் மகாதேவன் என்ற அந்த நடிகர் படத்தில் இருந்தால் நிச்சயம் ஒரு பாட்டு இருக்கும். நாகர்கோவில் மகாதேவன் போலச் செருகளத்தூர் சாமா. இருவரும் தத்துவங்களாகப் பொழிவார்கள். சுமார் நாற்பது ஆண்டுகளுக்கு முன்புவரை தென்னிந்தியப் படங்களில் ஒரு தத்துவப் பாட்டாவது இல்லாது போகாது. பீம்சிங் – சிவாஜி கணேசனுடன் இது ஒருவாறு முடிந்தது. (ஏன் பிறந்தாய் மகனே, மனிதன் மாறிவிட்டான்) ஏதோ படத்தில் மனிதனுக்குத் தேவை ஆறடி மண்தான் என்றுகூட ஒரு பாடல் இருந்தது. டால்ஸ்டாய் 'ஆறடி மண்' எழுதிய காலத்தில் நாடகம் இருந்தது, சினிமா என்று கிடையாது. நூறாண்டுகளில் அவர் தமிழ் சினிமாக் கருத்துப் பாடலுக்குக் காரணமாகிவிட்டார்.

(2012)

அசோகமித்திரன்

சென்னையில் சில விந்தைகள்: உருது மொழியில் திரைப்படப் பாடல்கள்

திருவல்லிக்கேணி ஸ்டார் சினிமாவை மூடிவிட்டார்கள் என்று கேள்விப்பட்டபோது சென்னை நகரத்தின் ஒரு சின்னமே மறைந்து விட்டதுபோலத் தோன்றியது. அறுபது ஆண்டு களுக்கு முன்பு சென்னையில் டஜன் கணக்கில் சினிமாக் கொட்டகைகள் இருந்தபோது ஸ்டார் சினிமா ஒன்றுதான் இந்திப் படங்களைப் பார்க்கக் கூடிய இடமாக இருந்தது. 'பைஜு பாவ்ரா' என்ற படம் 1952இல் வெளியாகிச் சுமார் ஆறு மாதங்கள் அந்தக் கொட்டகையில் ஓடியது.

ஸ்டார் சினிமா, தரத்தில் உயர்ந்த கொட்டகையல்ல. சூழ்நிலை, நாலு புறத்திலும் வறுமை. திருவல்லிக்கேணி நெடுஞ்சாலை என்பது நூறு மீட்டர்களுக்குக் கலாச்சார வேறுபாடுகள் கொண்டது. முஸ்லிம், ராயர், வைஷ்ணவர்கள், மீண்டும் முஸ்லிம் என விளங்கும் சாலையில் அங்கு வசிக்கும் அல்லது வந்துபோகும் மக்கள்நெரிசல் ஒரு சமயம் பயமெழுப்புவதாகக்கூட இருக்கும், இழப்பதற்கு எதுவுமே இல்லை என்போர் மத்தியில் கலவரம், கொலை, தீயூட்டுதல் என இருக்கும்.

ஸ்டார் சினிமா முதல் முஸ்லிம் பகுதி. அங்கிருந்த வெற்றிலை பாக்குக் கடைகள்கூட வறுமை தெரிய இருக்கும். எதிரே ஒரு சின்ன சந்தில் நுழைந்து போனால் சட்டென்று புரியாத மிக விசாலமான வெற்றிடம். மேற்கு எல்லையில் சென்னையின் பெரிய மசூதி. அந்தச் சந்தின் இரு புறங்களிலும் மந்திரவாதிகள் வசிப்பார்கள் என்று என் சகோதரியின் மாமனார் கூறி என்னை ஒரு மந்திரவாதியிடம் அனுப்பித்தார். அவர் ஏதோ ஜபம் செய்து என்னைச் சூழ்ந்திருந்த ஆவிகளை அகற்றியதாகச் சொல்லி என்னை ஒரு சட்டையையும் அணியச் செய்தார். ஆவிகள் மீது சக்தி இருந்தாலும் அவர் வீட்டில் இருப்போர் ஒழுங்காகச் சாப்பிடக்கூடிய நிலையில் இருந்தார்களா என்று கூற முடியாது.

ஸ்டார் சினிமா அருகில் காய்கறி மார்க்கெட்போல ஓர் இடம். பழைய பலகைகளால் அமைக்கப்பட்ட திண்ணைகளில் எட்டு வயதுக் குழந்தை முதல் எழுபது வயது முதியோர் வரை அலங்காரப் போர்வை எம்பிராய்டரி செய்து அல்லது வண்ணம் பூசியபடி நாளெல்லாம் கண்ணை இடுக்கிக்கொண்டு பணிபுரிவார்கள். இவை கல்லறைகளுக்குப் போர்த்தப்படுபவை. அங்கு உழைப்பவர்கள் கல்லறையிலிருந்து வெகு தூரம் இருப்பதாகத் தோன்றாது.

ஸ்டார் சினிமா நடத்தியதே இது போன்றவர்களுக்காகத் தான் என்று தெரியும். மூன்று நான்கு சிறுசிறு கடைகளில் சினிமாப் பாட்டுப் புத்தகங்கள் இந்தியிலும் உருதுவிலும் கிடைக்கும். ஒரு புத்தகம் நான்கு பக்கங்கள். அதற்குள் ஏழெட்டுப் பாட்டுகள். அச்சே புரியாது. பத்துக் காசுக்கு விற்கப்படுவது வேறெப்படி இருக்கும்?

(2012)

யாருக்காக சினிமா?

என் நினைவு தெரிந்து நான் பார்த்த முதல் திரைப்படம், 'மின்னல் கொடி' என்ற தமிழ்ப் படம். அப்போது எனக்கு வயது ஐந்து இருக்கும். என்னை அழைத்துப்போன என் அம்மா அக்காக்களுக்கு மிகவும் சங்கடமாகப் போய் விட்டது. அதில் மின்னல்கொடி என்று முகமூடி யணிந்து பணக்காரரைக் கொள்ளையடிக்கும் ஒரு வீராங்கனைக்கும் போலீஸ்காரர்களுக்கும் நடக்கும் ஓட்டப்பிடிக் காட்சிகளில் நான் கைதட்டிக் கூச்சலிட்டதோடு பெஞ்சுமீது ஏறிக் குதித்துக் கும்மாளமும் போட்டேன். அந்த மாதிரி என் வாழ்க்கையில் வேறு எந்தச் சந்தர்ப்பத்திலும் ஒரு முறைகூட நான் நடந்துகொண்டதில்லை. இன்று, அதாவது 72 ஆண்டுகள் கழித்து, அதைப் பற்றி நினைக்கும்போது வியப்பாக இருக்கிறது. எது என் உற்சாகத்தை அந்த அளவுக்குக் கிளறி வெளிப்படுத்தியது?

மனிதர்கள் எல்லோருமே ஒரு விதத்தில் வீரவணக்கம் புரிபவர்கள்தான். இந்த வீரவணக்க நாட்டம்தான் சினிமா நடிகர்களைப் பார்த்தால் நிலைமறந்து நடந்துகொள்வதும். ஒரு விளையாட்டில் இந்தியா வெற்றி பெற்றால் பட்டாசு வெடிப்பதும் இந்த வீரவணக்கத்தின் வெளிப்பாடுதான். நம்மால் புரிய முடியாத ஒன்றை ஒரு நடிகனோ ஆட்டக்காரனோ செய்துவிடுகிறான். இது நாமே அந்தச் சாதனை புரிந்தது போன்றதொரு உணர்வைக் கொடுக்கிறது.

ஆனால், 'மின்னல் கொடி?' ஐந்து வயதுப் பையனுக்கு யார் மானசீக வீரனாக இருக்க முடியும்? அப்போது நான் பள்ளிக்குக் கூடப் போக

ஆரம்பிக்கவில்லை. அப்படி இருக்கையில் எது என்னை அந்த அளவு குதூகலப்படுத்தியது?

எனக்கு இன்றும் விளக்கம் கிடைக்கவில்லை.

இருபது ஆண்டுகளுக்கு முன்பு சகஸ்ரநாமம் வீட்டில் ஒரு மூதாட்டியைப் பார்த்தேன். அந்த அம்மாள் நாலரை அடி உயரம் தான் இருப்பாள். ஏதோ சிக்கலில் இருந்தாள். அதற்கு யோசனை கேட்கத்தான் சகஸ்ரநாமம் அவர்களிடம் வந்திருந்தாள். அவரும் ஏதோ சொன்னார். அந்த அம்மாள் போன பிறகுதான் அவர், "கே.டி. ருக்மணி என்று கேள்விப்பட்டதுண்டா? அந்த வயதில் பேண்ட் போட்டு, கையில் சாட்டையை வீசி மோட்டார் சைக்கிளில் போவாளே, அவள்தான் இப்போது வந்துபோன அம்மாள்" என்றார்.

வயது எப்பேர்ப்பட்டவரையும் உருமாற்றிவிடும். எனக்குத் தெரிந்து ஒரு பெரிய சாண்டோ படுத்த படுக்கையாகக் கிடந்ததைப் பார்த்திருக்கிறேன். ஆதலால் வயது, ருக்மணி அம்மாளை உருமாற்றியிருப்பது எனக்கு வியப்பளிக்கவில்லை. ஆனால், அந்த அம்மாள் முன்னொரு நாளில் என்னைக் கிட்டத்தட்டப் பரவச நிலைக்குத் தள்ளியதைச் சொன்னால், அவரேகூட அதற்கு எந்த முக்கியத்துவமும் தந்திருக்க மாட்டார். அவருக்கு அது துக்கத்தைத்தான் தந்திருக்கும்.

நாம் தனியாகவோ குடும்பத்தினருடன் சேர்ந்தோ தொலைக்காட்சியில் பார்ப்பது திரைப்படமானாலும், ஒரு விதத்தில் அது திரைப்படமாகாது. இந்த அனுபவத்தின் அடிப்படைகளை ஆராய்ந்தவர்கள் கொட்டகைத் திரைப் படத்தை 'ஹாட்' அல்லது சூடான சாதனம் என்றும் தொலைக்காட்சியை 'கோல்ட்' அல்லது சூடில்லாத சாதனமாகவும் கூறுகிறார்கள். திரைப்படக் கொட்டகையில் உங்களுக்குத் தெரிந்தவர்கள் என்று மூன்று நான்கு நபர்கள் இருக்கலாம். நூற்றுக்கணக்கில் நீங்கள் அறியாதவர்கள்தான் அந்த அனுபவத்தின் பங்காளிகள். வீட்டுத் தொலைக்காட்சி அப்படி அல்ல. உரத்துச் சப்தம் வரும் தருணங்களில் ஒலியைக் குறைத்துவிடலாம். ஏதாவது காட்சி மிகவும் அருவருப்பாகவோ, பயமாகவோ இருந்தால் தொலைக்காட்சியை மூடிவிடலாம். எப்படியும் உங்கள் வீட்டில் இருந்தபடி அதை அனுபவிக்கிறீர்கள். வீடு என்பது ஒரு மனிதனின் கோட்டை. அவன் பாதுகாப்பாக இருக்கிறான். ஆனால், திரைக் கொட்டகையில் அந்நியர்கள் மத்தியில் அந்த அனுபவம், ஒலி, ஒளி, காட்சித் தேர்வு உங்கள் கையில் இல்லை. ஆதலால் அந்த அனுபவத்தின் தன்மையே வேறு. இது ஒரு காரணம், ரஜினிகாந்த் படத்தைக் கொட்டகையில் பார்க்கிறவர்களில் பெரும்பாலானோர் வேறு வகையிலும்

அதே திரைப்படத்தைப் பார்க்கலாம். ஆனால், அவர்கள் ஐநூறு ரூபாய் செலவழித்து, கொட்டகையில் ஒரு கட்டுப்பாடற்ற கூட்டத்தில் பார்க்கவே விரும்புகிறார்கள். விளக்கம் கேட்டால், அப்படிப் பார்ப்பதே தனி அனுபவம் என்று மட்டும் அவர்களால் கூற முடியும்.

'மின்னல் கொடி'யும் ரஜினிகாந்தின் படங்களும் சாதாரண உலக வாழ்க்கைத் தர்க்கத்துக்குள் அடங்குவதில்லை. ஒரு விதத்தில் தர்க்கத்தை மீறிய அனுபவம். திரைப்படங்களைத் தொடங்கியவர்களுக்கு முதலில் இதெல்லாம் தெரியாமலே தான் திரைப்படங்களைத் தயாரித்தார்கள். ஒரு புத்தகத்தை ஒருவர் படித்து ரசிக்க அதற்கெனப் படிப்பு, பயிற்சி எல்லாம் தேவை. ஆனால், ஒரு திரைப்படத்தைப் பார்த்து ரசிக்க ஒருவர் எந்தப் பள்ளிக்கும் போய்ப் படிக்க வேண்டாம். சாதாரண மூட்டை தூக்கிப் பிழைக்கும் தொழிலாளிகூடத் திரைப்பட அனுபவத்தைப் பகிர்ந்துகொள்ளலாம். உண்மையில் அந்த அனுபவத்தின் உச்சத்தை அடையப் படிப்பு, பயிற்சி, சமூக வாழ்க்கைப் பண்பு எல்லாம் தடைகளாகக்கூட அமைகின்றன.

இப்படியிருந்தும் இன்று திரைப்படம் நுண்கலைப்பிரிவாகவும், கருத்து விளக்கச் சாதனமாகவும் கருதப்படுகிறது. இதுவும் தற் செயலாகத்தான் நடந்தது. இத்தாலியில் ரோமானியர்களின் வரலாறு சார்ந்த பெரிய பிரமிக்கவைக்கும் படங்கள் வந்தன. இது மௌனப் படங்களின் காலம். அமெரிக்கர்களுக்குப் பெரிய வரலாறு என்று கிடையாது. ஆபிரகாம் லிங்கன் காலத்தில் நடந்த உள்நாட்டுப் போர்தான் சற்றுப் பெருமைப்பட்டுக்கொள்ளக் கூடிய வரலாறு. அதைப் பின்னணியாக வைத்து டி.டபிள்யு. கிரிஃபித் என்பவர் 'ஒரு நாடு பிறக்கிறது' என்று ஒரு படம் எடுத்தார். எல்லாப் புனைகதைகளிலும் உள்ள விருப்பு வெறுப்பு அதிலும் இருந்தது. அப்படம் வெளியிடப்பட்டவுடன் பல இடங்களில் கலவரங்கள் வெடித்தன. வெள்ளையர்–கறுப்பர் உறவு சில இடங்களில் மிகவும் மோசமாயிற்று. ஆனால், அது கிரிஃபித்தின் நோக்கம் அல்ல. இதையடுத்து, புரட்சிக்கு வலுச் சேர்ப்பதுபோல ரஷ்ய டைரக்டர்கள் இரு படங்கள் எடுத்தார்கள். மௌனப் படங்கள்தான். ஆனால், அசாத்திய வலு கொண்டவை. 'பாட்டில்ஷிப் பொடம்கின்', 'அக்டோபர்' என்ற அந்த இரு படங்களும், திரையில் அடுத்தடுத்து வரும் காட்சிகள் ஏற்படுத்தும் பிரகடனம், விசேஷத்தன்மை கொண்டவை என்பதை நிரூபித்தன.

இன்று மகாஅபத்தமான திரைப்படமும் இந்தச் சாத்தியங்கள் எல்லாம் கொண்டவை. அதாவது திரைப்படம் என்பது ஒரு பூதம். நாம் சேர்ந்து வாழ வேண்டிய பூதம்.